लोकमान्य टिळक दर्शन

भा. द. खेर

मेहता पब्लिशिंग हाऊस

Please contact us at **Mehta Publishing House Pvt. Ltd.**
✆ +91 020-24476924 / 24460313 / Mob. No. 9545000513
Email : production@mehtapublishinghouse.com
Website : www.mehtapublishinghouse.com

- *या पुस्तकातील लेखकाची मते, घटना, वर्णने ही त्या लेखकाची असून त्याच्याशी प्रकाशक सहमत असतीलच असे नाही.*

LOKMANYA TILAK DARSHAN by B. D. Kher

लोकमान्य टिळक दर्शन : भा. द. खेर / चरित्रात्मक कादंबरी

author@mehtapublishinghouse.com

मराठी पुस्तक प्रकाशनाचे हक्क : मेहता पब्लिशिंग हाऊस प्रा. लि.

संस्थापक : सुनील अनिल मेहता

प्रकाशक : मेहता पब्लिशिंग हाऊस प्रा. लि.
१९४१, सदाशिव पेठ, माडीवाले कॉलनी, पुणे ४११०३०

मुद्रक : पार्कसन्स ग्राफिक्स

मुखपृष्ठ : मेहता पब्लिशिंग हाऊस प्रा. लि.

प्रकाशनकाल : प्रथमावृत्ती ऑगस्ट, २०१७ /
मेहता पब्लिशिंग हाऊस प्रा. लि. यांची दुसरी आवृत्ती : डिसेंबर, २०२२

किंमत : ₹ ४८०

P Book ISBN 9788195944675
E Book ISBN 9788195956906
E Books available on : amazonkindle Apple Books Google Play Books

---

स्मृती-सुमनांजली

अखिल वस्तुजाताला मारण्याची शक्ती मृत्यूत आहे; पण मृत्यूलाही मारून पुरून उरणारी एक शक्ती या विश्वात वास करीत असते. ती शक्ती म्हणजे गत-व्यक्तीची पवित्र स्मृती! शुभदा टिळक - लोकमान्यांची पणती जीवनाच्या भरल्या ताटावरून मधेच उठून निघून गेली. परमेश्वराने तिला अकाली बोलावणे का धाडले हे समजत नाही. आपल्या पणजोबांच्या अंगावर खेळण्यासाठी परमेश्वराने तिला स्वर्गातून बोलावणे धाडले, ही कवि-कल्पना मनाचे शल्य दूर करण्यास समर्थ ठरत नाही. तिच्या पवित्र स्मृतीचा नंदादीप सतत तेवत ठेवणे एवढेच आपले कर्तव्य! ते कर्तव्य अंशत: बजावण्यासाठी पणजोबांचे हे दर्शन मी त्यांच्या पणतीला शुभदाला समर्पण करतो.

– भा. द. खेर

प्रस्तावना

जसजसा काळ जातो तसतसे अनेक नेते जनमानसातून हळूहळू लुप्त होतात; पण लोकमान्य टिळकांचे द्रष्टेपण व त्यांनी मांडलेल्या शाश्वत मूल्यांचे तेज दोन पिढ्या गेल्या, तरी अजून चमकून उठत आहे. कोणत्याही नेत्याचे लोकोत्तरत्व त्याच्या अदम्य कर्तृत्वाबरोबर त्याने मांडलेल्या शाश्वत मूल्यांमुळे अधिक प्रत्ययास येते. लोकमान्यांनी चाळीस वर्षे खपून या भूमीत लोकशाहीचा जो भक्कम पाया घातला आणि 'गीतारहस्य'द्वारा जो कर्मयोग पुनरुज्जीवित केला, त्यामुळे भारताच्या इतिहासालाच केवळ वेगळे वळण लागले असे नाही, तर जगाला लोकायत्त शासनाचे धडे देण्याचे महान कार्यही पुढे करता आले. टिळकांनी स्वराज्याची चळवळ हाती घेतली, त्या वेळी आधुनिक युरोपिअन साम्राज्यशाह्यांचा पगडा जगावर पक्का बसला होता व त्यांची विस्तारवादी महत्त्वाकांक्षा वाढतच चालली होती. लोकमान्य या साम्राज्यशाहीविरुद्ध दंड थोपटून उभे राहिले. साम्राज्यशाही नष्ट होणे हा केवळ भारताच्याच उद्धाराचा प्रश्न नसून, तो अखिल मानवजातीच्या हिताचा प्रश्न आहे, असे या तत्त्वचिंतकाचे मत होते. एके ठिकाणी ते लिहितात, 'महायुद्धाने युरोपातील राजकीय विचारांत क्रांती घडवून आणली आहे व स्वातंत्र्य, समता, लोकमत इत्यादी प्रश्नांना महत्त्व आले आहे. भारताचे स्वराज्य हा काही विशिष्ट जातीपुरता किंवा भारतापुरताच प्रश्न नसून, पृथ्वीच्या पाचही खंडांत पसरलेल्या ब्रिटिश साम्राज्याच्या, किंबहुना मानवजातीच्या हिताचा प्रश्न आहे.'

या उदात्त दृष्टिकोनामुळे भारतात साम्राज्यशाहीविरोधी क्रांतीची लाट उठविताना या द्रष्ट्यास जनशक्तीचे दर्शन होऊ शकले. दीनहीन, दरिद्री जनतेतही एक अद्भुत शक्ती आहे व त्या सामर्थ्याच्या जागृतीने मगरूर साम्राज्यवाद्यांनाही नेस्तनाबूत करता येईल, ही ती जाणीव होती. जनमानसात हा आत्मविश्वास काय तो जागृत करणे आवश्यक होते व तो त्यांनी आपले शक्तिसर्वस्व खर्चून केला. लोकमान्यांचे लोकोत्तरत्व या जनशक्तीच्या जाणिवेत दिसून येते; कारण तोपर्यंत जगातील राष्ट्रनायक केवळ दंडसत्ताच जाणत होते. पातशाही नष्ट करण्यासाठीही त्याच असुरी शक्तींचा आसरा घेत होते. स्वातंत्र्य व लोकशाहीचे अद्वैत काय आहे याची फार थोड्यांना जाण होती. त्यामुळे एकाची पातशाही दंडशक्तीने नष्ट केली गेली

की तेथे दुसऱ्याची पातशाही लगेच घुसे व जनता गुलामगिरीतच राही.

दडपशाही वाढली की, व्यक्तिस्वातंत्र्य कमीकमीच होत जाणार. टिळकांनी याची चिकित्सा करताना लिहिले आहे , 'मालक व चाकर हे शब्द जरी अन्योन्यप्रतियोगी असले, तरी... या दोघांपैकी चाकर तेवढाच मात्र गुलाम असे नसून, मालक आणि चाकर हे दोघेही गुलाम आहेत. जो मनुष्य दुसऱ्याला आपल्या ताब्यात ठेवण्याचा प्रयत्न करतो, तो स्वतःच त्याच्या ताब्यात असणाऱ्या मनुष्याइतका आपण बांधला गेलेला असतो.'

इंग्रज राष्ट्राच्या दृष्टीनेही हा साम्राज्यवाद किती घातक आहे, हे लोकमान्य सांगतात व त्याचबरोबर या साम्राज्यवादाचा मुकाबला करणाऱ्यांनाही त्याचे मार्ग स्वच्छ दाखवितात. 'स्वराज्य व सुराज्य' हा त्यांचा लेख त्या दृष्टीने अत्यंत मोलाचा आहे. लोकमान्यांचे सर्वच लेख अत्यंत उच्च दर्जाचे! ते ज्यांना वाचता येतील त्यांनी ते सारे मुळातून वाचावेत; पण ज्यांना तेवढी फुरसत नाही, त्यांनी निदान वरील लेख वाचावा. सगळ्या महाभारतात जसे उद्योगपर्व हे सर्वतोपरीने श्रेष्ठ, समग्र रामायणात जसे सुंदरकांड अतुलनीय, तसा टिळकांच्या लेखातील वरील लेख मुकुटमणी होय. स्वराज्य शब्दाचा अर्थ करताना ते लिहितात, 'स्व म्हणजे ज्याचा तो किंवा एकंदर लोक किंवा प्रजा, आणि त्यांचे म्हणजे त्यांच्या सल्ल्याने चालणारे राज्य, ते स्वराज्य.' त्याची आणखी फोड करून ते सांगतात, 'रशियातच काय, पण हिंदुस्थानातील नेटिव्ह संस्थानांचे राज्यही खरे स्वराज्य नाही' आणि हे सांगताना शेवटी ते भविष्य वर्तवितात, 'जगात शिक्षणाचा जितका जितका अधिकाधिक फैलाव होईल त्या मानाने केवळ स्वदेशी राजा आणि सुव्यवस्थित राज्यकारभार एवढ्याने लोकांची तृप्ती होणे अधिकाधिक दुर्घट होत जाईल. इतकेच नव्हे तर प्रजासत्ताक राज्याखेरीज खरे स्वराज्यच नाही, असे म्हणण्यापर्यंतही लोकांची मजल येऊन ठेपेल. आणि याखेरीज दुसरे राज्य सुराज्य होणे नाही, असेही लोकांस वाटू लागेल.'

टिळकांच्या मनात 'लोक' या शब्दाचीही व्याप्ती स्पष्ट होती. राष्ट्रीय सभा कोणाची, तर 'त्यात ब्राह्मण आहेत, क्षत्रिय आहेत, वैश्य आहेत. सर्व वर्णांचे व धर्मांचे लोक आहेत,' असे ते प्रतिपादतात. 'केसरी'तील लेखातही 'देश सधन असो वा निर्धन असो, जीत असो वा अजित असो, लोकसंख्येच्या मानाने हलक्या दर्जाची म्हणजे काबाडकष्ट करून निर्वाह करणाऱ्या लोकांची संख्या जास्त असावयाची. याकरिता या समाजाची स्थिती जोपर्यंत सुधारत नाही, तोपर्यंत देशस्थिती सुधारली असे कधीही म्हणता येणार नाही,' असा इशारा दिला गेला आहे. लोकमान्यांच्या नेतृत्वाचे आवाहन असे काबाडकष्ट करणाऱ्या जनतेपर्यंत गेले होते, म्हणूनच ते 'तेल्या-तांबोळ्यांचे पुढारी' म्हणून ओळखले जात व त्यांच्या शिक्षेच्या वेळी मुंबईत

पहिल्यांदा मजुरांनी गिरण्या बंद पाडल्या.

काबाडकष्ट करणाऱ्या अशा जनतेचा नव्या युगात प्रवेश घडवावयाचा असेल तर तिला एकराष्ट्रीयत्वाची दृष्टी असणेही अवश्य आहे, हे लोकमान्यांच्या दृष्टिआड झाले नव्हते; म्हणूनच इंग्रजी राज्याचे ते श्रेय लोकमान्यांनी नाकारले नाही. हा विस्तीर्ण भारतदेश शेकडो राष्ट्रे व राष्ट्रके यात विभागला होता. अजूनही ती फुटीर वृत्ती डोके वर काढते. अशा या समाजास इंग्रजांनी एकत्र बांधले व आधुनिक जीवनदृष्टी दिली हे मान्य करताना, केवळ धाकदपटशाखाली त्यांनी बांधून राहण्यापेक्षा स्वत्व व समानहितत्व या उपस्तंभावर या आधुनिक राष्ट्राची उभारणी व्हावयास लोकमान्यांना हवी होती. 'पाश्चिमात्य राष्ट्रांची धाव ज्याप्रमाणे सुखोपभोगाकडे आहे त्याप्रमाणे पूर्वेकडील लोकांची नाही व आयुष्य सुखात घालविण्याच्या साधनांपेक्षा आयुष्याचे परिणामी साफल्य कसे होईल हाच विचार त्यांच्या डोळ्यापुढे उभा असतो,' हे जाणून लोकमान्यांनी कर्मयोगाच्या बैठकीवर राष्ट्ररचना उभी केली व राष्ट्राचे रूप निर्दोष ठेवण्याचा प्रयत्न केला.

लोकमान्यांच्या लोकोत्तरत्वाचे हे रहस्य ज्यांना उलगडले नाही, त्यांनी क्षुद्र विषयाचे अवडंबर माजवून, टिळकांचा अधिक्षेप करण्याचा प्रयत्न केला. श्री. माधवराव बागल, धनंजय कीर किंवा न. र. फाटक या साऱ्यांची टीका, मला तरी या महामानवाच्या चौपाटीवरील पुतळ्याच्या डोक्यावर बसून तारस्वराने ओरडणाऱ्या कावळ्यांसारखी वाटते. टिळक महामानव असले तरी मानवच होते; देव नव्हते. प्रसंगाप्रसंगानुरूप त्यांना राजकारणातील वादळातून मार्ग काढावा लागला. प्रतिस्पर्ध्यांशी दोन हात करावे लागले. त्यांनी स्वत:च म. गांधींना उत्तर देताना 'Politics is a game of worldly people,' असे स्वच्छ सांगितले आणि 'ये यथा मां प्रपद्यन्ते तांस्तथैव भजाम्यहम्' हे भगवान श्रीकृष्णाचे वचन मी प्रमाण मानतो, हेही स्पष्ट केले. राजकारणाच्या गतिमान प्रवाहातील अशा तात्पुरत्या झटापटी म्हणजे गडकऱ्यांनी म्हटल्याप्रमाणे आकाशातील ताऱ्यांच्या शर्यती! त्यातील राग-लोभ तात्कालिक! आगरकर असोत, टिळक असोत किंवा गोखले असोत, या देश-सेवकांनी शाश्वत स्वरूपाचे जे काही घडविले तो त्यांचा जीवनसंदेश होय व त्यावर त्यांचे मोठेपण मानले पाहिजे. अशा वेळी एकाला दुसऱ्यापेक्षा श्रेष्ठ ठरविण्याच्या नादात लोकमान्यांना डंख मारणाऱ्या फाटकांनी गोखले यांनाच कमीपणा आणला व कीर आणि बागल इंग्रजांच्या 'फोडा व झोडा' या नीतीचे आपल्या संकुचित दृष्टिकोनामुळे आजही बळी ठरले आहेत.

लोकमान्यांनी या देशास दिले लोकशाही अधिष्ठान! त्यामुळे आज 'बांगला देशा'च्या स्वातंत्र्यलढ्याच्या रूपाने मी सुरुवातीस म्हटल्याप्रमाणे तेथे लोकायत्त शासनाचे वळण देता आले. लोकमान्यांचे लोकोत्तरत्व तेथे सिद्ध झाले. जेव्हा

महामंत्री श्रीमती गांधी यांनी 'स्वराज्य हा माझा जन्मसिद्ध हक्क आहे' या लोकमान्यांच्या महामंत्राची आठवण 'बांगला देशा'च्या मुक्तिसंग्रामाच्या संदर्भात दिल्लीत जाहीरपणे दिली! बांगला देशामध्ये स्वकीयांचे नव्हे, तर अगदी स्वधर्मीयांचे राज्य होते, तरी ते स्वराज्य नव्हते; कारण त्यावर पंजाबी साम्राज्यवादाचा पगडा होता. त्या स्वधर्मीयांविरुद्ध प्रजासत्ताकाच्या प्रस्थापनेसाठी वंगबंधू मुजीबूर रहमान झगडले व त्यांना साहाय्य करण्याची सुवर्णसंधी भारतास लाभली.

श्री. भा. द. खेर यांनी लिहिलेल्या या चरित्राचे माझ्या मते वैशिष्ट्य हे आहे की, त्यांनी लोकमान्यांचे हे लोकोत्तरत्व समजावून घेऊन निर्मळपणे लेखन केले. त्यांच्या लिखाणात भावनेची ओढ असेल, पण ती भाषाशैलीची खुमारी वाढविण्यासच कारणीभूत झाली आहे. त्यांनी आपल्या चष्म्यातून लोकमान्यांकडे पाहिले नाही, तर ते जसे होते तसे रंगविण्याचा प्रयत्न केला आहे. या चरित्रातील प्रकरणांचे मथळे एकापुढे एक वाचले तरी लोकमान्यांच्या जीवनगंगेचे दर्शन वाचकांना होईल. नव्या जागृतीचा साक्षात्कार, स्फूर्तिगंगेचे पुनरागमन, टिळक पर्वाचे स्फोटक स्फुलिंग, अटळ संग्रामाची अटकळ, विश्वरूपाचा आविष्कार, शापभ्रष्ट न्यायदेवता, योगिराजाची सिद्धावस्था, अलौकिक द्रष्टेपण, प्रतियोगी सहकाराचे सुदर्शन, युगंधर पुरुषाचे महाप्रयाण, असे हे मथळे वाचकाची उत्कंठा वाढविणारे आहेत.

लोकमान्यांना स्वातंत्र्याच्या ध्येयसिद्धीसाठी गांजलेल्या असंतुष्ट जनतेस जागृत करावयाचे होते. त्यासाठी त्यांनी आपल्या भात्यातील एकेक बाण काढून कलकत्ता काँग्रेसमध्ये त्यांची चतु:सूत्री पुढे केली. स्वराज्य, स्वदेशी, बहिष्कार व राष्ट्रीय शिक्षण ही ती चतु:सूत्री! राष्ट्रीय सभेने चळवळीची जी सनदशीर दिशा पत्करली होती ती बदलणे त्या काळात प्राप्त होते. टिळकांच्या नव्या पक्षाचा मवाळांशी सुरतेस जो संग्राम झाला तो या बदलासाठी! टिळकांनी आपल्या भाषणातून आपला हा हेतू स्पष्ट केला, "I have come with no desire to split the Congress, nor do I wish to quarrel with the moderates... We only insist on sticking to the resolutions passed in the Calcutta Congress last year. We are determined not to harm the National Congress, but to make it stronger and firmer in its fight against bureaucracy. Those who hold the reins of power in the Congress have shown, by their attitude on more than one occasion, that they intend to sabotage the four-fold programme of the Calcutta session. This must not be allowed to happen and I appeal to the people of Surat to help me in averting this calamity.'

सुरतेला लोकमान्यांनी उच्चारलेले हेच शब्द नव्या काँग्रेसच्या निर्मितीसाठी

इंदिराजींना अर्धशतकानंतर पुन्हा वापरावे लागले व ज्यांच्या ताब्यात काँग्रेस होती त्या मोरारजी आदींना दूर करावे लागले. स्वातंत्र्याचे लाभ जर नोकरशाही व भांडवलशाही यांच्या पकडीतून जनतेपर्यंत पोचत नसतील, तर ते स्वातंत्र्य कसले? जनतेच्या दृष्टीने तीही गुलामगिरीच! लोकमान्यांनी म्हटल्याप्रमाणे 'प्रजासत्ताक राज्याशिवाय खरे स्वराज्य नाही;' त्यासाठी वचनपूर्तीचे राजकारण तेव्हा करावे लागले व आजही करावे लागणार! इतिहासाची पुनरावृत्ती होते ती ही अशी. ब्रिटिश सत्तेविरुद्ध नि:शस्त्र प्रतिकाराची सुरुवात लोकमान्यांच्या स्वदेशीचा पुरस्कार या कार्यक्रमापासून झाली होती. टिळकांची बहिष्काराची चळवळ राजकीय होती, औद्योगिक नव्हती. पुढे गांधीयुगात या बहिष्काराचे रूपांतर असहकार व सत्याग्रहात झाले; पण बेचाळीसच्या क्रांतिप्रयत्नात त्याची खरी व्याप्ती संपूर्ण असहकारानेच नव्हे तर 'पॅरलल गव्हर्नमेन्टने' समजली. श्री. खेर यांच्या ग्रंथातून टिळकपर्वाच्या स्फोटक स्फुलिंगाची प्रखरता जाणवते. या क्रांतीचे बीजारोपण झाले होते लॉर्ड कर्झनच्या वंगभंगामुळे! त्या असंतोषास भरपूर फुंकर घालून तरुणांच्या रसरसत्या भावनांना मार्ग काढून दिला स्वदेशी-पुरस्काराच्या चळवळीने! टिळकांनी या काळात भारतीयांच्या आचारविचारांत क्रांती करून टाकली. आम्ही बुद्धिभेदे, कर्तृत्वहीन व मागासलेले ही आत्मघातकी वृत्ती बदलून जनतेत आत्मविश्वास निर्माण केला, 'स्वतंत्र होण्याची तुमची इच्छा असेल, तर तुम्ही स्वतंत्र होऊ शकता; पण तुम्हाला जर स्वातंत्र्य ईप्सित नसेल, तर तुम्ही सदैव पायदळी तुडवले जाल... येथील मूठभर इंग्रज लोकांनी आपल्या साहाय्याच्या बळावर राज्यकारभार चालविला आहे. आपापसातील सहकार्याने निर्माण होणाऱ्या शक्तीची जाणीव जर आपल्याला झाली, तर आपल्या हाती असलेल्या राज्यकारभारावर आपणास सहज हुकमत चालविता येईल.'

लोकमान्यांनी अन्यायाचा प्रतिकार करण्यास जनतेस असे सिद्ध केले. या आत्मतेजाचे नोकरशाहीला चटके बसू लागले. पेटंट लेदरचे बूट-सूट घालून गेट-वे वर साहेबांचे स्वागत करण्यात अभिमान बाळगणाऱ्या जनतेच्या मनोवृत्तीत बदल झाला. भेकड वृत्ती लुप्त झाली व हळूहळू साहेबांवरही हात पडू लागले. परिणाम व्हावयाचा तोच झाला. लोकमान्य मंडालेत डांबले गेले. लोकमान्य तेथेही स्वस्थ बसले नाहीत. जे राजकारणाच्या भौतिक क्षेत्रात त्यांनी स्वत: आचरिले त्याचे आध्यात्मिक भाष्य त्यांनी गीतारहस्याच्या रूपाने तेथे लिहिले. या राष्ट्राचे महान भवितव्य त्याच्या उज्ज्वल गतेतिहासाशी सुसंगत करण्यासाठी भारतीय आध्यात्मिकतेची परिपक्व बैठक कर्मयोगाच्या रूपाने त्यांनी राजकारणाला दिली. श्री. खेर यांनी 'योगिराजाची सिद्धावस्था' या प्रकरणात लोकमान्यांच्या या विजनवासाची हकिगत अतिशय हृद्य स्वरूपात सांगितली आहे.

मंडालेच्या विजनवासातून गायकवाडवाड्यात परत आल्यावर टिळक-पर्वाचा

उत्तरार्ध चालू होतो. पूर्वार्धात स्वराज्याच्या सुवर्णकलश-प्राप्तीसाठी सारा जनसागर घुसळला गेला. तर उत्तरार्धात त्या सुवर्ण-कलशाची जराशी चकाकी दृष्टिपथात आली. भारताला जबाबदार राज्यपद्धती देण्याची घोषणा व तदनुसार मॉंटेग्यु-चेम्सफर्ड सुधारणा हे त्याचे फळ होते. स्वाभाविकच राजकारणातील कुटिल कारस्थानास याच काळात उधाण आले. 'फोडा नि झोडा' हा प्रयोग केला गेला. त्यावर मात करण्यातच मुत्सद्देगिरी होती व चतुराई होती. टिळकांनी धिमेपणे राष्ट्रीय सभेत प्रवेश मिळवून होम रूल लीग स्थापन केली. बेझंटबाईंना वळवून घेतले. बॅ. जिनांना हाताशी धरून लखनौ-करार केला. ब्राह्मण-ब्राह्मणेतर, हिंदू-मुसलमान, मवाळ व राष्ट्रीय यांच्यामधील भेदांना मूठमाती दिली. देशाच्या राजकारणास तेव्हापासून प्रथम विधायक वळण लागले. 'केसरी'त यासंबंधी टिळक लिहितात, 'शुक्रवार ता. २९ डिसेंबर १९१६ हा दिवस हिंदी राष्ट्राच्या इतिहासात निदान ब्रिटिश रियासतीच्या इतिहासात सुवर्णाक्षरांनी लिहून ठेवण्यासारखा उगवला याविषयी शंका नाही.'

परंतु सरकार काही स्वस्थ बसले नव्हते. टिळकांच्या प्रतिष्ठेवर आघात करण्याचा प्रयत्न ताई महाराज-प्रकरणी सरकारने जसा केला, तसा 'दि इंडियन अन्‌रेस्ट' हे पुस्तक चिरोलसाहेबाकरवी लिहून पुन्हा केला गेला. टिळकांनी ताई महाराज-प्रकरणाप्रमाणे हे चिरोल-प्रकरणही जिद्दीने लढविण्याचे ठरविले; परंतु विलायतेतही त्यांना न्याय मिळाला नाही. अर्थात् टिळक अशा आपत्तींनी खचून जाणारे नव्हते. चिरोलविरुद्ध खटला हरल्यावर त्यांनी 'केसरी'चे सहसंपादक कै. दा. वि. गोखले यांना लिहिलेले पत्र या महापुरुषाच्या धीरोदात्ततेची कल्पना देते. टिळक लिहितात, 'आकाश जरी माझेवर कोसळले, तरी मी त्याला पायाखाली घालून त्यावर उभा राहीन.' टिळकांनी आपली होम रूलची चळवळ व व्याख्याने चालूच ठेवली. विलायतेतील मजूर पक्षाशी नाते जोडले. दूरदृष्टी ठेवून त्यांच्या निवडणूक-फंडास दोन हजार पौंडांची देणगी दिली. श्री. खेर लिहितात, 'सन १९१८-१९ मध्ये मजूर पक्षाशी टिळकांनी हे जे मित्रत्वाचे नाते प्रस्थापित केले, त्यामुळेच ॲटलींच्या नेतृत्वाखाली अधिकारारूढ झालेल्या मजूर पक्षाच्या सरकारने १९४७ साली हिंदुस्थानला पूर्ण स्वातंत्र्य बहाल केले. आपणाला मजूर पक्षाकडूनच राज्यसत्ता मिळेल, हे फक्त टिळकांनीच आपल्या सूक्ष्म बुद्धीने ओळखले होते. त्यांचे खरे द्रष्टेपण तर येथेच होते.'

अशा या द्रष्ट्या नेत्याचे चरित्र खेरांनी सारे मन ओतून रंगविले आहे. आपल्या या ग्रंथाची समाप्ती श्री. खेर यांनी या लोकोत्तर युगंधराला अभिवादन करून केली आहे, 'देशाच्या स्वातंत्र्यावर सातत्याने पाळत ठेवणारा जागृत पुरुष दमून-भागून चिरनिद्रा घेण्यासाठी निघून गेला. स्वातंत्र्याचा दीपस्तंभ जणू कोसळला. हिंदुस्थानच्या

इतिहासात त्यांनी निर्माण केलेले एक महापर्व जणू समाप्त झाले; मात्र त्यांनी उच्चारलेला स्वातंत्र्याचा महामंत्र अवकाशात दुमदुमू लागला आणि त्या मंत्रातच लो. टिळकांच्या दर्शनाचा साक्षात्कार पुढील पिढीला घडू लागला.'

स्वातंत्र्याची इच्छा मनात धरणे हा मनुष्यस्वभावाचा एक धर्म आहे. आपले व्यवहार आपल्या संमतीखेरीज नेहमी परक्यांनी चालवावेत ही स्थिती कोणासही इष्ट वाटणारी नाही. एक वेळ त्याचा स्फोट होणार व भारत स्वतंत्र होणार हे लोकमान्यांना माहीत होते; परंतु त्यांची खंत काही केवळ राजकीय पारतंत्र्याचीच नव्हती. सर्वांगीण पारतंत्र्याची ओळख करून देताना ते लिहितात, 'ह्या आपल्या संसारात पारतंत्र्य अनेक प्रकारचे आहे. राजकीय पारतंत्र्य, धार्मिक पारतंत्र्य, औद्योगिक पारतंत्र्य आणि सामाजिक पारतंत्र्य.' लोकमान्यांची अशी धारणा होती की, अन्यायाचा प्रतिकार करण्यास अवश्य असलेले मनाचे सामर्थ्य समाजात निर्माण झाले की केवळ राजकीय अन्यायाचाच प्रतिकार करून, ते स्वस्थ बसणार नाहीत. साऱ्या अनिष्ट अवदसांवर लोक तुटून पडतील व अंती मानवजातीच्या हिताचा व उन्नतीचा विचार प्रभावी ठरेल. त्यांची चळवळ जरी भारतात या राजकीय स्वातंत्र्यावर केंद्रित झाली होती तरी साम्राज्यशाहीच्या पाशातून मुक्त होण्याची भारताप्रमाणे आशियासही गरज आहे, हे ते विसरले नव्हते. प्रा. ओकामुरा यांच्या ग्रंथाचे समीक्षण करताना ते लिहितात, 'केव्हा ना केव्हा तरी चीन, ब्रह्मदेश, हिंदुस्थान आणि जपान या राष्ट्रांतील 'आपण लोक एक आहोत' ही कल्पना कोणाही स्वतंत्र विचाराच्या पुरुषाच्या डोक्यात आल्यावाचून राहिली नसती.' यापुढील काळाची गरज याच विचारास गती देण्याची आहे. युरोप हा 'कॉमन मार्केट'ने बांधला जातो. रशिया व रशियाच्या पंखाखालील राष्ट्रांचे हितसंबंध गुंफले जातात. मग भारताला मध्यबिंदू करून आशियातील पाकिस्तान, सिलोन, ब्रह्मदेश, मलाया, इंडोनेशिया या राष्ट्रांनी एकत्र येण्याचा विचार का करू नये? ती बड्या राष्ट्रांच्या हातातील खेळणी किती काळ राहणार? स्वत:च्या प्रगतीचा मार्ग ती स्वत: एकत्रपणे हाताळू शकणार नाहीत का? लोकमान्यांनी द्रष्टेपणाने सुचविलेले आशियाई राष्ट्रातील विचारैक्याचे बीज वाढीस लावणारे भारतीय नेतृत्व पुढे आले व आशियाई कॉमनवेल्थ साकार झाले, तर त्यात श्री. खेरांनी म्हटल्याप्रमाणे लोकमान्यांच्या दर्शनाचा लाभ भावी पिढ्यांना होईल यात मला शंका नाही. श्री. खेरांनी भारतीय स्वातंत्र्याच्या उद्‌गात्याचे हे ओजस्वी दर्शन स्वातंत्र्याच्या रौप्य महोत्सवाच्या निमित्ताने घडविले याबद्दल त्यांना धन्यवाद!

– ज. श्री. टिळक

सोमवार, दि. १७ जुलै १९७२

पुनर्दर्शन

लोकमान्य टिळकांची जन्मशताब्दी १९५६ साली उभ्या भारतात फार मोठ्या प्रमाणावर साजरी झाली. त्या वेळी लोकमान्य टिळकांचा हा चरित्र-ग्रंथ लोकनायक अणे यांच्या हस्ते प्रसिद्ध झाला. प्रसिद्धीपूर्वीच या ग्रंथाच्या साऱ्याच्या साऱ्या म्हणजे अडीच हजार प्रती हातोहात संपल्या. पुस्तकांच्या बाजारात हा चरित्र-ग्रंथ नंतर कधी दिसलाच नाही. अर्थात् ही सारी त्या महापुरुषाच्या अलौकिकत्वाची किमया!

त्याच वेळी लगोलग दुसरी आवृत्ती निघायला हवी होती; परंतु निघाली नाही हे बरेच झाले! कारण त्यानंतर टिळक-चरित्राविषयी खूप नवी माहिती उजेडात आली. आजवर नव्याने उजेडात आलेल्या या माहितीचा उपयोग प्रस्तुत चरित्र-ग्रंथात त्यामुळे करता आला.

टिळक जन्मशताब्दी महोत्सवाच्या आधी लंडनहून श्री. द. वि. ताम्हनकर आणि अमेरिकेतून डॉ. थिओडर शे हे दोघेजण टिळक-चरित्राची सामग्री गोळा करण्यासाठी भारतात आले होते. त्या दोघांच्या बरोबर टिळक-चरित्राचा अभ्यास करण्याचा सुयोग मला लाभला. डॉ. थिओडर शे यांनी 'The Legacy of Lokmanya Tilak' हा चरित्र-ग्रंथ लिहिला. श्री. ताम्हनकर यांनी 'Lokmanya Tilak' हा इंग्रजी चरित्र-ग्रंथ सिद्ध केला आणि मी स्वत: 'लो. टिळक दर्शन' हा ग्रंथ मराठीत तयार केला.

पहिल्या आवृत्तीच्या पुरस्कारात कै. ज.स. तथा तात्यासाहेब करंदीकर यांनी लिहिले होते, 'लो. टिळक-दर्शन हे पुस्तक ताम्हनकरांनी लिहिलेल्या चरित्रावर मुख्यत: आधारलेले असले तरी ते काही केवळ त्या पुस्तकाचे भाषांतर नाही. या चरित्रातील फेरबदल श्री. खेर यांनी मोठ्या कुशलतेने केले आहेत. खेरांच्या मराठी चरित्रातील भाषेची खुमारी तर सर्वस्वी त्यांची आहे. कुशल कारागीर सोन्याचा उत्तम अलंकार बनवतो. तो तसा बनविण्याला मूळचे सोने उत्तम असावे लागतेच. तथापि, त्यावरच्या साज-शृंगाराचे श्रेय सोनाराच्याच कुशलतेला द्यावे लागते. त्याचप्रमाणे या चरित्रातही 'काही गुण सोन्याचा तर काही गुण सोनाराचा,' असा उभयविध आकर्षकपणा साधला आहे.'

हा केवळ अनुवाद आहे, असे तात्यासाहेबांना कधीच वाटले नाही. त्यांनी मला

तसे वेळोवेळी बोलूनही दाखविले होते.

नव्याने उजेडात आलेली माहिती ग्रथित करून नव्या स्वरूपात हा ग्रंथ पुनरपि लिहून तयार करावा, अशी निकडीची सूचना श्री. जयंतराव टिळक हे मला गेली कित्येक वर्षे करीत आले होते; परंतु माझ्या अन्य लेखनाच्या घाईगर्दीत ती गोष्ट काही माझ्या हातून झाली नाही. या वर्षी आपल्या भारताच्या स्वातंत्र्याचा रौप्यमहोत्सव सर्वत्र साजरा होईल. तेव्हा स्वातंत्र्याच्या त्या महान शिल्पकाराचे तेजस्वी चरित्र-शिल्प आपण या वर्षी तयार करावे, असे माझ्या मनाने घेतले; आणि ते काम हातावेगळे झाले. पुण्याच्या लो. टिळक स्मारक मंदिराच्या अतिभव्य वास्तूचे लाखो रुपयांचे काम स्वत: श्री. जयंतराव टिळकांनी अंगावर घेऊन ते पुरे केले, हा आदर्श अर्थात् माझ्यासमोर होताच. ते वास्तुशिल्प, हे चरित्र-शिल्प! दोन्हीत विभिन्नता असली, तरी शेवटी दोन्हीही त्या महापुरुषाची स्मारकेच! श्री. जयंतरावांनी या चरित्र-ग्रंथाला माझ्या विनंतीनुसार विवेचक प्रस्तावना लिहिली. औपचारिकपणाचा दोषारोप पत्करूनही मी त्यांचे अंत:करणपूर्वक आभार मानतो.

श्री. जयंतराव टिळकांची मला मुख्य सांगी होती ती ही, की या नव्या चरित्र-ग्रंथात मी कोठेही टिळकांना 'देव' बनवू नये. त्यांच्या महामानवत्वावर फक्त प्रकाशझोत टाकावा. ते व्रत मी कटाक्षाने पाळले आहे. खूप नवी माहिती ठायी ठायी जोडली आहे. शेवटची तीन परिशिष्टे तर सर्वस्वी नवीन आहेत.

प्रस्तुत चरित्रग्रंथात मी टिळकांना देवत्व चिकटविलेले नसले तरी या माझ्या छोट्याशा निवेदनात माझी पूर्वीचीच भावना मी मुद्दाम व्यक्त करतो. त्याशिवाय माझ्या श्रद्धाळू मनाला बरे वाटणार नाही. नाही तरी खरी श्रद्धा ही स्फटिकाप्रमाणे सदैव अकलंकितच असते.

फार पूर्वीपासून एक तुलना माझ्या मनात घर करून राहिली आहे. ज्या वेळी लो. टिळकांचे नाव माझ्या डोळ्यासमोर येते त्या वेळी श्री ज्ञानेश्वरांची मंगलमय मूर्ती माझ्या मन:चक्षूंसमोर उभी राहते; आणि मग माझे मन अभावितपणाने त्या दोन महान पुरुषांची तुलना करू लागते. परमेश्वरी प्रसादाची ही दोन्ही फळे! त्या उभयतांच्या घराण्यांना संन्याशाचा स्पर्श झालेला! एकाचे पिताजी संन्यासी, तर दुसऱ्याचे पितामह संन्यासी! दुष्ट जगाचे आघात सोसून, दोघांच्याही अंगी एक प्रकारचा समजूतदारपणा आला होता; आणि 'अवघे विश्वचि माझे घर' अशी वृत्ती त्यांच्या ठायी बाणली होती. वैराग्य हा उभयतांच्या जीवनाचा मूळ पिंड, देह-धर्माविषयी त्यांची मूळची वृत्ती उदासीन आणि कष्टांची उभयतांनाही पर्वा नाही; परंतु केवळ लोकोपचारासाठी त्यांनी कार्य केले. लोकसंस्थेच्या हिताची दोघांनी काळजी वाहिली. शुद्धिपत्र पदरी पडावे यासाठी रूढीप्रिय समाजाच्या न्यायासनासमोर ज्ञानेश्वरांनी घातलेला वाद वाया गेल्यानंतर त्यांची जी अवस्था झाली, तीच अवस्था

ब्रिटिश न्यायासनासमोर टिळक अपराधी ठरले तेव्हा त्यांची झाली. लौकिक गोष्टींचे नियंत्रण करणाऱ्या वरिष्ठ शक्तीला उभयतांनाही अखेरीस आवाहन करावे लागले. वादविवादशास्त्र जेव्हा लंगडे पडू लागले तेव्हा भगवान श्रीकृष्णांनी ज्याप्रमाणे विश्वरूपदर्शनाचा चमत्कार कौरव-सभेला दर्शविला, त्याप्रमाणे ज्ञानेश्वरांनीही अनेक अलौकिक चमत्कार करून आपल्या स्व-रूपाचं दर्शन भ्रान्त समाजाला घडवलं. सुरतेला वादविवादशास्त्र लंगडे पडले तेव्हा देखील टिळकांनी याच विश्वस्वरूपाचा आविष्कार केला. नीलाकाशात स्वैरतेने संचार करणाऱ्या गरुडाच्या भरारीसारखी उत्तुंग प्रतिभा उभयतांच्या ठायी नांदत होती आणि त्या उत्तुंग प्रतिभेच्या बलावर सरस्वतीच्या मुकुटातील देदीप्यमान रत्नाप्रमाणे अनुपम तेजाने तळपणारी महान ग्रंथनिष्पत्ती उभयतांनीही केली. श्री ज्ञानेश्वरांच्या ज्ञानेश्वरीमध्ये आणि टिळकांच्या गीतारहस्यामध्ये ज्ञानामृताचा जो अखंड झरा पाझरताना दिसतो त्या अमृताची जात एकच! असुरांच्या तावडीतून प्रत्यक्ष मोहिनीराजाने विमुक्त केलेल्या अमृताचे संरक्षण करण्याकरिता जणू ते अमृत या उभयतांच्या अंत:करणात लपविले; परंतु ज्ञानाने त्या अमृताचा पत्ता शोधून काढला आणि अक्षरांचे रूप धारण करून ते ज्ञान त्या अमृतात न्हाले व दिव्यरूप धारण करून ते ज्ञान ज्ञानेश्वरांच्या ज्ञानेश्वरीत व टिळकांच्या गीतारहस्यात अवतीर्ण झाले.

अशा तऱ्हेने माझ्या मनातील ही तुलना काही केल्या संपत नाही. श्री ज्ञानेश्वरांना भगवान विष्णूचा अवतार मानतात. आधुनिकता आणि अश्रद्धा यांचा जर काही अन्योन्यसंबंध नसेल तर माझेही मन भोळ्या भावाचा दोषारोप पत्करून देखील टिळकांना ईश्वरी अवतार मानण्याकडे प्रवृत्त होते. अवतारी पुरुषाशिवाय असली अलौकिक कार्ये कधी हातून होणार नाहीत, अशी माझी दृढ श्रद्धा आहे. देवाच्या दर्शनाला जाताना आपल्या बरोबर तांदूळ घेऊन जाण्याची पद्धत आहे. टिळकांच्या दर्शनाला जाताना वाचकांनी श्रद्धारूपी तांदूळ घेऊन जावे, म्हणजे लो. टिळकांचे दर्शन नेटक्या स्वरूपात त्यांना घडू शकेल. अर्थात् हे सारे सश्रद्ध वाचकांसाठी! प्रत्यक्ष ग्रंथात श्रद्धेचा हा दिमाख कोठेही खेळविलेला दिसणार नाही.

पहिल्या आवृत्तीला कै. बाळ गंगाधर तथा बाळासाहेब खेर आणि कै. ज. स. तथा तात्यासाहेब करंदीकर यांची प्रस्तावना व पुरस्कार लाभलेला होता. माझे पिताजी कै. दत्तात्रय महादेव खेर यांनी या ग्रंथातील कायदेविषयक भाग लिहिण्यात मला फार मोठे साहाय्य केले होते. या गोष्टींचा या नव्या ग्रंथात आवर्जून उल्लेख करावासा वाटतो.

या नव्याने लिहिलेल्या ग्रंथाच्या छपाईच्या वेळी श्री. भास्करराव कुलकर्णी यांनी मला सर्वतोपरी साहाय्य केले. मित्रवर्य श्रीयुत श्री. पु. गोखले यांनी काही मौलिक सूचना केल्या. तसेच श्री. ब. ल. वष्ट, प्रभाकर परांजपे, क. वि. पित्रे व अशोक

आफळे यांचेही साहाय्य झाले. श्री. बा. द. करकरे व प्र. ग. फणसळकर यांनी मला हवे ते ग्रंथ तत्परतेने सादर केले. त्यांचा मी फार आभारी आहे. माझ्या असंख्य वाचकांच्या तर मी सदैव ऋणात आहेच. हा लोकमान्य चरित्र-ग्रंथ त्यांना परमेश्वरासमान लेखणाऱ्या अगणित सहृदय वाचकांच्या पदरात टाकतो. 'देखें जेतुलालें कर्म निपजें। तेतुलें आदिपुरुषीं अर्पिजे ॥' हीच माझी वृत्ती आहे. वाचकांना मी त्याच ठायी लेखतो.

आणखी एक आश्चर्यकारक योगायोग असा की सोळा वर्षांपूर्वी बरोबर याच दिवशी मी पहिल्या आवृत्तीला चार शब्द लिहिले होते.

वाचकांचा नम्र,

– भा. द. खेर

शुक्रवार, दि. १४ जुलै, १९७२

आषाढ शुद्ध ४, शके १८९४

अनुक्रमणिका

परिशिष्टे

सूर्य तपाचे फळ

दि. २३ जुलै १८५६. सकाळचा रम्य समय. सूर्योदयानंतर दोन घटका पार पडल्या; आणि रत्नागिरी शहरात एका मुलाचा जन्म झाला. हा मुलगा मोठेपणी आपल्या कर्तृत्वाने एका महान साम्राज्याला कंपित करणार आहे याची त्या वेळी कोणाला कल्पनाही नसेल. चंडप्रतापी सूर्याच्या प्रसादाने जन्मलेले हे बालक ब्रिटिशांच्या साम्राज्यावरील कधीही न मावळणाऱ्या सूर्याला अस्तंगत करणार आहे याची कोणाला गंधवार्ताही नसेल.

१८५६ हे साल फार धामधुमीचे होते. बदल हा सृष्टीचा धर्म आहे ही गोष्ट त्या काळाने जगाला पुरेपूर पटवून दिली होती. जुन्या गोष्टी पटापट पालटत होत्या आणि नव्या गोष्टी त्यांची जागा घेत होत्या. १८१८ साली पेशवाई बुडाल्यानंतर ब्रिटिशांचे नवे राज्य सुरू झाले होते. आता त्याही राज्यात बदल होण्याची वेळ आली होती. पेटलेल्या परिस्थितीच्या काहिलीत सारा समाज खालपासून वरपर्यंत ढवळून निघत होता. समाजाचे पूर्वीचे सारे स्वरूप पालटून गेले होते. प्रत्यही नवे बदल घडत होते. काही संस्थाने नामशेष झाली होती; काही संस्थाने त्या पंथाला लागली होती आणि काही संस्थानांचे साध्या जमीनदारीत रूपांतर झाले होते. तंजावर, सातारा, इंदूर, ग्वाल्हेर, बडोदे इत्यादी संस्थानांत तर नुसती आग पेटली होती. जनतेला नि:शस्त्र करण्यात येत होते. सैनिकी पेशाच्या लोकांच्या नोकऱ्या जात होत्या. मध्यमवर्गीय बेकार होत होते. व्यापाऱ्यांची दिवाळी निघत होती. कारागिरांना काम मिळत नव्हते. विद्वान पंडितांना राजाश्रय मिळत नव्हता आणि भिक्षुकीचा व्यवसाय तर पुरताच बसला होता. त्यामुळे साहजिकच शेतीवर उपजीविका करण्यासाठी हजारो लोक शेतीकडे वळले; पण त्या सर्वांचे पोट भरण्याइतके उत्पादन शेतीत होणे शक्य नव्हते. साऱ्यांचाच भार भूमी कसा सहन करणार? सारांश, देशातील सर्व वर्गांचे लोक-सारी जनता, गरीब-श्रीमंत, राजे-रजवाडे सारे सारे या बदलत्या परिस्थितीत भरडून निघत होते.

या साऱ्या परिस्थितीचा परिपाक १८५७च्या उठावात झाला. १८५६च्या जुलै महिन्यात लॉर्ड कॅनिंग यांनी एक आज्ञा काढली. जे सैनिक आदेश मिळताच कोठेही चालून जाण्यास तयार होणार नाहीत त्यांना सैन्यात प्रवेश देऊ नये, असे त्या आज्ञापत्रात म्हटले होते. त्याच सुमाराला अशी अफवा पसरली होती की साऱ्या हिंदी शिपायांना बाटवून ख्रिस्ती करण्यासाठी व्हिक्टोरिया राणीने लॉर्ड कॅनिंग याची नेमणूक केली आहे. सारा देश बाटवून ख्रिस्ती करण्याची ही पहिली पायरी होय, अशी लोकांची साहजिकच समजूत होऊ लागली होती. त्याच वेळी ख्रिस्ती मिशनऱ्यांचा संचार देशात सुरू होता. आगगाड्या व आगबोटी यांची धावाधावही नुकतीच सुरू झाली होती. सामान्य जनतेने यावरून एकच निष्कर्ष काढला. इंग्लंड आणि हिंदुस्थान हे दूरस्थित देश दळणवळणाच्या साधनांनी जवळ जवळ आणून हिंदू धर्मीयांना ख्रिश्चन करण्याचा ब्रिटिशांचा कावा आहे, अशी लोकांची समजूत झाली. केवळ याच कारणासाठी ख्रिस्ती धर्मोपदेशक सर्वत्र संचार करीत आहेत, असेही लोकांना वाटू लागले.

याच वेळी विधवा-विवाहावरील सारी बंधने दूर करणारा कायदा संमत करण्यात आला. हा तर हिंदू धर्मावर एक प्रकारे आघातच होता. त्याच वेळी एक भविष्य वर्तविले जात होते. १७५७ साली क्लाइव्हने प्लासीच्या रणक्षेत्रावर मिळविलेल्या यशाची १८५७ साली शंभरी भरणार असल्याचे लोक बोलत होते. ईस्ट इंडिया कंपनीच्या राज्यकारभाराचा शेवट होणार आहे, देशात ठिकठिकाणी पूर येणार आहे आणि सर्वत्र कॉलऱ्याची साथ फैलावणार आहे, असे भविष्य सांगितले जात होते. अर्थात हे सारे भविष्य थोड्याफार फरकाने पुढे खरे ठरले, ही गोष्ट वेगळी!

पेशव्यांचे वारसदार नानासाहेब यांनी आणि इराणच्या राजाच्या हस्तकांनी त्याच वेळी ब्रिटिशांच्या राज्याविरुद्ध धूमधडाक्याने प्रचार सुरू केला होता.

अशा या ज्वालाग्राही वातावरणात, अशांततेच्या परिस्थितीत टिळकांचा जन्म झाला.

सुमारे एकशेसोळा वर्षांपूर्वी रत्नागिरीला गंगाधरपंत टिळक या नावाचे एक शिक्षक राहत होते. त्यांच्या पत्नीचे नाव पार्वतीबाई. गंगाधरपंतांना तीन मुलीच होत्या. पुत्ररत्नप्राप्तीचा योग आला नव्हता. पार्वतीबाई देवभोळ्या होत्या. पुत्रप्राप्तीसाठी त्यांनी कडक सूर्योपासना सुरू केली. ती तपस्या करताना त्यांनी आपल्या कृश शरीराकडेही लक्ष दिले नाही. सतत एकच ध्यास आणि सूर्योपासना! अखेरीस त्यांची ही तपस्या फळास आली. त्या दिवशी सकाळी कोणता सुमुहूर्त होता कोणास ठाऊक! ज्या प्रात:काळी परमेश्वराची पूजा बांधली जाते आणि मंदिरातील घंटांचा शुभदायक ध्वनि कानी पडत असतो अशा वेळी पुत्राने जन्म

घ्यावा यापेक्षा दुसरा सुमुहूर्त तो कोणता?

या मुलाच्या पणज्याचे आणि कुलदैवताचे नाव केशव. हेच नाव त्या मुलाला ठेवले गेले. पुढे आई त्याला 'बाळ' या लाडक्या नावाने हाक मारू लागली. केशव नाव लुप्त झाले आणि लोकव्यवहारात बाळ हे नाव रूढ झाले. बाळ गंगाधर टिळक हे नाव आज स्वातंत्र्याचा महामंत्र म्हणून उच्चारले जाते. 'बाळ' या त्यांच्या नावासंबंधाने टिळक एकदा असे म्हणाल्याचे सांगतात, 'आमची मातु:श्री तपस्विनी होती. पुत्रप्राप्तीस्तव तिने वर्ष दीड वर्ष सूर्याराधनेचे खडतर तप केले होते. तिने प्रेमाने जे नाव ठेवले व जे आज सर्वांनी प्रचारात आणले, तेच मी उपयोगात आणू लागलो.'

मुलाच्या जन्मानंतर हिंदू धर्म पद्धतीनुसार पाचवीची, सहावीची पूजा झाली. शांतिपाठ झाले. बारसे झाले. सारे सारे गोड सोहळे पार पडले. ते पार पडत असताना टिळकांच्या घरात तीन मुलींनंतर मुलगा झाला एवढ्यापुरताच आनंद सर्वांना होत होता; पण प्रेमाने म्हणा अगर अंत:साक्षीने म्हणा मुलाच्या भावी मोठेपणाबद्दल मातेला मात्र एक प्रकारचा विश्वास वाटत होता. या गोष्टीचे कारण अर्थात वेगळे होते. पुत्रप्राप्तीसाठी पार्वतीबाईंनी खडतर तपश्चर्या केली होती. सूर्यापासून वरदान मागितले होते. पुत्राच्या रूपाने सूर्याने ते वरदान दिले होते. सूर्याचे वरदान सूर्यासारखेच तेजस्वी, सूर्यासारखेच महाप्रतापी ठरणार नाही का? 'माझा मुलगा सूर्यासारखाच होणार' या विश्वासाने त्या माउलीच्या अंत:करणात ठाण मांडले होते.

दापोली तालुक्यातील चिखलगावची खोती टिळक घराण्याकडे होती. या टिळक घराण्यातले लोक काहीसे एककल्ली होते. त्यांचा दृष्टिकोन सर्वस्वी स्वतंत्र असे. काहीसा नित्याचा जनमार्ग सोडूनही! टिळकांचे पणजोबा केशवराव घोड्यावर बसण्यात निष्णात, निशाण मारण्यात पटाईत, पोहण्यात सराईत आणि स्वयंपाकात तरबेज होते. पेशव्यांच्या पदरी त्यांना चांगली नोकरी होती; पण १८१८ साली पेशवाई बुडाली आणि त्यांनी नोकरीला रामराम ठोकला. परकीयांच्या राज्यातील नोकरी करायचे त्यांनी साफ नाकारले.

केशवरावांचे चिरंजीव रामचंद्रपंत हे बुद्धीने चलाख, पण स्वभावाने एककल्ली आणि काहीसे बेफिकीर होते. पुण्याला कॉलरा सुरू झाला आणि त्यात त्यांची पत्नी दगावली. वैराग्य येऊन स्वारी जी प्रवासाला निघाली ती थेट काशी गाठली. अर्थात कुटुंबाची सारी जबाबदारी त्यांचे चिरंजीव गंगाधरपंत यांच्यावर येऊन पडली.

रामचंद्रपंतांनी जसे अचानक घर सोडले तसेच एके दिवशी अचानक ते घरी येऊन दाखल झाले. नातवाला बघून त्यांना कृतकृत्य वाटले. आपल्या नातवाच्या

आयुष्यावर त्यांनी चांगलाच ठसा उमटविला. त्यांनी त्याला लिहिण्यावाचण्यास शिकविले. त्याला शिकवीत असताना या आपल्या नातवाची बुद्धी तल्लख आहे, ही गोष्ट आजोबांच्या तेव्हाच ध्यानात आली. एखाद्या आम्रवृक्षाच्या सावलीला बसावे आणि नातवाला धडे द्यायला रामचंद्रपंतांनी सुरुवात करावी; पण धडे घ्यायचे काम मध्येच बंद पडावे आणि निराळाच उपक्रम सुरू व्हावा असे नेहमी होई. मोठ्या अभिमानाने आजोबांनी नातवाला गोष्टी सांगण्यास प्रारंभ करावा. अभिमानाने सांगण्याजोग्या अशा गोष्टी त्यांच्याजवळ दुसऱ्या कोणत्या असणार? १८५७ साल त्यांनी समक्ष पाहिले होते. देशभर पेटलेला वणवा त्यांनी प्रत्यक्ष अवलोकन केला होता. त्या वेळच्या असंख्य वीरकथा त्यांनी ऐकल्या होत्या, पाहिल्या होत्या. त्याच गोष्टी आजोबा नातवाला सांगत. नातवाची नजर समोरच्या समुद्रावर खिळलेली असे, पण त्याचे कान मात्र आजोबांच्या गोष्टींकडे लागलेले असत. नातवाने त्या गोष्टी ऐकल्या; पण केवळ त्या ऐकून वाऱ्यावर विरल्या असे झाले नाही, तर नातवाच्या अंतःकरणात जाऊन त्या रुजल्या, आणि नातवाच्या पुढील आयुष्यात त्यांचा आविष्कारही झाला. रामचंद्रपंत कोकणातल्या घरी काही दिवस राहिले. मग पुन्हा त्यांनी काशीला धूम ठोकली ती कायमचीच! तेथे जाऊन त्यांनी संन्यास घेतला आणि १८७२ साली तेथेच ते समाधिस्थ झाले; पण जाता जाता आजोबांनी नातवाच्या अंतःकरणावर देशभक्तीची ठिणगी ठेवली आणि नातवाचे अंतःकरण पुढे देशभक्तीने पेटून उठले.

टिळकांचा जन्म झाला तेव्हा गंगाधरपंतांना अवघा पंचवीस रुपये पगार होता. पदरी मोठे कुटुंब होते. त्या पगाराला ग्रंथनिष्पत्तीची जोड देऊन आणि यात थोडाबहुत पैसा मिळवून त्यांनी आपला संसार नेकीने केला. हळूहळू नोकरीत बढती मिळून गंगाधरपंत असिस्टंट डेप्युटी एज्युकेशनल इन्स्पेक्टर होऊन १८६६ साली पुण्याला आले. पुण्याला आल्यानंतर पार्वतीबाईंनी फार दिवस काही संसार बघितला नाही. १८६६ साली आपल्या मुलाला पतीच्या हवाली करून त्या निघून गेल्या. त्या वेळी टिळकांचे वय उणेपुरे दहा वर्षांचे होते. पार्वतीबाई मोठ्या भाविक होत्या. त्यांची प्रकृती मुळातच धडधाकट नव्हती. त्यात त्यांच्या उपासतापासांची आणि व्रतवैकल्यांची भर पडली. खडतर तपस्येने माउलीचे शरीर खंगत गेले आणि अगदी लहान वयात टिळक मातृसुखाला आचवले. एका संस्कृत कवितेत टिळकांनी या माउलीचे गुणगान करून ठेवले आहे.

१८७२ साली गंगाधरपंतांनी इहलोकीची यात्रा संपवली. त्या वेळी टिळकांचे वय १६ वर्षांचे होते. रत्नागिरीला कलेक्टर क्रॉफर्डसाहेबांनी सुरू केलेल्या

सॉ-मिलमध्ये गंगाधरपंतांचे एक हजार रुपये बुडाले तरी मृत्युसमयी त्यांनी पाच हजार रुपये मागे ठेवले होते. तेवढा आधार त्यांच्या मुलाला पुरेसा होता. गंगाधरपंतांच्या मृत्यूनंतर टिळकांच्या संगोपनाचा सारा भार त्यांच्या चुलत्यावर येऊन पडला. चुलत्याबद्दल पुतण्याला भारी आदर वाटत असे आणि चुलत्याला पुसल्याविना पुतण्या कोणतेही काम करीत नसे.

पंधराव्या वर्षी टिळकांचे लग्न झाले. त्यावेळी ते इंग्रजी शाळेत शिकत होते. टिळकांच्या पत्नीचे माहेरचे नाव तापीबाई होते. माहेरची तापीबाई सासरची सत्यभामा झाली. कोकणातील बाळ घराण्यातील ही मुलगी. हे घराणे मोठे प्रतिष्ठित आणि दानशूर होते. त्यांच्या दातृत्वाची एक मजेदार हकिगत सांगतात. एकदा एक भिकारी दारात येऊन भिक्षा मागू लागला. तापीबाईंच्या आईने पोत्यातून ओंजळभर तांदूळ काढले आणि त्या भिक्षेकऱ्याच्या झोळीत टाकले. त्या तांदळाबरोबर चुकून एक सोन्याचा दागिना गेला. पूर्वी चोराचिलटांच्यापासून रक्षण व्हावे म्हणून दागदागिने पेटीत न ठेवता धान्याच्या पोत्यातून लपवून ठेवीत असत; पण बाळांनी तो दागिना परत न घेण्याबद्दल आपल्या पत्नीला बजावले. एकदा भिक्षा वाढली म्हणजे ती परत घेऊ नये, या शास्त्रानुसार त्यांनी तो दागिना परत मागितला नाही. 'तो दागिना भिक्षेकऱ्याच्या नशिबात होता; आणि तुझ्या हातून हा धर्म व्हावा अशी परमेश्वराचीच इच्छा होती,' असे बाळांनी आपल्या पत्नीला सांगितले.

टिळक शाळेत असताना फारसे सुखाने नांदले नाहीत. त्यांचा स्वभाव काहीसा खोडकर होता. त्यात पुन्हा स्वतंत्रपणाची झाक होती. त्यांच्या पुढारलेल्या मतांबद्दल आणि खोडकरपणाबद्दल मास्तरांची घरी तक्रार येत असे. एकदा एक मजेदार प्रसंग घडला. मास्तर वर्गाबाहेर असताना काही मुलांनी शेंगा खाल्ल्या आणि शेंगांची टरफले वर्गात टाकली. मास्तर परत आले तेव्हा वर्गातले दृश्य पाहून साहजिकच रागावले. "वर्गात ही घाण कोणी केली?" असा प्रश्न त्यांनी साऱ्या वर्गाला उद्देशून विचारला; पण गुन्हा कबूल करतो कोण? तेव्हा मास्तरांनी साऱ्या वर्गाला छडी मारण्याचा उपक्रम सुरू केला. छडी मारता मारता टिळकांची पाळी आली. छडी खाण्यासाठी हात पसरण्यास त्यांनी साफ नकार दिला. ते म्हणाले, "मी काही ही घाण केलेली नाही. मग मला शिक्षा का?" मग मास्तरांनी टिळकांना ती घाण करणाऱ्याचे नाव विचारले; पण तेही सांगण्यास टिळकांनी साफ नकार दिला. चुगली करणे त्यांच्या रक्तातच नव्हते.

वर्गाची शिस्त किंवा वर्गात अभ्यास करण्याची एक विशिष्ट पद्धत टिळकांनी कधी पाळली नाही. मास्तरांनी वर्गात गणित घातले तर त्याचे उत्तर पाटीवर नको का लिहायला? पण गणित घातले की टिळक लगेच ओरडून गणिताचे उत्तर

सांगत. या गोष्टीत टिळकांची हुशारी दिसे; पण शिस्त मात्र दिसत नसे. मास्तरांनी गणिताची रीत कुठे आहे म्हणून विचारावे तर या विद्यार्थ्याने आपल्या डोक्याकडे बोट दाखवावे. मास्तरांना हा उद्धटपणा वाटे; परंतु टिळकांची प्रगल्भ बुद्धीच या गोष्टीत दिसून येई. गणितात त्यांची गती फार पुढे गेलेली होती; परंतु खेडेगावातल्या शाळामास्तराला ती आकलन होणे शक्य नव्हते. टिळकांचे वडील चांगले गणिती होते. त्यांनी आपल्या मुलाला जवळ बसवून त्याच्याकडून सगळी गणिते करून घेतली होती. वडिलांच्या हाताखाली शिक्षण घेतल्यामुळे टिळकांच्या जन्मजात बुद्धिमत्तेत अधिकच भर पडत चालली होती. अशा बुद्धिमान, प्रगल्भ विद्यार्थ्याला सोडवायला पाटी कशाला हवी होती?

संस्कृत आणि मराठी या विषयांची गोडीही टिळकांना वडिलांनीच लावली. तीव्र स्मरणशक्ती असल्याने अगदी लहानपणीच कित्येक श्लोक टिळकांनी मुखोद्‌गत केले होते. एकदा गंगाधरपंत बाणभट्टाच्या कादंबरीचा काही भाग वाचीत होते. शेजारीच बसून टिळक लक्षपूर्वक ऐकत होते. कादंबरीतल्या सुंदर काव्यमय प्रसंग-वर्णनांनी टिळकांचे मन आकृष्ट केले. हे पुस्तक पहिल्यापासून वाचलेच पाहिजे, असे त्यांना वाटू लागले आणि त्यांनी वडिलांकडे पुस्तक मागितले. मुलाच्या या मागणीने गंगाधरपंतांना आनंद झाला आणि आश्चर्यही वाटले. इतक्या लहान मुलाला कादंबरी समजेल की नाही अशी शंकाही त्यांना आली; पण तसे सांगून मुलाला नाराज करण्याचे त्यांच्या जिवावर आले. म्हणून त्यांनी एक तोड काढली. गणितातला एक बराच अवघड प्रश्न त्यांनी टिळकांना घातला आणि हे गणित सोडवले तर पुस्तक मिळेल असे त्यांनी सांगितले. टिळक मोठ्या उत्साहाने गणित सोडवायला बसले आणि दीड तासाच्या प्रयत्नानंतर ते गणित सुटले. गंगाधरपंतांनी आनंदाने आणि अभिमानाने बाणभट्टाची कादंबरी मुलाच्या हातात ठेवली.

१८६६ साली टिळकांचे नाव पूना सिटी स्कूलमध्ये घातले. तेथे त्यांनी दोन वर्षांत तीन इयत्ता पूर्ण केल्या. बंडखोर वृत्तीमुळे या शाळेत असतानाही त्यांचे शिक्षकांशी कधीच पटले नाही. एकदा संस्कृतच्या तासाला त्यांची शिक्षकाबरोबर जोरदार शाब्दिक चकमक झाली. शिक्षकाने साहजिकच मुख्याध्यापकांकडे तक्रार केली. मुख्याध्यापक शिस्तीचे भोक्ते! शिक्षकांशी विद्यार्थ्याने वाद करणे हे त्यांच्या शिस्तीत बसत नव्हते. त्यांनी या प्रकरणात अर्थातच शिक्षकाची बाजू घेतली. स्वाभिमानी टिळकांना हा अपमान सहन झाला नाही. त्यांनी ती शाळा सोडली आणि दुसऱ्या शाळेत आपले नाव दाखल केले; पण त्या मुख्याध्यापकांनी शाळा सोडताच टिळक परत पूना सिटी स्कूलमध्ये शिकायला आले.

कॉलेजात गेल्यावर सुद्धा टिळकांनी आपली अभ्यासाची पद्धत सोडली

नाही. ते टिपणे कधीच काढत नसत. अभ्यासासाठी जागरण करणे हे त्यांच्या अभ्यास-पद्धतीत बसत नव्हते. घाईघाईने ते रोजचा अभ्यास करीत आणि त्यातही त्यांचे फारसे लक्ष नसे; पण एखादी गोष्ट करायचा निर्धार केल्यावर मात्र ते ती मनापासून करीत. एकदा प्राध्यापक जिनसीवाले यांनी संस्कृत काव्याची एक स्पर्धा लावली. स्पर्धेचा विषय होता 'मातृविलाप:'. टिळकांनी या स्पर्धेत भाग घेतला आणि त्यांनी रचलेले काव्य सर्वोत्कृष्ट ठरले. लहानपणीच निर्माण झालेली संस्कृतची गोडी कॉलेज-जीवनापर्यंत टिकली होती. टिळकांनी त्या काळात बरेच संस्कृत काव्य रचले होते; पण कॉलेज-जीवन संपल्यानंतर मात्र ते काव्याच्या वाटेला कधीच गेले नाहीत.

टिळकांची शिक्षणातील गती एकसारखी वाढतच राहिली. विद्यार्थीदशेत त्यांनी अफाट वाचन केले; पण अडचण एवढीच होती की, शाळेत अभ्यासासाठी नेमलेली पुस्तके सगळीच्या सगळी वाचून होतील या गोष्टीची खात्री नसे. त्यामुळे प्रत्यक्ष राजकारणाच्या रणधुमाळीत जसा त्यांना पहिला वर्ग प्राप्त झाला तसा शाळेतील परीक्षेत पहिला वर्ग मिळाला नाही. पहिला वर्ग मिळविण्याची त्यांची पात्रता नव्हती असे थोडेच होते? पण परीक्षा देण्याची त्यांची पद्धत जगावेगळी असे. सर्वसामान्य विद्यार्थी सोप्या प्रश्नांना प्रथम हात घालतात आणि अवघड प्रश्नांकडे नंतर बघतात. टिळकांची पद्धत नेमकी उलट असे. प्रश्नपत्रिका हाती पडली म्हणजे नेमके अवघड प्रश्न हुडकून ते प्रथम सोडवायचे आणि सोप्या प्रश्नांकडे वळायचे नाही. जणू सोपे प्रश्न सोडविण्यासाठी टिळकांचा जन्मच नव्हता. त्यांचे सारे आयुष्यच अवघड प्रश्न यशस्वी रीतीने सोडविण्यात गेले. ते सारे प्रश्न राजकारणाचे असल्यामुळे त्यांना त्यात नेमका पहिला वर्ग मिळाला; पण शाळेतील जीवनात परीक्षेतील प्रश्न वगळणाऱ्या विद्यार्थ्याला पहिला वर्ग कोण देणार? नाही म्हणायला मित्रांच्या आग्रहाखातर एकदा त्यांनी परीक्षेत सगळ्या प्रश्नांकडे लक्ष पुरविले आणि त्याचा व्हायचा तोच परिणाम झाला. ते बी.ए.ला पहिल्या वर्गात उत्तीर्ण झाले.

१८७२ साली टिळक मॅट्रिकची परीक्षा उत्तीर्ण झाले आणि डेक्कन कॉलेजात त्यांनी प्रवेश केला. कॉलेजात असताना ते तेथील वसतिगृहात राहत. त्यांची प्रकृती मुळात धडधाकट नव्हती. बहुधा आईच्या प्रकृतीचा वारसा त्यांच्याकडे आला असावा. कॉलेजमध्ये गेल्यावर एक वर्षभर आपल्या प्रकृतीकडे लक्ष द्यायचा त्यांनी निर्धार केला. ते कुस्ती करू लागले. बोट वल्हवू लागले. पोहण्याचाही सपाटा त्यांनी चालू ठेवला. दूध पिऊन ते नियमाने व्यायाम करू लागले. धूम्रपान ते कधीही करीत नसत. त्यांना व्यसन असे कोणतेच नव्हते. वस्तुत: त्या वेळी विद्यार्थ्यांमध्ये धूम्रपानाचा चांगलाच रिवाज होता; पण टिळक

तिकडे वळले नाहीत. कॉलेजात असताना त्यांना व्यसनच म्हटले तर चहाचे होते. सुपारीही ते खात. पुढे तर ही सुपारी त्यांची सहचारिणी बनली.

शरीरप्रकृतीकडे लक्ष पुरवायचे ठरल्यानंतर त्यांनी ते जसे मनोभावाने पुरविले तसेच त्या वर्षी त्यांनी अभ्यासाकडे मनोभावे दुर्लक्ष केले. त्यामुळे कॉलेजची पहिली परीक्षा त्या वर्षी त्यांच्या हातून निसटली; पण त्या वर्षी जी सुदृढ प्रकृती त्यांच्या हाती लागली तिने अखेरपर्यंत त्यांच्यावर उपकार केले. पुढील आयुष्यात त्यांच्यावर दु:खाचे डोंगर कोसळले, दारुण कारावास त्यांना भोगावे लागले आणि देशासाठी त्यांना अविश्रांत श्रम करावे लागले. त्यांची प्रकृती सुदृढ नसती तर या साऱ्या देहयातना सहन करणे त्यांना शक्य झाले असते काय? अभ्यासाचे एक वर्ष वाया गेले ही गोष्ट खरी, पण त्या वर्षात आयुष्यभर पुरेल एवढे प्रकृतीचे भांडवल त्यांनी हस्तगत केले.

कॉलेजच्या जीवनात टिळकांनी बराच मित्रपरिवार गोळा केला; परंतु मॅझिनीप्रमाणेच टिळक काहीसे त्रासदायक विद्यार्थी होते. कॉलेजच्या 'ठराविक'-पणाविरुद्ध ते नेहमीच बंड करून उठत. 'हे असे का?' किंवा 'हे असे का नाही?' अशी पृच्छा टिळकांनी केली नाही असे सहसा घडत नसे. मग तो वर्गाच्या शिस्तीसंबंधीचा प्रश्न असो किंवा कॉलेजच्या एकंदर धोरणाविषयीचा प्रश्न असो किंवा एखादे गणित सोडविण्याची रीत असो.

टिळकांच्या वेळी डेक्कन कॉलेजात प्राध्यापक वर्डस्वर्थ आणि प्राध्यापक शूट हे दोघे इंग्रज होते. त्यांची टिळकांना बरीच मदत होई. इंग्रजी रीतिरिवाज आणि इंग्रजी वाङ्मय यांची ओळख याच दोन्ही प्राध्यापकांनी टिळकांना करून दिली. प्रा. वर्डस्वर्थ यांनी मिल्टन, शेले, बायरन या तीन श्रेष्ठ इंग्रजी कवींचे काव्य टिळकांना शिकविले तर प्रा. शूट यांनी गिबन, बर्क, ह्यूम यांच्याविषयी माहिती दिली. अर्थशास्त्र, इतिहास आणि नीतिशास्त्र हे प्रा. शूट यांचे शिकविण्याचे विषय होते. प्रा. केरोपंत छत्रे यांनी टिळकांना गणित शिकवले. प्रा. छत्रे हे विद्यार्थ्यांत लोकप्रिय होते. टिळकांच्या गणिती बुद्धीचे त्यांना विशेष कौतुक वाटे. त्याबद्दल बोलताना ते एकदा म्हणाले होते, 'त्या सूर्याच्या पिल्लाचा प्रभाव आता नाही तुम्हा कोणास कळणार, पण ऐन मध्यान्हकाळी त्यांचा प्रकाश कोणासही सोसणार नाही, हे लक्षात ठेवा!' केरूनानांचे हे भाकित अगदी तंतोतंत खरे ठरले.

टिळकांच्या विद्यार्थीदशेतील पुष्कळ गोष्टी सांगतात. परीक्षेसाठी नेमलेली ठराविक पुस्तके वाचून टिळकांचे कधीच समाधान होत नसे. गणित विषय तर त्यांचा अत्यंत आवडीचा. कित्येक वळा 'केंब्रिज मॅथेमॅटिकल जर्नल'मधील कूट-प्रश्न सहज सोडवून त्यांनी प्राध्यापकांना चकित करून सोडले होते; परंतु

आदर्श विद्यार्थी म्हणून त्यांची ख्याती कधीच नसे. त्यांचे वाचन विविध स्वरूपाचे आणि अफाट असे. कॉलेजमधील विद्यार्थीदशेत सारे अभिजात संस्कृत वाङ्मय त्यांनी वाचून काढले होते. मनुस्मृती देखील त्यांनी वाचली होती. राजकीय वाङ्मय तर त्यांनी अभ्यासले होतेच, शिवाय हेगेल, कांट, स्पेन्सर, मिल, बेन्थॅम, व्होल्तेअर, रूसो यांच्या तात्त्विक ग्रंथांचेही त्यांनी परिशीलन केले होते. त्याचबरोबर रामदास, तुकाराम, मोरोपंत आदींच्या काव्याचा रसास्वादही त्यांनी घेतला होता. अफाट वाचनाचा हा उपक्रम एकीकडे सुरू असताना दुसरीकडे रात्रीचा वादविवादाचा अड्डा कधी बंद पडला नाही किंवा संध्याकाळचा खेळही कधी खंडला नाही.

वादविवादात कोणताही प्रश्न निघाला तरी टिळक त्या प्रश्नाच्या गाभ्याला हात घालीत. तर्कशुद्ध पद्धतीने त्या प्रश्नावर चर्चा करताना लागू पडतील तेथे पूर्वसूरींचे दाखले देऊन ते आपल्या मित्रमंडळींना चकित करून सोडीत.

टिळकांना स्त्रैण वृत्तीचा तर अगदी तिटकारा होता. एक विद्यार्थी उन्हाळ्यात गारवा आणण्यासाठी आणि सर्वत्र सुवास दरवळावा म्हणून आपल्या गादीवर गुलाबाची फुले पसरून ठेवीत असे. टिळकांनी त्याच्या खोलीच्या खिडकीत चढून एकदा ती सारी फुले उधळून दिली आणि खोलीतल्या टेबलावर एक चिठ्ठी लिहून ठेवली. त्या चिठ्ठीत त्यांनी लिहिले होते, 'पुन्हा असं करू नकोस. असं करायला तू काय स्त्री आहेस?'

१८७६ साली टिळक बी.ए.ची परीक्षा पहिल्या वर्गात उत्तीर्ण झाले. बी.ए.ला त्यांचा विषय गणित हा होता. १८७७ साली टिळक गणित घेऊन एम.ए.ला बसले; पण त्या परीक्षेत त्यांना यश मिळाले नाही. पुढे एम.ए.चा नाद सोडून १८७९ साली डिसेंबर महिन्यात ते एलएल.बी. झाले आणि पुन्हा एकदा एम.ए.च्या परीक्षेस ते बसले, पण त्यात पुन्हा नापास झाल्यावर ते त्या दिशेस कधी वळले नाहीत. एम.ए.पेक्षा वकिलीची परीक्षा त्यांना मोलाची वाटली; कारण उभ्या आयुष्यात त्यांना जनता-जागृतीचे कार्य करायचे होते. तेव्हा एम.ए.पेक्षा त्यांच्या वकिलीचाच उपयोग अधिक होणार होता आणि पुढे सरकारशी दोन हात करताना त्यांना त्या गोष्टीचे प्रत्यंतरही आले.

कॉलेजमध्ये असताना टिळकांनी अनेक मित्र जोडले. त्यांच्यापैकी कित्येक पुढे थोड्याफार प्रमाणात नावारूपासही आले. त्यांच्या मित्रांपैकी दाजीसाहेब खरे यांनी अखेरपर्यंत खऱ्या मित्राचे कर्तव्य बजावले; परंतु टिळकांच्या त्या साऱ्या मित्रमेळाव्यात एका नावाचा प्रामुख्याने उल्लेख करावा लागेल. ते नाव म्हणजे गोपाळ गणेश आगरकर! टिळकांची आणि आगरकरांची मैत्री एका निराळ्याच तत्त्वावर अधिष्ठित होती. पुढील आयुष्यात काही तरी देशकार्य करण्याचा या

दोघांचाही निर्धार होता. इतिहास, समाजशास्त्र, राज्यशास्त्र इत्यादी विषयांवरील ग्रंथ या दोघांनी एकत्र वाचले होते. त्यावर विचारविनिमय केला होता. टिळक भारतीय संस्कृतीचे अभिमानी होते, तर आगरकरांचा पिंड अतिरिक्त वाचनाने पाश्चात्त्य पद्धतीचा बनला होता. परकीय राज्याची देशातून हाकालपट्टी झाली पाहिजे या एका गोष्टीबद्दल त्यांच्यात मतैक्य होते ही गोष्ट खरी; पण त्याबद्दलचे त्यांचे दृष्टिकोन मात्र विभिन्न होते. जनतेमध्ये प्रथम राजकीय जागृती केली पाहिजे हे टिळकांचे मत, तर प्रथम सामाजिक सुधारणांवर भर दिला पाहिजे असे आगरकरांचे मत. देशाला राजकीय स्वातंत्र्य मिळाले म्हणजे चुटकीसरशी सामाजिक सुधारणा घडवून आणता येतील असे टिळकांना वाटे, तर एकदा सामाजिक जागृती झाली म्हणजे आपोआप राजकीय जागृती होऊन देश स्वतंत्र होण्यास विलंब लागणार नाही, असे आगरकरांना वाटे. त्यांच्यात अशा प्रकारची दृष्टिभिन्नता असली तरी मायदेशाचे स्वातंत्र्य उभयतांना अभिप्रेत होते. एकत्र काम करण्यास लागणारे समान ध्येय त्यांच्यासमोर होते. त्या दृष्टीने त्या उभयतांनी वारंवार चर्चा करून आपले विचार घासूनपुसून घेतले होते. पुण्यातील टेकड्या-टेकड्यातून हिंडताना, फिरताना, रात्री-अपरात्री केव्हाही त्या एकाच विषयावर त्यांच्या गप्पागोष्टी चालत. एखाद्या वेळी चंद्र आकाशाच्या ऐन मध्यावर असताना त्यांच्या गप्पांना प्रारंभ होई आणि चंद्र पश्चिम क्षितिजावर टेकला म्हणजे त्या क्षितिजावरच्या मावळत्या चंद्राकडे बघत ते दोघे मित्र आपल्या भावी आयुष्यातील ध्येयाचा उच्चार करीत आणि परत आपल्या खोलीवर येत.

एकदा अशाच गप्पागोष्टी चालू असताना टिळक आगरकरांना म्हणाले, 'घरातले देव जी मुले त्यांना आज जरी मुबलक दूधदुभते व अन्न खायला मिळते, तरी इतके पुढे मिळत राहील काय? आज आमची गुरे विलायतेला दर वर्षी फुगणाऱ्या संख्येने जात आहेत. शेतसारा दर तीस वर्षांनी वाढतो आहे... लष्करी खात्याकडे खर्च होतो त्याच्या कितव्या हिश्शाने शिक्षण दिले जाते? कसे दिले जाते?... आमच्या मुलांना, बायांना आम्हीच खरा धर्म सांगू. इंग्रजांनी आमच्या धर्मात हात घालता कामा नये; कारण त्यांना आमचा धर्म समजत नाही... सामाजिक सुधारणा करा, पण नुसत्या बोलण्याने सुधारणा होत नाहीत. उद्योगाला लागा म्हणजेच त्या होतील; आणि मग तुम्हाला आढळून येईल, की तुम्हाला सर्व ठिकाणी सरकारशी झगडावे लागेल.'

टिळकांच्या या उद्गारावरून त्यांना ब्रिटिश सरकारचे नेमके मर्म समजले होते हे स्पष्ट दिसते. ज्या कार्याने मग ते कार्य सामाजिक असो, राजकीय असो वा धार्मिक असो, सरकारच्या अस्तित्वाला धोका प्राप्त होईल असे कोणतेही कार्य सरकार नीटपणे पार पाडू देणार नाही, ही गोष्ट त्यांनी विद्यार्थीदशेपासून

नेमकी ओळखली होती; आणि म्हणून राजकीय सुधारणा हेच सर्व सुधारणांचे मूळ आहे हे त्यांनी आपल्या मनाशी निश्चित केले होते. जनतेच्या अंत:करणाला भुकेची जखम झालेली आहे, अन्न न मिळाल्याने जनतेचे हृदय अशक्त झाले आहे, येथे नुसत्या मलमपट्टीचा काहीही उपयोग होणार नाही. पोटात अन्न जायला हवे आणि त्या अन्नाचे ताट आज आपल्या हातात नाही ही जनतेची दुर्दशा त्यांनी बरोबर जाणली होती.

टिळकांचा जन्मजात पिंडच राजकारणी पुरुषाचा होता. एकदा एका विद्यार्थ्याने व्हिक्टोरिया राणीचे चित्र टरकावून टाकले तेव्हा टिळक त्या विद्यार्थ्याला म्हणाले, "अरे, त्या बिचाऱ्या निरुपद्रवी कागदाने तुमचे काय केले आहे? दारे लावून बंडखोरी करणे म्हणजे आपल्या मनाचा कमकुवतपणा व क्लैब्य दर्शविणे आहे. हिंमत असेल तर सदाशिवरावभाऊ पेशव्यांप्रमाणे घण घालून लंडनचे तख्त फोडून पायाखाली तुडविण्याची महत्त्वाकांक्षा धरा. निदान याच दिशेने यावज्जन्म आपल्या प्रयत्नांची शिकस्त करण्याची आज मनाने तरी शपथ घ्या; तरच हे चित्र फाडण्याचा तुमचा आवेश मी खरा समजेन."

टिळकांच्या मनात विद्यार्थीदशेतच राजकारणाचे विचार किती परिणत झाले होते हे या उद्गारांवरून दृष्टोत्पत्तीस येते.

टिळक-आगरकरांच्या विचारांची दिशा मूलत: परस्परविरोधी दिसली, तरी काही गोष्टीत त्यांच्यात मतैक्य होण्याची शक्यता होतीच होती. शिक्षण क्षेत्रात त्यांच्यामध्ये विसंवाद असण्याचे काहीच कारण नव्हते. उभयतांनाही देशाचे शिक्षण देशातील लोकांनी चालवावे ही गोष्ट मान्य होती. त्या दृष्टीने मग त्या दोघांनी पावले उचलण्याचे ठरविले. सरकारी नोकरीत पदार्पण न करता समाजकार्य करण्याचे त्या उभयतांनी ठरवले. काही काळ तरी त्यांचा प्रवास एकत्र होणार होता. किती दिवस कुणास ठाऊक!

स्वातंत्र्यसूर्याची प्रभात

१८५६ साली टिळकांचा जन्म झाला. त्याच वर्षी मुंबई विश्वविद्यालयाची स्थापना झाली. तेव्हापासून बोटावर मोजण्याइतकेच पदवीधर त्या विश्वविद्यालयातून बाहेर पडत. १८७६ साली बी.ए. च्या परीक्षेला फक्त अठरा विद्यार्थी बसले आणि त्यातले सात उत्तीर्ण झाले, त्यात टिळक होते. १८७९ साली टिळक एल.एल.बी. झाले. त्या वेळी फक्त वीस विद्यार्थी वकील होऊन बाहेर पडले. सारांश, त्या काळी पदवीधर दुर्मिळ आणि सरकारी नोकऱ्यांचा सुकाळ अशी परिस्थिती होती. तेव्हा टिळक-आगरकर हे पदरी पदवी बांधून कोणत्याही मोठ्या सरकारी हुद्द्यावर रुजू होऊ शकले असते; परंतु सरकारी नोकरी न करता दारिद्र्याचे वाण पत्करण्याची त्यांनी शपथ घेतली आणि ते पुढील कार्याला लागले.

टिळक वकिलीचा अभ्यास करीत असतानाच आगरकरांची आणि त्यांची वारंवार बोलणी होऊन त्यांचे ध्येय साकार झाले होते. मिशनरी संस्थांच्या धर्तीवर खासगी शाळा सुरू करण्याचे महत्त्व त्यांना पुरेपूर पटले होते; पण तो उपक्रम यशस्वी करण्यासाठी नेमके काय करायचे हा प्रमुख प्रश्न होता. अशा खासगी शिक्षण-संस्थांची उभारणी करायची तर प्रत्येकाने पराकोटीचा त्याग करण्यास सिद्ध झाले पाहिजे हे क्रमप्राप्त होते. त्यागाच्या पायावर जर शिक्षण-संस्थांची उभारणी झाली तर यश आज ना उद्या ठेवलेलेच आहे, याबद्दल त्या दोघांच्याही मनात विश्वास होता. शिक्षणाचा प्रश्न हाती घेऊनच देशाचा उद्धार होऊ शकेल याबद्दल टिळकांना खात्री होती.

शाळा सुरू करण्याचा निर्णय टिळक-आगरकरांनी केला; पण त्यासाठी आर्थिक तरतूद करणे आवश्यक होते. दोघांनीही अतिशय उत्साहाने खर्चाचा अंदाज काढला. दरमहा फक्त ७५ रुपये खर्च येणार होता; पण त्यासाठीही काहीतरी तरतूद करायला हवी होती. मग त्यांनी पुण्यातल्याच एका धनिक गृहस्थाला पत्र लिहून आपली योजना कळवली. मोफत शिक्षण देण्याच्या आपल्या

योजनेसाठी आवश्यक ते आर्थिक साहाय्य मिळाल्यास आपण या कार्यास वाहून घेण्यास तयार आहोत, असे त्यांनी त्या पत्रात लिहिले; पण त्या धनिक गृहस्थाने मदत नाकारून त्यांची निराशा केली.

याच सुमारास विष्णुशास्त्री चिपळूणकर नोकरी सोडून पुण्याला आले होते आणि एखादी शाळा सुरू करावी असा विचार करीत होते. टिळक-आगरकरांच्या विचारप्रवाहात हा आणखी एक समर्थ प्रवाह येऊन मिसळला. समान ध्येय-धोरणाने प्रेरित झालेले हे तिघेजण एकत्र आले. १८७३ साली विष्णुशास्त्री सरकारी शाळेत शिक्षक म्हणून काम करीत होते. १८७४ मध्ये त्यांनी आपली निबंधमाला सुरू केली आणि थोड्याच अवधीत त्यांच्या निबंधमालेने सर्वांची मने जिंकून घेतली. या त्यांच्या निबंधमालेमुळे शास्त्रीबुवा 'मराठी भाषेचे शिवाजी' म्हणून ओळखले जाऊ लागले. देशातील जनतेचे शिक्षण देशातील लोकांच्या हाती राहिले तरच देशोद्धार होऊ शकतो, असे टिळक-आगरकरांप्रमाणेच शास्त्रीबुवांचेही मत होते. समान ध्येयाने प्रेरित झालेले हे तिघेही तरुण एकत्र आल्यानंतर शाळेची कल्पना प्रत्यक्षात उतरणे कठीण नव्हते.

एम.ए. झाल्यावर आगरकरांनी आपल्या मातेला आपल्या या ध्येयाची स्पष्ट कल्पना दिली. एम. ए. झालेल्या मुलाने सरकारी नोकरी करून सुखात दिवस काढावेत अशी इच्छा साहजिकच त्या काळात कोणत्याही मातेने केली असती. त्या दृष्टीने आगरकरांनी आपल्या आईची निराशाच केली. महिना तीस-चाळीस रुपये पगार घेऊन देशबांधवांचे शिक्षण हाती घेण्याचा निर्धार त्यांनी आपल्या मातेला कळवून टाकला.

ठरल्याप्रमाणे १८८०सालाच्या प्रारंभी 'न्यू इंग्लिश स्कूल' सुरू झाले. चिपळूणकर-टिळक-आगरकर यांच्यासारखी समर्थ संस्थापक मंडळी दुसऱ्या कोणत्या शाळेला लाभणे शक्य तरी होते काय?

सरकारी शाळेच्या प्रमुखांनी प्रथम प्रथम या तरुण मंडळींची हेटाळणी केली; पण हळूहळू शाळा मूळ धरू लागली. चिपळूणकर-टिळक-आगरकर यांच्या विद्वत्तेचा दबदबा सर्वत्र पसरला होता. त्यामुळे पालक भराभर आपली मुले या शाळेत धाडू लागले. विद्यार्थ्यांची संख्या प्रतिवर्षी फुगू लागली. १८८१ सालाच्या प्राथमिक अवस्थेत या शाळेत सुमारे सव्वातीनशे विद्यार्थी होते. १८८५ साली म्हणजे अवघ्या पाच वर्षांत ती संख्या एक हजाराच्या घरात गेली. नुसती विद्यार्थ्यांची संख्याच वाढली असे नाही, तर शाळेची बौद्धिक प्रगतीही झपाट्याने होत चालली. १८८४ साली मॅट्रिकचा निकाल ८९ टक्के लागला. यावरून शाळेत मिळणाऱ्या एकंदर शिक्षणाची कल्पना येऊ शकेल. १८८० पासून पुढे सात वर्षे सतत या शाळेच्या विद्यार्थ्यांनी ओळीने जगन्नाथ शंकरशेठ शिष्यवृत्ती

मिळविली. १८८२ साली शिक्षणाधिकारी सर विल्यम हंटर यांनी 'न्यू इंग्लिश स्कूल'ला भेट दिली आणि संस्थापकांच्या त्यागाची, कार्याची व शाळेच्या एकंदर प्रगतीची तोंड भरून स्तुती केली.

शाळेतले शिक्षण जनताभिमुख करायचे हा शाळेच्या चालकांचा हेतू असल्यामुळे ते शिक्षण शक्य तितके स्वस्त हवे हे त्यांनी ओळखले होते. त्या प्रमाणात शाळेची फी पुष्कळच कमी ठेवली होती. पुढे एका प्रसंगी टिळकांनी लिहिले होते, 'आम्हाला स्वराज्य मिळेल तर आम्ही पहिल्याने शिक्षण सक्तीचे व मोफत करू. मग दुसरी गोष्ट!' हे विचार शाळा सुरू केली तेव्हाही त्यांच्यासमोर होतेच.

त्या काळात साक्षरता आणि शिक्षण यांच्या प्रचारासाठी कित्येक ख्रिस्ती मिशनरी हिंदुस्थानात कार्य करीत होते. पुण्यात देखील मिशनऱ्यांच्या किती तरी संस्था होत्या. टिळकांना आणि त्यांच्या सहकाऱ्यांना मिशनऱ्यांचे उद्दिष्ट मान्य नसले तरी शिक्षणाला सर्वस्वी वाहून घेणाऱ्या मिशनऱ्यांपासून त्यांना त्यांच्या कार्यासाठी स्फूर्ती मिळाली. धर्मप्रसाराचे कार्य शाळांमधून फारसे चालत नसले तरी मिशनऱ्यांनी शिक्षणक्षेत्रावर आपले वर्चस्व निर्माण केले होतेच. या दृष्टीनेही न्यू इंग्लिश स्कूलच्या स्थापनेला महत्त्व प्राप्त झाले.

स्वत: चिपळूणकर आणि टिळक हे दोघेही धार्मिक प्रवृत्तीचे; पण शिक्षण क्षेत्रात त्यांनी आपला धर्म येऊ दिला नाही. शिक्षणक्रम हाच राष्ट्राच्या भावी उन्नतीचा पाया आहे ही गोष्ट समोर ठेवून त्यांनी कार्य केले. त्या उभयतांनी देशसेवेचे सतीचे वाण हाती घेतले होते. प्रत्येक श्वासागणिक देशसेवेचा मंत्र त्यांनी जपला होता. विद्यार्थ्यांसमोर या थोर पुरुषांचे मंगलमय प्रतीक उभे असताना विद्यार्थी आडमार्गाने जाणे शक्यच नव्हते. विद्यार्थ्यांच्या अंत:करणावर नव्या विचारांचे बीजारोपण करावे आणि त्यांना आयुष्याचा नवा मार्ग दाखवावा, या उज्ज्वल हेतूने ही नवी शिक्षणसंस्था जन्म पावली होती.

मात्र शाळेच्या मर्यादित कार्यक्षेत्रात आपल्या कार्यक्षमतेला बांधून टाकण्याची या त्रिवर्गाची मुळीच तयारी नव्हती. त्यांच्या कार्याचे क्षेत्र विशाल होते. त्यांची झेप सामान्य पक्ष्याची नव्हती तर ती गरुडाची होती. गगनाला गवसणी घालण्याचे सामर्थ्य त्या तिघांच्या अंगी होते. तरुण विद्यार्थ्यांत जागृति करणे ही गोष्ट जितकी आवश्यक होती त्याहीपेक्षा वयस्क लोकांत जागृतीची अधिक आवश्यकता होती. देशोद्धार करण्यासाठी जनतेत जागृती करण्यापूर्वी त्या जनतेला स्वत:च्या दारिद्र्याची आणि दास्याची कल्पना करून देणे आवश्यक होते. देशात दास्य प्रस्थापित झाले म्हणजे प्रगत वर्गाच्या साऱ्या आशा-आकांक्षांचा चुराडा होत असतो आणि त्यामुळे साहजिकच त्यांच्यामध्ये एक प्रकारचे नैराश्य निर्माण

होते. हे नैराश्य झटकून त्यांना काहीच मार्ग सापडला नाही, तर हे लोक उदासीन तरी बनतात किंवा बंडखोर तरी होतात. टिळकांच्या वेळी महाराष्ट्रात अशा दोन्ही प्रकारचे वर्ग वावरत होते. १८७८-७९च्या सुमारास महाराष्ट्रात वासुदेव बळवंतांचा उठाव झाला. वासुदेव बळवंत हे सरकारी नोकरीत होते; पण त्यांचा ब्रिटिश-द्वेष कडवा होता. ब्रिटिशांचे राज्य हाणून पाडण्यासाठी त्यांनी सशस्त्र उठावणी केली. वासुदेव बळवंतांचे शरीर कसलेले होते. नेमबाजीची कला त्यांना अवगत होती. निशाणबाजीचे शिक्षण देण्यासाठी त्यांनी गुप्तपणे पुण्यात एक वर्गही सुरू केला होता. मांग आणि रामोशी वर्गांचे साह्य घेऊन पद्धतशीर रीतीने सरकारी खजिने, पोस्ट ऑफिसे इत्यादींवर दरोडे घालण्याचा धाडसी बेत त्यांनी आखला. अशा तऱ्हेने दरोडे घालून लूट जमा करायची आणि त्या पैशातून मराठा योद्ध्यांची एक सशस्त्र पलटण उभी करून ब्रिटिश राज्याशी टक्कर द्यायची अशी त्यांची कल्पना होती; परंतु दुर्दैवाने त्यांच्या साथीदारांना त्यांचा हा उदात्त हेतू समजला नाही. लूट हेच त्यांचे प्रमुख लक्ष्य बनले. लुटीचा हेतू ते पार विसरले. अखेरीस वासुदेव बळवंत पकडले गेले. त्यांना जन्मठेपेची शिक्षा होऊन त्यांची एडनला रवानगी झाली.

आपल्या न्यायालयीन वक्तव्यात वासुदेव बळवंतांनी ब्रिटिश राज्याबद्दलचा आपला तीव्र द्वेष व्यक्त केला होता. त्यांनी म्हटले होते, 'इंग्रजांना येथून घालवून देऊन मला या ठिकाणी प्रजासत्ताक राज्याची स्थापना करायची होती; परंतु मला अखेरीस यश आले नाही. माझ्या देशबांधवांनो, माझ्यामुळे तुमच्या पदरात काहीच लाभ पडला नाही त्याबद्दल मला क्षमा करा.' आपल्या आत्मचरित्रात त्यांनी अशा आशयाचे उद्‌गार काढले आहेत, 'मला परमेश्वराची धास्ती मुळीच वाटत नाही. माझ्या मायदेशाच्या स्वातंत्र्यासाठी मी प्रत्यक्ष परमेश्वराशी भांडणार आहे. माझ्या प्रयत्नात मला अपयश आले असेल; परंतु माझ्या मृत्यूनंतर देखील मी इंग्रजांना कधी स्वास्थ्य लाभू देणार नाही.'

ब्रिटिश सत्तेविरुद्ध झालेला हा उठाव अकाली होता; पण जनतेच्या अतिरिक्त विचारांचे ते एक द्योतक होते. त्यांच्या औदासीन्याचे ते एक प्रतीक होते. उठाव अकाली झाल्याने तो अयशस्वी झाला असला तरी स्वातंत्र्याच्या कल्पनेचा तो प्रभातकाल होता हीही गोष्ट खरी होती!

या उज्ज्वल कल्पनेने टिळक-आगरकर-चिपळूणकर यांची अंत:करणे तेजाळून निघाली होती. सशस्त्र क्रांतीच्या कल्पनेने काही दिवस टिळकांचे मनही भारावून गेले होते. वासुदेव बळवंतांच्या निशाणबाजीच्या वर्गात टिळकही शिक्षण घेण्यासाठी जात असत; पण जनतेच्या संपूर्ण पाठिंब्याशिवाय उठाव यशस्वी होणे अशक्य होते, हे लवकरच टिळकांच्या लक्षात आले. पाश्चात्त्यांच्या इतिहासाचे टिळकांनी

सूक्ष्मपणे परिशीलन केले होते, त्यावरून एक गोष्ट त्यांच्या ध्यानी आली होती की प्रस्थापित सत्तेविरुद्ध झालेले अकाली उठाव हे परिणामत: अपायकारक ठरतात. अशा उठावांमुळे देशहित होण्याऐवजी चांगल्या कार्याची पीछेहाट होते आणि एकदा देशाची पीछेहाट झाली म्हणजे देशात नैराश्य ठाण मांडून बसते. किरकोळ तयारीने काहीही साध्य होत नाही याचा अनुभव टिळकांना आला होता. वासुदेव बळवंतांच्या उठावाची मजल कुठपर्यंत जाऊ शकली हे त्यांनी प्रत्यक्ष पाहिले होते. १८८०च्या सुमारास अशा सशस्त्र उठावांबद्दल देशात नुसती तात्त्विक चर्चा चाललेली ऐकू येत होती; पण जनतेचा प्रतिसाद मिळत नव्हता. त्यामुळे चर्चेचा आवाज चार भिंतींपलीकडे कधीच जाऊ शकला नाही. काही वरच्या थरातले लोक सोडल्यास सामान्य जनतेचा या गोष्टींना पाठिंबा मिळण्यासारखा नव्हता. अंत:करणात देशभक्तीची ज्योत पेटली म्हणजे कालांतराने ती कृतिरूप धारण करते आणि देशात क्रांती घडवून आणते. त्यासाठी जनतेची अंत:करणे तयार करण्याची प्रथम आवश्यकता असते. ही तयारी झाली म्हणजे क्रांती दूर राहत नाही.

टिळकांनी ही गोष्ट ओळखली होती. अशा भावी क्रांतीचा पाया घालण्यासाठी टिळकांनी आणि न्यू इंग्लिश स्कूलमधील त्यांच्या सहकाऱ्यांनी वृत्तपत्र सुरू करण्याचे ठरविले. केवळ योगायोगानेच हा विचार त्यांच्या मनात आला. शाळा सुरू होऊन त्या वेळी एक वर्ष झाले होते. तेथील काम सुरळीत सुरू असतानाच मराठी व इंग्रजी साप्ताहिक काढण्याची कल्पना चिपळूणकर आणि नामजोशी यांच्या मनात आली. निबंधमालेमुळे एक निर्भीड संपादक म्हणून चिपळूणकरांनी आधीच नाव कमावले होते. नामजोशी तर एका वृत्तपत्राचे संपादक आणि मालक होते. त्यांच्या वृत्तपत्राचे नाव होते 'डेक्कन स्टार.'

नवी वृत्तपत्रे सुरू करण्याची कल्पना शाळेच्या अध्वर्यूंच्या मनात घोळत असताना एके दिवशी वामनराव आपटे यांच्या घरी श्राद्धानिमित्त सर्व मंडळी भोजनास गेली होती. तेथे रात्रभर वर्तमानपत्र सुरू करण्याविषयी सर्वांनी खल केला. त्या वेळी 'ज्ञानप्रकाश', 'किरण', 'शिवाजी' आणि 'ज्ञानचक्षु' ही वर्तमानपत्रे निघत होती; पण राजकीय आणि सामाजिक बाबतीतली कर्तव्ये ही वृत्तपत्रे चोख बजावीत आहेत असे कुणाचेही मत नव्हते. त्यावरून बोलणे निघून संपादकाच्या कर्तव्यांबद्दल त्या बैठकीत बराच खल झाला आणि इंग्रजी व मराठी अशी दोन वृत्तपत्रे सुरू करण्याचा निर्धार पक्का झाला. या पत्रांची नावे काय असावीत, असा प्रश्न उपस्थित झाला तेव्हा सर्वांनी चिपळूणकरांकडे अनुभविक म्हणून दृष्टिक्षेप टाकला. त्यांनी इंग्रजी पत्राला 'मराठा' आणि मराठी पत्राला 'विक्रम' अशी नावे सुचविली. 'मराठा' हे नाव सर्वांना आवडले; पण 'विक्रम' हे नाव

कुणाच्याच पसंतीस उतरले नाही. तेव्हा टिळकांनी 'केसरी' हे नाव सुचवले आणि त्या नावाबरोबरच त्या पत्राचे ध्येय विशद होईल असा एक संस्कृत श्लोकही सांगितला. 'केसरी' हे नाव सर्वांनाच पसंत पडले.

वृत्तपत्रे सुरू करायची म्हणजे छापखाना हवा. त्यासाठी पैसेही हवेत; पण पैसे नव्हते. याच सुमारास नामजोशींचा छापखाना अगदी डबघाईला आला होता. तो छापखाना विकत घ्यायचे ठरले. हप्त्यांनी पैसे घेण्यास नामजोशी आणि त्यांचे दुसरे सहकारी साठे कबूल झाले. छापखान्याचा ताबा मिळविणे ही अत्यंत महत्त्वाची गोष्ट होती. सौदा पटल्यानंतर काही तासांच्या अवधीत छापखान्याच्या नव्या मालकांनी सारे सामान स्वत:च्या डोक्यावरून वाहून नेऊन शाळेच्या आवारात ठेवले. नंतरच्या आयुष्यात या घटनेचा टिळक नेहमी उल्लेख करीत. या प्रसंगाचे वर्णन करताना टाइपाची खोकी आपण खांद्यावरून कशी वाहून नेली हे ते सांगत.

१८८०च्या ऑक्टोबरमध्ये 'केसरी' आणि 'मराठा' ही पत्रे सुरू करण्याचे ठरल्यानंतर एक पत्रक प्रकाशित करण्यात आले. त्यावर चिपळूणकर, टिळक, आपटे, गद्रे, आगरकर आणि नामजोशी यांची नावे छापलेली आहेत. १८८१ सालच्या पहिल्या मंगळवारी ही पत्रे प्रसिद्ध करण्याची घोषणा करण्यात आली. 'केसरी'मध्ये प्रामुख्याने राजकीय आणि आर्थिक विचार येणार होते. राजकारणाची दिशा दर्शविली जाणार होती. नि:पक्षपाती वृत्तीने हे सर्व विषय हाताळले जाणार होते. ज्या वनराजाचे नाव या पत्राने धारण केले त्या वनराजाप्रमाणेच प्रत्येक बाबतीत या पत्राने निर्भयता, भारदस्तपणा व ऐट या गोष्टी पुढे व्यक्त केलेल्या दिसतील. 'मराठा' पत्राचा पहिला अंक २ जानेवारी, १८८१ रोजी प्रसिद्ध झाला व 'केसरी'चा पहिला अंक ४ जानेवारी, १८८१ रोजी प्रसिद्ध झाला. 'केसरी'च्या पहिल्या अंकातील अग्रलेखाकडे ओझरता दृष्टिक्षेप टाकला तरी त्या पत्राच्या ध्येयधोरणाची चांगली कल्पना येण्याजोगी आहे. त्या पहिल्या लेखात लिहिले आहे,

> 'वर्तमानपत्रांचा प्रघात पडल्यास आज वीस-पंचवीस वर्षे तरी होऊन गेली. गेल्या दहा-पंधरा वर्षांत तर त्यांच्यात जरी पुष्कळ सुधारणा झाली, तरी अद्याप वर्तमानपत्रकर्त्यांस आपणावरची जबाबदारी पुरतेपणी कळू लागली आहे, किंवा लोक-सुधारणेस आपल्या परिश्रमांनी केवढे साहाय्य होणार आहे याविषयी त्यांचा पक्का समज झाला आहे, असे सामान्यत: पाहता आढळणार नाही.
>
> 'वर्तमनापत्राचा मुख्यत: दोन प्रकारांनी मोठा उपयोग आहे. एक हा की, त्यांनी आपले काम नि:पक्षपातीपणाने व निर्भीडपणाने बजावले

असता सरकारी अधिकाऱ्यांवर मोठा दबदबा राहतो. रस्तोरस्ती रात्री दिवे लागलेले असल्याने व पोलिसांची गस्त सारखी असल्याने जो उपयोग होत असतो, तोच ज्या त्या जागी वर्तमानपत्रकर्त्यांची लेखणी सदोदित चालू असल्याने होत असतो. सरकारी अधिकाऱ्यांनी आपली कामे चोख रीतीने चालविली असता त्यात प्रजेचे किती कल्याण असते हे कोणास सांगावयास नकोच; पण वरील चोखपणा राहण्यास त्यांचा सर्व कारभार जेव्हा लोकांच्या नजरेसमोर वरचेवर येत जाईल तेव्हा राहणार... विलायतेत खुद्द महाराणी साहेबांपासून व मुख्य प्रधानापासून तो अगदी छोट्या सरकारी कामगारापर्यंत सर्वांच्या कारभाराकडे लोकांची नजर वर्तमानपत्रांच्याद्वारे सारखी लागून राहिलेली असते, त्यामुळे कोणताही अन्याय प्राय: छापला जात नाही व त्यामुळे तेथील लोक युरोपातील इतर राष्ट्रांहून सुखी आहेत ही गोष्ट जगप्रसिद्धच आहे.'

आपले ध्येयधोरण विशद करताना 'केसरी'कारांनी आपल्या पहिल्या अग्रलेखात पुढे म्हटले आहे,

'सरकारी नोकर आपापली कामे कोणत्या तऱ्हेने बजावतात याविषयी केवळ नि:पक्षपाती बुद्धीने व कोणाची भीड न बाळगता मजकूर लिहिण्याचा आमचा इरादा आहे. अमुक अमुक गोष्ट केली तर तिजवर चर्चा केली असता सरकारची मर्जी जात राहील वगैरे क्षुद्र विचारांस आम्ही कधी थारा देणार नाही. वर्तमानपत्रकर्ते हे रयतेचे कोतवाल व वकील होत. तर हे दोन्ही अधिकार होईल तितक्या दक्षतेने बजावण्याचा आम्ही संकल्प केला आहे.'

'केसरी' सुरू झाल्यापासून विविध विषयांवर केसरीची गर्जना एकसारखी सुरू झाली आणि दिवसेंदिवस त्या पत्राचा खप एकसारखा वाढू लागला. देशाच्या प्रगतीला अडसर घालणाऱ्या प्रत्येक गोष्टीवर 'केसरी'ने टीकास्त्र सोडले. देशाचे दास्य व स्त्रियांचे परावलंबित्व या गोष्टी त्यांच्या दृष्टीने सारख्याच भयप्रद होत्या. वंशदुर्बलता निर्माण करणारी बालविवाहाची पद्धत आणि नि:शस्त्र केलेली निस्तेज जनता या दोन्हीही गोष्टी त्यांना सारख्याच संकटाच्या वाटत होत्या. राजकीय क्षेत्रातील इंग्रजांचे वर्चस्व, सामाजिक क्षेत्रातील वरिष्ठ वर्गाचे वर्चस्व, परकीय भांडवलदारांचा जुलूम आणि सावकारांकडून होणारी शेतकऱ्यांची पिळवणूक, विधवांच्या करंट्या कपाळी लिहिलेली अनंत दु:खे आणि अस्पृश्य

समाजाचे होणारे अनन्वित हाल, इंग्रजांचे पराकाष्ठेचे वर्चस्व आणि उपाध्यायवर्गाचे श्रेष्ठत्व, जाति-जमातींमधील दिखाऊ दिमाख आणि गोऱ्या लोकांना लाभणाऱ्या असंख्य सवलती, जुन्यांची अंध भक्ती आणि नव्यांचा धर्मद्वेष हे सारे विषय 'केसरी'च्या कक्षेत येऊ लागले. या साऱ्या विषयांवर 'केसरी'तून निर्भीडपणे मते मांडली जाऊ लागली. टिळक-आगरकरांचा त्या वेळेचा उत्साह खरोखरच वाखाणण्याजोगा होता; पण पुढे त्या उत्साहावर विरजण पडण्याचा प्रसंग लवकरच आला.

हिंदी संस्थानांच्या कारभाराकडे 'केसरी'ने पहिल्यापासूनच लक्ष पुरविले होते. जुन्या काळाचे सामाजिक, राजकीय आणि सांस्कृतिक अवशेष या दृष्टीने संस्थानांचे महत्त्व मोठे मानले जात असे. त्यामुळे साहजिकच त्या काळचे पुढारी या संस्थानांकडे आणि त्यांच्या अधिपतींकडे मोठ्या आपुलकीने आणि अभिमानाने बघत असत. त्या काळी प्रमुख संस्थाने म्हणजे बडोदे आणि कोल्हापूर. या दोन संस्थानांकडे केसरी-मराठा पत्रांची दृष्टी चांगलीच वळली होती. अर्थात दुर्दैवाने या दोन संस्थानांच्या कारभाऱ्यांवर टीकेची झोड उठविण्याचा प्रसंग या दोन पत्रांवर पहिल्याच वर्षी आला. या दोन्ही संस्थानांचे अधिपती अज्ञान होते. त्यामुळे त्यांचा सारा कारभार ब्रिटिश सत्तेला अनुकूल असाच होत असे. संस्थानाचा कारभार हाकताना त्यांनी प्रजाजनांच्या हक्कांकडे मुळीच लक्ष पुरविले नव्हते. गोऱ्या राज्यकर्त्यांचा भृकुटिभंग होणार नाही या बेताने राज्यकारभार चालविला म्हणजे आपला कार्यभाग झाला, असे ते मानीत असत. कोल्हापूरची परिस्थिती याहून भिन्न होती. राजाराम महाराजांना औरस संतती नव्हती. १८७० साली महाराज फ्लोरेन्स येथे निधन पावले. १८७१मध्ये महाराणीने पुत्र दत्तक घेतला. शिवाजी महाराजांना दत्तक घेतल्यावर महाराणीची बुद्धी फिरली. शिवाजी महाराजांना वेडे ठरवून आपल्या पंखाखाली नांदेल असा दुसरा दत्तक पुत्र घेण्याचा मनसुबा सुरू झाला. त्यांना वेडे ठरवून पदभ्रष्ट करण्याचा तो सरळ सरळ डाव होता. त्यात संस्थानचे कारभारी रावबहादूर माधवराव बर्वे यांनी राणीसाहेबांना साथ दिली. 'केसरी' आणि 'मराठा' या दोन्ही पत्रांनी या प्रश्नाकडे लक्ष पुरवले. गव्हर्नर आणि व्हाइसरॉय यांनी या प्रश्नाकडे वैयक्तिक लक्ष पुरवावे, अशाही सूचना या पत्रातून संपादकांनी केल्या. १८ ऑक्टोबर १८८१च्या 'केसरी'त लिहिले होते, 'कोल्हापूरच्या छत्रपति महाराजांची सध्याची अशी स्थिती आहे की, ती ऐकून पाषाणहृदयाच्या काळजालादेखील घरे पडतील. महाराजांचे प्राण जाऊन शव हाती आल्यावर आमचे लॉर्डसाहेब जागृत होणार काय? कोणत्याही कारणाने छत्रपतींच्या जिवास अपाय झाला तर त्याचा कलंक बादशाही राणीच्या आणि तिच्या प्रतिनिधींच्या कपाळी आल्याखेरीज राहणार

नाही.'

मध्यंतरी नोव्हेंबर महिन्याच्या अखेरीस 'आनंदोद्भव' नाटकगृहात एक बरीच मोठी जाहीर सभा झाली. लोकहितवादी देशमुख हे या सभेचे अध्यक्ष होते. सदाशिव पांडुरंग ऊर्फ नाना भिडे यांनी या सभेत प्रमुख भाषण केले. त्या भाषणात कारभारी बर्वे यांच्या कारभारावर भरपूर टीका केली. शिवाजी महाराजांच्या छळाचे रसभरीत वर्णन केले. कोल्हापूरच्या हृदयद्रावक हकिगतीने त्यांनी श्रोतृवृंद दोन तासांपर्यंत मंत्रमुग्ध करून ठेवला.

दि. २९ नोव्हेंबर १८८१च्या 'केसरी'त या सभेची साग्र हकिगत देऊन त्या दिवशीच्या अग्रलेखात लिहिले होते, 'कोल्हापूरएवढे संस्थान आणि त्यात इतके दिवस खूळ माजून रहावे आणि चाबकाचा मार काय, छड्या काय, रंगमहालातील लज्जास्पद व अधमाधमतेचा प्रकार काय, हे सर्व चालावे आणि इंग्रज बहाद्दरांस त्यांची खबरही नसावी किंवा त्याकडे एकसारखा काणाडोळा करण्यात यावा, ही आमच्या सरकारच्या राजनीतीस व व्यवस्थेस अतिशय काळिमा आणणारी गोष्ट आहे. जे आमचे सरकार कैद्यांचे हाल होऊ नयेत म्हणून तजविजी करते याच्या कानी बिचाऱ्या छत्रपतींचा आक्रोश येतच नाही की काय?'

कोल्हापूरचे कारभारी बर्वे यांनी लिहिल्यासारखी कित्येक बनावट पत्रे नाना भिडे यांनी 'केसरी-मराठा'च्या संपादकांना दाखविली होती. त्या पत्रांवरून महाराजांची अनुकंपनीय अवस्था ध्यानात येत होती. महाराजांचे जीवित धोक्यात असल्याचे त्या पत्रांवरून स्पष्ट दिसत होते. नाना भिडे यांची ही बनावट पत्रे 'ज्ञानप्रकाशात' प्रथम प्रसिद्ध झाली. १७ जानेवारीच्या 'केसरी'च्या अंकात ती उद्धृत करण्यात आली. 'मराठा' पत्रानेही ती छापली. माधवराव बर्वे यांचे राक्षसी अंत:करण व्यक्त करणारा तो पत्ररूपी पुरावा 'केसरी-मराठा' पत्रकर्त्यांच्या ताब्यात होता म्हणून ती मंडळी अगदी निर्धास्त होती; पण त्यांच्या पायाखालची जमीन एकदम दुभंगली. ज्या पुराव्याच्या पायावर ते उभे होते तो पायाच भुसभुशीत ठरला. १८८२च्या फेब्रुवारी महिन्यात बर्वे यांनी सरकारकडे फिर्यादीची अनुज्ञा मागितली व ती मिळाल्यावर लगेच टिळक-आगरकर, ज्ञानप्रकाशकर्ते इत्यादी मंडळींवर अब्रुनुकसानीची फिर्याद दाखल केली. हा खटला सेशनकमिट झाला.

ज्या पत्रांवर सारा डोलारा उभा होता ती पत्रेच बनावट ठरल्यामुळे खटला चालविण्यात फारसे स्वारस्य उरले नव्हते. अनेक निकटवर्ती स्नेह्यांची भीड मोडवेना म्हणून टिळक-आगरकरांनी माफी लिहून बर्व्यांकडे पाठविली. आम्ही केलेली विधाने साधार आहेत असे वाटत होते म्हणूनच आम्ही ती केली व ज्यांनी आम्हास माहिती पुरविली त्यांजवर आमचा विश्वास होता; पण भिडे

यांच्या खटल्यात ती पत्रे खोटी ठरल्यामुळे आमची विधानेही निराधार ठरतात, असे लिहून त्या पत्रात टिळक-आगरकर यांनी दिलगिरी प्रदर्शित केली; पण बर्वे यांनी खटला पुढे रेटलाच. अखेरीस १७ जुलै रोजी खटल्याचा निकाल लागून टिळक-आगरकरांना प्रत्येकी चार महिन्यांची साधी कैद सांगण्यात आली. अर्थात द्वेषाचा आरोप (Malice) गृहीत धरला गेला नाही. टिळक-आगरकरांनी अपराध कबूल केला आणि पुरावा दिला नाही. त्यामुळे कोर्टाचे काम सोपे झाले. अब्रुनुकसानीचा आरोप मान्य करण्यात येऊन त्या दोघांच्या पदरात चार महिन्यांची शिक्षा टाकण्यात आली.

न्यायकोर्टात बर्वे निरपराध ठरले असले तरी जनतेच्या न्यायालयासमोर बर्व्यांची तीच किंमत कायम होती. शिवाजी महाराजांच्या अनुकंपनीय अवस्थेला हा त्यांचा कारभारी हातभार लावीत आहे ही गोष्ट जनतेच्या मनावरून कदापि पुसून जाणे शक्य नव्हते. टिळक-आगरकरांना शिक्षा झाली खरी; परंतु त्यांच्या धैर्याचे, प्रामाणिकपणाचे आणि नि:स्वार्थी ध्येयवादाचे जनतेने कौतुकच केले. एका मराठा राजावर झालेल्या अन्यायाविरुद्ध आपल्याच भाईबंदावर या दोघांनी हत्यार उपसले. कोल्हापूरच्या जनतेने मनोमन ज्या गोष्टीची इच्छा धरली होती ती इच्छा या दोघांनी पुरी केली.

टिळक-आगरकरांवर हा खटला सुरू झाला तेव्हा लगेच साहाय्य-निधी उभारण्यात आला. टिळक-आगरकरांनी जनतेचे कार्य आपले मानले होते. तेव्हा आता जनतेनेही निधी उभारण्याचे कार्य आपल्या घरचे मानले. केवळ समाजहितासाठी त्या उभयतांनी हा खटला आपल्या अंगावर ओढवून घेतला आहे याची जाणीव जनतेला होती. अंत:करणाच्या उदात्त हेतूने कार्य करीत असताना हे दोन सिंह कायद्याच्या पिंजऱ्यात अनपेक्षितपणे अडकले गेले होते. यात त्यांचा दोष मुळीच नव्हता याची जाणीव जनतेला होतीच; पण सरकारी गोटातील प्रतिक्रियाही थोड्याफार प्रमाणात तशीच होती. याचे प्रत्यंतर पुढे १८८४च्या फेब्रुवारीत आले. त्या महिन्यात मुंबईचे गव्हर्नर सर जेम्स फर्ग्युसन यांनी न्यू इंग्लिश स्कूलला भेट दिली. सरकारच्या मनात टिळक-आगरकरांबद्दल मुळीच किंतु नाही हे त्यामुळे सिद्ध झाले. चार महिन्यांचा देहदंड त्या दोघांना सोसावा लागला हे खरे असले तरी जनतेची सहानुभूती व आदर वाढला. भावी आयुष्यात टिळकांना दीर्घकाळ कारावास सोसावा लागला त्याची ही नांदीच होती.

डोंगरीच्या तुरुंगात त्या दोघांचे खूप हाल झाले. त्यांना गुन्हेगारांसारखीच वागणूक मिळे. निकृष्ट अन्न, अपुरी जागा आणि घाणेरडे कपडे अशा अवस्थेत त्यांना दिवस काढावे लागले. पहिले २५ दिवस तर त्यांना लिहायला किंवा वाचायलाही परवानगी नव्हती; पण त्यांच्या चांगल्या वागणुकीमुळे शिक्षेत एकोणीस

दिवसांची सूट मिळाली. १०१ दिवसांच्या या कारावासातून ते सुटले तेव्हा टिळकांचे वजन पंचवीस पौंडांनी कमी झाले होते.

डोंगरीच्या तुरुंगातून सुटून आल्यावर टिळक-आगरकरांचे मुंबई व पुणे येथे भव्य स्वागत करण्यात आले. 'आठवणी व आख्यायिका' या ग्रंथात या प्रसंगाचे सविस्तर वर्णन करून ठेवले आहे. दि. २६ ऑक्टोबर रोजी हे दोघे सुटले तेव्हा डोंगरी तुरुंगाजवळ सुमारे शंभर-सव्वाशे गाड्या आल्या होत्या. दोन हजारांवर लोक जमले होते. जुन्नरचा कोणी एक उपदेशक पहाटे चार वाजताच दोन घोड्यांची मोठी गाडी आणि टिळक-आगरकरांसाठी पागोटे, शालजोडी व पोशाख घेऊन गेला होता. बरोबर त्याने एक न्हावीही नेला होता. सुपरिंटेंडन्टच्या परवानगीने त्याने उभयतांची श्मश्रु करवून घेतली. त्यांचे स्नान व इतर आन्हिके उरकल्यावर त्यांना आपल्या गाडीत आणून बसविले. सूर्योदयास मिरवणूक सुरू झाली. मिरवणुकीत सर्व मंडळी पायीच चालली होती. परगावाहूनही किती तरी लोक आले होते.

पुण्यालाही या मंडळींचा ठिकठिकाणी सत्कार करण्यात आला. मोरोबादादा यांच्या वाड्यात त्यांना सार्वजनिक सभेतर्फे पानसुपारी झाली. दि. २८ ऑक्टोबर पासून टिळक-आगरकर आपल्या कामावर रुजू झाले. शाळेचा कारभार आपल्या अनुपस्थितीत चांगला चालला होता हे पाहून त्यांना अत्यंत समाधान वाटले.

उभयतांच्या या कारावासावर 'डोंगरीच्या तुरुंगातील १०१ दिवस' या नावाचे उत्कृष्ट पुस्तक आगरकरांनी लिहून ठेवले आहे. डोंगरीच्या तुरुंगातून टिळक-आगरकर बाहेर पडले ते पूर्वीपेक्षाही मोठे होऊन! पण हे दोन थोर पुरुष यापुढे एकत्र राहून देशसेवेचे असिधाराव्रत चालवणार की त्यांचे मार्ग परस्परांपासून भिन्न होणार याबद्दल नियती एक वेगळाच लेख लिहीत होती.

दुःखपर्यवसायी नाटकाचा उपसंहार

'न्यू इंग्लिश स्कूल'च्या स्थापनेनंतर पहिली पाच वर्षे अत्यंत धामधुमीची गेली. या काळात टिळक व त्यांचे सहकारी जनतेचे अज्ञान नष्ट करण्याचे व देशाची पूर्वापार उज्ज्वल परंपरा प्रस्थापित करण्याचे प्रयत्न सतत करीत होते. परकीय सत्तेचे जू झुगारून देऊन स्वातंत्र्यप्राप्तीसाठी त्यांची सिद्धता चालली होती. राष्ट्रीय उत्थानाचे चैतन्य टिळकांच्या अंगात सदैव सळसळत होते. देशाच्या दैनंदिन जीवनात बदल केल्याशिवाय जगातील इतर राष्ट्रांच्या खांद्याला खांदा लावून लढता येणार नाही याची जाणीव टिळकांप्रमाणेच देशातील इतर विचारवंतांनाही होऊ लागली होती. बंगालमधील ब्राह्मो समाजाची चळवळ, पंजाबमधील आर्य समाजाची चळवळ, मुंबईतील सामाजिक चळवळ, सर सय्यद अहमद यांनी सुरू केलेली मुस्लिम शिक्षणाची चळवळ, या साऱ्या चळवळीतून देशाला नवचैतन्याचा साक्षात्कार झाल्याचे स्पष्ट दिसत होते.

लोकशिक्षणाचा हेतू मोठ्या प्रमाणावर साध्य करण्यासाठी टिळकांना वृत्तपत्रांचा उपयोग होत होता; परंतु वृत्तपत्रांचा उपयोग फक्त साक्षर लोकांसाठीच होईल याची जाणीव त्यांना होती. निरक्षर लोकांना स्वातंत्र्यप्राप्तीसाठी कसा संदेश द्यायचा हा प्रश्न त्यांच्यासमोर होता. अशा निरक्षर लोकांच्या घरोघरी जाऊन त्यांना स्वातंत्र्याचा महामंत्र देणे आवश्यक होते आणि त्यासाठी सुशिक्षित पण नि:स्वार्थी कार्यकर्त्यांची आवश्यकता होती. याच विचारातून कॉलेज सुरू करण्याची कल्पना त्यांना प्रथम सुचली. अशा कॉलेजमधून नि:स्वार्थी सुशिक्षित तरुण तयार करता येतील असे टिळकांना वाटले.

'न्यू इंग्लिश स्कूल'ची स्थापना झाल्यानंतर तीन-चार वर्षांत टिळक-आगरकरांनी केलेल्या कार्यामुळे लोकांना त्यांच्याबद्दल अधिकाधिक आदर वाटू लागला होता. त्यांच्या कर्तृत्वाबद्दल विश्वास निर्माण झाला होता. त्या विश्वासाच्या आधारावरच पुढे पुढे जाण्याची टिळकांची महत्त्वाकांक्षा होती.

शाळेची संस्था अधिक स्थिर करण्यासाठी आणि जनतेचा अधिक पाठिंबा

मिळविण्यासाठी शाळेच्या संचालकांनी शाळेसाठी एक सोसायटी काढण्याचे ठरविले. सोसायटीचे नाव 'डेक्कन एज्युकेशन सोसायटी' असे ठेवण्याचे ठरले. ही कल्पना टिळकांच्या आणि त्यांच्या सहकाऱ्यांच्या मनात आधीच आली होती; पण १८८३ साली शाळेच्या वार्षिक अहवालात या कल्पनेचा प्रथम उच्चार करण्यात आला. पुढल्या गोष्टी भराभर घडत गेल्या. सोसायटी स्थापन करण्यासाठी हितचिंतकांची एक औपचारिक सभा बोलवण्यात आली. या सभेला काँग्रेसचे एक संस्थापक सर विल्यम वेडरबर्न, महादेव गोविंद रानडे, डॉ. भांडारकर, बॅ. गाडगीळ, कुंटे वगैरे बडी बडी मंडळी उपस्थित होती. 'डेक्कन एज्युकेशन सोसायटी'च्या प्रस्थापनेचा ठराव टिळकांनी मांडला. पुढील वर्षी कॉलेज सुरू करण्याचेही ठरले. मुंबईचे गव्हर्नर सर जेम्स फर्ग्युसन यांनी शाळेला भेट देऊन शाळेच्या ध्येय-धोरणाला आपला पाठिंबा आधीच दिला होता. सोसायटीला १२५० रुपयांची वैयक्तिक देणगीही त्यांनी दिली होती. प्रत्यक्ष गव्हर्नरांनीच देणगी दिलेली पाहून सर विल्यम वेडरबर्न, डेक्कन कॉलेजचे प्राचार्य सर विल्यम वर्डस्वर्थ, प्रा. सेल्बी, पुण्याचे कलेक्टर विंटर यांनीही सोसायटीला देणग्या दिल्या. सेवानिवृत्तीच्या मार्गावर असलेले हिंदुस्थानचे व्हाइसरॉय रिपन यांनी तर १८८४ साली आपले नाव सोसायटीच्या आश्रयदात्यांत दाखल केले. त्या वर्षाच्या अखेरीपर्यंत कॉलेजसाठी पाऊण लाख रुपये निधीची आश्वासने मिळाली. त्यामुळे कॉलेज सुरू करण्याच्या कल्पनेचा पाया हळूहळू पक्का झाला.

कॉलेजला सर जेम्स फर्ग्युसन यांचे नाव देण्यासाठी संमती मागण्याचे विश्वस्तांच्या बैठकीत एकमताने ठरले. यात सर जेम्स यांच्या कारकिर्दीचा एक प्रकारे गौरवच होता. खासगी शिक्षणसंस्थांकडे बघण्याची त्यांची दृष्टी सहानुभूतीची होती. वास्तविक, 'केसरी' आणि 'मराठा' या दोन्ही पत्रांनी कित्येक वेळा फर्ग्युसन यांच्या कारभारावर टीका केली होती. त्यामुळेच 'केसरी' आणि 'मराठा' या पत्रांनी त्यांच्यावर वारंवार टीकास्त्र सोडले होते; परंतु शिक्षणाबाबत त्यांची मते फारच उदार होती. सोसायटीच्या नि:स्वार्थी सेवकवर्गाचे त्यांनी वेळोवेळी कौतुकच केले होते. त्यामुळे त्यांचेच नाव कॉलेजला द्यावे, असे सर्वांचे मत होते. वरिष्ठ सरकारी अधिकाऱ्याचे नाव कॉलेजला दिले म्हणजे संस्थानिक आपल्या मदतीचा हात खास पुढे करतील अशीही संचालकांची अटकळ असावी आणि घडलेही तसेच! कोल्हापूर, मिरज व मुधोळ या संस्थानांच्या महाराजांनी प्रत्येकी दहा हजार रुपयांची देणगी दिली. सांगलीच्या महाराजांनीही जवळ जवळ तेवढीच रक्कम दिली. अशा तऱ्हेने आर्थिक पाठिंबा भराभर मिळत गेला आणि शुक्रवार दि. २ जानेवारी, १८८५ रोजी कॉलेजच्या स्थापनेचे स्वप्न

साकार झाले. त्या दिवशी फर्ग्युसन कॉलेजचे रीतसर उद्‌घाटन झाले.

सुरुवातीला कॉलेजला स्वतंत्र इमारत नव्हती. म्हणून गद्रे वाड्यात प्रथम कॉलेजचे वर्ग सुरू झाले. आपटे हे कॉलेजचे पहिले प्राचार्य. ते संस्कृत शिकवीत. केळकरांनी इंग्रजी शिकविण्याचे मान्य केले. आगरकरांकडे इतिहास व तर्कशास्त्र हे दोन विषय आले. गोळे यांनी पदार्थविज्ञान व टिळकांनी गणित हे विषय घेतले. त्या वर्षाच्या अखेरीस गोपाळ कृष्ण गोखले सोसायटीचे आजीव सभासद झाले. गोखले यांच्यामुळे सोसायटीच्याच नव्हे, तर संपूर्ण देशाच्या इतिहासावर परिणाम घडणार आहे, याची त्या वेळी कोणाला कल्पनाही नव्हती. प्रथम टिळकांच्या व्यक्तिमत्त्वाकडे गोखले आकर्षित झाले होते; पण नियतीच्या मनात काही तरी निराळेच घाटत होते. थोड्याच अवधीत ते परस्परांचे कट्टर विरोधक बनले. गोखल्यांचा स्वभाव सौम्य होता, तर टिळकांचा स्वभाव क्रांतिप्रवण होता. क्रमाक्रमाने घडणारा बदल आणि तडजोड यावर गोखल्यांची अधिक भिस्त असे, तर टिळकांची तत्त्वे कधीही विचलित न होणारी असत. दोघेही आपापल्या मतांबद्दल खंबीर व निर्धाराचे होते. गोखल्यांनी सोसायटीत प्रवेश केल्यावर दोन वर्षांच्या आतच खटक्याचा प्रसंग आला आणि अखेरीस टिळकांना सोसायटीच्या सदस्यत्वाचा राजीनामा द्यावा लागला. भावी आयुष्यात गोखले व टिळक या दोघांनीही महान देशकार्य केले; पण वेगवेगळ्या मतपीठांवरून! राजकारणात गोखल्यांनी नेमस्तपणा पत्करला आणि सामाजिक कार्यात क्रांतिप्रवणता पत्करली. टिळकांनी नेमके उलट केले. त्यांनी क्रांतिनिष्ठ राजकारण केले आणि समाजकारणात नेमस्तपणा पत्करला.

देशोद्धार साधण्यासाठी पाश्चात्त्य शिक्षणाचा प्रसार करण्याची आवश्यकता फर्ग्युसन कॉलेजच्या संचालकांना पटली होती. सरकारकडून या कामाची अपेक्षा करणे व्यर्थ आहे हेही त्यांनी जाणले होते. म्हणूनच त्यांनी फर्ग्युसन कॉलेज सुरू केले होते. महाराष्ट्राच्या कानाकोपऱ्यात पाश्चात्त्य ज्ञानाचा प्रसार करण्याकरिता सुशिक्षित मिशनरी तयार करणारी ती एक संस्था होती.

या स्तुत्य उपक्रमाला सतत सार्वत्रिक पाठिंबा मिळत गेला; पण ब्रिटिश नोकरशाही आणि अँग्लो-इंडियन वृत्तपत्रे यांच्या डोळ्यांत हे शल्य खुपू लागले. ही देशोद्धाराची शैक्षणिक चळवळ आज ना उद्या ब्रिटिश साम्राज्याला धोक्यात आणल्यावाचून राहणार नाही याबद्दल त्यांची खात्री होऊन चुकली. 'टाइम्स ऑफ इंडिया' या पत्राने एका बाजूने 'डेक्कन एज्युकेशन सोसायटी'च्या स्थापनेचे कौतुक केले होते आणि त्याच वेळी धोक्याचा इशाराही दिला होता.

शिक्षणाधिकारी श्री. लीवॉर्नर यांनाही या शिक्षणसंस्थेमुळे उद्‌भवणारा धोका स्पष्टपणे दिसत होता. त्यांनी लिहिले होते, 'पुण्याला प्रस्थापित झालेल्या व

'डेक्कन एज्युकेशन सोसायटी' या नावाने ओळखल्या जाणाऱ्या संस्थेने नुकतेच फर्ग्युसन कॉलेज सुरू केले आहे. देशभक्तीला आवाहन करून चांगल्या चांगल्या विद्यार्थ्यांचा त्या कॉलेजात भरणा होत आहे. कॉलेजमध्ये युरोपिअन शिक्षकांचा शिरकाव होऊ दिला जाणार नाही. विद्यार्थ्यांच्या मनावर देशभक्तीचे संस्कार केले जाणार आहेत. देशात तरी या शिक्षणसंस्थेला अन्य तोड नाही. केवळ शैक्षणिक दृष्टिकोनातूनच नव्हे, तर अन्य बाबतीतही या सोसायटीचे वैशिष्ट्य डोळ्यात भरण्याजोगे आहे.'

अशा या संस्थेकडे सरकारची वक्रदृष्टी केव्हाच वळली होती. टिळकांनी किंवा त्यांच्या सहकाऱ्यांना याची कल्पना असण्याचे कारण नव्हते. कॉलेजच्या कीर्तीत भर टाकण्याचे प्रयत्न ते रात्रंदिवस करीत होते. संस्थेची वाढती कीर्ती ऐकून या संस्थेत येण्यासाठी देशातील विद्यार्थ्यांची धडपड सुरू झाली. कॉलेजच्या विद्यार्थ्यांनी विश्वविद्यालयीन बक्षिसे मिळविण्याचा सपाटा सुरू ठेवला. कॉलेजचा जम चांगलाच बसला. सरकारही सोसायटीच्या कामावर खूष झाले. 'डेक्कन कॉलेज'ची व्यवस्थाही या सोसायटीकडे देण्याचा विचार सुरू झाला; परंतु वेगवेगळ्या कारणांसाठी सोसायटीच्या सभासदांनी ती खटपट यशस्वी होऊ दिली नाही. 'डेक्कन कॉलेज'साठी व्यवस्था फर्ग्युसन कॉलेजच्या संचालकांकडे दिल्यावर निदान दोन गोरे प्राध्यापक घेतले जावेत, ही अट सोसायटीच्या सभासदांनी अमान्य केली. राष्ट्रीय वृत्तीची जोपासना करणे हे सोसायटीचे प्रमुख ध्येय होते. युरोपिअन प्राध्यापकांना घेतल्यास या ध्येयाला धोका पोचला असता. युरोपिअन लोकांच्या मदतीशिवाय आम्ही आमच्या शिक्षणसंस्था चांगल्या रीतीने चालवू शकतो हे सिद्ध करून दाखविण्याचा टिळकांचा निर्धार होता. युरोपिअन प्राध्यापक सोसायटीत आपले वर्चस्व गाजविल्याशिवाय राहणार नाहीत आणि त्यामुळे मूळ हेतूचाच विचका होईल, आणि सोसायटीचा कारभार चांगला चालला तर त्याचे श्रेय युरोपिअन प्राध्यापक आपल्याकडेच घेतील, हे टिळकांनी वेळीच ओळखले होते. सोसायटीचा वाढता लौकिक पाहून ठिकठिकाणच्या सरकारी शाळा सोसायटीस जोडल्या जाण्याचा संभव निर्माण झाला होता. यावरून अल्पावधीतच सोसायटीने केवढा लौकिक मिळविला होता हे स्पष्ट होते; मात्र यापैकी काहीही घडले नाही; कारण पुढे थोड्याच दिवसांनी सोसायटीच्या सभासदांच्या सार्वजनिक कार्याकडे आणि 'केसरी-मराठा' या पत्रांकडे सरकारची वक्रदृष्टी वळली.

त्याचबरोबर सोसायटीच्या सभासदांमध्येही वाद सुरू झाले. सभासदांनी सोसायटीच्या कामाखेरीज अन्य कामात आपला किती वेळ गुंतवावा आणि बाहेरचे काम करून पैसे मिळावेत किंवा नाही याबद्दल प्रामुख्याने वाद सुरू

झाला. टिळकांचे असे म्हणणे होते, की जेसुइट मिशनऱ्यांच्या तत्त्वावर सोसायटीचा कारभार चालावा आणि अन्यत्र होणारी प्राप्ती सोसायटीच्या निधीतच जमा करावी. सोसायटीच्या सभासदांनी दारिद्र्याचे व्रत एकदा स्वीकारल्यावर त्यांना आपली मिळकत इतर मार्गांनी वाढविण्याचा अधिकारच नाही; स्वार्थत्याग व स्वावलंबन हे आपल्या कार्याचे ब्रीद आहे असे टिळकांना वाटत होते. याच पायाभूत तत्त्वांवर 'डेक्कन एज्युकेशन सोसायटी'ची उभारणी झाली होती. मिशनरी पद्धतीने संस्था चालविली, स्वार्थत्याग केला तरच निभेल, हे उघड होते. सर्वांनी सारखेच काम करावे, बरोबरीच्या नात्याने वागावे, सभासदांनी पोटापुरता म्हणजे पंचाहत्तर रुपये पगार घ्यावा, प्रसंगविशेषी गरज पडली तर अधिक रक्कम ग्रॅच्युइटी म्हणून उचलावी. आजीव सभासदाचा तीन हजार रुपयांचा विमा उतरविण्यात यावा इत्यादी गोष्टी सोसायटीच्या मूळ उद्देशात होत्या; पण त्यांचे आता बऱ्याच सभासदांना विस्मरण पडत चालले होते. टिळक व इतर सभासद यांच्यातील वादाचे मूळ कारण होते, ते हेच!

पगाराचा प्रश्न व अन्यत्र खासगी काम करण्याचा प्रश्न उपस्थित होण्यास कारणेही तशीच घडत गेली. १८८६ सालापर्यंत म्हणजे सरकारची ग्रॅन्ट मिळेपर्यंत आजीव सभासद फक्त चाळीस रुपये पगार घेत. सभासदाने केवळ गरजेपुरता पगार घेऊन जास्तीत जास्त काम करावे असे ठरले होते. काही वेळा एखाद्याला गरज पडली तर जादा रक्कम पगारापोटी मिळे. कधी कधी कर्जही मिळे. टिळक आणि चिपळूणकर यांनी प्रथम काही दिवस तर चाळीस रुपयेही पगार घेतला नाही.

सोसायटी स्थापन होण्यापूर्वी काही सभासद इतरत्रही काही तरी कामधंदा करीत. चिपळूणकरांचा छापखाना व पुस्तकांचे दुकान होते. आपट्यांनी शालेय पुस्तके लिहून बराच पैसा मिळविला. शाळा-कॉलेजला सरकारी ग्रॅन्ट मिळू लागल्यावर सोसायटीची सांपत्तिक स्थिती सुधारली. नियामक मंडळाने लगेच आजीव सभासदांना वर्षाला चारशे रुपये व अन्य शिक्षकांना वर्षाला दीडशे रुपये जास्त देण्याचे ठरविले. अधिक पैसे मिळावेत असे सभासदांना, विशेषत: नव्या सभासदांना तीव्रतेने वाटू लागले. नव्यांनी जुन्यांना घेरले आणि मिशनरी तत्त्वाने वागणाऱ्यांचे बहुमत संपले. १८८६ साली वाढीव रक्कम मिळाली. लगेच पुढील वर्षी स्वार्थत्यागाच्या व्याख्येवरच मल्लिनाथी होऊ लागली. गरजेप्रमाणे पगार हे मूळ तत्त्व सभासद विसरले आणि 'संस्थेच्या सांपत्तिक स्थितीप्रमाणे पगार' हे नवे तत्त्व पुढे आले. एखाद्या विशिष्ट तत्त्वाला माणसाने चिकटून राहिले पाहिजे असे टिळकांचे मत होते. मिशनरी लोकांच्या तत्त्वाप्रमाणे वागण्यास टिळक तयार होते. ते या तत्त्वापासून रेसभरही ढळले नाहीत. या बाबतीत त्यांना

विरोध करणाऱ्या काही सभासदांनी असा युक्तिवाद केला की तारुण्यातील उत्साहाच्या भरात केलेल्या प्रतिज्ञा शब्दश: विचारात घेण्याचे काही कारण नाही. एखाद्या कंपनीचे उद्देशपत्रक बहुमताच्या बळावर बदलता येते. त्याप्रमाणेच सोसायटीच्या नियमांत, ध्येय-धोरणांत बदल करता यावा असे आगरकर-गोखले यांचे मत पडले.

स्वार्थत्याग, कर्तव्यनिष्ठा व दारिद्र्याची प्रतिज्ञा इत्यादी मूलभूत तत्त्वे बदलावी असा त्यांचा आग्रह नव्हता. टिळकांच्या मताला कदाचित तत्त्वत: त्यांचा विरोध नसेलही; पण या तत्त्वांचे व्यवहारात काटेकोर पालन करावे हे त्यांना पटत नव्हते. त्यांचा दृष्टिकोन स्वार्थी आणि तत्त्वांना सोडून होता.

ही भांडणे फेब्रुवारी १८८७पासून सुरू होती ती डिसेंबर १८९०पर्यंत चालू होती. भांडणे मिटविण्याचे अनेक प्रयत्न झाले; पण त्यात यश मिळाले नाही. अखेरीस सभासदांनी बहुमताच्या जोरावर टिळकांचे म्हणणे खोडून काढले. टिळकांचे भांडण मूलभूत तत्त्वांसाठी होते. मूलभूत तत्त्वेच बहुमताच्या जोरावर बदलली गेल्यावर त्या संस्थेचा राजीनामा देणे हा टिळकांपुढील एकमेव मार्ग होता. १५ डिसेंबर १८९० रोजी एक प्रदीर्घ पत्र पाठवून टिळकांनी आपला राजीनामा सादर केला. त्यात त्यांच्या अंत:करणाची जखम उघड झाली होती.

आपल्या त्यागपत्रात टिळकांनी लिहिले होते, 'अकरा वर्षांपूर्वी आपणापैकी काही लोक एकत्र आलो. आज इतके दिवस आपणापैकी बहुतेकांनी काही एक प्रकारचे ध्येय डोळ्यापुढे ठेवून मेहनत केली, विरोध सोसला, उपहास करून घेतला, निराशा गिळली; यामुळे आज सोसायटी सोडून जाताना मला किती दु:ख होत असेल याची कल्पना तुम्हीच करा. निदान माझ्या तरी आयुष्यातील महत्त्वाकांक्षा या सोसायटीचे काम म्हणजे शिक्षणविषयक काम करणे हीच होती; पण असे असूनही अखेर नाइलाजाने मला ही संस्था सोडून जावे लागत आहे.'

जुने धोरण व जुनी तत्त्वे सोडण्याची प्रवृत्ती सभासदांमध्ये कशी वाढत होती हे सांगून टिळकांनी पुढे लिहिले होते, 'तत्त्वांची बंधने सुटू लागली, व्यक्तिमाहात्म्य वाढू लागले, हितसंबंध फैलावू लागले, इतर धंदे आपणात शिरले, यामुळे आचार-विचाराला व्यग्रता आली, वाद सुरू झाले, पक्ष बनले, मत्सर वाढला, द्वेष उत्पन्न झाला, तोंडमिळवणी कठीण झाली. स्वार्थत्याग, स्वावलंबन, साधेपणा यांची आमच्यात थट्टा सुरू झाली व त्याचा कंटाळाही येऊ लागला!'

१८७९ साली आगरकर, भागवत, करंदीकर व स्वत: टिळक यांनी मिशनरी पद्धतीने शाळा काढण्यासंबंधी चर्चा सुरू केली होती. १५ डिसेंबर १८७९ रोजी विष्णुशास्त्री चिपळूणकरांनी शाळेचे जाहीरपत्रक प्रसिद्ध केले होते. १८८३ साली वासुदेवराव केळकर व माधवराव गोळे या मंडळींना येऊन

मिळाले होते. पहिली तीन वर्षे शाळा आणि वृत्तपत्रे स्थिर करण्यात गेली होती. पुढे नवी मंडळी संस्थेत सामील झाली होती. जुन्या लोकांनी संस्थेकरिता सोसलेल्या हालअपेष्टांची नव्या लोकांना कल्पना नव्हती. नव्यांनी जुन्यांना घेरले आणि मिशनरी तत्त्वाने वागणाऱ्या लोकांचे बहुत्व संपुष्टात आले. पुढे तंटे विकोपाला गेले. १८८६ साली छापखान्यासंबंधीचे वाद विकोपाला गेले. छापखान्याची जबाबदारी केळकरांनी उचलली. व्यवस्थेसाठी हरी नारायण गोखले यांना मुंबईहून बोलावून घेतले. स्वत: टिळकांवरही छापखान्याची जबाबदारी होतीच. छापखाना आणि वर्तमानपत्रे वेगळी केल्यावर तंटा मिटेल असे वाटले होते; पण तंटा मिटला नाही. जो तो स्वतःच्या लाभासाठी पुस्तके काढू लागला. मध्यंतरी होळकर महाराजांनी टिळक-आगरकरांना सातशे रुपये संयुक्त देणगी दिली होती; पण आगरकरांनी ती देणगी वैयक्तिक मानली. पोटापुरता पगार घेण्याचे धोरण शिथिल होऊ लागले. संस्थेची सांपत्तिक स्थिती सुधारताच सभासदांची हाव वाढू लागली. या साऱ्या गोष्टी सांगून टिळकांनी पुढे लिहिले होते, 'प्रत्येकाला त्याच्या मार्गात मी काटा आहे असे वाटावे, माझे किरकोळ दोष फुगवून दाखवावे व शेवटी शिक्षक म्हणून मी नालायक आहे, असे म्हणण्यापर्यंत मजल यावी, मग राहण्यात अर्थ काय? मजवर दोषारोप केल्याने मूलतत्त्वांचे वाद मिटू शकत नाहीत. मी उर्मट किंवा टाकून बोलणारा असेन, पण तो मुद्दा नाही.'

आपल्या त्यागपत्राच्या अखेरीस टिळकांनी लिहिले होते, 'मूलतत्त्वांची हानी करून घेऊन स्वार्थत्याग करण्यात काय फायदा? मूलतत्त्वांविरुद्ध झालेले बहुमत कितपत मानावे हा प्रश्न आहे. निदान बहुमतच विरुद्ध झाले तर सोसायटी सोडली पाहिजे... समेटीचे मी पुष्कळ प्रयत्न केले, पण ते फुकट गेले... माझ्यामध्ये दोष नाहीत असे नाही. मी टाकून, तोडून बोलून पुष्कळांना दुखविले आहे. पुष्कळ वेळा तेही प्रतिक्रियेपुरते; पण मी जे जे बोललो ते संस्थेच्या हिताच्या दृष्टीने. असो; मी तुमच्यामध्ये राहण्याने निरंतर भांडणे होण्यापेक्षा मी सोडून जावे हे बरे. त्यामुळे मूलतत्त्वे बुडतील; पण भांडण तरी वाचेल. मी आज शाळा सोडल्यामुळे सर्व जन्माचे ध्येय सोडले असेच मला वाटते.'

ज्या गद्रेवाड्यात वरच्या खोलीत ही सारी मंडळी एके काळी खेळीमेळीने नांदली, आपली संस्था विकसित करण्याची स्वप्ने त्यांनी बघितली, ज्या ठिकाणी आपल्या उच्च ध्येयांचा त्यांनी उच्चार केला, तत्त्वाकरिता जेथे वादविवाद झाले आणि अखेरीस भांडणे झाली त्या वास्तूचा टिळक आता अखेरचा निरोप घेत होते. तेथे हजर असलेल्या प्रत्येक सभासदाला त्या दुःखपर्यवसायी नाटकाच्या उपसंहाराची कल्पना होती; परंतु कोणाच्याच तोंडून शब्द फुटत नव्हता. सर्वांचा

अखेरचा निरोप घेऊन टिळक जायला उठले. गद्रेवाड्याच्या शोभिवंत तक्तपोशीकडे त्यांनी आपली नजर रोखली होती. अखेरचा निरोप घेण्यासाठी बोलण्याचा त्यांनी प्रयत्न केला; पण काही केल्या शब्द फुटेनात. शाळा सुरू झाल्यापासूनच्या साऱ्या स्मृती त्यांच्या मनात गर्दी करून उठल्या. त्यामुळे त्यांचे अंत:करण पिळवटून निघाले, कंठ दाटून आला आणि डोळ्यांत अश्रू उभे राहिले. वादविवाद करताना अंगात संचारणारे ते विलक्षण धैर्य क्षणभर विचलित झाले. त्यांच्या शब्दांपेक्षा अश्रू अधिक बोलके झाले. सहकाऱ्यांबद्दलचे आणि संस्थेबद्दलचे अपार प्रेम त्या अश्रूंत प्रतिबिंबित झालेले दिसत होते. एक शब्दही न उच्चारता टिळकांनी सहकाऱ्यांचा आणि संस्थेचा निरोप घेतला.

टिळकांच्या राजीनाम्याने सर्वत्र खळबळ उडाली. संस्थेवर टीका-प्रतिटीका यांचे वादळ उठले; परंतु त्याबाबत टिळकांनी एक शब्दही कधी उच्चारला नाही. अकरा वर्षांच्या परिश्रमांनी टिळकांनी ही संस्था उभी केली होती. आपले सर्वस्व ज्या संस्थेला अर्पण केले त्याच संस्थेवर टीका करण्याची त्यांची तयारी नव्हती. आपणच लावलेल्या रोपट्यावर कोणी घाव घालीत नाही.

डेक्कन एज्युकेशन सोसायटीचे सभासद असताना टिळकांना फार पैसे मिळत होते असे नाही; पण तेवढ्या पैशांवर त्यांचा प्रपंच चालत असे. त्यामुळे संस्थेचा राजीनामा दिल्याने संस्थेशी संबंध संपलेच आणि आर्थिक प्राप्तीही थांबली. 'केसरी' आणि 'मराठा' या वृत्तपत्रांची संपूर्ण मालकी टिळकांकडे नव्हती आणि असती, तरीही या वृत्तपत्रांमधून मिळणाऱ्या पैशातून सर्व खर्च भागणे शक्य नव्हते. मग टिळकांनी कायद्याच्या विद्यार्थ्यांसाठी क्लास काढण्याचे ठरविले. त्याप्रमाणे त्यांनी वर्तमानपत्रातून जाहिरात दिली. हा प्रयोग यशस्वी झाला. दरमहा दीडशे रुपये मिळू लागले. केळकर आणि गोखले यांचेही सहकार्य टिळकांनी या कामात घेतले. या क्लासमध्ये एल.एल.बी.च्या विद्यार्थ्यांबरोबर व्यवसाय करणारे वकीलही येत असत. टिळकांची हिंदू लॉवरची व्याख्याने ऐकण्यास वकिलांची विशेष गर्दी होत असे. या विषयावर पुस्तक लिहिण्याचा टिळकांचा विचार होता; पण वृत्तपत्रांच्या कामात आणि राजकारणाच्या व्यापात त्यांची ही योजना पूर्ण झाली नाही.

कालगती वेगळ्याच दिशेने जात होती.

नव्या जागृतीचा साक्षात्कार

कित्येक वेळा आपत्ती हे वरदान ठरत असते. १८९६ व १८९७ या दोन वर्षांत हिंदुस्थानवर दोन महान आपत्ती कोसळल्या; पण वैयक्तिकदृष्ट्या टिळकांना या आपत्ती वरदानच ठरल्या. या दोन वर्षांत देशात सर्वत्र दुष्काळ पडला आणि नंतर प्लेगने ठाणे ठोकले. या दोन आपत्तींच्या प्रारंभापासूनच टिळकांची खरी कारकीर्द सुरू झाली. चारित्र्यसंपन्न पुढारी म्हणून त्यांचे चैतन्य या काळातच दृष्टोत्पत्तीस आले

दुष्काळाचे संकट देशात नवीन नव्हते. अवर्षण झाले म्हणजे पिकांची दुर्दशा होई आणि मग जनता अन्नाला मोताद होई. गरीबगुरीब, दुर्लक्षित शेतकरी आपत्तीला तोंड देऊन उपासमार सहन करीत आणि अखेरीस मृत्युमुखी पडत. १८७६ ते १९०० या पंचवीस वर्षांच्या काळात देशात अठरा दुष्काळ पडले. त्यातील चार दुष्काळ महाभयानक होते. या अठरा दुष्काळात लक्षावधी लोक मृत्युमुखी पडले.

काही ब्रिटिश अधिकाऱ्यांनी देशातील या परिस्थितीबद्दल सहानुभूती व्यक्त केली. इंग्लंडपर्यंत या दुःस्थितीची वार्ता नेण्याचे कामही केले. येथील लोकांची गलिच्छ निवासस्थाने आणि चांगल्या अन्नवस्त्राची वाण यामुळे जनतेत त्राण उरलेले नाही, असा उल्लेखही काही ब्रिटिश अधिकाऱ्यांनी केला होता. अधिकाऱ्यांची ही सहानुभूती खोटी नव्हती; पण ती केवळ शाब्दिक होती.

दुष्काळाची आपत्ती थांबविण्यासाठी काही तरी प्रत्यक्ष कृती करण्याची आवश्यकता होती. आलेल्या आपत्तीला दोष देऊन किंवा 'जनतेला वाचवा' अशी सरकारला केवळ प्रार्थना करून काम भागणार नाही हे टिळकांनी ओळखले. त्यांनी प्रत्यक्ष कृतीलाच प्रारंभ केला. 'दुष्काळात सर्वांचेच जीव बचावले पाहिजेत, किंबहुना खुद्द महाराणी साहेबांचाच असा हुकूम झालेला आहे की, दुष्काळात लोकांस मरू देऊ नका,' असे 'केसरी'त लिहून त्यांनी सरकारला स्पष्ट इशारा दिला. दुष्काळाची आपत्ती निवारण्यासाठी सरकारने काहीच उपाय योजले नाहीत

तर शेतकरी बंड करून उठतील असेही त्यांनी सरकारला बजावले. दप्तरात पडून राहिलेल्या 'फॅमिन रिलीफ कोडा'चे सरकारला स्मरण करून दिले.

दुष्काळग्रस्त प्रदेशातील करुण कहाण्या त्यांनी 'केसरी'तून जनतेसमोर मांडल्या. एका लेखात त्यांनी लिहिले, 'दुष्काळ आता खास पडला, हे सांगावयास नकोच. गुरे कडब्याच्या किमतीस विकू लागली आणि कडबा सोन्याच्या भावाने जात चालला आहे. तसेच पुष्कळ लोक खेडेगावातून कामाकरिता शहरात येऊ लागले आहेत; कित्येकांस आज नाही तर महिन्या-दोन महिन्यांनी गाव सोडून जाण्याचा प्रसंग येणार आहे... दुष्काळात प्रजेचे राजाने रक्षण केले पाहिजे. त्यातून आमच्या सरकारने आमच्याकडून पैसे घेऊन दुष्काळाचा विमा उतरला आहे... आमचे पैसे सरकारजवळ आहेत, सरकार आपले कर्तव्य करण्यास तयार आहे. सरकारजवळ आमचा पैसा असताना आम्ही उपाशी का मरावे?'

सरकारी अधिकाऱ्यांना इशारा देण्याबरोबर जनतेलाही 'केसरी'तून वेळोवेळी सूचना देण्याचे कार्य त्यांनी चालू ठेवले. केवळ 'फॅमिन इन्शुअरन्स फंड' आणि 'फॅमिन रिलीफ कोड' असून काम भागणार नाही तर सरकारने दिलेली आश्वासने पूर्ण करवून घ्यावी, परकीय सरकार त्या कोडाची अंमलबजावणी करण्यात टाळाटाळ करीत आहे; पण जनतेने सरकारला अंमलबजावणी करण्यास भाग पाडले पाहिजे, असे मोठ्या निर्भयतेने टिळकांनी जनतेला बजावले.

कित्येक दिवस त्यांनी 'केसरी'तून दुष्काळ या विषयावर लिहिण्याचा धडाका लावला होता. त्या लेखांतून टिळक जनतेला आपल्या हक्कांची जाणीव करून देत होते. अधिकाऱ्यांची कृष्णकृत्ये उजेडात आणीत होते. दीनदुबळ्या भीतिग्रस्त जनतेमागे पुढाऱ्यांनी खंबीरपणे उभे राहून दुष्काळ निवारण्याचे कार्य करावे असे टिळक सांगत. 'फॅमिन रिलीफ कोडा'त सारा केव्हा व किती तहकूब ठेवावा, जंगले केव्हा खुली ठेवावी, रोज मजुरी किती मिळेल, अनाथ किंवा दारिद्र्यगृहात फुकट अन्न कोणास दिले जाईल वगैरेंची माहिती दिली आहे. दुष्काळग्रस्त परिस्थिती असेल, तर सारा देण्याची आवश्यकता नाही असे सांगून, टिळकांनी एका लेखात लिहिले आहे, 'साऱ्याच्या सुटीबद्दल कोडात नियम आहेत. त्याप्रमाणे स्थिती असेल तर सारा यंदाच्या साली द्यावयास नको हे उघड आहे. असल्या कामी अधिकाऱ्यांकडून कधी कधी दांडगाई होते हे आम्हास माहीत आहे; पण ही दांडगाई आम्ही करू देतो म्हणून होते हे तत्त्व आम्ही लक्षात ठेवले पाहिजे. शेतकऱ्यांची गुरे अथवा जमीन विकून सारा वसूल करू नये, असे 'फॅमिन कोडा'त स्पष्ट कलम आहे; पण हे कोणास माहीत नाही. त्यामुळे पाटील-कुलकर्णी जुलूम करतील असे लोकांस वाटत आहे; परंतु ही भीती विनाकारण आहे. ठिकठिकाणच्या पुढाऱ्यांनी लोकांस जे काय समजून द्यायचे ते हेच! ज्यांस

आपले अगर आपल्या गुरांचे प्राण वाचवावयाचे असतील त्यांनी सरकारकडे जावे; त्यास काम देण्यास सरकार समर्थ आहे. दाता आहे. मागणारेच नाहीत अशी स्थिती येऊ नये. मग दाता खरा असल्यास टिकेल, नाही तर त्याचा कच्चेपणा तरी अनुभवास येईल. दुष्काळ अंगावर येत चालला आहे; आता स्वस्थ बसून काही उपयोग नाही, हे ठिकठिकाणच्या पुढाऱ्यांनी लक्षात आणून त्याप्रमाणे वर्तन केले पाहिजे. गरीब शेतकरी लोकांस असल्या संकटसमयी काय करावे ते सुचत नाही, त्यास मार्ग दाखवून देणे हे आमचे कार्य आहे व तो मार्ग म्हटला म्हणजे 'सरकारकडे जा' असा उपदेश करणे हाच होय. जेथे जेथे दुष्काळ पडला आहे तेथल्या तेथल्या लोकांनी कलेक्टर साहेबांकडे जाऊन (१) आमच्या जमिनीवरील सारा यंदा सोडा, (२) आमच्या गावच्या आसपास कामे काढून आम्हास मजुरी द्या व (३) तगाईच्या रूपाने शेतीच्या कामाकरिता कर्जाऊ पैसे द्या, अशा अर्थाचे अर्ज केले पाहिजेत.'

दुष्काळाची प्रत्यक्ष माहिती मिळविण्यासाठी टिळकांनी सार्वजनिक सभेच्या वतीने ठिकठिकाणी स्वयंसेवक पाठविले. 'फॅमिन रिलीफ कोडा'तील माहिती मराठीत छापून हजारो पत्रके महाराष्ट्रात वाटली. सरकारी अधिकाऱ्यांकडेही ही पत्रके टिळकांनी धाडून दिली; पण सरकारी अधिकाऱ्यांनी ती पत्रके वाटण्याची काळजी घेतली नाही. इतकेच नव्हे तर काही अधिकाऱ्यांनी पत्रकांची पार्सले न फोडता ती तशीच परत पाठवून दिली.

दुष्काळातून मार्ग काढण्यासाठी सरकारकडे काय मागण्या करायच्या हे जनतेला समजावून सांगण्यासाठी स्वयंसेवक खेड्यापाड्यातून सभा घेत होते. 'फॅमिन रिलीफ कोडा'तील कलमे सरकारने पाळली पाहिजेत हे त्यांच्या प्रचाराचे पालुपद होते.

सार्वजनिक सभेचे प्रचारक प्रा. अच्युतराव साठे यांनी ठाणे जिल्ह्यातील उंबरगाव पेट्यात खत्तलवाडा येथे एक सभा घेतली. नेहमीप्रमाणे 'फॅमिन कोडा'ची पत्रके सभेत प्रथम वाटण्यात आली. आसपासच्या खेड्यापाड्यातून खूप लोक या सभेसाठी आले होते. असिस्टंट कलेक्टर डुबोले हे सशस्त्र पोलिसपार्टी घेऊन आले होते. सभेत दंगा झाला तर गोळीबार करण्याचा आदेश पोलिसांना दिलेला होता. दहशतवाद निर्माण करण्याचा सरकारचा उघड उघड इरादा होता. दहशतवादी देखाव्याने सभा बरखास्त होईल अशी अधिकाऱ्यांची कल्पना होती; पण त्यांची निराशा झाली. सभा संपेपर्यंत कोणीही जागेवरून हलले नाही. 'तुमची पिके जर बुडाली असतील तर सरकारसारा न भरणे हे अगदी कायदेशीर ठरते' असे निर्भयपणे सांगून प्रा. साठे पुढे म्हणाले, 'सरकारी अधिकाऱ्यांच्या छत्राखाली आम्ही बोलत आहो... पोलीस बंदुका घेऊन आले आहेत; पण

त्यांना भिण्याचे कारण नाही. भ्याल तितके फसाल. न भिता, न डगमगता कायदेशीर रीतीने काम चालू द्या, म्हणजे भुकेलेल्या कोळी व वारली लोकांना बंदुकीच्या गोळ्या न मिळता भाकऱ्या मिळतील.'

नंतरच्या आठवड्यात टिळकांनी या विषयावर अग्रलेख लिहिला. 'पोलिसांच्या पेटलेल्या बंदुकीच्या टप्प्यात भरलेली रयतेची जंगी सभा!' असा या अग्रलेखाचा मथळा होता. अधिकाऱ्यांच्या उर्मटपणाबद्दल इशारा देऊन जनतेला आपल्या कर्तव्याची जाणीव या लेखात करून दिली होती. टिळकांनी लिहिले होते, 'दांडगाईस आम्ही जुमानता कामा नये. हे दिवस दांडगाईचे नाहीत, हे रयत व सरकारी अंमलदार या दोघांनीही लक्षात ठेविले पाहिजे... खटले करून, धमकी देऊन व गोळ्या घालण्याचा आव दाखवून, किंबहुना एकदोघांवर गोळ्या घालूनही सारा वसूल झाल्यास तो तसा वसूल करण्यास सरकारी अंमलदार मागे-पुढे पाहणार नाहीत; पण लोकांनी ही गोष्ट पूर्णपणे लक्षात ठेवावी की महाराणीचीही इच्छा अशी नाही व कायदाही असा नाही. अशा वेळी मेलो तरी बेहत्तर, पण कायद्याने दिलेल्या सवलतीचे पुरे माप आम्ही पदरात पाडून घेऊ, असा लोकांनी निश्चय केला पाहिजे. हा निश्चय करण्याच्या कामी त्यास ठिकठिकाणच्या पुढारी लोकांनी मदत केली पाहिजे. कायद्याने भांडत असताही बाजू एखादे वेळी अंगावर येईल; पण त्याला जर आमचे लोक तयार होणार नाहीत, तर इंग्रजीत एक म्हण आहे त्याप्रमाणे तोंडात भाकरीच्या ऐवजी माती अगर वाळू पडल्याखेरीज राहणार नाही.'

सिव्हिल सर्व्हिसमधील सनदी अधिकाऱ्यांनाही टिळकांनी हे बजावून सांगितले की आपण प्रथम हिंदी आहोत आणि नंतर सनदी नोकर आहोत, ही जाणीव त्यांनी अवश्य ठेवावी. आपल्या वरिष्ठ ब्रिटिश अधिकाऱ्यांना खूष करण्यासाठी खोटे अहवाल सादर करू नयेत. अशा अधिकाऱ्यांच्या कारवाया उजेडात आणाव्या असे त्यांनी जनतेला बजावले. त्यांनी दुसऱ्या एका लेखात लिहिले होते, 'आजचा प्रसंग पोटावरचा आहे हे नीट लक्षात ठेवा. अशा वेळी जर तुम्हाला हक्काने मिळण्यासारखी सरकारी मदत तुम्ही मागून घेतली नाहीत, तर तुम्ही जगलेत काय आणि मेलेत काय सारखेच, असे इतर देशांतील लोक तुम्हास म्हणतील हेही विसरू नका. सारांश, मुकाट्याने बसण्याचे हे दिवस नव्हेत.'

याप्रमाणे अनेक लेखांतून टिळक लोकांना धीर देत होते. त्यांची ज्वलंत भाषणे व लेख जनतेला धीर देत. आपल्या कल्याणासाठी एक नवा राष्ट्रपुरुष निर्माण होत असल्याची जाणीव लोकांना होऊ लागली. त्यांच्या चेतावणीने कलेक्टर व कमिशनर यांच्या कचेरीत ठिकठिकाणाहून हजारो अर्ज येऊ लागले.

त्या अर्जातून जनतेची गाऱ्हाणी मांडलेली असत. सरकारकडून साहाय्याची अपेक्षा केलेली असे. पिके बुडाल्याची करुण कहाणी आणि शेतसारा भरता येणार नाही याची जाणीव या अर्जातून करून दिलेली असे. कित्येक अर्जातून अधिकाऱ्यांच्या छळाच्या हकिगती असत. आपल्या विस्कळीत झोपड्यांत गरीब, दीनदुबळे शेतकरी मुकाट्याने दुःख सहन करीत असलेले या अधिकाऱ्यांनी पाहिले होते. आता त्या दुःखाला अर्जांच्याद्वारे वाचा फुटली होती. दुःख गिळून गप्प राहण्याचा त्यांचा स्वभाव आता राहिला नव्हता तर आपली दुःखे वेशीवर टांगून त्यांची दाद मागण्यापर्यंत मजल गेली होती. टिळकांचे लेख व भाषणे वाया गेली नव्हती. त्यांच्या ज्वलंत विचारांची रोपटी घराघरातून उगवली होती आणि चांगली मूळ धरू लागली होती. जनतेतील ही जागृती सरकारला सहन होणे शक्य नव्हते. जनतेच्या जागृतीला आणि ती निर्माण करणाऱ्या पुढाऱ्यांना पायबंद घातला पाहिजे, असे सरकारला वाटू लागले. थोड्याच दिवसांत विचाराने आचाराचे स्वरूप घेतले. डिसेंबर महिना उजाडला. टिळकांनी तयार केलेल्या काही कार्यकर्त्यांवर खटला भरण्याचे सरकारने ठरविले.

प्रा. साठे यांनी चिखलवाडी येथे पोलिसांच्या पहाऱ्यात एक सभा घेतली. सरकारने त्यांच्यावर खटला भरला. सार्वजनिक सभेच्या आणखी तीन प्रचारकांवरही खटला भरला. हा खटला चांगलाच गाजला. त्या वेळी टिळक राष्ट्रीय सभेच्या अधिवेशनासाठी कलकत्त्याला गेले होते. त्यांना तेथे खटल्याची हकिगत समजली. ते लगेच पुण्याला आले. त्यांनी साठ्यांच्या बचावाची सारी व्यवस्था केली.

साठे यांच्या खटल्याला फारच महत्त्व आले. खटला सुरू झाला तेव्हा तो ऐकण्यासाठी कोर्टात एकच गर्दी उसळली. खटल्याच्या आदल्या दिवशी पेण येथे एक जाहीर सभा झाली. त्या सभेत बोलताना टिळक म्हणाले, 'हल्लीचे राज्य कायद्याचे आहे. सरकारचा कायदा हाती घेऊन तो लोकांस चांगल्या रीतीने कळेल असे सांगण्याबद्दल जर प्रा. साठ्यांवर खटला चालू आहे, तर पुष्कळ लोकांस कायदा समजून सांगण्याचे काम माझे नेहमीचेच आहे. तेव्हा, माझ्यावरही पुष्कळ खटले भरले पाहिजेत.'

टिळकांच्या या भाषणाचा सभेवर फार मोठा परिणाम झाला. साठ्यांवरील खटल्याने सार्वजनिक कार्य करण्याची धास्ती जनतेत निर्माण झाली होती; पण टिळकांच्या भाषणाने ती जादूच्या कांडीप्रमाणे नाहीशी झाली.

साठ्यांचा खटला सुरू झाला. पहिले तीन-चार साक्षीदार तपासल्यानंतर मॅजिस्ट्रेटने खटला काढून घेतला. त्यामुळे साठे सुटले; पण आपट्यांवर कटाचा आरोप ठेवून त्यांना दोनशे रुपये दंड आणि एक वर्ष साधी कैद अशी शिक्षा सुनावण्यात आली. याबाबत दि. १९ जानेवारी १८९७च्या 'केसरी'त टिळकांनी

लिहिले आहे, 'फॅमिन रिलीफ कोडा'ची कलमे लोकांस समजावून देण्याचा प्रयत्न करण्यात काही गुन्हा नाही, इतकेच नव्हे, तर अशा प्रयत्नाला गुन्ह्याचे स्वरूप आणणारे कलेक्टर किंवा त्यांच्या हाताखालील अधिकारी आपणास उपहासास्पद करून घेऊन, आपला मूर्खपणा व कोती बुद्धी प्रकट करतात...' '...कलेक्टर लोकांचे चिडणे व रागावणे मूर्खपणाचे फळ आहे, असे म्हणणे भाग पडते. लोकांनी असल्या रागवण्यास न भिता पुन:पुन्हा अर्ज करून आपली दाद लावून घेतली पाहिजे. 'दारावर ठोठावल्याखेरीज दार उघडत नाही' अशी इंग्रजीत म्हण आहे. त्याप्रमाणे एकदा अर्जाचा निकाल लागला नाही, तर आम्ही पुन्हा अर्ज करून दाद लागेपर्यंत खटपट केली पाहिजे.'

वेळप्रसंगी सरकारची इतराजी पत्करून तुरुंगात जाण्याची तयारी ठेवली पाहिजे. आपले सरकार कायद्याची बूज राखते असे मानले जाते. हा कायदा सरकारनेच केला आहे. त्या कायद्याची पूर्तता करणे हे जनतेचे कर्तव्य आहे. ते आपण पार पाडले नाही तर तो आपलाच दोष आहे असेही विचार त्यांनी आपल्या लेखातून मांडले आहेत.

जनताजागृतीच्या उपक्रमाबरोबरच सनदशीर मार्गांचा अवलंब करण्यासही टिळक विसरले नाहीत. सार्वजनिक सभेच्या वतीने त्यांनी अनेक कार्यक्रम आखले. व्यापाऱ्यांना विश्वासात घेऊन स्वस्त धान्याची दुकाने उघडली. गोरगरिबांच्या अन्नसत्रासाठी अनेक धनिकांचे साहाय्य घेतले. नव्या परंपरा टिळकांनी निर्माण केल्या. त्यांच्या हाकेला उत्तम प्रतिसाद मिळाला. असंख्य धनिक मदतीसाठी पुढे आले.

१८९६च्या दुष्काळात टिळकांनी केलेल्या जनता-जागृतीमुळे देशाचा दुहेरी फायदा झाला. टिळक किंवा त्यांचे प्रचारक ज्या भागात जात तेथील जनता भयभीत झालेली दिसे. गोऱ्या लोकांबद्दल एक चमत्कारिक भीती त्यांच्या अंत:करणात रुजली होती. तिने तेथे मूळ धरले होते. त्याचबरोबर आत्मविश्वासाची बीजे उखडली गेली होती. टिळकांनी जनतेच्या मनातील ती भीती, धास्ती उपटून टाकली आणि आत्मविश्वास निर्माण केला. अशिक्षित लोकांच्या अडाणीपणाचा फायदा ब्रिटिश अधिकारी उठवीत होते. टिळकांनी दुष्काळग्रस्त भागांना भेट देऊन अडाणी शेतकऱ्यांशी बातचीत केली. त्यांच्या म्होरक्यांच्या भेटी घेतल्या. त्यांच्याशी चर्चा केली. त्यामुळे त्यांच्या मनात आत्मविश्वास निर्माण झाला.

त्यांच्या 'केसरी'ने तर या काळात अपूर्व कामगिरी बजावली. दुष्काळग्रस्त भागातील परिस्थितीने त्यांच्या स्वत:च्या मनावर फार परिणाम झाला. यापूर्वी इतके दारिद्र्य, इतके दैन्य, इतके मृत्यू आणि इतकी असहायता त्यांनी बघितली नव्हती. हजारो लोक वणवण करीत अन्नाच्या शोधार्थ भटकत होते. जंगलातून

हिंडून पालापाचोळा खाऊन कसेबसे जीव जगवीत होते. गवत देखील खायला मिळत नव्हते. माणसांनाही गवत मिळत नव्हते, मग गुरे तरी काय खाणार? असंख्य गुरे चाऱ्यावाचून तडफडून मरत होती. माणसेही अन्नाअभावी पटापट मरत होती.

हे करुण दृश्य पाहिले की टिळकांचे मन उदास होई; पण आपल्या लिखाणाने जनता जागृत होत आहे. परकीय सरकारच्या राज्यकारभारातील मूलभूत दोष हाणून पाडण्यास आवश्यक ती चेतना जनतेत निर्माण होत आहे हेही त्यांना जाणवू लागले. जनतेच्या त्या जागृतीला, त्या उत्साहाला उधाण येऊन तो मर्यादेच्या पलीकडे जाईल अशीही भीती त्यांना वाटू लागली; परंतु जनतेच्या या उत्साहाला त्यांनी पायबंद मुळीच घातला नाही. याच उत्साहाच्या आणि जागृतीच्या बळावर देशाला स्वातंत्र्याचा साक्षात्कार घडणार आहे याची त्यांना खात्री होती.

सारांश, १८९६च्या दुष्काळाने टिळकांच्या राजकीय आयुष्याला एक नवी दिशा लाभली. त्यानंतर त्यांचे कार्य केवळ राष्ट्रीय स्वातंत्र्यापुरतेच मर्यादित राहिले नाही, तर शेतकरीवर्गाचे प्रतिनिधित्वही त्यांनी पत्करले. शेतकऱ्यांच्या प्रश्नांकडे ते आपुलकीने पाहू लागले. हिंदुस्थानातील शेतकरी हाच राष्ट्राचा आत्मा आहे. त्याच्या मनावरील मालिन्य दूर केले तरच देशाचा उद्धार होईल आणि त्यासाठी शेतकरी आपला व आपण शेतकऱ्यांचे असे आपणास वाटायला हवे अशी त्यांची धारणा होती. म्हणून दुष्काळात त्यांनी रात्रंदिवस स्वत:ला त्याच कामाला वाहून घेतले. शेतकऱ्यांनीही टिळकांचा शब्द देववाक्याप्रमाणे मानला.

जनतेची टिळकांवर केवढी भक्ती होती याचे वर्णन रामभाऊ मंडलिकांनी केले आहे. मंडलिक हे त्या वेळी प्रचारकाचे काम करीत होते. पेण येथे जिल्हाधिकारी ब्रुक यांच्यासमोर दोन प्रचारकांवर खटला चालला होता. टिळक त्यावेळी तेथे हजर होते. त्यांचे दर्शन घेण्यासाठी ब्रुक यांच्या तंबूभोवती हजारो शेतकरी जमले होते. त्यांनी टिळकांना बघितले मात्र! एकदम हजारो मुखांनी जयजयकार केला, 'टिळक महाराज की जय!' त्या जयजयकाराने वातावरण नुसते दुमदुमून गेले. टिळकांच्या जयजयकाराशिवाय दुसरा शब्द ऐकू येईना. पोलिसांनी शेतकऱ्यांना गप्प बसविण्याचा खूप प्रयत्न केला; परंतु जयजयकार काही केल्या थांबेना. शेवटी ब्रुकसाहेबांनी टिळकांकडे बघितले आणि त्या समाजाला शांत करण्याची त्यांना विनंती केली. टिळक तंबूबाहेर आले. त्यांचे दर्शन होताच पुन्हा त्या समुदायातून जयजयकाराचा घोष झाला; पण फक्त एकदाच! पुढच्याच क्षणी चातकाच्या आतुरतेने ते टिळकांचा शब्द अन् शब्द

ऐकू लागले. सगळीकडे एकदम शांतता पसरली.

टिळक शेतकऱ्यांचे खरे नेते आहेत हे ब्रुकसाहेबांनी देखील त्या वेळी मान्य केले.

दुष्काळाची आपत्ती टळते न टळते तोच दुसरी एक महान आपत्ती देशावर कोसळली. दुष्काळाच्या आपत्तीने टिळकांना अनेक धडे शिकविले होते. ते धडे याहीवेळी त्यांना उपयोगी पडणार होते. १८९७च्या प्रारंभी पुण्यात प्लेगने कहर उडवून दिला. १८९६च्या ऑक्टोबरमध्ये मुंबईला प्लेगचा प्रारंभ झाला होता. नंतर तो पुण्यात पसरला. यापूर्वी प्लेगची आपत्ती देशाला माहीत नव्हती. चार आठवड्यांत सुमारे चारशे लोक प्लेगला बळी पडले. त्यावरून या आपत्तीची कल्पना येईल. या संकटामुळे लोक गोंधळून गेले. इतकेच नव्हे, तर मुंबई नगरपालिकेचे अधिकारीही गोंधळून गेले. प्लेगच्या रोगाचीच कोणाला माहिती नव्हती, मग उपाय माहीत असणे लांबच राहिले. एका परदेशीय जहाजाने हा रोग मुंबईला येऊन दाखल झाला एवढेच सगळ्यांना समजले; पण त्या जहाजाचा नेमका पत्ता कोणालाच माहीत नव्हता. प्रथम ताप येऊन जांघेत अगर गुडघ्याच्या सांध्यात लिंबाएवढा गोळा उठे. काही काळ असह्य वेदना होत आणि मग बहुधा रोगी त्या वेदना सहन करण्याच्या पलीकडे जात असे. अशा वेळी डॉक्टरांचा काहीच उपयोग होत नसे. कोणी म्हणत, या रोगावर आयोडिनचा चांगला उपयोग होतो तर कोणी म्हणत, पॅराफिन हे या रोगावर रामबाण औषध आहे. काही लोक ही औषधे घेत, कोणी रानगवताचा रस काढून तो अंगाला फासत. १८९७च्या जानेवारीत सुरू झालेल्या प्लेगमुळे पुण्याची जनता गोंधळून गेली होती. पुढे कित्येक महिने प्लेगने पुण्यात ठाण मांडले होते. पुणेकरांना मात्र ते महिने कित्येक युगांप्रमाणे भासले.

हा संसर्गजन्य रोग सर्वत्र पसरू नये यासाठी सरकारी योजना सुरू झाल्या. त्वरित उपाययोजना कराव्या असा नेट विलायत सरकारने लावला. सुरुवातीलाच उपाय झाले असते तर रोग इतका पसरला नसता; पण प्रथम हिंदुस्थानातले सरकार झोपी गेले होते. विलायत सरकारने त्याला जागे केल्यावर मात्र कडक उपाययोजना सुरू झाली. ते सारे उपाय अमलात आणण्यासाठी रँड यांची नेमणूक झाली.

सातारा जिल्ह्यात असिस्टन्ट कलेक्टर असताना रँडसाहेबांची जुलमी कारकीर्द चांगलीच गाजली होती. हे रँडसाहेब भरपूर काम करीत; पण त्यांचा अंमल करडा असे. जनतेच्या हितासाठी काम करताना अंगी गोडवा असावा लागतो; पण त्यांच्याजवळ तो मुळीच नव्हता. त्यांचे गोरे सोजीर गावातून रोग्यांच्या शोधार्थ हिंडू लागले. वाटेल ती घरे तपासू लागले. त्या घरातून वाटेल तसा

धुमाकूळ घालू लागले. प्लेगच्या संशयाखाली लोकांच्या मालमत्तेचा विध्वंस करू लागले. नुसता संशय येताच भराभर बायकामुलांना सेग्रिगेशन कॅम्पमध्ये टाकू लागले. रोगी हलवल्यावर त्यांची घरे धुतली जात. अशा वेळी गोरे सोजीर खुशाल घरात शिरून स्वयंपाकघरात, देवघरात धुमाकूळ घालीत. कित्येक वेळा त्यांनी स्त्रियांची अब्रू लुटली आणि चीजवस्तू लांबवून आपले खिसे भरले, असे आरोपही त्यांच्यावर केले जात होते. लोकांना प्लेगपेक्षा रँड व त्यांचे साथीदार यांचीच भीती अधिक वाटू लागली. प्लेगपेक्षा त्यांच्या धास्तीनेच कित्येक लोक मृत्युमुखी पडले असे सांगतात. बरेच लोक शहर सोडून दुसरीकडे वसतीला गेले. त्यामुळे शहर भकास आणि उदास दिसू लागले. मागे राहिलेले लोक आणखीच भेदरून गेले.

१८९७ साली 'सुधारक' पत्रात प्रसिद्ध झालेल्या मजकुरावरून त्या वेळच्या सुलतानशाहीची कल्पना येते. 'प्लेगच्या नावाखाली त्यांनी वाटेल त्या लोकांची घरे फोडली. त्यांच्या इस्टेटीची हवी तशी विल्हेवाट लावली. मन मानेल त्या त्या ठिकाणी धिंगाणा घातला. वाटेल त्यांचे हात धरले आणि त्यांना सेग्रिगेशन कॅम्पमध्ये ओढीत नेले. यावर अर्ज केले, तर त्या अर्जांची दाद घेतली नाही. फिर्यादींची पर्वा केली नाही. लोकांच्या तक्रारी धुडकावून लावल्या. सरकारी निर्बंध धाब्यावर बसविले. बाळंतिणींना रस्त्यावर ओढले. देव भ्रष्ट केले. इतकेच नव्हे, तर देव्हाऱ्यातील पवित्र देवांचा अपहार केला. द्रव्याच्या तिजोऱ्या फोडल्या आणि पैसे मनसोक्त उधळले. उरलेले खिशात टाकले. कोणत्याही गोष्टीचे पावित्र्य ठेवले नाही. पेटीतला पैसा गेला, फडताळातले पापड विटाळले, दुभत्यातील दही फस्त केले, आजा-पणज्यापासून देव्हाऱ्यात नित्य पूजा घेणारे देव फुटून चूर झाले किंवा भडभुंजाच्या दुकानी छटाकाचे काम करू लागले. कुणाच्याही काकामामास दहा जणांनी मिळून नागवे करावे आणि त्यांना नाचायला लावावे असे प्रकार केले. एवढेच नव्हे, तर परमेश्वरासमान पवित्र मानलेल्या, लोकांच्या आया, बहिणी, लग्नाच्या बायका यांची हरएक प्रकारे विटंबना केली.'

परंतु परिस्थितीमुळे लोक इतके भित्रे बनले होते की कोणीही प्रतिकार करीत नव्हते. त्यांच्या अंगात त्राण उरले नव्हते. आपत्तीकडे तोंड फिरवून बसणे हा टिळकांचा स्वभाव नव्हता. त्यांनी एक सहायक समिती स्थापन केली. इस्पितळे उघडली. स्वयंसेवकांच्या तुकड्या तयार केल्या. रँडशाहीवर आणि रँडच्या साथीदारांनी केलेल्या अपकृत्यांवर त्यांनी 'केसरी'तून टीकेची झोड उठविली. प्लेग कमिटीला विधायक सूचना करण्याचे कार्य चालू होतेच. प्लेग कमिटीने केलेली व्यवस्था आरोग्याच्या दृष्टीने चांगली आहे हे जनतेला त्यांनी पटवून देण्याचा प्रयत्न केला; पण त्याचबरोबर अयोग्य व्यवस्थेबद्दल कमिटीवर टीकाही

केली. आसन्नप्रसवा स्त्रिया आणि म्हातारेकोतारे पुरुष यांना एकत्र ठेवून चालणार नाही, असे त्यांनी बजावले. या कामात लोकांचे सहकार्य मिळविले आणि अधिकाऱ्यांनी जनतेशी गोडीगुलाबीची वागणूक ठेवली, तर जनतेचे सहकार्य मिळण्यास अडचण पडणार नाही हे त्यांनी सांगून पाहिले. इतकेच नव्हे, तर एका शिष्टमंडळाबरोबर रँडची भेट घेतली. सोजिरांनी जनतेवर केलेल्या जुलमाची आणि जनतेच्या प्रतिक्रियेची कल्पना त्यांनी रँडला दिली. टिळकांना भेट देण्याचा चांगुलपणा रँडने दाखविला; पण त्याचा जुलूम थांबला नाही.

जनतेच्या संतापाचा कडेलोट झाला आहे असा इशारा 'केसरी'तून देऊन टिळकांनी लिहिले की, 'हल्ली जी मोगलाई किंवा रँडशाही सुरू आहे, ती केव्हाही फार दिवस टिकणे शक्य नाही व लोक कितीही गरीब असले तरी हा त्रास ते एकसारखा सोसून घेतील असे आम्हास वाटत नाही. करिता प्लेगने मेलो तर मेलो, पण या त्रासातून आपली सुटका करून घेऊ असे लोकांस वाटू देण्यापर्यंत लॉर्ड सँढर्स्ट यांनी त्यांचा अंत पाहू नये अशी त्यास आमची विनंती आहे.'

'ही असली भयंकर साथ बंद करण्यास तीव्र उपायांचीच योजना केली पाहिजे ही गोष्ट उघड आहे; मात्र गव्हर्नर साहेबांनी म्हटल्याप्रमाणे ते उपाय अमलात आणतेवेळी लोकांच्या रीतीभाती, धर्मसमजुती या पाळण्याची होईल तितकी तजवीज ठेवून त्यांच्या मालमत्तेचे चांगले रक्षण झाले पाहिजे. सरकारास ज्या गोष्टी करावयाच्या आहेत त्या लोकांची समजूत घालून व त्यांच्या गैरसोयीकडे नजर देऊन करता येण्याजोग्या आहेत. पुष्कळ ठिकाणी स्वयंपाकघरात व देवघरात शिरतात, अगर ज्यात मनुष्य किंवा प्रेत मावण्याचा संभव देखील नाही, अशा लहान पेट्यादेखील कित्येक वेळा फोडतात. त्याचप्रमाणे रोग्याच्या बिछान्याखेरीज इतर कपडे अगर जिनसा जाळल्याची उदाहरणे घडून आली आहेत व कित्येकांस विनाकारण सेग्रिगेशन कॅम्पमध्ये अगर हॉस्पिटलात पोचविण्यात आले आहे. कित्येक ठिकाणी घर तपासणीच्या वेळी काही मालही चोरीस गेल्याचे समजते. त्याचप्रमाणे हल्ली गर्भार बायका, बाळंतिणी, म्हातारेकोतारे वगैरे सर्वांस कैद्याप्रमाणे पकडून उघडीबोडकी जी कॅम्पमध्ये पाठवितात तसे न करता जर गर्भार किंवा बाळंतीण बायका आणि म्हातारीकोतारी यांस शहरात त्यांच्याच घरात राहू दिले तर त्यापासून काही मोठासा तोटा होईल असे आम्हास वाटत नाही.' असे विचार टिळक 'केसरी'तून मांडीत होते.

हा रोग फैलावू नये म्हणून ज्या उपायांचा अवलंब केला ते उपाय निरुपयोगी होते असेही त्यांनी दाखवून दिले. डॉक्टरांनीही त्यांचे हे मत ग्राह्य धरले. इतकेच नव्हे तर पुढे १९०० साली सरकारने नेमलेल्या समितीने प्लेगप्रतिबंधक उपायांची

छाननी केली आणि हे उपाय निरुपयोगी होते असे मत व्यक्त केले.

या समितीच्या अहवालावर स्टीड यांनी केलेल्या टीकेत म्हटले आहे, की हिंदुस्थानात चार वर्षे प्लेगने ठाण मांडले होते. त्यामुळे तेथील अधिकारीवर्ग भेदरला होता. प्लेगशी टक्कर देण्यासाठी या अधिकाऱ्यांनी आपली सत्ता निरंकुशपणे वापरली; पण त्याचा काहीच उपयोग झाला नाही; परंतु येथील जनतेच्या समजुती व भावना लक्षात घेऊन कोणतीही उपाययोजना करणे अशक्य आहे, हे मात्र चार वर्षांच्या अनुभवाने कळले आहे. या चार वर्षांत त्यांनी लाखो लोकांवर असह्य यातना लादल्या. जनतेच्या घरगुती व सामाजिक समजुतींवर आघात करून त्यांचे प्लेगपासून संरक्षण करण्यासाठी जी साधने वापरली त्याबद्दल जनतेने निषेधच व्यक्त केला आहे. या यातना सहन करण्यापेक्षा प्लेगने मृत्यू आलेला बरा, असे जनतेला वाटे. सरकारची उपाययोजना योग्य होती की नाही याबद्दल शंकाच आहे. या बाबतीत आपल्याला अपयश आल्याचे सरकारनेही मान्य केले आहे आणि लोकांवर उपाय लादण्याचा उपक्रम बंद केला आहे.

अखेरीस मे महिन्याच्या प्रारंभी प्लेग संपल्याची चिन्हे दिसू लागली. १६ मे रोजी प्लेगची तपासणी थांबविण्यासंबंधीची नोटीस रँडसाहेबांनी प्रसिद्ध केली. साथीमुळे गाव सोडून गेलेले लोक पुन्हा हळूहळू परतू लागले. शहराचे औदासीन्य जाऊन टवटवी येऊ लागली. सर्व व्यवहार सुरळीत सुरू झाले; पण संकटे अजून संपली नव्हती.

दि. २२ जूनला गणेशखिंडीत गव्हर्नर साहेबांच्या राजवाड्यात राणीच्या राज्याचा ज्युबिली समारंभ होणार होता. त्या निमित्त निमंत्रितांना मोठा खाना होता. राज्यकर्त्यांच्या दृष्टीने तो मोठा आनंदाचा दिवस. ज्या राज्यावरचा सूर्य कधीही मावळत नसे त्या ब्रिटिश सत्तेचा तो सुवर्णदिन होता; पण आपल्या सार्वभौम सत्तेवर आशिया व आफ्रिका येथील गरीब, दुबळ्या जनतेच्या रक्ताचे डाग पडले आहेत याची त्यांना जाणीव नव्हती. ज्या राज्यावरचा सूर्य कधीही मावळत नाही ते राज्य धोक्याच्या पायावर उभे आहे, या राज्याखाली सुरुंग लागला आहे, हे मात्र त्या दिवशी त्यांना कळणार होते.

समारंभ संपल्यावर मंडळी परत जाण्यास निघाली. बारा वाजण्याचा सुमार होता. रँडसाहेब आपल्या गाडीत बसून निघाले. त्यांच्या मागे आयर्स्ट यांची गाडी होती. गणेशखिंड सोडून सुमारे पाच-सहाशे यार्डांवर गाड्या आल्या. इतक्यात कोणी तरी रँडसाहेबांच्या गाडीच्या मागे चढून छऱ्यांनी भरलेले पिस्तूल त्यांच्या डाव्या खांद्याजवळ पाठीमागे उडविले. नंतर थोड्या वेळाने दुसरा बार झाला. लेफ्टनंट आयर्स्ट जागच्या जागी गतप्राण झाले. रँडसाहेब अकरा दिवसांनी

इस्पितळात मरण पावले.

त्यांच्या मृत्यूने जणू जनतेच्या अपमानाचा बदला घेतला. अपमानाचे आसूड मुकाट्याने झेलण्यास पुण्याची जनता तयार नाही हेच जणू त्या दिवशी सिद्ध झाले.

या खुनाची वार्ता वाऱ्यासारखी सगळीकडे पसरली. सकाळच्या आतच सरकारी गुप्तचरांचा शहराला वेढा पडला. एक गुप्तचर पहाटेच टिळकांकडे गेला आणि त्यांना घडलेला प्रकार त्याने सांगितला. त्यांची प्रतिक्रिया बघण्याचा त्याचा हेतू असावा; पण ती गोष्ट टिळकांच्या गावीही नव्हती.

या प्रकाराने सरकारचे डोके ठिकाणावर राहिले नाही. हा खून राजकीय गुप्त संघटनांच्यामार्फत झाला असला पाहिजे असे सरकारच्या मनाने घेतले. खून झाल्यानंतर पाचव्या दिवशी पुण्याचे कलेक्टर लँबसाहेब यांनी पुण्यातील प्रमुख लोकांची एक सभा घेतली. त्या सभेत त्यांनी वरील संशय बोलून दाखविला. 'तुमच्यापैकी काही लोक बेबंदशाहीचे बी चहूकडे पसरण्यात आपले आयुष्य खर्च करीत आहेत. ज्यांचे लेख राजद्रोहाने ओथंबलेले असतात व ज्यांच्या उक्तीत खुनाशिवाय दुसरे काही मिळावयाचे नाही, अशा राजकीय चळवळ करणाऱ्या रखरखलेल्या निखाऱ्यांना कायमचे विझविण्याची शाक्ती तुमच्या अंगात आहे.'

लँबचे हे बोलणे टिळकांना व त्यांच्या 'केसरी'ला अनुलक्षून होते. त्यामुळे या खुनाचे लोण टिळकांपर्यंत जाते की काय, अशी धास्ती निर्माण झाली. शहरात संचारबंदी जारी झाली. जादा पोलिसांचा खर्च पुण्याच्या नागरिकांवर बसविला. गावातल्या प्रमुख ब्राह्मणांवर करडी नजर फिरू लागली. टिळकांच्या प्रत्येक हालचालींवर गुप्तचरांची करडी नजर होती; पण टिळक, सरकारच्या अशा उपक्रमांना बधले नाहीत. 'केसरी'तून त्यांनी कडाडून दोन लेख लिहिले. या लेखातून सरकारवर त्यांनी चांगलेच कोरडे ओढले.

दि. ६ जुलै १८९७ रोजी त्यांनी 'सरकारचे डोके ठिकाणावर आहे काय?' हा लेख लिहिला. त्यात त्यांनी म्हटले आहे, *'पुण्यातील शे-दोनशे ब्राह्मणांनी जमून खून करण्याचा घाट घातला असता तर तो आज उघडकीस आला नसता काय? ज्या पुण्यातील ब्राह्मणांवर सरकारचा एवढा मोठा कटाक्ष आहे त्यात किती फूट, किती पक्ष, किती फळ्या अथवा मतभेद आहेत याची आमच्या परकीय सरकारास अद्याप कल्पनाही झाली नाही असे त्यांच्या वर्तनावरून दिसून येते. शे-दोनशे तर राहू द्याच, पण पाच-पंचवीस ब्राह्मण लोक देखील एखादे चांगले काम पुण्यात जुटीने करतील अशी आमची स्थिती नाही. मग खुनासारख्या मोठ्या गुन्ह्यासंबंधाने तर बोलावयास नको. एखादा मोठा हत्ती पिसाळला असता*

ज्याप्रमाणे तो वाटेल तशी धूळधाण करीत सुटतो तद्वत् आमच्या सरकारची स्थिती झाली आहे व खुन्यास जो खून चढावयाचा तो आमच्या सरकारास चढून सरकारची नजर अगदी फिरून गेली आहे. ज्याने कोणी खून केला असेल त्यास खुशाल फाशी द्या; त्यात आमचे कल्याण व समाधान आहे. वर्तमानपत्रकर्त्यांचे लेख गुन्ह्यास उत्तेजन देणारे असल्यास इंडियन पिनलकोडाप्रमाणे त्यांस गुन्हेगार ठरवून त्यांसही शिक्षा करा, त्यास आमची हरकत नाही; पण निरपराधी लोकांस विनाकारण धमकी देऊन त्यांच्यावर आग पाखडणे हे खऱ्या मुत्सद्दीपणाचे व शहाणपणाचे लक्षण नव्हे.'

'राज्य करणे म्हणजे सूड उगविणे नव्हे' हा लेख लगेच त्यांनी पाठोपाठ लिहिला. त्यात त्यांनी लिहिले, *'राज्य करणे म्हणजे जेथे तेथे आपली तलवार काढून 'मानवा, तू काय समजलास! तुला सुपारीच्या खांडासारखा खाऊन टाकीन, मारीन, जाळीन, पोळीन,' अशा तऱ्हेने लोकांस एकसारखे भिववीत सुटणे नव्हे. राजाने आपल्या शक्तीचा उपयोग दुष्टाला शासन व निरपराध लोकांचे रक्षण करण्याकडेच केला पाहिजे. राज्य कितीही चांगले असले तरी काही तरी खून, चोऱ्या व दरवडे ही व्हावयाचीच व त्यात सरकारचे अधिकारीही एखादे वेळेस सापडावयाचे; परंतु या सर्व गुन्ह्यांचा निकाल राज्यातील नेहमीच्या व्यवस्थेनेच झाला पाहिजे व ज्या राजास तसा बंदोबस्त ठेवता येत नाही तो राज्य करण्यास नालायक समजला पाहिजे. खून झाला, आण पलटण आणि जाळा सारा गाव, हा न्याय नव्हे, राजनीती नव्हे आणि मुत्सद्दीपणाही नव्हे.'*

अशा तऱ्हेने पोलिसांच्या जुलमी कारभारावर व सरकारच्या खुनशी वृत्तीवर त्यांनी 'केसरी'तून कोरडे ओढले. टिळकांचे हे दोन्ही लेख अत्यंत कडक असून, कदाचित ते त्यांना संकटात आणतील याची कल्पना त्यांचे स्नेही दाजीसाहेब खरे यांनी टिळकांना दिलीच होती. त्यावर टिळक म्हणाले होते, 'मी कडक भाषा वापरतो हे मी कबूल करतो; परंतु अधिकाऱ्यांच्या अन्यायी वर्तणुकीमुळे माझा संताप अनावर होतो आणि त्या संतापाच्या भरात अगदी अंत:करणापासून ते शब्द बाहेर पडतात. अर्थात सरकारवर टीका करताना मी कडक शब्द वापरले आहेत हे खरे आहे; पण ते करताना मी कायद्याच्या मर्यादा ओलांडल्या नाहीत याची मला खात्री आहे.'

टिळकांच्या या बोलण्यानंतर मध्यंतरी एक महिन्याचा कालावधी गेला असेल. त्यांना या लेखांबद्दल मुंबईला अटक झाली आणि त्यांच्यावर राजद्रोहाचा खटला भरण्यात आला. अर्थात या लेखाचे केवळ निमित्त होते. टिळकांची वाढती लोकप्रियता आणि सरकारवर तुटून पडण्याची त्यांची निर्भय वृत्ती, या गोष्टी त्यांच्यावरील या संकटाला कारणीभूत झाल्या. टिळकांची वाढती लोकप्रियता

आणि त्यांचे लिखाण ही 'टाइम्स ऑफ इंडिया'ची व मुंबईचे गव्हर्नर लॉर्ड सँढर्स्ट यांची पोटदुखी झाली होती.

दि. २७ जुलै रोजी टिळक मुंबईला गेले होते. त्यांच्याही कानावर खटल्याची कुणकुण आली होती. ती पडताळून बघण्यासाठीच ते मुंबईला गेले होते. त्यांचा मुक्काम हायकोर्ट वकील दाजीसाहेब खरे यांच्या गिरगावातील आंग्रेवाडीमधील घरी होता. रात्रीचे जेवण आटोपून हे दोघे स्नेही बाहेर गप्पा मारीत बसले होते. इतक्यात पोलीस अधिकारी आले आणि त्यांनी टिळकांना अटक करून नेले. टिळकांची जामिनावर सुटका होते का हे पाहण्यासाठी दाजीसाहेब खरे स्लेटर मॅजिस्ट्रेटकडे गेले; पण त्यांनी जामीन-आज्ञा दिली नाही. दाजीसाहेब निराश होऊन हे वर्तमान सांगण्यासाठी फोर्टमधील पोलीस कचेरीत गेले, तेव्हा टिळक गाढ झोपी गेले होते. स्थितप्रज्ञता यापेक्षा दुसरी कोणती? त्यांच्या तपस्यामय अशा नव्या आयुष्याला प्रारंभ झाला होता.

नवचैतन्याचे स्फुरण

दुष्काळ व प्लेग या दोन आपत्तीत टिळकांनी जी कामगिरी बजावली त्या कामगिरीमुळे त्यांच्या लोकप्रियतेचा आणि नेतृत्वाचा भक्कम पाया रचला गेला. राजकारणाबरोबरच टिळकांनी गणेशोत्सवासारख्या धार्मिक उत्सवातही लक्ष घातले. १८९३ साली हिंदू-मुसलमानांचा मोठा दंगा झाला. या दंगलीची झळ साऱ्या देशालाच पोचली आणि दंगलीनंतर मुसलमान अधिकच वरचढ झाले. अशा दंगलींना तोंड देता यावे म्हणून त्या वर्षी श्रावण महिन्याच्या अखेरीस पुण्यात एक बैठक भरविण्यात आली. या बैठकीत बरीच चर्चा होऊन गणेशोत्सव सार्वजनिक करावा असे ठरले आणि त्याच वर्षी सार्वजनिक गणेशोत्सव सुरू झाला. ही नवी प्रथा टिळकांना पसंत पडली. या उपक्रमाला प्रोत्साहन देण्यासाठी त्यांनी 'केसरी'त स्फुट लिहिले. गणेशोत्सवाला ज्ञानसत्राचे स्वरूप देण्याची कल्पना मात्र टिळकांची होती. इंग्रजी शिक्षणामुळे हिंदूंचे आचार नष्ट होत चालले होते. धर्माबद्दल लोकांमध्ये औदासीन्य उत्पन्न होऊ लागले होते. यावर तोड म्हणून गणेशोत्सवात कीर्तने, प्रवचने, व्याख्याने, मेळे आदी कार्यक्रम केल्यास जनतेत जागृती निर्माण करता येईल हे टिळकांना पटले. विस्कळीत झालेल्या हिंदू समाजाला संघटित करणे हा गणेशोत्सवामागील त्यांचा प्रमुख उद्देश होता. जनता जागृत झाली की राजकीय चळवळीत पुढचे पाऊल टाकता येईल असाही हेतू होता. टिळकांच्या पुरस्कारामुळे गणेशोत्सवाचा त्वरित प्रसार झाला आणि ते चळवळीचे एक साधन ठरले. त्याचबरोबर टिळकांनी जनतेला स्वाभिमानाचे व देशभक्तीचे धडे दिले. महाराष्ट्रातील सुशिक्षित जनतेच्या अंत:करणाला ते धडे जाऊन भिडले होते. ब्रिटिश राज्यकर्ते देशातील लोकमताची पर्वा न करता राज्यकारभार चालवीत होते. त्यामुळे जनतेत होणाऱ्या जागृतीकडे त्यांचे लक्ष गेले नाही. देशातील लोक गरीब व अर्धपोटी राहणारे आहेत, दुष्काळ व प्लेग किंवा हिवताप यांसारख्या साथींमध्ये अनेकांचे बळी पडत हे राज्यकर्त्यांना कळत असे; पण ही सारी माहिती त्यांना खालच्या अधिकाऱ्यांकडून

कळत असे. प्रत्यक्ष जनतेशी त्यांचा कधीच संबंध येत नसे. जनतेची सारी सुखदु:खे ज्या अधिकाऱ्यांच्या हाती असत त्यांना जनतेची भाषा कळत नव्हती. ती भाषा समजून घेण्याचा त्यांनी कधी प्रयत्नही केला नव्हता. त्यामुळे प्रजा व राज्यकर्ते अधिकारी यांचे घनिष्ट संबंध कधीच आले नाहीत. विचारांची देवघेव त्यांच्यात कधीच होऊ शकली नाही. हिंदुस्थानात येण्यापूर्वीच या अधिकाऱ्यांना प्रजेशी बंधूभावाने न वागण्याबद्दल धडे दिले जात असत.

ब्रिटिश अधिकाऱ्यांनी तुटक वृत्तीचे धडे गिरवलेले असल्याने प्रजा त्यांच्यापासून दूर अंतरावर राहिली. त्यामुळेच टिळकांचे कार्य राज्यकर्त्यांच्या प्रथम लक्षात येऊ शकले नाही. हिंदी प्रजेने ब्रिटिश अमलाखालीच नांदले पाहिजे, परमेश्वराचीच तशी इच्छा आहे, त्यातच प्रजेचा फायदा असल्याने ब्रिटिश सिंहासनापुढे त्यांनी मुकाट्याने मान तुकविली पाहिजे, या समजुतीत अद्यापही ब्रिटिश राज्यकर्ते वावरत होते. ब्रिटिशांच्या या प्रवृत्तीवर टिळकांनी प्रहार केला होता. ब्रिटिश नोकरशाही हिंदी प्रजेच्या हिताकडे दुर्लक्ष करते असा धडधडीत आरोप करण्यास त्यांनी मागे-पुढे पाहिले नव्हते; पण टिळकांच्या त्या आरोपांकडे राज्यकर्त्यांचे लक्ष नव्हते. राजकीय क्षितिजावर उगवलेल्या या नव्या देदीप्यमान ताऱ्याचे तेज अद्याप त्यांच्या नजरेत भरले नव्हते.

टिळक हे गांजलेल्या व असंतुष्ट जनतेचे कैवारी होते हे खरे; पण जनतेची दुर्दशा किंवा अंसतोष यांना मात्र टिळक कारणीभूत नव्हते. हा साधा कार्यकारणभाव ब्रिटिश अधिकाऱ्यांच्या लक्षात येत नसे. ते अर्थविपर्यास करून लोकांच्या असंतोषाचे खापर टिळकांच्या माथी फोडीत.

परंतु जनतेच्या असंतोषाचे कारण वेगळेच होते. त्या असंतोषाचे बीज प्लेगच्या दिवसात रुजले होते. प्लेगच्या कहरात पुणेकरांनी अधिकाऱ्यांकडे विनंत्या केल्या, अर्ज धाडले, सहकार्य करण्याची तयारी दर्शविली आणि शिष्टमंडळही नेले; तरीही ब्रिटिश सोजिरांचा नंगा नाच कमी झाला नाही. झडतीच्या वेळचा कडकपणाही कमी झाला नाही. हा सारा अपमान व अन्याय लोक मुकाट्याने सहन करीत होते. अन्यायाची आणि छळाची परिसीमा झाली, तेव्हा त्याचे पर्यवसान रँडच्या खुनात झाले. वस्तुत: रँडचा खून ही एक स्थानिक बाब होती. जनतेवरील अन्यायातून तो खून उद्‌भवला होता; पण नोकरशाहीच्या ते लक्षात आले नाही. ब्रिटिश अधिकाऱ्यांचे डोकेच ठिकाणावर राहिले नव्हते. त्यांना त्या खुनात पुण्यातील ब्राह्मणांचा कट दिसू लागला आणि टिळक हे त्या ब्राह्मणांचे अग्रणी आहेत असा आरोप ते करू लागले. वंशविद्वेषाच्या ज्वाला भडकविण्याच्या कामी अँग्लो-इंडियन पत्रांनी तर साऱ्या मर्यादा ओलांडल्या. ब्राह्मणांना शिव्या हासडण्याच्या कामी मुंबईच्या 'टाइम्स ऑफ इंडिया'ने पुढाकार

घेतला. 'टाइम्स'च्या चिथावणीने युरोपीय समाजाचा तोल सुटला. 'भायखळा क्लब' आणि 'पूना क्लब' हे मुंबई व पुणे येथील गोऱ्या लोकांचे बालेकिल्ले! त्या ठिकाणी भयंकर खुनाशिवाय दुसरा विषयच बोलला जात नसे. तेथील युरोपिअन लोक आपल्या हिंदी मित्रांबरोबर धड भाषण करण्यासही तयार नव्हते. या खुनाने हिंदी लोकांना काळिमा लागला आहे असे त्यांच्या मनाने पक्के घेतले होते. खुनी माणसाचा गळा घोटण्यासाठी ते आतुर झाले होते. सुडाचे भूत त्यांच्या मनात धुमाकूळ घालीत होते.

अशा क्षुब्ध वातावरणात रँडचा दफनविधी उरकण्यात आला. रँडला हुतात्मा पदी चढविण्यात आले होते. त्याची शवपेटिका फुलांनी आणि माळांनी आच्छादली होती. पुण्याचे गोरे लोक आणि मुंबई, नाशिक, देवळाली आदी ठिकाणांहून आलेल्या लष्करी तुकड्या शवपेटिकेमागून चालल्या होत्या. 'मरणान्तानि वैराणि' या न्यायाने वागणारे काही हिंदी लोकसुद्धा अंत्ययात्रेला गेले; परंतु त्यांच्याविषयी संताप व्यक्त करण्यास अँग्लो-इंडियन लोकांनी त्या वेळीसुद्धा मागे-पुढे पाहिले नाही. मुंबईचे शेरीफ सर कावसजी जहांगीर आणि पौर्वात्य विद्याविशारद डॉ. भांडारकर अशांसारख्या प्रसिद्ध व्यक्तींचाही उपमर्द करण्यात आला. पोलिसांनी त्यांना दफन भूमीवर आत प्रवेश करू दिला नाही. शवपेटिकेवर हार घालण्यासाठी गेलेल्या एका पारशी महिलेला हार घालण्यास मनाई करण्यात आली. सारांश, रँडच्या खुनाने युरोपिअन व अँग्लो-इंडियन समाजाची मने पुरती बिथरली होती.

या घटनेपासून आपल्याला धोका आहे याची टिळकांना पुरेपूर कल्पना होती. अँग्लो-इंडियन लोकांनी आपला नेहमीचा मोठेपणा सोडून जंगली कायद्याचा अवलंब केला आहे. मला कदाचित त्यांच्या क्रोधाला बळी पडावे लागेल; पण त्याला मी तयार असले पाहिजे. माझ्या कल्पनेप्रमाणे ते मला आता लवकरच डांबून ठेवल्याशिवाय राहणार नाहीत.' अशा आशयाचे उद्‌गार त्यांनी आपल्या स्नेहीमंडळींसमोर काढले होते; परंतु अशा स्थितीतही परिणामांची पर्वा न करता त्यांनी आपले संपादकाचे कार्य धडाडीने चालू ठेवले होते!

अँग्लो-इंडियन पत्रकारांच्या लेखांना उलट टोले हाणण्यास त्यांनी मुळीच मागे-पुढे पाहिले नाही. त्यासाठी त्यांनी 'केसरी'त जे लेख लिहिले ते अत्यंत उच्च दर्जाचे आहेत. त्या लेखातील आवेश आणि भावनोत्कटता पराकोटीला पोचली असली तरी कायद्याच्या मर्यादा कोठेच ओलांडल्या नाहीत. टिळकांच्या त्या लेखातील मुख्य मुद्दे असे आहेत की, इंग्लिश पत्रांचे संपादक रागाच्या भरात बरळू लागले आहेत. प्लेग कमिटीला प्रामुख्याने पुण्यातील ब्राह्मण पुढाऱ्यांनीच मदत केली व त्यामुळे जनतेचा संशयही त्यांनी आपल्यावर ओढवून घेतला ही गोष्ट त्या पत्रांचे संपादक विसरले. इकडे सरकारच्या रोषालाही ते ब्राह्मण पुढारी

कारणीभूत झाले. अँग्लोइंडियन समाजाची मने कलुषित झाली असल्याने तो समाज कावराबावरा झाला आहे. शहाणपणाची कोणतीही गोष्ट ऐकण्याची त्याची तयारी नाही. ऐन कसोटीच्या प्रसंगी पुणेकरांनी संयम राखला होता. एका माणसाच्या अविचारी कृत्यामुळे सरकारला त्या संयमाची विस्मृती व्हावी याची कीव येते. आमच्या मते हिंदुस्थानातील वृत्तपत्रकारांनी या आणीबाणीच्या प्रसंगी आपले कर्तव्य चोख बजावले होते. त्यांनी वेळोवेळी पुढे मांडलेल्या जनतेच्या तक्रारींकडे दुर्लक्ष केले गेले. यासाठी कोणाला जर दोष लावावयाचा असेल, तर तो सरकारलाच लावावा लागेल. हिंदुस्थानातील सर्वच वृत्तपत्रे राजद्रोही आहेत असा शिक्का ठोकणे म्हणजे आपल्यावरील जबाबदारी टाळण्यासाठी दुसऱ्यावर दोष लादण्याचा अन्याय करणे होय.

एका बाजूने सरकार रँडच्या खुनाची जबाबदारी स्वदेशभक्त अशा संपादक-वर्गावर लादत होते आणि दुसऱ्या बाजूने टिळक ठासून सांगत होते की, सरकारी अधिकाऱ्यांनी केलेल्या दडपशाहीमुळे असे गुन्हे होणे स्वाभाविकच आहे. म्हणून ही जबाबदारी अखेर सरकारवरच येऊन पडते. आपल्या लेखात टिळकांनी पुढे म्हटले आहे, की अशा प्रसंगी देशभक्त अशा वर्तमानपत्रकारांनीच सरकारचे दडपशाहीचे मार्ग चव्हाट्यावर आणले पाहिजेत. अशा दडपशाहीला तोंड देण्यासाठी लोकांना कायदेशीर मार्ग व साधने सुचविणे हे त्यांचे कर्तव्य आहे. परकीय सत्तेला विरोध करणे आणि त्यासाठी जनतेत उत्साह निर्माण करणे हा राजद्रोह होऊ शकत नाही. आपल्या तक्रारींची दाद लावून घेण्यासाठी किंवा स्वातंत्र्य मिळविण्यासाठी सशस्त्र बंडाची चिथावणी देणे यात राजद्रोह आहे. एखादा माणूस हिंसात्मक कृत्याला जर प्रत्यक्ष चिथावणी देत असेल, तर तो राजद्रोह होऊ शकतो. अशा माणसाला शिक्षा करणे हे सरकारचे कर्तव्य आहे. सरकारने डोके शांत ठेवले आणि कायदा पाळला तर लोकही शांत राहतील. सशस्त्र क्रांती टाळण्याची जबाबदारी लोकनेत्यांवर असते त्याप्रमाणेच ती सरकारी नोकरवर्गावरही असते; पण सरकारी नोकर आपले कर्तव्य बजावीत नसतील आणि त्यामुळेच लोक हिंसात्मक कृत्यांना प्रवृत्त होत असतील, तर त्याचा दोष पुढाऱ्यांवर येत नाही. देशभक्ती, धर्मश्रद्धा आणि अन्यायाचा प्रतिकार यांचा पुरस्कार देशातील पुढारी करतात. म्हणून त्यांना हिंसात्मक कृत्याबद्दल जबाबदार धरणे हे केव्हाही अन्यायाचे होईल. ब्रिटिश सत्तेविरुद्ध एखादे कृत्य केले तर तो गुन्हा होतो. म्हणजेच जो लेख राज्यक्रांतीला किंवा बंडाला कारणीभूत होतो तो राजद्रोहाच्या कलमाखाली येऊ शकतो; पण या कलमाखाली केलेल्या स्पष्टीकरणानुसार राज्यकारभारातील चुका व अन्याय दर्शविण्यात राजद्रोह होऊ शकत नाही. म्हणूनच सरकारच्या कृत्यावर कडक टीका करण्यापासून आम्ही

का परावृत्त व्हावे हे आम्हाला समजत नाही.

टिळकांच्या विरुद्ध लिहिताना अँग्लो-इंडियन पत्रांनी कोणताच धरबंध ठेवला नाही. टिळकांवर राजद्रोहाचा खटला भरण्याची हाकाटी त्यांनी सुरू केली. टिळकांनी लिहिलेल्या निरुपद्रवी लेखातून त्यांनी काही भाग वेगळा काढला. आणि त्या संदर्भरहित वाक्यांचा भलताच अर्थ लावून टिळक राजद्रोहास, खुनासारख्या कृत्यास प्रोत्साहन देतात असे ध्वनित केले. 'शिवाजीने केलेल्या अफझलखानाच्या वधाचे टिळक समर्थन करतात. म्लेंच्छांना (परकीयांना) हिंदुस्थानवर राज्य करण्याचा काही ताम्रपट दिलेला नाही,' अशी मते टिळक लेखातून किंवा भाषणातून व्यक्त करतात, अशा अर्थाची मते अँग्लो-इंडियन पत्रे प्रसिद्ध करीत होती.

ब्रिटिशांच्या दराऱ्यामुळे जनता पराधीन आणि असहाय बनली होती. आणि ब्रिटिशांचा तो दरारा नाहीसा करण्याची खटपट टिळक करीत होते. सामर्थ्यवान ब्रिटिशांबरोबर दोन हात करण्याचा त्यांनी निर्धार केला होता; परंतु दुर्दैवाची गोष्ट अशी की, त्यांच्या पिढीतले लोक दुबळे बनले होते. धैर्य व दृढनिश्चय या गुणांना ते पारखे झाले होते. आणि हेच गुण त्यांच्या अंगी बाणावेत म्हणून टिळक प्रयत्न करीत होते. त्यांच्या स्वतःच्या अंगी हे गुण होतेच. एकदा आपल्या मित्रांजवळ बोलताना टिळक म्हणाले होते, 'स्वतः डॉक्टरने कोणत्याही रोगाला भिऊन कसे चालेल? त्याच्या ठिकाणी जर भीतीची चिन्हे दिसली तर सामान्य लोक अधिक भिऊन जातात. पाणबुड्याला जर पाण्याची भीती वाटेल, तर तो आपले काम कसे करणार? जे पत्रकार लोकांच्या हक्कांसाठी भांडतात त्यांची गोष्टही अशीच आहे. त्यांनी तुरुंगाला भिता कामा नये. तुरुंगवास हा त्या धंद्यातील धोका आहे असे समजून तो त्यांनी बिनतक्रार पत्करला पाहिजे.'

'केसरी'तून लेखांमागून लेख लिहिण्याचा सपाटा टिळकांनी चालविला होता आणि तिकडे मुंबईच्या अँग्लो-इंडियन लोकांची सूडबुद्धी पराकोटीला पोचली होती. टिळकांना अटक व्हावी या दृष्टीने मुंबईच्या गव्हर्नरांना चिथावणी देण्याचा त्यांचा उपक्रम सुरू होता. या चिथावणीमुळे अखेरीस टिळकांना अटक झाली. त्या वर्षीचे काँग्रेसचे अध्यक्ष सर शंकरन् नायर यांनी आपल्या अध्यक्षीय भाषणात स्पष्टच सांगितले, की गव्हर्नरसाहेब स्वतंत्र असते तर त्यांनी टिळकांच्या अटकेला मंजुरी कधीच दिली नसती.

रँडचा खून झाला त्या सुमारास टिळकांनी 'केसरी'त लिहिलेल्या लेखांचे उतारे 'टाइम्स ऑफ इंडिया'त प्रसिद्ध होत होते. संभावितपणाचा आव आणून त्या पत्राने टिळकांवर हल्ला सुरू केला होता. 'टाइम्स'ने लिहिले होते, 'टिळकांनी केलेल्या जहाल उपदेशाचा आणि रँडच्या खुनाचा प्रत्यक्ष संबंध आहे हे दर्शविण्याचे

आमचे काम नाही. तथापि, अशा उपदेशामुळे वैयक्तिक हिंसा, सरकारविषयी द्वेष आणि कायदा व अधिकारीवर्ग यांच्याविषयी तिटकारा अशा प्रकारचे वातावरण निर्माण झाल्यावाचून राहत नाही.'

टिळकांवर ही टीका करताना टिळकांनी प्लेगच्या दिवसांत बजावलेल्या विधायक कामगिरीचा साधा उल्लेख करण्याचा शिष्टाचारही 'टाइम्स'ने पाळला नाही. प्लेगच्या वेळी टिळकांनी पुण्यातील पुढाऱ्यांवर चांगलीच टीका केली होती. स्वतः धोका पत्करून साथीत बहुमोल कामगिरीही केली होती. ती कामगिरी करताना आपल्याच लोकांची खरडपट्टी काढण्यास त्यांनी मागे-पुढे बघितले नव्हते. विशेषतः ऐन प्लेगच्या दिवसांत मिळेल त्या पहिल्या आगगाडीने ज्यांनी पोबारा केला होता त्या पुढाऱ्यांची त्यांनी चांगलीच हजेरी घेतली होती. प्लेगच्या दिवसांतल्या त्यांच्या उल्लेखनीय कामगिरीचा 'टाइम्स'ने उल्लेखही केला नव्हता.

पळपुट्या पुढाऱ्यांबद्दल टिळकांनी लिहिले होते, की स्वतः दूर सुरक्षित ठिकाणी राहून प्लेग कमिटीने केलेल्या जुलमाबद्दल आणि उद्धटपणाबद्दल आरडाओरड करून उपयोग नाही. म्हणून पुढाऱ्यांनी बाहेर न जाता येथेच राहून लोकांना मदत केली पाहिजे. टिळक स्वतः जागेवर होते. निरनिराळ्या विभागात समित्या स्थापन करून त्यांनी प्लेग-इस्पितळही चालविले होते. लोकांना भेटून ते धीर देत आणि लेखांमागून लेख लिहून मार्गदर्शन करीत.

त्यांच्या या लेखातील फक्त स्फोटक हकिगती शोधून काढून 'टाइम्स'ने मल्लिनाथी केली. 'रँड व त्याच्या हाताखालच्या अधिकाऱ्यांविरुद्ध नुसती ओरड करणे निष्फळ आहे. या लेखात टिळकांनी केलेल्या ऊहापोहाविषयी ज्यूरीने अमुकच मत बनवावे याविषयी आम्ही जरी सूचना करीत नाही, तरी पण टिळकांना जे नुसती ओरड करून होणार नाही असे वाटत होते या त्यांच्या मताशी पिस्तुलधारी माणसाचे संपूर्ण सहमत होते असे दिसते.'

'टाइम्स'च्या लेखातील हा खोडसाळपणा निंद्य समजला पाहिजे. त्यात 'केसरी'तील लेखाचा मुद्दामच विपर्यास केला आहे. 'नुसती ओरड करून भागणार नाही' हे शब्द रँडचा खून व्हावा या हेतूने टिळकांनी मुळीच वापरले नव्हते. टिळकांनी फक्त काही विवक्षित पुढाऱ्यांचा निषेध केला होता. 'टाइम्स'कारांना या शब्दांचा अर्थ कळत नव्हता असे नाही; पण युरोपिअन ज्यूरीने टिळकांविरुद्ध मत द्यावे या हेतूनेच हा विपर्यास केला होता.

ज्या वेळी केसरीत हा लेख आला होता त्या वेळी टिळक जामिनावर खुले होते. त्यांच्यावरील खटला हायकोर्टात चालू होणार होता. खटल्याचा निकाल लागण्यापूर्वी 'टाइम्स'ने हा अग्रलेख लिहून कोर्टाची धडधडीत बेअदबी केली

होती. पुढे 'टाइम्स'चा हा लेख हायकोर्टाच्या निदर्शनास आणला; पण त्याचा फारसा उपयोग झाला नाही. आणि त्या लेखाचा हेतू साध्य झाल्यावर 'टाइम्स'च्या लेखकाला फक्त ताकीद देण्यात आली; पण त्यात काहीच अर्थ नव्हता.

टिळकांनी आपल्या मूळ लेखाचा अर्थ व हेतू पुन्हा एकदा स्पष्ट शब्दांत व्यक्त केला. 'टाइम्स'ने टिळकांचा हा खुलासा छापायला हवा होता; पण तेवढाही भलेपणा 'टाइम्स'ने दाखविला नाही.

टिळकांवर खटला भरण्यास मुंबईचे गव्हर्नर सँढर्स्ट यांची प्रथम तयारी नव्हती, असे मानण्यास सबळ पुरावा आहे. खटला भरण्याबाबत त्यांचे मत डळमळीत होते. इतकेच नव्हे, तर लेजिस्लेटिव्ह कौन्सिलच्या दुसऱ्या निवडणुकीला त्यांनी टिळकांना परवानगीही दिली होती; पण टिळकांना अटक करावी म्हणून ब्रिटिशांच्या मालकीच्या वृत्तपत्रांनी एकसारखी उचल खाल्ली. अशीही वदंता आहे की, 'गव्हर्नरने टिळकांच्या बाबतीत कमकुवतपणाचे धोरण अवलंबिण्याचा हट्ट धरला, तर युरोपिअन समाज त्याच्यावर बहिष्कार घालील' अशी धमकीही देण्यात आली होती. पूर्वी एकदा इंग्लिश गुन्हेगारांची चौकशी करण्याचा अधिकार हिंदी न्यायाधीशांना देण्याबद्दल उदारमतवादी व्हाइसरॉय लॉर्ड रिपन यांनी एक बिल कायदेमंडळात आणले होते. त्या वेळी हिंदुस्थानातील युरोपिअनांनी त्या बिलाविरुद्ध इतकी ओरड केली की अखेरीस ते बिल मागे घ्यावे लागेल. 'हे बिल पास करून घेण्याचा हट्ट धरला, तर तुम्हाला अचानक पळवून नेऊन तुमची इंग्लंडला रवानगी करू' अशी धमकी लॉर्ड रिपनला या मंडळींनी दिली होती, हे लॉर्ड सँढर्स्ट यांना माहीत होते. आपली लॉर्ड रिपनसारखी अवस्था होऊ नये म्हणून त्यांना देशबांधवांपुढे नमते घ्यावे लागले. त्यांनी टिळकांना अटक करून त्यांच्यावर खटला भरण्यास मंजुरी दिली.

रँडच्या खुनाशी टिळकांचा थोडा तरी संबंध जोडता यावा म्हणून मुंबईच्या गुप्त पोलिसांनी आटोकाट प्रयत्न केले. त्यात त्यांनी कशाचीही क्षिती बाळगली नाही; पण तरीही त्यांच्या प्रयत्नांना यश आले नाही. मग सरकारी वकिलांनी टिळकांच्या लेखातून आणि भाषणातून उतारे निवडून काढले आणि खटल्याची सिद्धता केली.

१२ जून १८९७ रोजी लकडी पुलाजवळच्या विठ्ठल मंदिरात शिवाजी राज्याभिषेक उत्सव साजरा करण्यात आला. त्या प्रसंगी टिळकांनी भाषण केले होते. टिळक म्हणाले होते, 'थोर विभूती सामान्य शास्त्रतत्त्वांच्या वर आहेत. ज्या जागी थोर पुरुष असतात त्या जागेपर्यंत या तत्त्वांची दृष्टी पोचत नाही. अफझलखानाला मारण्यात शिवाजीने पातक केले किंवा कसे, ह्या प्रश्नाचे उत्तर महाभारतातच आहे. प्रत्यक्ष आपल्या गुरूस, आपल्या बांधवांस मारण्याचा

श्रीमत् कृष्णांनी गीतेत उपदेश केला आहे. फलाची इच्छा न ठेवता कर्मे आचरीत असता कोणताही दोष नाही. श्री शिवाजी महाराजांनी आपले टीचभर पोट जाळण्याकरीता काही केले नाही. सात्त्विक बुद्धीने परोपकारार्थ त्यांनी अफझलखानाचा वध केला. आपल्या घरात जर चोर शिरले आणि त्यांना बाहेर हाकलून लावण्यास आपल्या मनगटात जर शक्ती नसेल, तर त्यांना खुशाल कोंडून घालून उभे जाळावे. म्लेंच्छांना हिंदुस्थानच्या राज्याचा ताम्रपट परमेश्वराने दिलेला नाही. आपल्या भूमीतून त्यांना हाकून लावण्याचा महाराजांनी उद्योग केला त्यात पराभिलाषाचे पाप नाही.'

दि. १५ जून १८९७च्या अंकात टिळकांचे हे भाषण प्रसिद्ध झाले. त्याच अंकात 'निशाणी भवानी तलवार' या नावाखाली 'शिवाजीचे उद्‌गार' कवितेच्या रूपाने प्रसिद्ध झाले. त्या कवितेत असे दर्शविले होते की आपल्या प्रजेच्या अवनतीबद्दल शिवाजीराजे खेद करीत आहेत. याच कवितेत ब्रिटिशांच्या न्यायदानाबद्दल, आगगाडीच्या डब्यात ब्रिटिश लष्करी शिपायांनी हिंदी स्त्रियांवर केलेल्या बलात्काराबद्दल आणि देशातील संपत्ती वाहून नेल्याबद्दल उल्लेख आहे. 'अहो, तुम्ही विसरला कैशी जुनी रीत ती' असा सवाल या कवितेत इंग्रजांना महाराजांनी केला होता. 'हिंदूंना सुख द्या; कारण ती माझीच लेकरे आहेत. कृतज्ञ होऊन त्यांचे ऋण फेडा,' अशी विनंती केली होती.

अशा फुसक्या आधारावर भरलेला हा खटला दि. ८ सप्टेंबर १८९७ रोजी न्या. स्ट्रॅची यांच्यासमोर सुरू झाला. या खटल्यात सहा युरोपिअन आणि तीन हिंदी असे एकूण नऊ ज्यूरी होते. खटल्याचे कामकाज सहा दिवस चालले.

या खटल्याने सगळीकडे खळबळ उडवून दिली. या वेळी हिंदुस्थानातील राजकीय चळवळ बाल्यावस्थेत होती. 'इंडियन नॅशनल कॉंग्रेस'ची स्थापना होऊन बारा वर्षे झाली होती. तिचे पुढारी मवाळ राजकारणी होते. या सर्वांनी मोठमोठ्या पदावर सरकारची चाकरी इमानेइतबारे केली होती. ब्रिटिश सरकारशी एकनिष्ठ राहण्याचे त्यांचे ध्येय होते. अशा स्थितीत राजद्रोह या शब्दाचा नुसता उच्चार केला तरी त्यांचा थरकाप होत असे. त्यांनी टिळकांच्या अटकेची व त्यांच्यावरील राजद्रोहाच्या आरोपाची बातमी वर्तमानपत्रात वाचली तेव्हा ते थक्कच झाले. अशा 'आगलाव्या'चा संबंध त्यांनी ताबडतोब सोडला. मुंबईच्या वकीलवर्गातील पुढाऱ्यांचे टिळकांना साहाय्य व कायदेशीर सल्ला मिळू शकला नाही. यावरून या तथाकथित पुढाऱ्यांनी टिळकांशी संबंध ठेवायचा नाही, असे ठरवले होते, हे सिद्ध होते; पण सामान्य जनता मात्र आपले कर्तव्य विसरली नव्हती. आपल्या नेत्याच्या बचावासाठी सामान्य जनतेने निधी जमविण्यास सुरुवात केली. ही रक्कम चाळीस हजार रुपयापर्यंत गेली होती, असे मुंबई

सरकारला गुप्तपणे कळले होते.

सर्वांत बहुमोल साहाय्य कलकत्त्याहून आले. काँग्रेसचे अध्यक्ष सुरेन्द्रनाथ बॅनर्जी, 'अमृतबझार पत्रिके'चे संपादक मोतिलाल घोष आणि रवीन्द्रनाथ टागोर यांच्यासारख्या पुढाऱ्यांनी एक निधी-समिती स्थापन केली. या समितीने १६,७६८ रुपये आठ आणे इतकी रक्कम गोळा केली. पैसे देताना आपले नाव प्रसिद्ध होऊ नये अशी इच्छा काहींनी दर्शविली होती. निधीला साह्य करणाऱ्यांच्या यादीतल्या पहिल्या ५०० रुपयांच्या आकड्यापुढे कोणाचेही नाव नव्हते. कलकत्त्याने केवळ निधीच पाठविला नाही, तर टिळकांच्या बचावासाठी प्यू आणि गार्थ हे दोन प्रख्यात बॅरिस्टर आणि त्यांच्या मदतीला चौधरी नावाचे हिंदी बॅरिस्टरही कलकत्त्याहून आले.

बचावाच्या भाषणात बॅरिस्टर प्यू यांनी ठासून सांगितले, की टिळकांनी आपल्या भाषणात शिवाजीने केलेल्या अफझलखानाच्या वधाचा फक्त नैतिकदृष्ट्या ऊहापोह केला होता. सामान्य कायदे समाजाच्या बंधनासाठी असतात. ते सामान्य स्त्रीपुरुषांसाठी असतात. शिवाजी, क्रॉमवेल यांच्यासारख्या उच्च पातळीवरील व्यक्तींना हे कायदे लागू पडत नाहीत. त्यांच्या कृत्यांचा निर्णय देण्यासाठी सामान्य नियम लावता कामा नये असे टिळकांचे म्हणणे होते. 'केसरी'तील विभूतिपूजेचा लेख कार्लाइलच्या एका निबंधाच्या आधारेच लिहिला आहे. अफझलखानाच्या वधाचे समर्थन केले म्हणून रँडच्या खुनास कोणी उत्तेजन दिले असे म्हणता येणार नाही. अफझलखानाच्या वधाची चर्चा इतरांनीही केली आहे. रँडच्या खुनापूर्वी, किंबहुना प्लेग सुरू होण्याच्या कितीतरी दिवस आधी ही चर्चा सुरू झालेली होती. काही आक्षेपार्ह लेख कवितारूप आहेत. त्यात आलंकारिक भाषेचा वापर झाला असल्यास त्याचा शब्दश: अर्थ कसा घेता येईल?

अशा प्रकारे बचावाचे भाषण झाले. पण त्याचा अनुवाद करून ज्यूरींना सांगताना टिळकांच्या प्रत्येक शब्दाचा विपर्यास केला गेला.

न्यायमूर्ती स्टॅची यांचा समारोप अगदी नमुनेदार होता. त्यांचे म्हणणे थोडक्यात असे होते, 'सरकारतर्फे सांगण्यात येते, की तुमचा हेतू साध्य करण्यासाठी कोणत्याही उपायांचा अवलंब करून राजकीय खून करणे किंवा शत्रूचा नि:पात करणे हे न्याय्य आहे. कल्पना करा की तुमच्या घरात चोर शिरले आणि तुम्हाला त्यांचा प्रतिकार करण्याचे सामर्थ्य नसेल तर त्यांना घरात कोंडून जाळून टाकावे. जर परक्या लोकांनी तुमच्या देशाचा ताबा घेतला आणि त्यांना हाकलून देण्याचे सामर्थ्य तुमच्यात नसेल, तर देशातच त्यांचा काटा काढा, हे वाक्य वर्तमानकाळात आहे आणि वरील परिस्थितीत विशिष्ट प्रकारचा मार्ग न्याय आहे अशा तऱ्हेचे समर्थन त्यात आहे.'

आरोपीला दोषी ठरविण्याची ही जणू काय ज्यूरीतील सभासदांना आज्ञाच होती. प्लेगसंबंधी टिळकांनी लिहिलेले लेख व रँडचा खून यांचा संबंध होता असे सिद्ध करण्यास पुरावा नव्हता; या सरकारी मताशी न्यायमूर्ती सहमत होते; पण ज्यूरींतील सभासदांना खटला समजावून देताना न्यायमूर्तींनी त्यांच्या मनावर परिणाम घडवून आणला. त्या वेळी त्यांचे स्वत:चे मतही उघड दिसून येत होते. ज्यूरींतील सभासदांना उद्देशून केलेल्या भाषणात न्यायमूर्तींनी ज्या एका मुद्यावर भर दिला होता तो मुद्दा असा - 'निरनिराळे लेख लिहिण्यात कायद्याने प्रस्थापित झालेल्या सरकारविषयी द्वेष व शत्रुत्व करण्यास लोकांना चिथावणी देण्याचा टिळकांचा हेतू होता.'

टिळकांनी पुढे आणलेल्या पुराव्याची न्यायमूर्तींनी दखल घेतली नाही, इतकेच नव्हे, तर १२४ कलमाच्या अर्थाचाच त्यांनी अनर्थ केला. द्वेष (disaffection) या शब्दाचा अर्थ केवळ प्रीतीचा अभाव (simply want of affection) असा केला व नंतर त्याचा अधिक खुलासा करून सांगितले की, disaffection याचा अर्थ ill-will (दुष्ट बुद्धी), dislike (नावड), आणि enemity (शत्रुत्व)असा आहे. असा एकतर्फी व घातक अर्थ समजावून दिल्यामुळे ज्यूरींतील सहा युरोपिअन सदस्यांनी टिळकांना दोषी ठरविले व हिंदी सदस्यांनी निर्दोष ठरविले. त्यामुळे न्यायमूर्तींची निराशा झाली. मूळ लेख मराठीत होते. युरोपिअन ज्यूरींना ते समजले नाहीत. हिंदी ज्यूरींना मात्र समजत होते; पण हा खटला अशा तऱ्हेने चालविला गेला की ब्रिटिश न्यायदानाची ती शुद्ध चेष्टाच झाली. खटल्याचा निकाल देण्यास ज्यूरींतील बहुमत पुरेसे होते. टिळकांना अठरा महिने सक्तमजुरीची शिक्षा देण्यात आली.

१९१९ साली या खटल्याबद्दल ब्रिटिश कायदेपंडित सर जॉन सायमन म्हणाले होते, की न्यायमूर्ति स्ट्रॅची यांनी disaffection या शब्दाची व्याख्या अगदी भोंगळपणे केली आहे, disease म्हणजे absence of ease असे म्हणण्यासारखीच ही व्याख्या आहे; पण टिळकांचा खटला चालविणारा न्यायमूर्ती न्याय देण्यासाठी बसलेला नव्हता. ब्रिटिशांसाठी त्याला राजकीय शिकार साधायची होती.

ब्रिटिशांचे राज्य न्यायी आहे, कल्याणकारी आहे अशी सामान्य जनता व वृद्ध पुढारी यांची समजूत होती, तिला या खटल्याच्या निकालाने सुरुंग लावला. ब्रिटिशांचे राज्य न्यायी नाही हेच टिळकांना सिद्ध करायचे असल्याने त्यांचा कार्यभाग साधला.

हा खटला सुरू होण्यापूर्वी देशातील सामान्य जनतेला टिळकांचे नुसते नाव माहीत होते. त्यांचा स्वार्थत्याग, देशप्रेम आणि नीतिमत्ता यांविषयी लोक

फक्त ऐकून होते; पण खटल्यामुळे त्यांना प्रचंड लोकप्रियता मिळाली. त्यांच्या शिक्षेचे वृत्त येताच साऱ्या देशावर दुःखाची छाया पसरली. साऱ्या देशात सहानुभूतीची लाट उसळली. टिळक दोषी आहेत यावर जनता विश्वास ठेवायला मुळीच तयार नव्हती. ठिकठिकाणी प्रचंड जाहीर सभा भरवून जनतेने आपल्या भावना व्यक्त केल्या. १८५७च्या उठावानंतर प्रथमच या शिक्षेच्या बातमीने सर्वत्र अस्वस्थता निर्माण केली. इतके दिवस टिळकांचे कार्य फक्त मुंबई इलाख्यापुरते मर्यादित असल्याने तेथील लोकांनाच ते माहीत होते. या खटल्यामुळे टिळक राष्ट्रीय पुढारी झाले.

खटला चालू असताना त्याच्या निकालाबद्दल सर्वत्र उत्सुकता निर्माण झाली होती. जो तो 'काय झाले' म्हणून दुसऱ्याला विचारीत होता. खटल्याचा निकाल ज्या दिवशी होता त्या दिवशी तर लोकांची उत्सुकता शिगेला पोचली होती. मोठ्या शहरातील वृत्तपत्रांच्या कचेऱ्यांमध्ये लोक ताज्या तारेबद्दल वरचेवर चौकशी करू लागले. ताजी बातमी ऐकण्यासाठी रस्त्यावरून येणारे-जाणारे वर्तमानपत्रांच्या कचेरीत डोकावू लागले. मद्रासच्या 'हिंदू'सारख्या वर्तमानपत्रांनी खटल्याच्या प्रगतीची वेळोवेळी तारेने बातमी मिळवून लोकांची उत्सुकता सतत शमविण्याची सोय केली होती. ताजी तार आली की 'हिंदू'च्या कचेरीबाहेर फलकावर ताजे वृत्त लिहिले जाई.

न्यायमूर्तींचे भाषण अखेरच्या दिवशी सकाळी सुरू होऊन भोजनाच्या वेळेनंतरही चालले. त्यावरून खटल्याचा निकाल त्याच दिवशी लागणार हे लोकांनी ओळखले. ठिकठिकाणी जमलेल्या गर्दीत आणखी भर पडू लागली. लोकांची अस्वस्थता क्षणोक्षणी वाढू लागली.

मद्रासमध्ये 'हिंदू'च्या कचेरीसमोर ताटकळत उभा असलेला प्रचंड जनसमुदाय अखेरीस तार-कचेरीकडे वळला. तेथेही आधीच प्रचंड गर्दी झाली होती. शेवटी निकालाची तार आली आणि ती वाचून दाखविण्यात आली. सगळीकडे दुःखाची आणि निराशेची छाया पसरली. रात्रभर मद्रास शहरात लोक गटागटाने चर्चा करीत होते.

पुण्यात निकालाची तार आली तेव्हा रात्र झाली होती. सारे शहर या बातमीने दुःखात बुडून गेले होते. उत्सुकतेने चौकशी करणाऱ्यांना हे दुःखद वृत्त सांगायची कोणाची इच्छाच राहिली नव्हती. सारेजण कुजबुजत्या स्वरात बोलत होते. कित्येकांना दुःख अनावर होऊन हुंदके फुटू लागले. निकालाच्या आदल्या दिवशी भाविक लोकांनी चांगल्या बातमीसाठी देवाला कौल लावले होते. खटल्याच्या निकालाने या साऱ्यांची हृदये दुःखाने दुभंगून गेली.

कलकत्त्याच्या 'प्रेस असोसिएशन'ने एक ठराव संमत करून आपल्या

मुखत्यारीतल्या सगळ्या वर्तमानपत्रांना काळी चौकट टाकून टिळकांच्या शिक्षेचे हे वृत्त छापण्याचा आदेश दिला. त्याप्रमाणे अमृतबझार पत्रिका, बंगाली आणि इंडियन मिरर यांचे २५ सप्टेंबरचे अंक काळ्या चौकटीत प्रसिद्ध झाले. 'हिंदू'ने सुचविले की, एक अंक फक्त टिळकांच्या चित्राचाच छापावा. लखनौच्या कॉलेजातले विद्यार्थी १७ सप्टेंबरला काळ्या फिती दंडावर लावून कॉलेजात गेले. कॉलेजच्या प्राचार्यांनी खुलासा विचारताच त्यांनी धीटपणे सांगितले, 'आम्ही आमच्या नेत्याच्या शिक्षेबद्दल शोकप्रदर्शन करीत आहोत.'

मुंबईमध्ये नेहमी दसऱ्याची मिरवणूक निघत असे; पण त्या वर्षी मिरवणूक काढायची नाही असे ठरले. त्या ऐवजी घरोघरी टिळकांच्या चित्राची पूजा करण्यात आली. सर्वत्र दुःखाचे वातावरण टिकून राहिले आणि कित्येक ठिकाणी दिवाळीचा सणही लोकांनी केला नाही.

टिळकांच्या खटल्याकडे जनतेप्रमाणे सरकारचेही लक्ष वेधले होते. खटल्याची जनतेत काय प्रतिक्रिया होते ते पाहण्यासाठी खास गुप्तहेर नेमले होते. गुप्त पोलिसांनी लिहिले आहे, 'टिळकांना अटक केल्यामुळे साऱ्या हिंदुस्थानभर फारच खळबळ उडाली. या खटल्यासारखे पूर्वी कोणत्याही खटल्याकडे लोकांचे चित्त वेधले नव्हते. टिळकांबद्दल सहानुभूती व्यक्त करण्यासाठी त्यांच्या बचावाकरिता लोकांनी चाळीस हजार रुपये गोळा केले. ही रक्कम हिंदुस्थानातील सर्व भागांतून गोळा झाली होती.'

खटल्यासंबंधी लोकांची प्रतिक्रिया काय आहे ते लिहिताना अहवालात म्हटले होते, 'टिळकांना कायद्याने शिक्षा झाली तरी ते निर्दोषच आहेत अशी लोकांची खात्री आहे. खटल्याच्या वेळी त्यांनी घेतलेल्या भूमिकेमुळे लोकांच्या मनात आदरभाव वाढला आहे. ज्यूरींतील सभासदांनी त्यांना दोषी ठरविले तरी आपण निर्दोष असल्याचे ते वरचेवर कोर्टाला बजावीत होते. राष्ट्राच्या उद्धारार्थ झटणारे ते लोकधुरीण आहेत अशी लोकांची खात्री पटली होती.'

टिळकांच्या या पहिल्या राजद्रोहाच्या खटल्यामुळे ब्रिटिश सत्तेबद्दलचा जनतेला वाटत असलेला धाक नाहीसा झाला. शरणागतीचे जुने पर्व संपले आणि आव्हानाचे नवे पर्व सुरू झाले.

स्फूर्तिगंगेचे पुनरागमन

राजद्रोहाच्या खटल्यांच्या इतिहासात टिळकांचा खटला हा पहिलाच महत्त्वाचा खटला होता. पन्नास वर्षांत तरी एवढा महत्त्वाचा खटला झाला नव्हता. टिळकांच्या शिक्षेची प्रतिक्रिया देशात झाली त्याप्रमाणेच परदेशातही मोठ्या प्रमाणात झाली. ब्रिटिश न्यायाधीशाने खटल्याचा निकाल देताना disaffection या शब्दाचा अर्थ want of affection असा केला होता. या गोष्टीला फार महत्त्व प्राप्त झाले होते. त्यामुळे सर्व प्रकारच्या राजकीय चळवळींना मूठमाती मिळाल्यासारखी झाली होती.

खटल्याचा निकाल काय लागणार याची अटकळ काही लोकांनी आधीच बांधली होती. टिळकांच्या काही मित्रमंडळींनी त्यांना सरकारची माफी मागून खटल्याच्या व शिक्षेच्या त्रासातून मुक्त होण्याचा पोक्त सल्लाही दिला होता. टिळकांचे स्नेही आणि कलकत्त्याच्या 'अमृतबझार पत्रिके'चे संपादक मोतिलाल घोष यांनीही टिळकांना पत्र पाठविले होते. त्यात सरकारला आव्हान देऊ नये असा उपदेश मित्रत्वाने केला होता. त्यांना धाडलेल्या उत्तरात टिळकांनी लिहिले होते, 'माझा समाजातील दर्जा केवळ शीलावरच अवलंबून असल्यामुळे अशा खटल्यांनी भेदरून जाणे मला कमीपणाचे आहे. मी भेदरून गेलो, तर पुढे महाराष्ट्रात राहणे आणि अंदमानात राहणे सारखेच ठरणार आहे. खटल्यातील पुराव्याचा विचार केला तर मला यश आलेच पाहिजे, अशी माझी खात्री आहे. माझ्या सध्याच्या प्रकृतीच्या अवस्थेत त्याबद्दलची सर्व कारणे मी देऊ शकत नाही. ज्यूरीला मराठी येत नसल्यामुळे मला फक्त ज्यूरीबद्दलच चिंता वाटते. न्यायाबद्दल शंका वाटत नाही. ब्रिटिश सत्तेबद्दल मनात दुष्ट हेतू बाळगण्यास आपण असमर्थ आहोत. त्यामुळे राजद्रोहाबद्दल आपल्याला शिक्षा होणे शक्य नाही ही गोष्ट तुम्ही व मी जाणून आहोत. आपल्याला जर सदैव राजकारणातच रहावयाचे आहे, तर अशा संकटांना आपण नेहमी तयार असलेच पाहिजे. हा आपल्या व्यवसायातला अपरिहार्य धोका आहे. त्याला तोंड देण्यास आपण

सदैव सिद्ध असले पाहिजे. तुम्हाला वाटत असले तरी, मला मात्र माझे लेख राजद्रोहात्मक वाटत नाहीत; पण सरकारच्या सल्लागारांचे मत विरुद्ध आहे. याबद्दल दिलगिरी वाटते; पुण्याच्या पुढाऱ्यांची मानखंडना केल्याशिवाय सरकारचे समाधान होणार नाही; पण कच्च्या वेतासारखे इतर जसे वाकले तसा मी मात्र वाकणार नाही. काही एका मर्यादेच्या पलीकडे आपण सर्वजण जनतेचे नोकर आहोत हे ध्यानात ठेवले पाहिजे. अशा आणीबाणीच्या प्रसंगी आपण जर धीर सोडला, तर लोकांचा विश्वासघात केल्यासारखे होईल. त्यांची निराशा होईल. मी जर राजद्रोह केला नाही तर प्रामाणिक व सन्मान्य गृहस्थ या नात्याने मी तो आरोप काय म्हणून मान्य करू? मला जर शिक्षा झाली तर माझ्या देशबांधवांची सहानुभूती माझ्या अडचणीत मला खात्रीने उपयोगी पडेल.'

'राजद्रोह' या शब्दाचा विलक्षण अर्थ लावून न्या. स्ट्रॅची यांनी टिळकांना शिक्षा दिल्यामुळे हिंदुस्थानातील बहुतेक सर्व वर्तमानपत्रांनी त्यांचा निषेध केला. कलकत्त्यातील 'इंडियन मिरर'ची टीका त्यातल्या त्यात सौम्य होती. त्या टीकेत देशातील जनतेचे मत प्रतिबिंबित झाले होते. या पत्राने लिहिले होते, 'न्यायाधीश आणि ॲडव्होकेट जनरल यांनी परस्परांची जागा घेतलेली दिसते. रँड व आयर्स्ट यांच्या खुनामुळे युरोपिअन समाजाची डोकी ठिकाणावर नव्हती. पुण्याच्या मराठ्यांविषयी त्यांची मने कलुषित झाली होती. यामुळे ज्यूरीचा निर्णय काय होणार हे अगोदर ठरल्यासारखेच होते. खटला अत्यंत महत्त्वाचा होता व त्या महत्त्वाच्या मुद्यांचा निकाल लागायचा होता. आर्थर स्ट्रॅचीसारख्या तरुण आणि अनुभवी न्यायाधीशाकडून त्या मुद्द्यांचा योग्य निकाल लागेल अशी अपेक्षा करण्यात अर्थ नव्हता.'

लंडनमधील 'डेली क्रॉनिकल' या उदारमतवादी पत्राने लिहिले होते, 'बेफामपणा, असंतोष, अपायकारक अशी निरर्थक बडबड पुष्कळ असू शकेल; परंतु तिच्याकडे आपण आजवर लक्ष दिले नाही. पुढेही देणार नाही. राजद्रोह पूर्णपणे शाबीत करा आणि मग आम्ही सर्वजण कडक शिक्षा पसंत करू; परंतु कविता चाळून आणि 'नमुनेदार लोकप्रिय लुटारू'च्या केलेल्या स्तुतीतून बारीकसारीक गोष्टी हुडकून काढून त्यांचा भलताच अर्थ लावू पाहणे म्हणजे असे वाटते की सरकार धोक्याचा मार्ग पत्करीत आहे. हिंदुस्थानातील राजद्रोहाच्या खटल्याचे स्वरूप विसरून चालणार नाही. Disaffection या शब्दाचा नवीनच अर्थ लावला आहे. त्या अर्थाप्रमाणे सरकारने न केलेल्या गोष्टींबद्दल नापसंती व्यक्त करणे हाही राजद्रोह होऊ शकेल. आमच्या मते इंग्लंडमध्ये कोणीही या अर्थापुढे मान तुकविणार नाही. आणि तो अर्थ जर लवकरच रद्द केला नाही तर हिंदुस्थानात भयंकर अनर्थ घडेल.'

सुरेंद्रनाथ बॅनर्जी यांनी काँग्रेसमध्ये पुढील आशयाचे विचार व्यक्त केले, 'मी स्वत: हिंदुस्थानातील पत्रकारांतर्फे सांगू शकतो की टिळकांवर जो आरोप ठेवण्यात आला आहे त्यात ते सर्वस्वी निर्दोषी आहेत, अशी आमची मनोदेवता सांगते. शब्दच्छल करून दिलेला निर्णय कदाचित बरोबर असू शकेल; पण त्यात खरा न्याय झाला नाही. त्यामुळे वाईट वाटते. टिळकांसाठी आज सारे राष्ट्र दुःख करीत आहे. त्यांच्या तुरुंगवासाविषयी मी सहानुभूती व्यक्त करतो. ते निर्दोष आहेत, अशी माझी खात्री झालेली आहे. तुरुंगातील कोठडीत जाऊन मला जरी त्यांची भेट घेता येत नसली, तरी मनाने मी त्यांच्याजवळच आहे.'

सुरेंद्रनाथ बॅनर्जी यांचे भाषण संपल्यानंतर काँग्रेस अधिवेशनातील सर्व प्रतिनिधी शांतपणे उभे राहिले. टिळकांचे नाव निघताच टाळ्यांचा जो प्रचंड गजर झाला तो किती तरी वेळ थांबेनाच. त्या वेळच्या एका पत्रकाराने म्हटले आहे, 'काँग्रेसच्या इतिहासात हा देखावा अपूर्व व अभूतपूर्व असा होता.'

मुंबई हायकोर्टाच्या निकालावर लंडनला प्रिव्ही कौन्सिलकडे अपील करण्यात आले; पण त्यात यश आले नाही. आतापर्यंत अठरा महिन्यांपैकी बारा महिन्यांची शिक्षा टिळकांनी भोगली होती. प्रथम त्यांना डोंगरीच्या तुरुंगात ठेवले होते. १८८२ साली याच तुरुंगात टिळकांनी आगरकरांबरोबर एकशेएक दिवस शिक्षा भोगली होती. काही दिवसांनी त्यांना भायखळ्याच्या तुरुंगात हलविण्यात आले. तेथे टिळकांना प्रथम काथ्या पिंजण्याचे काम दिले. जे काम सांगण्यात येई ते टिळक बिनतक्रार करीत. तुरुंगातील अन्न मात्र टिळकांना मानवले नाही. कैद्यांना आठवड्यातून एकदा मांस देत; पण टिळक शाकाहारी असल्याने त्यांना मीठ, मिरची, कांदा, भाजी व भाकरी मिळे. कांदा-लसूण यांचा टिळकांना तिटकारा आणि तुरुंगातल्या आचाऱ्यांचे कांदा-लसूण याशिवाय पान हलत नसे. टिळकांना घरचे जेवण घ्यायची परवानगी दिली नव्हती आणि त्यांनी तशी मागणीही कधी केली नव्हती. त्यामुळे भाकरी कशीबशी पाण्याशी ते खात. काथ्या पिंजण्याचे काम चालू होतेच. सरकारने टिळकांना सामान्य गुन्हेगाराप्रमाणे वागवण्याचे ठरवल्याने त्यांना साध्या सवलतीही देण्यात आल्या नव्हत्या. तुरुंगाचे अन्न न पचल्याने उपासमार झाली असती, तरी ती होऊ देण्याची तयारी सरकारने ठेवली होती. टिळकांचे वजन १३५ पौंडांवरून ११० पौंडांवर आले. त्यांच्या ढासळलेल्या प्रकृतीची वार्ता बाहेर फुटली आणि लोकांना चिंता वाटू लागली. तुरुंगात जाण्यापूवी टिळक मुंबईच्या कायदे-कौन्सिलचे सभासद होते, पुणे नगरपालिकेचे ते सभासद होते आणि मुंबई विश्वविद्यालयाचे फेलो होते. एवढ्या मोठ्या दर्जाच्या माणसाला सरकार तुरुंगात सामान्य गुन्हेगाराप्रमाणे वागवीत होते याची जनतेला चीड आली. याबाबत खूप टीकाही करण्यात आली; पण

सरकारने टीकेकडे दुर्लक्ष केले; कारण हा सरकारच्या इभ्रतीचा प्रश्न होता.

टिळक तुरुंगात गेल्यापासून विशेषत: मुंबई प्रांतातल्या वर्तमानपत्रांनी सरकारवर टीकेची झोड सतत उठविली होती. टिळकांना तुरुंगात मिळणाऱ्या वागणुकीबद्दल सरकारचा निषेध करण्यात येत होता. टिळकांची सुटका लवकर न केल्यास जनतेचा रोष ओढवेल. तेव्हा सरकारने स्वत:च्या फायद्यासाठी टिळकांची सुटका करावी असा उपदेश ही वृत्तपत्रे करीत होती. देशातल्या मोठमोठ्या शहरांत जाहीर सभांमधूनही ही मागणी करण्यात येत होती. मुंबईचे गव्हर्नर, व्हाइसरॉय आणि भारतमंत्री यांच्याकडे किती तरी लेखी अर्ज आणि तारा पाठविण्यात आल्या. चिमणलाल सेटलवाड यांनी गव्हर्नर सँढर्स्ट यांची भेट घेऊन टिळकांची मुक्तता करण्याची विनंती केली; पण कशाचाच उपयोग झाला नाही.

टिळकांच्या ढासळत्या प्रकृतीची बातमी इंग्लंडमध्ये व इतर देशांत पोचली. टिळकांचे स्नेही सेटलूर यांनी टिळकांच्या शिक्षेची व प्रकृतीची सविस्तर हकिगत लंडन येथील हॉवर्ड लीगला कळविली होती. त्यावरून लीगचे सेक्रेटरी विल्यम तल्लक यांनी भारतमंत्री लॉर्ड जॉर्ज हॅमिल्टन यांच्याकडे एक निवेदन सादर केले; पण त्याचाही काही उपयोग झाला नाही. भारतमंत्र्यांनी उत्तर दिले, की सेटलूर यांची विधाने चुकीची असून निराधार आहेत. हिंदुस्थानातील तुरुंगात नियमाप्रमाणे टिळकांना वागविले जात आहे. सेटलूर यांनी जरूर वाटल्यास स्थानिक सरकारकडे अर्ज करावा.

या उत्तराने हॉवर्ड लीगचे समाधान झाले नाही. तल्लक यांनी पुन्हा कळविले, 'टिळकांना जर तुरुंगात मृत्यू आला तर सर्व बाजूंनी हिंदुस्थानातील तुरुंग-व्यवस्थेबद्दल टीकेचा भडिमार होईल. सरकारच्या दृष्टीने ही गोष्ट खास इष्ट नाही.'

तल्लक यांच्या या पत्राचा इष्ट परिणाम झाला आणि भारतमंत्र्यांनी जरी आपला पूर्वीचा ताठरपणा कायम ठेवला असला तरी टिळकांना तुरुंगात मिळणाऱ्या वागणुकीत सुधारणा करण्याचा सल्ला मुंबई सरकारला बहुधा दिला असावा.

याच सुमारास मुंबईत पुन्हा प्लेग सुरू झाला आणि भायखळ्याच्या तुरुंगातून टिळकांना येरवड्याच्या तुरुंगात पाठवून देण्यास ती आयतीच सबब सापडली. त्यांना तेथून हलविण्यापूर्वीच तुरुंगाच्या डॉक्टरने विचारले, की तुरुंगाचे अन्न मानवत नव्हते, तर तसे सांगितले का नाही? यावर टिळकांनी प्रत्युत्तर केले, की माझ्या ढासळत जाणाऱ्या प्रकृतीवरून ते तुम्हाला समजावयास हवे होते.

भायखळ्याच्या तुरुंगातून हलविण्यापूर्वी टिळकांना प्लेगप्रतिबंधक इंजेक्शन दिले होते. त्यांना रेल्वेच्या पहिल्या वर्गाच्या डब्यातून अत्यंत गुप्तपणे पुण्याला नेण्यात आले; पण कल्याण स्टेशनवर त्यांची प्रकृती तपासण्यासाठी डॉक्टर

त्यांच्या डब्यात गेला तेव्हा काही लोकांना टिळकांचे ओझरते दर्शन झाले. आपल्या लाडक्या नेत्याचे दर्शन घेण्यासाठी लोकांनी डब्याजवळ गर्दी केली. तुरुंगाच्या गणवेशातील अशक्त झालेल्या टिळकांना पाहून कित्येकांच्या डोळ्यांत अश्रू उभे राहिले.

येरवड्याच्या तुरुंगात टिळकांना चांगले अन्न आणि रोज दूध-तूप मिळू लागले. त्यामुळे त्यांच्या प्रकृतीत थोडा फरक पडला. मुंबईच्या तुरुंगात टिळकांना काथ्या पिंजण्याचे काम होते. येरवड्याला त्यांना सूत रंगवण्याचे काम देण्यात आले. हे काम ते व्यवस्थित शिकले. त्यांची सुटका झाल्यावर या कामाचे काही नमुने घरी नेण्याची परवानगी त्यांना देण्यात आली.

तुरुंगाधिकारी सॉलोमन यांना टिळकांबद्दल सहानुभूती होती. त्यांनी नियम थोडे बाजूला सारून टिळकांना रात्री वाचन करता यावे म्हणून त्यांच्या कोठडीतला दिवा रात्री दहापर्यंत ठेवण्यास परवानगी दिली. त्यामुळे टिळकांची बौद्धिक उपासमार थांबली. ताजी वृत्तपत्रे व नियतकालिके त्यांना मिळत नसत; पण तत्त्वज्ञान, धर्म यासंबंधीचे पुराणकालीन ग्रंथ त्यांना देण्यात येत. याच काळात टिळकांनी 'दि आर्क्टिक होम इन् दि वेदाज्' हा आपला प्रख्यात प्रबंध लिहिला. या प्रबंधामुळे वेदांच्या प्राचीन तत्त्वाविषयी व आर्यांच्या मूलस्थानाविषयी पाश्चात्त्य पंडितांना फेरविचार करणे भाग पडले. सॉलोमन निवृत्त झाले तेव्हा टिळक तुरुंगात होते. त्यांच्यानंतर कर्नल जॅक्सन आले. ते वेगळ्या प्रवृत्तीचे होते; पण त्यांनीही टिळकांच्या सवलती बंद केल्या नाहीत. एकदा टिळकांसाठी पुणेरी जोडे तुरुंगात मागविण्यात आले; पण जॅक्सन यांना जोड्यांचा लाल रंग मुळीच पसंत पडला नाही. त्यांनी त्या जोड्यांना काळा रंग देऊन घेतला.

टिळकांची सुटका व्हावी म्हणून त्यांचे ब्रिटिश व हिंदी मित्र खटपट करीत होतेच. टिळकांचे एक स्नेही व पार्लमेन्टमधील एक उदारमतवादी सभासद सर विल्यम् हंटर यांनी हा प्रश्न पार्लमेन्टमध्ये उपस्थित करण्याची एकही संधी वाया घालविली नाही. युरोपिअन संस्कृत पंडितांना टिळकांच्या शिक्षेमुळे धक्काच बसला होता. ऑक्सफर्ड आणि केंब्रिज विश्वविद्यालयात टिळकांच्या सुटकेविषयी थोडेफार बोलणेही चालू होते. टिळकांनी आपला 'ओरायन' हा संशोधनात्मक ग्रंथ लिहिला तेव्हा त्यांचा व जगातील महान वेदान्ती प्रा. मॅक्सम्युलर यांचा पत्रव्यवहार झाला होता. हा ग्रंथ मॅक्सम्युलर यांना पूर्णपणे मान्य नसला, तरी त्यातील सिद्धान्तांना मॅक्सम्युलर यांनी मान्यता दिली होती. मॅक्सम्युलर यांनी हंटर व विल्यम केन या पार्लमेन्टच्या दोघा सदस्यांच्या मदतीने राणीच्या नावाने एक अर्ज तयार करून त्यावर अनेकांच्या सह्या घेतल्या. 'ओरायन'कर्ते टिळक यांची सुटका करावी अशी विनंती त्यात केली होती. त्याचा परिणाम म्हणून

रात्रीच्या वेळी लेखनवाचनाच्या काही सवलती टिळकांना तुरुंगात मिळाल्या.

लोकांच्या मागणीनुसार आणि पार्लमेन्टच्या सभासदांच्या दडपणामुळे टिळकांना मुक्त करण्याचा विचार सरकारला करावा लागला; पण सुटकेसाठी टिळकांवर दोन अटी घालण्यात आल्या. मुक्ततेमुळे किंवा शिक्षेमुळे जे जनमत-प्रदर्शन होईल त्यात भाग घेऊन टिळकांनी प्रत्यक्ष किंवा अप्रत्यक्षरीत्या मतप्रदर्शनाला आपला नैतिक पाठिंबा दर्शवू नये, अशी एक अट होती आणि आपल्या कृतीने, भाषणाने किंवा लेख लिहून सरकारबद्दल अप्रीती निर्माण करू नये, ही दुसरी अट होती. पहिली अट टिळकांना मान्य होती; कारण मानसन्मानाची हौस त्यांना मुळीच नव्हती. मुक्ततेनंतर जनसंपर्कापासून दूर, शांत ठिकाणी जाऊन विश्रांती घेण्याची त्यांना आवश्यकता होती; पण दुसरी अट मान्य करणे म्हणजे राजकीय हाराकिरी करण्यासारखेच होते. या प्रश्नावर तडजोड करण्याचा प्रयत्न सरकारच्या वतीने झाला. टिळकांनी ही अट मान्य करावी म्हणून बोलणी करण्याच्या हेतूने सरकारी गुप्तहेर ब्रुइन तुरुंगात आले; पण त्यांच्या प्रयत्नांना यश आले नाही. टिळकांचे स्नेही दाजीसाहेब खरे यांनाही टिळकांची भेट घेण्याची परवानगी देण्यात आली. उभयपक्षी मान्य होईल अशी तडजोड खरे यांनी काढावी असे ठरले. प्रदीर्घ चर्चेनंतर मूळ अटीला पुस्ती जोडून टिळकांनी ती मान्य केली. त्यांनी म्हटले होते, 'वरील अटी मला मान्य असून, त्याप्रमाणे वागण्याचे मी कबूल करतो; पण दुसऱ्या अटीतील 'कृती, भाषण व लेख' या शब्दांचा अर्थ मी असा समजतो, की न्यायाधीशाने मला त्याबद्दल इंडियन पिनल कोडमधील गुन्ह्यांबद्दल अपराधी ठरविले पाहिजे; आणि मी असेही मान्य करतो, की मी जर वरील दोन अटींचा काही भाग पाळण्यास चुकलो तर गव्हर्नर ऑफ बॉम्बे इन् कौन्सिल यांनी माझ्या उर्वरित शिक्षेची माफी रद्द करावी आणि कोणत्याही पोलीस अधिकाऱ्याने मला वॉरंटावाचून अटक करावी आणि उरलेली शिक्षा भोगण्यासाठी मला तुरुंगात रवाना करावे.'

ही तडजोड होताच दाजीसाहेबांना तेथेच थांबण्यास सांगून ब्रुइन वरिष्ठांकडे गेले. टिळकांनी घातलेली अट सरकारने मान्य केली आणि दि. ७ सप्टेंबर १८९८ रोजी रात्री नऊ वाजता टिळकांची मुक्तता झाली. त्या दिवशी मंगळवार होता. टिळकांना शिक्षा झाली तोही मंगळवारच होता.

या अटी लादण्यात सरकारच्या औदार्याचा भाग मुळीच नव्हता. टिळकांचे कार्य सरकारला समजलेच नव्हते. टिळकांनी दुसऱ्या अटीत केलेली दुरुस्ती मान्य करावी की नाही हे ठरविण्यास सरकारला सात महिने लागले. टिळकांच्या मुक्ततेसंबंधी बोलणी फेब्रुवारीत सुरू झाली आणि प्रत्यक्ष मुक्तता सप्टेंबरमध्ये झाली.

सुटका झाल्यावर टिळक थेट विंचूरकरांच्या वाड्यातील आपल्या घरी जाऊन दाखल झाले. टिळकांच्या सुटकेची बातमी पसरताच इतक्या रात्रीही लोक त्यांच्या घराजवळ जमू लागले. त्यांच्या सन्मानार्थ बऱ्याच भागात लोकांनी दीपोत्सव केलेला पाहून पोलीस खात्यातील लोक आश्चर्यचकित झाले. मुक्ततेची वार्ता वाऱ्यासारखी देशभर पसरली. दुसऱ्या दिवसापासून अभिनंदनाच्या तारांचा, पत्रांचा वर्षाव होऊ लागला. ठिकठिकाणी आनंदोत्सव साजरे करण्यात आले. भेटायला येणाऱ्यांची सारखी रीघ लागली. टिळकांकडून काही तरी बातमी मिळविण्यासाठी वार्ताहर उत्सुक होते; पण टिळकांनी तुरुंगातील हकिगती सांगताना स्वत:बद्दल फारशी माहिती दिली नाही. येरवड्याच्या तुरुंगात त्यांना युरोपिअन वॉर्डातील एका खोलीत ठेवले होते. तेथील दगडी ओट्यावर ते झोपत. अंथरण्यासाठी आणि पांघरण्यासाठी तीन घोंगड्या होत्या. स्वत:बद्दल टिळकांनी फारसे काही सांगितले नाही, तरी इतर कैद्यांना कशी वागणूक दिली जात असे ते मात्र त्यांनी सांगितले.

मुंबईत टिळकांच्या सुटकेची बातमी रात्री एक वाजता पोचली. लोक एकमेकांना बातमी सांगण्यासाठी घरोघर जाऊ लागले. पहाट होण्यापूर्वीच रस्त्यांवर चौघडे, फटाके वाजू लागले. कित्येकांनी भल्या पहाटे स्नान करून मंदिराचा मार्ग धरला. नृत्य, गायन, कीर्तन आणि सत्यनारायणाच्या पूजा यात सारा दिवस गेला. चार आठवडे उलटले तरी अभिनंदनाची पत्रे आणि तारा येतच होत्या.

तुरुंगात जाण्यापूर्वी टिळक पोहण्याचा किंवा खेळण्याचा व्यायाम घेत असत. त्यामुळे त्यांची प्रकृती उत्तम होती; पण एका वर्षाच्या तुरुंगवासाने प्रकृती ढासळली. त्यांना धड चालताही येत नव्हते. सुदृढ शरीराच्या जागी हाडांचा नुसता सापळा राहिला, डोळे खोल गेले होते, चालताना झाके जात होते. प्रकृती सुधारण्यासाठी टिळक आपल्या कुटुंबीयांसह सिंहगडावर गेले. तेथील शांत वातावरणात त्यांची प्रकृती भराभर सुधारू लागली. गडावरून खाली दूरवर दिसणारे सृष्टिसौंदर्य बघावे, उत्तरेकडील बुरुजावरून सूर्योदय व सूर्यास्त यांचे देखावे बघावेत, देव-टाक्याचे शुद्ध पाचक पाणी प्यावे, अशा स्थितीत टिळकांनी दोन महिने गडावर घालविले. तेथे त्यांची प्रकृती तर सुधारलीच, पण त्यांची मन:स्थिती व आध्यात्मिक बैठकही पूर्वपदावर आली. ते नेहमी म्हणत, की गडावरच्या वातावरणात असा काही गुण आहे की त्या ठिकाणी गेल्यावर डोके शांत होते व त्यामुळे सर्व गोष्टी स्पष्ट स्वरूपात दिसू लागतात.

बरीच विश्रांती घेऊन टिळक परत पुण्याला आले आणि काँग्रेसच्या अधिवेशनाला उपस्थित राहण्यासाठी मद्रासला गेले; पण त्या अधिवेशनात त्यांनी प्रत्यक्ष भाग

घेतला नाही. त्यांच्या प्रतिस्पर्ध्यांनी याचा भलताच अर्थ लावला. सरकारच्या दडपशाहीला घाबरून टिळकांनी अधिवेशनात भाग घेतला नाही, असे त्यांना वाटले; पण वस्तुस्थिती अशी होती, की कारावासामुळे त्यांच्या प्रकृतीवर फार वाईट परिणाम झाला होता. अशक्तपणामुळे कोणतेही भाषणाचे निमंत्रण न स्वीकारण्याचा त्यांनी निश्चय केला होता. 'साऊथ इंडियन पोस्ट'च्या वार्ताहराने त्यांना विचारले होते, 'तुमचे पुढले बेत काय आहेत?' त्यावर टिळकांनी उत्तर दिले होते, 'मी आजपर्यंत जे करीत आलो तेच पुढेही करीत राहणार. लोकांसमोर मी भाषण करणार नाही, अशी मी सरकारला हमी दिली आहे असे गृहीत धरून चालणे चुकीचे आहे.'

अधिवेशनासाठी टिळक मद्रासला गेले तेव्हा तेथून पुढे कोलंबोला जाण्याचे त्यांनी ठरविले. केवळ मौज म्हणून प्रवास करण्याची ही त्यांची पहिलीच वेळ होती. पुढील वर्षी म्हणजे १८९९ साली लखनौचे काँग्रेस-अधिवेशन संपल्यावर ते ब्रह्मदेशात गेले तेव्हा मौजेखातर त्यांनी पुन्हा एकदा प्रवास केला. सिलोनच्या प्राचीन संस्कृतीबद्दल त्यांना विशेष आपलेपणा वाटत होता. कँडीत व इतर ठिकाणी बुद्धाची प्राचीन स्मारक-स्थाने व हस्तलिखिते यांचे त्यांनी अवलोकन केले. ब्रह्मदेशात त्यांनी मंडाले शहराला भेट दिली. बुद्धाचे भव्य सुवर्णमंदिर पाहिले. याच ठिकाणी आपल्याला राजकीय कैदी म्हणून सहा वर्षे घालवावी लागणार आहेत याची त्यांना कल्पना तरी होती का?

टिळक कारावासात असताना आणि मुक्ततेनंतर ते हिंडूफिरू लागेपर्यंत केळकर व खाडिलकर यांनी 'केसरी' उत्तम तऱ्हेने चालविला. १८९९च्या जुलैमध्ये टिळकांनी 'केसरी'च्या संपादकत्वाची सूत्रे पुन्हा हाती घेतली. यानंतर लिहिलेल्या 'पुनश्च हरि ॐ!' या पहिल्याच अग्रलेखात त्यांनी लौकिक ऋणाचा मोठ्या कृतज्ञतेने उल्लेख केला होता. या अग्रलेखात टिळकांनी लिहिले होते, 'आम्ही जो आयुष्यक्रम आजपर्यंत अंगीकारला आहे त्यातच आम्हास पूर्णपणे बद्ध करून टाकण्यास लोक मुख्यत्वेकरून कारणीभूत झालेले आहेत...'

सभोवतालच्या परिस्थितीचे सिंहावलोकन करताना त्यांनी लिहिले होते, 'एकंदरीत १८९७ सालापेक्षा हल्लीचे वातावरण पुष्कळ निवळलेले आहे, असे म्हटले पाहिजे. अशा बड्या वादळातून आपली सुटका झाली याबद्दल परमेश्वराचे आभार मानून आपल्या गलबताची डोलकाठी, शीड, नाळ वगैरे सामान धड आहे की नाही याची चांगल्या नावाड्याने चौकशी करून, मग आपला पुढील क्रम अंगीकारला पाहिजे. अशा दृष्टीने पाहिले म्हणजे वर्तमानपत्रकाराच्या स्वातंत्र्याची गेल्या दोन वर्षांत बरीच हानी झालेली आहे असे दिसून येईल.'

राजद्रोहाची व्याख्या वेळोवेळी सरकारने कशी बदलली याचे विवेचन

करून त्यांनी पुढे लिहिले, 'आम्हास ज्या गोष्टी कर्तव्य आहेत त्या राजद्रोहाच्या नाहीत. त्या शब्दाने कशा व्यक्त करावयाच्या एवढ्याबद्दल काय तो वाद आहे. सरकारने मात्र आपली मर्यादा काय ती निश्चित ठरवावी व तीत पुन्हा फेरबदल करणे असल्यास कायद्याने करावा. बळी घेऊन करू नये, एवढीच काय ती आमची सरकारास विनंती आहे.'

स्वराज्याचे आपले ध्येय गाठण्यासाठी आम्ही आपले काम पुढे चालविण्याचा दृढनिश्चय केला आहे, असा निर्धार व्यक्त करून लेखात शेवटी म्हटले होते, 'आपले अंत:करण जोपर्यंत शुद्ध आहे तोपर्यंत कशाचीही भीती बाळगण्याची जरूर नाही. उंदीर-घुशींचा कधी कधी उपद्रव होतो, म्हणून घर बांधण्याचे सोडून देता कामा नये, असे जे पंतांचे म्हणणे आहे ते यथार्थ आहे.'

मुक्तता झाल्याबरोबर टिळकांच्या सार्वजनिक चळवळींना पुन्हा भरती आली. लोकशिक्षणासाठी व राजकीय मतांच्या प्रसारासाठी गणपती व शिवाजी उत्सव यांचे पुनरुज्जीवन झाले. हिंदूंना संघटित करून, सबल करून, त्यांची प्रतिकारशक्ती वाढविण्यासाठी हे दोन उत्सव सुरू झाले. निद्रित राष्ट्रपुरुषाच्या उत्थापनार्थ गणेशोत्सवाचे धार्मिक साधन टिळकांनी योजले आणि शिवजयंती उत्सवासारख्या ऐतिहासिक साधनाने त्याचा पाठपुरावा केला. 'केसरी'तून आपल्या लेखांद्वारे जनतेस स्फूर्ती देण्याचे काम त्यांनी सुरू केले. मध्यंतरी लुप्त झालेले जनतेचे स्फूर्तिस्थान पुन्हा जागृत झाले आणि कार्यान्वित बनले. जनतेचा उत्साह पूर्वपदावर येण्यास फारसा वेळ लागला नाही.

मुशीतून बाहेर पडलेले सोने

१८९८ साली तुरुंगातून सुटून आल्यावर आपल्या प्रकृतीप्रमाणेच टिळकांना बाबा महाराजांच्या इस्टेटीकडे लक्ष पुरवावे लागले. मित्राच्या मृत्युसमयी दिलेल्या वचनपूर्तीसाठी इतका प्रदीर्घ काळ कष्ट करावे लागतील याची टिळकांना कल्पना नव्हती. त्यांच्या खऱ्या राजकीय आयुष्याला प्रारंभ झाला त्याच सुमाराला हे प्रकरण सुरू झाले आणि जवळपास त्यांच्या मृत्यूपर्यंत त्याने त्यांची पाठ सोडली नाही. टिळकांच्या अब्रूचा घास घेऊ बघणारे आणि त्यांना अपार आर्थिक झळ देणारे हे प्रकरण १८९७ साली सुरू झाले आणि १९२०साली त्याचा आनंदपर्यवसायी असा शेवट झाला. वरवर दिसायला हे भांडण, एका बाजूला ट्रस्टी टिळक व दुसऱ्या बाजूला ताई महाराज असे दिसत होते; परंतु प्रत्यक्षात मात्र लढा होता टिळक आणि सरकार यांच्या दरम्यानचा! खटल्याचा प्रारंभ १९०१च्या जुलैमध्ये झाला; पण त्या खटल्याची बीजे १८९७च्या जुलैमध्ये टिळकांवरील राजद्रोहाच्या खटल्याच्या वेळीच पेरली गेली होती.

राजद्रोहाच्या गुन्ह्यासाठी टिळकांना अटक झाली तेव्हा टिळक मुंबईत होते. त्यांना जामिनावर मुक्त करण्याचे दोन प्रसंग फसले; पण तिसऱ्या प्रयत्नाला यश येऊन त्यांची मुक्तता झाली. आपल्या बचावाची तयारी करण्यासाठी ते पुण्याला आले आणि एका संकटातून ते सुटण्याच्या प्रयत्नात असताना अचानक दुसऱ्या संकटात अडकले. त्यांचे स्नेही बाबा महाराज कॉलऱ्याने आजारी पडले. नामांकित डॉक्टरांचे औषधोपचार झाले; पण त्याचा काही उपयोग होत नाही, असे दिसल्यावर बाबा महाराजांनी मृत्युपत्र केले. त्यात टिळकांची ट्रस्टी म्हणून नेमणूक केली. या गोष्टीला टिळकांनी संमती दिल्यावरच बाबा महाराजांचे डोळे सुखाने मिटले. टिळकांप्रमाणे रावसाहेब कीर्तिकर, दादासाहेब खापर्डे, कुंभोजकर व नागपूरकर यांचीही ट्रस्टी म्हणून नेमणूक झाली.

बाबा महाराज हे एक सरदार होते. त्यांना दोन मुलीच होत्या. ते आजारी पडले तेव्हा त्यांच्या पत्नी गरोदर होत्या. आपल्या मृत्युपत्रात बाबा महाराजांनी

म्हटले होते, *'आमचे कुटुंब सौ. सकवारबाई हल्ली गरोदर आहे. तीस पुत्र न झाल्यास किंवा होऊन तो अल्पायुषी झाल्यास आमच्या घराण्याचे नाव चालविण्यासाठी यथाशास्त्र जरूर लागेल तितक्या वेळेस आमच्या कुटुंबाच्या मांडीवर दत्तक वर लिहिलेल्या गृहस्थांचे (ट्रस्टी) विचारे देऊन त्या मुलाचे वतीने तो वयात येईपर्यंत सदर पंचांनी स्थावर, जंगम इस्टेटीची व्यवस्था करावी.'*

बाबा महाराजांच्या मृत्यूनंतर काही महिन्यांनी त्यांच्या पत्नी ताई महाराजांना मुलगा झाला; पण तो दोन महिन्यांनी वारला. त्या वेळी टिळक तुरुंगात होते. १८९८ साली टिळक सुटले. त्यांची प्रकृती अतिशय खालावली होती; पण प्रकृतीबरोबरच त्यांना बाबा महाराजांच्या इस्टेटीची काळजी घेणे भाग पडले. इस्टेट कर्जबाजारी होती. सावकारांचे तगादे लागले होते. ते भागविण्यासाठी सुरुवातीला टिळकांच्या खिशाला कात्री बसली.

या परिस्थितीत खर्चाला पायबंद घालणे आवश्यक होते. अर्थात् ताई महाराजांना ही गोष्ट रुचणे कठीण होते. त्यांना अनुभव नव्हता. भोवती कान भरविणारे लोकच फार होते. त्यामुळे टिळकांनी खर्चाला घातलेला पायबंद बाईंना मुळीच रुचला नाही. आपली फार मोठी इस्टेट आहे, आपण चांगल्या श्रीमंत आहोत अशी बाईंची कल्पना होती. आणि भोवतालच्या कानभरव्या मंडळींनी त्यात भर घातली होती. या मंडळींनी बाईंना त्यांच्या अनुकंपनीय भवितव्याची कल्पना देताना सांगितले होते, की एखाद्या सेवानिवृत्ताप्रमाणे बाईंना ट्रस्टींच्या ताब्यातील जीवन कंठावे लागेल. ट्रस्टी सांगतील ते मान्य करावे लागेल. आपल्याच घरात पाहुण्यासारखे राहावे लागेल. त्यापेक्षा ट्रस्टींना धाब्यावर बसवून बाईंनी आपल्या पसंतीचा एखादा दत्तक घ्यावा आणि सारा कारभार स्वत:च चालवावा, असा सल्ला या कानभरव्यांनी दिला. बाईंना तो पटण्यासारखाच होता. कोल्हापूरच्या बाळा महाराजांना दत्तक घेण्याचा मनसुबा गुप्तपणे रचला गेला. बाळा महाराज ताई महाराजांपेक्षा चार वर्षांनी मोठे म्हणजे आईपेक्षा मुलगा मोठा! या बाबतीत ताई महाराजांना ट्रस्टींपैकी नागपूरकरांचा पाठिंबा सहज मिळाला.

टिळक-खापर्डे यांचे विचार वेगळे होते. त्यात अर्थात् त्यांचा वैयक्तिक स्वार्थ मुळीच नव्हता; पण ताई महाराजांना त्यांच्या मनाप्रमाणे वागू देण्याने सारी इस्टेट धोक्यात येईल, हे स्पष्ट दिसत होते. बराच विचारविनिमय झाल्यावर असे ठरले की, ताई महाराजांनी त्यांच्याबरोबर औरंगाबादेस जावे आणि तेथील बावरे कुटुंबातील मुलगा दत्तक घ्यावा. बाबरे कुटुंबातला जगन्नाथ नावाचा मुलगा सर्वांनाच पसंत पडला. ताई महाराजांनाही ही निवड पटली. त्यांनी त्या मुलाच्या वडिलांना तसे कळविले देखील! शास्त्रोक्त दत्तकविधान होण्यापूर्वीच मुलाच्या

वडिलांनी जगन्नाथाला बाईंच्या मांडीवर बसविले आणि एक प्रकारे जुन्या पद्धतीनुसार दत्तकविधान पार पडले. दत्तकविधानाच्या कागदपत्रांवर संबंधित लोकांच्या सह्या झाल्या. तेथे जमलेल्यांनी आपल्या साक्षी टाकल्या आणि दत्तकविधान अशा प्रकारे कायदेशीर रीतीने पुरे झाले.

येथपर्यंत सारे सुरळीत पार पडले. मंडळी पुण्याला परतली; पण पुण्याला परतल्यापासून ताई महाराज बेचैन झाल्या. त्यांनी मतलबी लोकांशी सल्लामसलत केली. नागपूरकरांचा या दत्तकविधानाला विरोध होता. त्यांनी इतर काही मंडळींच्या मदतीने दत्तकाची मान्यता काढून घेण्याचा ताई महाराजांना सल्ला दिला. ताई महाराजांनी सरदारांचे एजंट डिस्ट्रिक्ट जज्ज ॲस्टन यांची भेट घेतली. त्यांच्या कानावर सारे प्रकरण घालून दत्तक घेण्याची आपल्यावर सक्ती करण्यात आल्याची तक्रार केली. ॲस्टनसाहेब पक्के टिळकद्वेष्टे! ही संधी ते थोडेच सोडणार होते? दत्तक प्रकरणात राजकारणाचा रंग मिसळला. ॲस्टन आणि ताई महाराज यांच्या प्रदीर्घ चर्चेतून एक घातक घटना बाहेर पडली. तिने टिळकांचा कमीतकमी वीस वर्षे पाठपुरावा केला. दि. २९ जुलै १९०१ रोजी ताई महाराजांनी डिस्ट्रिक्ट कोर्टात अर्ज केला आणि ट्रस्टींना दिलेले प्रोबेट रद्द करावे, अशी विनंती केली.

ताई महाराजांच्या अर्जात दोन मुद्दे होते. त्यांना मुलगा होऊन तो मरण पावल्याने ताई महाराज वारस ठरतात व प्रोबेट रद्द होते आणि दुसरा मुद्दा असा होता की ट्रस्टी आपले काम करण्यास अपात्र ठरल्याने त्यांच्या जागी नवीन ट्रस्टींची नेमणूक करावी.

नागपूरकरांच्या आणि इतर कानभरव्यांच्या सल्ल्यावरून बाईंनी दुसरा दत्तक घेतला. नंतर काही दिवसांनी बाकीच्या तिघा ट्रस्टींनी दिवाणी कोर्टात दावा दाखल केला. त्यामध्ये पहिला दत्तक कायदेशीर असून दुसरा बेकायदेशीर असल्याचे म्हटले होते. टिळकांनी आणि दुसऱ्या दोघा ट्रस्टींनी या नव्या दत्तकाला बाबा महाराजांच्या घरात जाऊ दिले नाही. त्यांनी घराची दारे बाहेरून बंद केली.

यानंतर ताई महाराजांच्या वतीने डिस्ट्रिक्ट मॅजिस्ट्रेटकडे तक्रार करण्यात आली. त्यात टिळकांनी खोटा पुरावा दाखल केल्याचा, हिशेबांचा गोंधळ केल्याचा आणि ताई महाराज व नागपूरकर यांना बेकायदेशीररीत्या स्थानबद्ध केल्याचा आरोप करण्यात आला होता.

या सर्व मुद्द्यांची चौकशी करताना ॲस्टन साहेबांनी विशिष्ट हेतू मनाशी धरला होता. प्रोबेट रद्द करण्यासंबंधीच्या अर्जाची सुनावणी चालू असताना त्यांनी दत्तक-विधानाच्या प्रश्नाचाही विचार केला. या प्रश्नाचा विचार करण्याचा अधिकार त्यांना नव्हता, हे नंतर हायकोर्टात ठरले. टिळकांनी ॲस्टन यांना

विरोध केला आणि त्यांचे कृत्य बेकायदेशीर असल्याचे सांगून औरंगाबाद येथील दत्तक विधानाबाबतचा पुरावा सादर करण्यास नकार दिला. ॲस्टन यांनी मृत्युपत्राचे प्रोबेट आणि ट्रस्टींचे अधिकारपत्र रद्द केल्याचा निकाल ३ एप्रिल १९०२ रोजी दिला. औरंगाबादचे दत्तकविधान अर्थातच रद्द ठरले. तेवढ्यावरच ॲस्टनसाहेब थांबले नाहीत. त्यांनी टिळकांच्या स्वभावावर टीका केली आणि त्यांच्या हातून फौजदारी स्वरूपाचे अनेक गुन्हे घडल्याचे सांगितले. हे प्रकरण पुण्याच्या सिटी मॅजिस्ट्रेटकडे तपासासाठी धाडून दिले. टिळकांच्याविरुद्ध सात आरोप करण्यात आले होते. त्यात खोटा पुरावा करणे आणि खोटे कागदपत्र तयार करणे हे दोन गंभीर स्वरूपाचे आरोप होते. याशिवाय दत्तक प्रकरणात खोटी माहिती पुरविणे, फसवणूक करणे, बेकायदेशीर जमाव जमविणे, दंगल उडविणे इत्यादी गुन्हे टिळकांच्या हातून घडल्याचे सांगून, त्यांची चौकशी व्हावी असेही ॲस्टन यांनी सरकारला सुचविले होते.

हा काळ टिळकांच्या आयुष्यात अत्यंत बिकट असा होता. त्यांच्याविषयी निष्कारण मन कलुषित करून घेतलेले अनेक टीकाकार त्या वेळी निर्माण झाले होते. राजकीय क्षेत्रात त्यांच्याविरुद्ध अनेकजण होते. सरकार तर डोळ्यांत तेल घालून टपलेले होतेच. ॲस्टनसारख्या डिस्ट्रिक्ट जज्जने त्यांच्याविरुद्ध निकाल देऊन त्यांच्या वर्तनावर शिंतोडे उडविले होते. राजद्रोहाची शिक्षा भोगून टिळक नुकतेच सुटून आले होते; पण तो गुन्हा सार्वजनिक स्वरूपाचा होता. ताई महाराज प्रकरणी त्यांच्यावर व्यक्तिगत स्वरूपाचा गंभीर गुन्हा लादला जात होता. त्यांचे चारित्र्य गढूळ असल्याचे ठरविले जात होते आणि हा सारा बनाव करताना ॲस्टन साहेबांनी आपले सारे चातुर्य पणाला लावले होते. त्यांच्या या चतुराईबद्दल त्यांच्या जातभाईंनी त्यांची पाठ थोपटली होती. टिळकांना संकटात लोटल्याबद्दल आणि एका *गरीब* विधवेला 'न्याय' दिल्याबद्दल ॲस्टन यांच्यावर अभिनंदनाचा वर्षाव झाला.

टिळकांच्या स्वाभिमानावर निर्दय प्रहार झाला होता. त्यांच्या अब्रूला कलंक लागला होता; पण याही परिस्थितीत सत्याच्या आणि सद्गुणांच्या सामर्थ्यावरची त्यांची निष्ठा अढळ होती, त्यांचा आत्मविश्वास अभंग होता आणि आशावाद दुर्दम्य होता.

ॲस्टन साहेबांच्या या निकालावर टिळकांनी दि. १७ एप्रिलला हायकोर्टाकडे अपील केले. दि. १९ ऑगस्टला न्यायमूर्ती क्रो आणि बॅटी यांच्यासमोर त्या अपिलाची सुनावणी सुरू झाली. त्यांनी ॲस्टन यांचा निकाल फिरविला. अशा रीतीने ॲस्टन साहेबांना वरिष्ठ न्यायालयाकडून थप्पड बसविली; पण मध्यंतरी त्यांनीच टिळकांसाठी पेरून ठेवलेले सुरुंग उडण्याच्या बेतात आले होते. एप्रिल

आणि मे महिन्यात पोलिसांनी टिळकांविरुद्ध चौकशी पूर्ण केली आणि त्यांच्यावर फौजदारी खटला भरला. या खटल्यासाठी क्लेमंट्स यांची खास न्यायाधीश म्हणून नेमणूक झाली. खटल्याच्या कामाला २ ऑक्टोबर १९०२ रोजी प्रारंभ झाला. दि. २४ ऑगस्ट १९०३ रोजी क्लेमंट्स साहेबांनी खटल्याचा निकाल देऊन टिळकांना दीड वर्ष सक्तमजुरी आणि एक हजार रुपये दंडाची शिक्षा सुनावली.

निकालाच्या दिवशी कोर्टाच्या आवारात कडेकोट बंदोबस्त ठेवण्यात आला होता. जणू महायुद्धच होणार होते. शिक्षा सुनावल्यानंतर टिळकांना येरवड्याच्या तुरुंगात नेण्याचे ठरले होते. निकाल अपेक्षित असाच असला, तरी शिक्षेचा निर्णय न्यायाधीशांच्या तोंडून बाहेर पडताच जनतेची अंत:करणे शतश: विदीर्ण झाली. तुरुंगाकडे नेताना इतर सामान्य गुन्हेगाराप्रमाणे टिळकांच्या हातात हातकड्या अडकविल्या गेल्या, तेव्हा लोकांना ते दृश्य बघवेना. राज्यकर्त्यांना कल्पनाही नव्हती की ज्या क्षणी टिळकांच्या हातात हातकड्या पडल्या त्याच क्षणी देशाच्या दास्यशृंखला गळून पडल्या.

पण या बातमीने साऱ्या देशाला हादरा बसला. कलकत्त्याच्या एका वृत्तपत्राने लिहिले होते, *'काल आमच्या कानावर जी लज्जास्पद व धक्का देणारी वार्ता पडली ती ऐकण्याची आमच्या मनाची खरोखर तयारी नव्हती. पुण्याच्या कोर्टात डिस्ट्रिक्ट जज्जासमोर एका सन्मान्य नागरिकाला सामान्य नागरिकाप्रमाणे हातकड्या घालण्यात आल्या, या वार्तेने आम्हाला परमावधीचा धक्का बसला. खरोखर, हे कुकर्म करणाऱ्या लोकांना लाज वाटायला हवी होती. टिळकांना हातकड्या घालण्याची आवश्यकताच काय होती? ते पळून जातील अशी धास्ती वाटत होती? वस्तुत: तसा प्रकार नव्हता. सरकारला त्यांच्याविरुद्ध द्वेष उगवून घ्यायचा होता. माणसाचा पडता काळ असला म्हणजे भ्याड लोक त्याच्यावर असेच प्रहार करीत असतात. आम्हाला एका गोष्टीचे मात्र राहून राहून आश्चर्य वाटते. ते म्हणजे टिळकांचे हात हातकड्यांत अडकले असताना मुंबईचे गव्हर्नर आपले हात खिशात अडकवून मूग गिळून गप्प कसे बसतात? या कुकर्माच्या परिणामांची कल्पना गव्हर्नर साहेबांना आली नाही काय? १८५७ सालची ठिणगी एका क्षुल्लक कारणामुळे उडाली आणि पुढे तिचा भडका उडाला. अशा चुका पुन्हा होऊ न देण्याची खबरदारी घेणे इष्ट नव्हे काय?'*

लाहोरच्या 'ट्रिब्यून' पत्राने लिहिले होते, *'अपिलाच्या निकालाकडे उभ्या देशाचे डोळे लागून राहिले होते. अर्थात् टिळकांच्या चारित्र्याचे व त्यांच्या कार्याचे मूल्यमापन करण्यासाठी देशातील बहुसंख्य जनता वरिष्ठ न्यायालयाचा निकाल कधीच विचारात घेणार नाही. न्यायालयाच्या निकालामुळे जनतेवरील*

त्यांच्या वजनाला मुळीच धक्का पोचणार नाही. त्यांचे सारे कार्य जनतेसमोर उभे आहे. अशा थोर व्यक्तीच्या आयुष्याचे मूल्यमापन करण्यात जनता कधीच चूक करणार नाही; कारण जनतेला त्यांच्या सर्वांगीण व्यक्तिमत्त्वाचा साक्षात्कार यापूर्वीच झाला आहे. न्यायालयांच्या हातून मात्र या बाबतीत चुका घडू शकतील.'

दीड वर्षाची शिक्षा सहा महिन्यांवर आली. हा निकाल ल्यूकसाहेबांनी दिला. त्यावर हायकोर्टात अपील करण्यात आले. त्या अपिलाची सुनावणी १९०४ सालच्या फेब्रुवारीअखेर झाली. ३ मार्च रोजी निकाल लागला. न्या. जेन्किन्स व बॅटी यांनी निकालपत्रात म्हटले होते, 'या कामात आरोपीस निर्दोष ठरवून त्यांना झालेली शिक्षा आम्ही रद्द करतो. दंड वसूल केला असल्यास तो परत करावा असे फर्मावितो.'

दि. ३ एप्रिल १९०२ रोजी ॲस्टन साहेबांनी टिळकांना खोड्यात अडकविले आणि दि. ३ मार्च १९०४ रोजी त्यांच्याविरुद्ध उठलेले वादळ निदान फौजदारी खटल्यापुरते तरी शमले.

हायकोर्टाचा निकाल हा हा म्हणता साऱ्या देशाला कळला. देशाच्या कानाकोपऱ्यांतून अभिनंदनाचे हजारो संदेश टिळकांकडे येऊ लागले. दि. २२ मार्च १९०४ रोजी रे-मार्केटच्या पटांगणात महर्षि अण्णासाहेब पटवर्धन यांच्या अध्यक्षतेखाली भरलेल्या प्रचंड सभेत त्यांचे अभिनंदन करण्यात आले.

फौजदारी खटला मिटला तरी दिवाणी प्रकरण अद्याप संपले नव्हते. हत्ती गेला होता, पण शेपूट मागे उरले होते. हे काम १९०४ सालच्या मध्यावर सुनावणीस निघाले आणि १९०६च्या जुलैच्या अखेरीस पुण्याच्या फर्स्ट क्लास कोर्टाने टिळकांच्या बाजूने निकाल दिला. त्यानंतर ऑक्टोबरमध्ये प्रतिपक्षाकडून अपील करण्यात आले. या अपिलाची सुनावणी न्यायमूर्ती चंदावरकर व न्या. हीटन यांच्यासमोर होऊन दोन वर्षांनी टिळकांच्याविरुद्ध निकाल लागला. त्या वेळी टिळक मंडालेला होते. हायकोर्टाच्या वरील निकालावर टिळकांच्या वतीने प्रीव्ही कौन्सिलकडे अपील करण्यात आले. प्रीव्ही कौन्सिलमध्ये मात्र या प्रकरणाचा निकाल टिळकांच्या बाजूने लागला आणि या प्रदीर्घ प्रकरणावर पडदा पडला.

टिळकांच्या आयुष्यात अनेक कज्जे-खटले झाले; पण त्यांच्या अंत:करणाला घरे पाडणारा हा एकच खटला होता. हे प्रकरण लढविताना धर्मयुद्ध होणार नाही याची टिळकांना पुरेपूर कल्पना होती. ताई महाराजांच्या पाठीशी सरकारने आपल्या सर्व साधनांचा कोट उभा केला, अपार द्रव्य ओतले. या वेळी अधिकारावर असलेल्या हिंदी बांधवांनी देखील ताळतंत्र ठेवले नाही. कसलाही कर्तव्याकर्तव्याचा विचार केला नाही. आपली सदसद्विवेकबुद्धी पार गुंडाळून ठेवली आणि आपल्या कलुषित भावभावनांच्या आहारी जाऊन त्यांनी अश्लाघ्य

वर्तन केले. ॲस्टन आणि क्लेमंट्स हे तर परकीयच. त्यातूनही हलक्या मनाचे आणि हीन प्रवृत्तीचे. त्या दोघांनी टिळकांच्या चारित्र्यावर शिंतोडे उडवून त्यांना सार्वजनिक जीवनातून उठविण्यासाठी चंग बांधला होता; पण तो सूर्यावर थुंकण्याचा प्रयत्न झाला हे त्यांना नंतर उमगले. आजही त्या दोघांची नावे लोकांच्या लक्षात आहेत; पण ती ब्रिटनच्या नावाला डांबर फासणारी म्हणून!

टिळकांनी हे प्रकरण संपल्यावर 'अखेर खरे तेच टिकले!' अशा शब्दांत अग्रलेख लिहून मीमांसा केली. लेखात त्यांनी म्हटले आहे, *'सार्वजनिक कामात पुढारीपणा घेणाऱ्या गृहस्थाची नीतिमत्ता वाईट असते असे सिद्ध करण्याचा सरकारचा प्रयत्न होता. तो फसला व उलट सरकारच कधी कधी लुच्चे लोकांसच हाताशी घेऊन लोकांच्या पुढाऱ्याचा विनाकारण छळ करते हे या कज्जावरून सिद्ध झाले आहे. सार्वजनिकदृष्ट्या हा एक फायदाच होय.'*

'पावसाने झोडपले आणि राजाने छळले, सांगा कुणाला?' अशी टिळकांची अवस्था या प्रकरणात झाली; पण अधिशासनापेक्षाही श्रेष्ठ अशी सत्य नावाची शक्ती या विश्वात नांदत असते. या शक्तीने या प्रकरणातून टिळकांची जवळ जवळ त्यांच्या आयुष्याच्या अखेरीला का होईना, पण सुटका केली. कायद्याच्या नावाखाली सरकारने त्यांचा हा छळवाद केला; पण यातून ब्रिटिशांची कुटिल नीती आणि अन्याय्य वर्तणूकच जगाच्या दृष्टोत्पत्तीस आली. राजकीय प्रतिस्पर्ध्यांच्या चारित्र्यावर शिंतोडे उडवून त्यांना नामशेष करण्याची कला ब्रिटिश राज्यकर्त्यांच्या अंगी फार पूर्वीपासून मुरलेली आहे. आयर्लंडचा पुढारी पार्नेल याच्या बाबतीतही त्यांनी याच तंत्राचा अवलंब केला; परंतु पार्नेलच्या बाबतीत पराचा कावळा करायला पर तरी सापडला होता. टिळकांच्या बाबतीत मुळातच काही नव्हते. म्हणून खोट्या प्रतिज्ञेचे आणि खोटा दस्तऐवज किंवा पुरावा सादर केल्याचे कपोलकल्पित आरोप त्यांच्यावर ठेवण्यात आले आणि वीस वर्षे त्यांचा छळ केला. अखेरीस टिळकांचा विजय झाला. सरकार थकले म्हणून नव्हे, तर सत्याने व सच्चारित्र्याने असत्यावर आणि चारित्र्यहीनतेवर मात केली म्हणून! संकटाच्या मुशीतून अखेर शंभर नंबरी सोने तावून-सुलाखून बाहेर पडले होते.

टिळक पर्वाचे स्फोटक स्फुलिंग

ताई महाराज प्रकरणाने टिळकांचा बराच काळ खर्ची टाकला. साहजिकच महाराष्ट्रातील राजकीय हालचालींना शिथिलता प्राप्त झाली. सूर्याला ग्रहण लागल्यासारखे झाले. खटल्याचा निकाल टिळकांच्या बाजूने लागताच पुन्हा स्वच्छ सूर्यप्रकाश झळकू लागला. टिळकांनी अधिक जोमाने राजकीय कार्यास प्रारंभ केला. १९०५ ते १९०८ पर्यंतचा कालावधी हा हिंदुस्थानच्या इतिहासातील फार महत्त्वाचा टप्पा मानला जातो. या कालावधीतील टिळकांची सारी कारकीर्द रोमांचकारी घटनांनी भरलेली दिसते. एखाद्या बीजातून हळूहळू महान वृक्ष निर्माण व्हावा तशी टिळकांची राजकीय क्षेत्रातील प्रगती सुरू होती. या चार वर्षांत त्यांच्या कीर्तीने प्रांतीय मर्यादा ओलांडून देशाचे कोनेकोपरे व्यापले होते. ते आता केवळ मूठभर ब्राह्मणांचे पुढारी उरले नव्हते किंवा महाराष्ट्रापुरते त्यांचे नेतृत्व मर्यादित राहिले नव्हते. कोणत्याही राष्ट्रीय पुढाऱ्याला लाभली नव्हती एवढी कीर्ती त्यांना लाभली होती. या काळात टिळक तुरुंगात गेले तरी त्यांनी साऱ्या देशात चैतन्य निर्माण केले. राष्ट्रीय वृत्तीला पोषक अशी चेतना त्यांच्याकडून जनतेला सतत मिळत राहिली. ज्या ज्या ठिकाणी बिकट लढे देण्याचे प्रसंग उद्‌भवत त्या त्या ठिकाणी टिळक ठामपणाने उभे राहत, त्या लढ्यांमध्ये मार्गदर्शन करीत आणि अनुयायांमध्ये उत्साह निर्माण करीत.

टिळकांच्या या उत्साहाला आणि देशातील एकंदर चैतन्यमय वातावरणाला एका दुर्घटनेने चांगलेच खतपाणी घातले. व्हाईसरॉय लॉर्ड कर्झन यांनी बंगालच्या अन्याय्य फाळणीचा निर्णय घोषित केला. 'स्टेट्समन' या ब्रिटिश पक्षपाती वृत्तपत्राने या घटनेचे वर्णन 'लॉर्ड कर्झनच्या कारकिर्दीतील घोडचूक' अशा शब्दात केले आहे. कोणत्याही प्रकारची पूर्वसूचना न देता दि. २० जुलै १९०५ रोजी फाळणीचा निर्णय घोषित केला. या निर्णयामुळे जनतेला परमावधीचा धक्का बसला. देशाच्या चारी कोपऱ्यांतून असंतोषाची लाट उसळली. १६ ऑक्टोबर १९०६ हा दिवस 'सुतक-दिन' म्हणून पाळण्याचे बंगाली पुढाऱ्यांनी

ठरविले. कलकत्त्याच्या एका वृत्तपत्राने या दिवसाचे वर्णन करताना लिहिले आहे, 'आज बंगालमधील दोन्ही भागांतील लोकांच्या घरी चुली पेटल्या नाहीत. उपाशी राहून त्यांचे सारे व्यवहार चालले होते. काही संस्कार करून त्यांनी नदीत स्नाने केली आणि देशैक्याचे व बंधुत्वाचे प्रतीक म्हणून एकमेकांच्या हातात राख्या बांधल्या. त्या दिवशी संध्याकाळी कलकत्त्याच्या टाऊन हॉलमध्ये प्रचंड सभा भरली आणि फाळणीच्या निषेधार्थ ब्रिटिश मालावर बहिष्कार टाकण्याचे ठरले.

फाळणीचे शल्य टिळकांच्या मनाला टोचले; पण ही संधी देवाने मुद्दामच निर्माण केली आहे असे त्यांना वाटले. देशातील जनतेला एकत्र आणून राष्ट्रीय चळवळ उभारण्यास हा काल अत्यंत अनुकूल आहे हे त्यांनी जाणले. या वेळी घराघरांतून, झोपड्याझोपड्यांतून राजकीय चळवळ शिरू शकेल आणि तेथून विराट स्वरूप धारण करून बाहेर पडेल हे त्यांनी ओळखले. साऱ्या जातीचे आणि पंथाचे लोक चळवळीत सामील होतील आणि मग हिंदुस्थानच्या खऱ्या लोकशाहीचे नरसिंह रूप आपण ब्रिटिश सत्ताधाऱ्यांना दाखवू शकू असा आत्मविश्वास त्यांना वाटू लागला. स्वदेशी, बहिष्कार, राष्ट्रीय शिक्षण आणि स्वराज्य या चतु:सूत्रीच्या महामंत्राचा उच्चार करण्याचे त्यांनी ठरविले. हा महामंत्र उच्चारताच देशातील जनतेची अंत:करणे पेटून उठतील, त्यांच्या अंगात उत्साहाचे वारे संचारू लागेल आणि त्यातून साऱ्या देशाला दुमदुमवून सोडणारी चळवळ उभी राहील, अशी त्यांना खात्री होती.

दि. १५ ऑगस्ट १९०५ पासून टिळकांनी फाळणीविरुद्ध 'केसरी'त लेखामागून लेख लिहिण्याचा धडाका सुरू केला. बंगालची फाळणी रद्द करावी, ब्रिटिश मालावर बहिष्कार टाकावा, असा प्रचार ते करू लागले. तसेच राष्ट्रीय शिक्षण संस्थांचाही पुरस्कार ते करू लागले. स्वदेशी मालाचा पुरस्कार करावा आणि सरकारच्या जुलमी कायद्यांना विरोध करावा हे 'केसरी'तून जनतेला ते पटवून देऊ लागले. हिंदुस्थानातील काही नेभळ्या पुढाऱ्यांवर टीकास्त्र सोडण्यासही त्यांनी कमी केले नाही. दि. १५ ऑगस्ट १९०५ला लिहिलेल्या लेखात 'मागे न बघता खुशाल पुढे जा' असा संदेश त्यांनी जनतेला दिला आहे. सरकारच्या दडपशाहीला भीक घालू नका, असे आवाहन या लेखात त्यांनी केले आहे. काँग्रेसच्या पुढाऱ्यांनी आपली 'भिक्षांदेहि' वृत्ती सोडावी आणि अपमानित बंगाली जनतेच्या खांद्याला खांदा लावून लढावे असे आवाहन त्यांनी केले. हा अग्रलेख आणि त्याच्या पुढच्याच आठवड्यात लिहिलेला 'राष्ट्रीय बहिष्कार' हा अग्रलेख हे दोन्ही इतके लोकप्रिय झाले की कलकत्ता, पाटणा, बनारस, अलाहाबाद, मद्रास इत्यादी ठिकाणच्या वृत्तपत्रांनी त्यांची भाषांतरे करून ती आपल्या पत्रात छापली. देशातील चळवळीचे ते लेख जणू वेदच बनले.

लाला लजपतराय, बिपिनचंद्र पाल आणि अरविंदबाबू घोष हे राष्ट्रीय पक्षाचे तीन समर्थ पुढारी लगेच टिळकांच्या ध्वजाखाली गोळा झाले. टिळकांच्या चतु:सूत्रीला त्यांनी आपला हार्दिक पाठिंबा दिला. टिळकांनी कर्झनच्या निर्णयाची छाननी करून, बंगालच्या फाळणीमागे त्याचा कोणता कुटिल हेतू होता, हे स्पष्ट केले. एका लेफ्टनंट गव्हर्नरला एवढ्या अवाढव्य प्रांताचा कारभार करणे अवघड होऊ लागले म्हणून बंगालची फाळणी केली, असे समर्थन सरकारी प्रवक्ते करीत होते. त्याच वेळी टिळक आपल्या लेखातून कर्झनची नखे बाहेर काढून दाखवीत होते. बंगाल प्रांत अवाढव्य होता हे खरे; त्याचा कारभार चालविणे थोडे गैरसोईचे होते हेही खरे; पण फाळणी करण्यामागे हे एकच कारण होते असे मात्र नाही. फाळणीच्या वेळी बंगाल प्रांताची लोकसंख्या आठ कोटी होती. त्यामुळे राज्यकारभार करणे कठीण होत होते; पण बिगरबंगाली भाग बंगालपासून तोडून कारभारात सुकरता आणणे शक्य होते.

पण कर्झनची पोटदुखी राज्यकारभाराची नव्हतीच मुळी! बंगालमध्ये राष्ट्रीय एकत्वाची भावना दिवसेंदिवस वाढीला लागत होती. या भागातील मोठमोठे जमीनदार आपल्या मुलामुलींना परदेशी उच्च शिक्षणासाठी पाठवीत असत. ही मुले आपले शिक्षण उरकून मायदेशी परतताना राजकीय व सामाजिक समतेच्या कल्पनांचे गाठोडे आणीत असत. मध्यमवर्गाला काँग्रेस राष्ट्रीय विचारांचे खतपाणी घालीत होती. अशा तऱ्हेने साऱ्या प्रांतात जागृतीचे वारे खेळू लागले होते. राजा राममोहन रॉय यांनी बंगालमध्ये सुधारणेचा पाया घातला आणि त्यावर इमारत चढविण्याचे कार्य सुरू ठेवले टागोर कुटुंबाने! या सामाजिक उत्थापनात हिंदू-मुस्लिम हे दोन्ही समाज अधिकाधिक जवळ येत चालले होते.

हे राष्ट्रीय एकत्वाचे दृश्य कर्झनच्या दृष्टीला खुपले असल्यास नवल नव्हते. साम्राज्यशाहीची त्याची स्वप्ने धुळीला मिळण्याचा प्रसंग त्यामुळे उद्‌भवणार होता. म्हणूनच त्यावर तोडगा म्हणून बंगालची फाळणी करण्याची सूचना त्याने केली. यामुळे बंगालचे एकत्व भंग पावणार होते आणि कर्झनचे साम्राज्यशाहीचे स्वप्न साकार होणार होते. टिळकांच्या द्रष्टेपणाने हा कावा बरोबर ओळखला. फाळणीच्या नेमक्या हेतूवर त्यांनी बोट ठेवले. अशा आणीबाणीच्या प्रसंगी सर्वांनी एकत्र येऊन एकतेची व राष्ट्रीयत्वाची जाणीव जोपासली पाहिजे, असे आवाहन टिळकांनी जनतेला केले. ए. सी. मुजुमदार यांनी 'Indian National Evolution' या आपल्या ग्रंथात त्या वेळच्या परिस्थितीचे सुंदर चित्र उभे केले आहे. मुजुमदार लिहितात, 'लोकवस्तीचे विभाजन करून आणि जनतेची एकत्वाची जाणीव नष्ट करण्याचा निर्धार करून लॉर्ड कर्झन यांनी पूर्व बंगालचा दौरा काढला. त्या ठिकाणी त्यांनी त्या हेतुप्रीत्यर्थ मुसलमान जमातीच्या बैठकी

घेतल्या आणि बंगालच्या फाळणीचा हेतू विशद करून सांगितला. बंगाल प्रांताची राज्यव्यवस्था सुकर व्हावी या हेतूबरोबरच ज्या ठिकाणी मुस्लिमांचे अधिराज्य चालू शकेल असा मुस्लिम समाजाला स्वतंत्र प्रांत निर्माण करून देण्याचाही आपला हेतू असल्याचे त्यांनी तेथील मुसलमानांना सांगितले. बंगालची फाळणी करण्यात कर्झनचा अशा प्रकारचा दुष्ट हेतू होता यात शंकाच नाही. नाही तर तत्कालीन भारतमंत्री ब्रॉडरिक यांच्या कारकिर्दीत संमत होऊ घातलेली किंवा पुढे १९११ साली संमत झालेली एखादी योजना अमलात आणण्यास काय हरकत होती? यावरूनच बंगालच्या फाळणीमागे बंगालची राष्ट्रीय वृत्ती हाणून पाडणे हाच हेतू असल्याचे स्पष्ट होते.'

कर्झनच्या या कावेबाज योजनेला काही मुस्लिमांचा पाठिंबा मिळाला; पण पूर्व बंगालमधील वजनदार मुस्लिम समाज मात्र या आमिषापासून अलिप्त राहिला. कलकत्ता येथील १९०६च्या काँग्रेस अधिवेशनात बोलताना कर्झनचे पक्षपाती नबाब सलीमुल्ला यांचे बंधू नबाबजादा खाजा अतिकुल्ला या प्रश्नाबद्दल म्हणाले, 'पूर्व बंगालमधील मुसलमान फाळणीला अनुकूल आहेत ही गोष्ट साफ खोटी. प्रत्यक्ष वस्तुस्थिती अशी आहे की काही मोजके वतनदार मुसलमान केवळ स्वार्थासाठी बंगालच्या फाळणीला मान्यता देत आहेत.' कलकत्त्याच्या एका मुस्लिम संस्थेचे अध्यक्ष नबाब अमीर हुसेन म्हणाले, की काही विशेष आवश्यकता असली तरच बंगालची फाळणी व्हावी. सध्या तशी आवश्यकता मुळीच दिसत नाही.

अशा तऱ्हेने बंगालच्या फाळणीविरुद्ध सर्वत्र जोरदार ओरड सुरू होती; पण टिळकांना मात्र या फाळणीच्या शापातून वरदान मिळाले. या संधीचा फायदा घेऊन त्यांनी साऱ्या देशात स्वदेशीचे आणि बहिष्काराचे वारे निर्माण केले. त्यांच्या तुरुंगवासाच्या काळात निर्माण झालेली राजकीय शिथिलता दूर करण्याची मोठी संधी फाळणीमुळे मिळाली. पूर्वेकडील कलकत्त्यापासून पश्चिमेकडील कराचीपर्यंत आणि उत्तरेकडील दिल्लीपासून दक्षिणेकडील मद्रासपर्यंत सगळीकडे फाळणीला विरोध होऊ लागला. सारी जनता निर्धाराने फाळणीविरुद्ध आव्हान देऊन उठली.

या संधीचा फायदा उठवून टिळकांनी देशात नवे चैतन्य निर्माण केले, नवे नेतृत्व निर्माण केले. ते जनतेला बजावू लागले, 'आता सरकारला नमविण्याचे जुने मार्ग टाकून द्या. या सरकारी खात्यात सुधारणा हव्यात, हा कर रद्द करा, या आमच्या गाऱ्हाण्यांकडे लक्ष द्या, अशा प्रकारची भिक्षांदेहि वृत्ति तुम्ही सोडून द्या. त्या ऐवजी सरकारजवळ स्वराज्य मागण्याचा काळ आता आला आहे. आता हे सुधारणेचे तुकडे कशाला हवेत? सध्याचा राज्यकारभार देशाला

विघातक असा आहे. तो सुधारला तरी पाहिजे किंवा नष्ट तरी केला पाहिजे.'

टिळकांना एकेक समर्थ अनुयायी मिळत होते. 'मराठा'चे संपादक तात्यासाहेब केळकर, 'केसरी'चे सहसंपादक कृष्णाजीपंत खाडिलकर, कर्नाटकसिंह गंगाधरराव देशपांडे, टिळकांचे परममित्र अमरावतीचे दादासाहेब खापर्डे, नागपूरचे डॉ. मुंजे, यवतमाळचे बापूजी अणे या अनुयायांनी आपल्या नेत्याचा संदेश देशाच्या कानाकोपऱ्यात पोचविला. बंगालची फाळणी रद्द करून घेण्यासाठी कर्झनची कारकीर्द संपुष्टात आणणे हा एकच उपाय! आणि स्वदेशी व बहिष्कार हे त्याचे दोन मार्ग! महाराष्ट्रातील वृत्तपत्रांनी या दोन मार्गांचा जोरदार प्रचार सुरू केला. प्रांतात कित्येक ठिकाणी फाळणीच्या निषेधार्थ जाहीर सभा झाल्या. महाराष्ट्र, मध्य प्रदेश आणि वऱ्हाड या प्रांतात या चळवळीने चांगलेच मूळ धरले. स्वदेशी वस्तूंची दुकाने उघडण्यासाठी सर्वत्र निधी जमा होऊ लागला. कित्येकांनी परदेशी मालावर बहिष्कार घालण्यासाठी स्वदेशी मालाचाच वापर करण्याची शपथ घेतली. 'स्वदेशी वस्तू सभे'सारख्या संस्थांनी लोकांना स्वदेशीचाच वापर करण्याच्या शपथा घ्यावयास लावल्या. छोटे उद्योगधंदे उभारून स्वदेशी मालाची निर्मिती करण्यासाठी निधी जमवले जाऊ लागले. टिळकांच्या पुरस्काराने १९०३ सालीच 'पैसा फंड' निर्माण झाला होता. जनतेला शेतीविषयक आणि औद्योगिक शिक्षण देऊन देशी मालाची निर्मिती करणे हा या फंडाचा हेतू होता. पैसा फंडासाठी दरवर्षी प्रत्येकाने एक पैसा दिला तरी नव्या कारखान्यासाठी दर वर्षी सहा ते सात लाख रुपये जमणार होते.

या चळवळीकडे विद्यार्थीही मोठ्या संख्येने आकृष्ट होऊ लागले. कित्येक शैक्षणिक संस्थांमध्ये हरताळ होऊ लागल्याने छडीमार, दंड आणि संस्थेतून विद्यार्थ्याला काढून टाकणे यासारख्या शिक्षा होऊ लागल्या. तरीही स्वदेशीचा आणि बहिष्काराचा दिव्य संदेश देशाच्या कानाकोपऱ्यात पोचविण्यासाठी हजारो तरुण पुढे आले. नावे नोंदविण्यासाठी त्यांनी एकच गर्दी केली. पुण्यात या चळवळीसाठी मुस्लिमांनीही हिंदूंशी हातमिळवणी केली. गणपती-उत्सवातही कार्यक्रमातून या चळवळीचा प्रचार होऊ लागला. विशेषत: पुण्याच्या गणपती-उत्सवातील मेळ्यामध्ये जपानी आणि स्वदेशी मालाची प्रशंसा करणारी गाणी गायिली जाऊ लागली.

मुंबईमध्ये स्वदेशीच्या चळवळीला फारसा जोर नव्हता. तेथील काँग्रेस नेत्यांनी या बाबतीत मुळीच पुढाकार घेतला नसल्याने टिळकांच्या काही अनुयायांनीच ऑक्टोबरमध्ये मुंबईत एक सभा भरविली. अध्यक्षस्थानी टिळकच होते.

अशा प्रकारे बहुसंख्य जनतेचा आपल्या धोरणाला पाठिंबा मिळवून १९०५च्या काँग्रेससाठी बनारसला जाण्याचे प्रस्थान टिळकांनी ठेवले. त्या वर्षी काँग्रेसचे

अध्यक्ष गोपाळ कृष्ण गोखले हे होते.

टिळक बनारसला आले, त्यांनी सर्वत्र एक दृष्टिक्षेप टाकला आणि त्यांनी जिंकले; अशीच परिस्थिती एका क्षणात निर्माण झाली. बनारसच्या स्टेशनवर त्यांचे स्वागत करण्यासाठी दहा हजारांचा प्रचंड जनसमुदाय लोटला होता. त्यात गोपाळ कृष्ण गोखलेही होते. टिळक स्टेशनवर उतरताच त्यांच्या नावाचा जयजयकार करण्यात आला. त्यांच्यावर फुलांचा आणि पुष्पहारांचा वर्षाव झाला. त्याच वेळी टिळकांनी लोकांना एक नवी घोषणा दिली, 'Militancy, - not mendicancy', 'झोळी नको! जोडगोळी हवी!' टिळकांच्या या घोषणेचा अर्थ अगदी उघड होता. त्यांना भिक्षांदेहीचा मार्ग आता नको होता. स्वदेशीची आणि बहिष्काराची जोडगोळी हवी होती.

टिळकांच्या तोंडातून ही घोषणा बाहेर पडली मात्र! साऱ्या स्टेशनचा आसमंत त्या घोषणेने नुसता दुमदुमून गेला. गंगा नदीच्या पाण्यावर त्या घोषणेच्या जणू लाटाच उसळल्या. मग परतणाऱ्या जमावाने लहान लहान गट तयार केले. त्यांच्या जिभेवर नवी घोषणा होतीच. सारे गट शहराच्या रस्त्यारस्त्यातून हिंडले आणि बनारसमधील साऱ्या वास्तूंना त्यांनी ती घोषणा ऐकविली.

टिळकांनी काँग्रेसच्या मंडपात प्रवेश करताच तेथील वातावरणात चैतन्य निर्माण झाले. एखादी कळ दाबताच विजेचा झगमगाट व्हावा त्याप्रमाणे मांडवात झाले. त्यांच्या नावाची इतकी प्रचंड घोषणा झाली की तो भव्य मंडप कोसळून पडतो की काय, अशी धास्ती निर्माण झाली.

त्या वेळी देशात महत्त्वपूर्ण घटना घडत होत्या. त्यामुळे काँग्रेसच्या या अधिवेशनाबद्दल लोकांना उत्सुकता होती. लाला लजपतराय यांच्या नेतृत्वाखाली पंजाबचे आणि बिपिनचंद्र पाल यांच्या नेतृत्वाखाली बंगालचे शिष्टमंडळ आले होते. या दोन्ही शिष्टमंडळांनी टिळकांच्या ध्येयधोरणाला आपला संपूर्ण पाठिंबा व्यक्त केला होता. वेगवेगळ्या प्रांतांच्या छावण्या-छावण्यातून, रस्त्यारस्त्यातून 'Militancy, - not mendicancy', 'झोळी नको! जोडगोळी हवी!' या घोषणेचा घोष चालू होता. काँग्रेसचे अध्यक्ष गोखले हे एरवी थंड प्रकृतीचे आणि प्रत्येक ठिकाणी तोलून मापून पाऊल टाकणारे; पण त्यांच्या अंत:करणावरही टिळकांच्या घोषणेने दुमदुमणाऱ्या बनारसच्या उत्साहवर्धक वातावरणाचा परिणाम झाल्यावाचून राहिला नाही. जनतेत उत्स्फूर्तपणे निर्माण झालेल्या या भावनेशी समरस होण्यात आपण मागे पडता कामा नये या विचाराने त्यांनी आपल्या अध्यक्षीय भाषणाचा मसुदा पुन:पुन्हा तपासला. आपल्या भाषणात देशाच्या भावना योग्य तऱ्हेने व्यक्त झालेल्या नाहीत, असे आढळताच त्यांनी ते भाषण फाडून टाकले, एकदाच नव्हे तर दोनदा! जेव्हा राष्ट्रीय अभिमान डिवचला जाई आणि जनतेच्या

भावनांकडे खोडसाळपणे दुर्लक्ष केले जाई तेव्हा गोखल्यांच्या चेहऱ्यावर रागाच्या छटा स्पष्टपणे उमटू लागत. बनारसच्या अध्यक्षीय भाषणात याचे प्रत्यंतर आले. काही प्रसंगी त्यांच्या भावना उद्दीपित होत आणि त्या जहाल स्वरूप धारण करीत; पण प्रत्यक्षात मात्र ते आपला नेमस्तपणा सोडत नसत. बनारसच्या भाषणात मात्र त्यांनी आपली लढाऊ वृत्ती दाखविली. टिळकांनी रेखाटलेल्या कर्झनच्या शब्दचित्राशी गोखले सहमत होते. गोखल्यांनीही आपल्या भाषणात कर्झनची औरंगजेबाशी तुलना केली होती. ते म्हणाले, "अशा प्रकारच्या कारकिर्दीशी तुलना करावयाची असल्यास इतिहासात औरंगजेबाच्या कारकिर्दीकडे आम्हास वळले पाहिजे. एकाच व्यक्तीच्या हातात सर्व सत्ता ठेवण्याचा उद्योग, ते कर्तव्यकर्म बजावण्याविषयीची निस्सीम जागरूकता, सतत काम करण्याची अपूर्व हातोटी, लोकांवर अविश्वास करून त्यांना हाणून पाडण्याच्या कामी दाखविण्यात आलेली चिकाटी ही या दोन्ही कारकिर्दीत सारखीच दृष्टीस पडतात.'

गोखल्यांच्या तोंडचे ते भाषण ऐकून टिळकांना आनंद झाला. गेल्या पाच वर्षांत त्यांनी स्वत: हे शब्द जनतेच्या अंत:करणात नेऊन भिडविले होते. त्यामुळे गोखल्यांच्या तोंडून तेच शब्द आलेले ऐकून त्यांना आनंद होणे साहजिकच होते.

गोखले पुढे म्हणाले, "हिंदुस्थानचा कारभार हिंदी लोकांच्या हितासाठी चालला पाहिजे व अखेर त्यास वसाहतीसारखे स्वराज्य मिळाले पाहिजे, हा आपला अंतिम हेतू यापुढे राष्ट्रसभेने नजरेसमोर ठेवला पाहिजे. लष्करावर होणारा खर्च, सनदी नोकरांवर होणारा खर्च आणि ब्रिटिश भांडवलदारांचे हितसंबंध या साऱ्या गोष्टींचे येथील राजकारणावर दडपण पडते. ही सारी परिस्थिती पालटून येथील राज्यकारभार हिंदी लोकांचे हित समोर ठेवूनच हाकला जावा असे काँग्रेसचे ध्येय आहे. राणीच्या जाहीरनाम्याची वचने सरकारने अजून पाळली नाहीत व पुढे पाळण्याचीही आमची इच्छा नाही, असे लॉर्ड लिटन साहेबांनीच एका गुप्त पत्रव्यवहारात कबूल केले आहे."

काँग्रेसचे ते २१वे अधिवेशन होते. तेव्हा या अधिवेशनाच्या व्यासपीठावरून अध्यक्षांनी देशाच्या अंतिम राजकीय ध्येयाची घोषणा करून टाकावी असे टिळकांचे मत होते. त्या ध्येयाचे त्यांनी स्वत: एकाच शब्दात पण स्पष्ट स्वरूप मांडले होते. तो शब्द म्हणजे 'स्वराज्य!' पण गोखल्यांच्या भाषणाबद्दल त्यांनी समाधान व्यक्त केले. बंगालच्या प्रश्नावर स्वदेशी आणि बहिष्कार या दोन तत्त्वांचा पुरस्कार करण्यात काँग्रेस पुढाकार घेईल, अशी आशाही त्यांनी व्यक्त केली. बंगाली लोकांनी फाळणीविरुद्ध सुरू केलेल्या चळवळीला पाठिंबा देणारा ठराव काँग्रेसने संमत करावा अशी टिळकांची अपेक्षा होती; पण प्रत्यक्ष ठराव

करण्याची वेळ येताच गोखल्यांनी आणि त्यांच्या पक्षाने सपशेल माघार घेतली.

इंग्लंडचे युवराज, भावी पंचम जॉर्ज बादशहा आपल्या लवाजम्यासह हिंदुस्थानात येणार होते. त्यांचा सत्कार करण्याचा ठराव काँग्रेसच्या विषयनियामक समितीत येणार होता. हा ठराव टिळकांना मुळीच पसंत नव्हता. टिळकांचे म्हणणे असे होते, की व्हाइसरॉय व संस्थानिक यांच्या वतीने युवराजांचा सत्कार होणारच होता, मग आणखी वेगळा सत्कार करण्याचे कारणच काय? बंगाली प्रतिनिधींना टिळकांचे हे म्हणणे पटले. त्या ठरावावर केवळ त्यांनी नापसंतीच व्यक्त केली नाही तर असा ठराव मांडला गेल्यास खुल्या अधिवेशनात आपण त्याला विरोध करू असा धाक बंगाली प्रतिनिधींनी घातला. प्रकरण हातघाईला येताच टिळकच मध्ये पडले. त्या ठरावाच्या वेळी बंगाली प्रतिनिधींनी उपस्थित राहू नये, असा सल्ला टिळकांनी दिला आणि अध्यक्षांची बाजू सावरून धरली.

त्या वेळी हा निकराचा प्रसंग टळला; पण ब्रिटिश मालावर बहिष्कार, स्वदेशी व राष्ट्रीय शिक्षण याबाबतचे ठराव जेव्हा विषयनियामक समितीत आले तेव्हा अध्यक्षांचा गट आणि बंगाली तरुणांचा गट यांच्यात चांगलीच शाब्दिक चकमक जुंपली. प्रकरण हातघाईवर येताच पुन्हा टिळकच मध्ये पडले आणि त्यांनी समझोता घडवून आणला. मग ठरावांचा मूळ गाभा तसाच ठेवून त्यांची भाषा काहीशी मवाळ बनविली आणि ते ठराव संमत करण्यात आले.

विषयनियामक समितीच्या चर्चेत एक स्पष्ट झाले, की बंगाल व पंजाब येथील तरुण कार्यकर्ते आता काँग्रेसमधील जुन्या नेतृत्वाला कंटाळले होते. त्यांची मने बंडखोर बनत होती. अर्थात ही बंडखोरी केवळ या दोन प्रांतांपुरतीच मर्यादित नव्हती. मद्रास व इतर प्रांतांतील तरुणांनाही काँग्रेसच्या मिळमिळीत धोरणाचा उबग आला होता. या तरुण मंडळींनी काँग्रेसच्याच मंडपात एक जाहीर बैठक घेण्याचे ठरविले. त्या बैठकीचे अध्यक्षस्थान स्वीकारण्याची विनंती त्यांनी टिळकांना केली. ही बैठक भरविण्यासाठी पुढाकार घेणाऱ्यांत पंजाबचे लाला लजपतराय हेही होते. त्यांच्या 'यंग इंडिया' या सुप्रसिद्ध ग्रंथात या प्रसंगाचे वर्णन करताना त्यांनी लिहिले आहे, 'शांततामय प्रतिकारा'ची कल्पना टिळकांनी त्या वेळी प्रथम मांडली. त्यांची ती कल्पना नावीन्यपूर्ण तर होतीच, शिवाय धैर्याची आणि स्फूर्तिदायक अशी होती. शांततामय प्रतिकाराच्या चळवळीचे ध्येय तीन प्रकारांनी साकार होणार होते. एक म्हणजे जनतेला स्वातंत्र्योत्सुक करून स्वातंत्र्यासाठी वाटेल तो त्याग करण्याची वृत्ती जनतेत निर्माण करणे, दुसरे म्हणजे राज्यकर्त्यांच्या महान सामर्थ्याबद्दल व परोपकारी वृत्तीबद्दल जनतेच्या मनात निर्माण झालेला दृढ विश्वास नष्ट करणे आणि तिसरे म्हणजे अशा प्रकारे स्वातंत्र्य प्राप्त करून घेणे.

शांततामय प्रतिकाराच्या चळवळीची ही सूत्रे होती. या कार्यासाठी तरुणांची अंत:करणे पेटविण्याचे सामर्थ्य फक्त टिळकांजवळच होते; कारण प्रत्यक्ष कृती त्यांच्या स्वभावात मुरली होती. त्या कृतीसाठी लागणारा पराकाष्ठेचा आत्मविश्वासही त्यांच्यात होता. केवळ अर्ज-विनंत्या आणि फार तर कायद्याच्या कक्षेत राहून सरकारचा मिळमिळीत निषेध करण्याची नेमस्तांची वृत्ती टिळकांना कधीच आवडली नाही. त्यांना अशा भिक्षांदेहि वृत्तीचा तिरस्कार वाटे. टिळकांनी सुचवलेला शांततामय प्रतिकाराचा मार्ग हा केवळ क्षणिक उद्रेक नव्हता. त्यांच्या मनात ती कल्पना कित्येक दिवस होती. 'केसरी'तून त्या विषयावर आपले विचार अनेकदा त्यांनी मांडले होते. बनारसच्या काँग्रेसमध्ये 'Militancy, - Not Mendicancy' ही त्यांनी उच्चारलेली घोषणा मात्र त्या क्षणी त्यांना स्फुरली होती; पण या घोषणेचे स्फुरणही 'केसरी'तून अनेक वेळा मांडलेल्या विचारातूनच झाले असावे. या लेखातच त्या घोषणेची पाळेमुळे होती. तेव्हा बनारस काँग्रेसच्या मंडपात तरुण प्रतिनिधींसमोर त्यांनी आपली शांततामय प्रतिकाराची कल्पना मांडली यात नवल नव्हते! देशाचे स्वातंत्र्य प्राप्त करून घेण्यासाठी काँग्रेसवर मात करून एका नव्या पक्षाचा पायाच त्यांनी बनारस अधिवेशनाच्या मंडपात घातला, असे म्हटले तर वावगे होणार नाही.

शांततामय प्रतिकाराची नवी कल्पना तरुणांना देऊन त्यांची घरोघरी पाठवणी केली आणि पुढील वर्षी कलकत्ता येथे भरणाऱ्या अधिवेशनापर्यंत त्या कल्पनेवर विचार करण्यास त्यांना सांगितले. काँग्रेसच्या उत्क्रांतीचा सर्वांगीण विचार करून टिळकांनी नेमस्त व जहाल यांच्या मतप्रणालीतील फरक पुढील शब्दांत सांगितला, 'आमच्या हाती शस्त्र नाही; पण शस्त्राची आम्हाला आवश्यकताही वाटत नाही. आमच्या हाती बलिष्ठ असे एक राजकीय शस्त्र आहे. ते म्हणजे बहिष्कार! एक गोष्ट ध्यानात घेतली पाहिजे ती ही की येथील मूठभर इंग्रज लोकांनी आपल्या साहाय्याच्या बळावर राज्यकारभार चालविला आहे. अर्थात् खालच्या दर्जाच्या नोकऱ्याच फक्त आपल्या वाट्याला येतात; परंतु मौज अशी आहे की, आपल्या साहाय्याच्या बळावर राज्यकारभार तर चालवावयाचा; परंतु आपल्याला मात्र आपापसातील सहकार्याने निर्माण होणाऱ्या शक्तीची जाणीव करून द्यायची नाही. ती जाणीव जर आपल्याला झाली, तर आपल्या हाती असलेल्या राज्यकारभारावर आपल्याला सहज हुकमत चालवता येईल. साऱ्या राज्यकारभाराचा ताबा आपल्या हाती घेण्याचाच खरा प्रश्न आहे. आपण या देशात केवळ मूठभर आहोत याची जाणीव प्रत्येक इंग्रजी माणसाला आहे; आणि म्हणून तुम्ही दुबळे आहात आणि आम्ही सर्वशक्तिमान आहोत अशी तुमची कल्पना करून देण्यातच प्रत्येक इंग्रज गुंतलेला आहे. राजकारण म्हणतात ते हेच! आपण याच राजकारणाने

आजवर फसत आलो आहोत. तुमचे भवितव्य सर्वस्वी तुमच्या हाती आहे. या गोष्टीची तुम्हाला जाणीव करून देण्याचे कार्य आपल्या या नव्या पक्षाला करावयाचे आहे. स्वतंत्र होण्याची तुमची इच्छा असेल तर तुम्ही स्वतंत्र होऊ शकता; पण तुम्हाला जर स्वातंत्र्य ईप्सित नसेल तर तुम्ही सदैव पायदळी तुडवले जाल आणि अखेरपर्यंत त्याच स्थितीत राहाल. तुमच्या ठायी जर प्रत्यक्ष प्रतिकाराचे सामर्थ्य नसेल तर निदान या परकी राज्यकर्त्यांशी असहकार पुकारून त्यांना राज्यकारभारात कोणतेही साहाय्य न देणे ही गोष्ट तुम्हाला करता येणार नाही का? यालाच मी बहिष्कार म्हणतो; आणि बहिष्कार हे एक राजकीय शस्त्र आहे, असे आपण म्हणतो तेही याच अर्थाने! महसूल गोळा करण्यात आम्ही त्यांना साहाय्य देणार नाही आणि आम्ही शांतताही नांदू देणार नाही. सरहद्दीपलीकडे किंवा देशाबाहेर कोणत्याही लढाईत आम्ही त्यांना मदत देणार नाही. आमच्या देशाचे रक्त आम्ही त्या लढाईत सांडणार नाही किंवा आमच्या द्रव्याचीही खराबी करणार नाही. न्यायदानाच्या बाबतीतही त्यांच्याशी असहकार पुकारून आम्ही आमची न्यायालये उभारू आणि वेळ पडली तर आम्ही कोणताही कर देणार नाही. तुमच्या सांघिक प्रयत्नांनी या गोष्टी तुम्ही करू शकाल का? जर तुम्ही या गोष्टी आचरणात आणाल, तर तुम्ही उद्या स्वतंत्र व्हाल... या दिशेने विचार करण्याची तुम्ही आपल्या मनाला सवय लावून पाहा. केवळ भावनाप्रधान होऊन काही आम्ही हा मार्ग अवलंबीत नाही. आमची ही चेतना विचारपूर्वक बनविली आहे. त्या विचारांचे सूत्र नीट समजावून घ्या आणि तर्कनिष्ठ बनून त्या चेतनेला खतपाणी घाला. याच मार्गाने कोणतेही राष्ट्र प्रगतिपथावर वाटचाल करीत असते. याच मार्गाने देशाची चेतना प्रज्ज्वलित होत असते. आणि सध्या सुरू असलेल्या संघर्षातून हाच धडा तुम्हाला शिकावयाचा आहे.'

बनारस येथे टिळकांनी आपल्या शांततामय प्रतिकाराच्या कार्यक्रमाचे जे स्पष्टीकरण केले त्यामुळे नेमस्तांच्या उरात धडकीच भरली. करबंदीची चळवळ न्याय्य आहे हे गोखल्यांना तत्त्वत: मान्य होते; पण त्या तत्त्वाचे प्रत्यक्ष व्यवहारात रूपांतर करण्यास किंवा त्यांचा प्रचार करण्यास त्यांची सिद्धता नव्हती.

टिळकांनी आपल्या योजनेचे स्वरूप इतक्या स्पष्ट शब्दात मांडल्याने बहुसंख्य जनता त्यांच्याकडे आकृष्ट झाली. लोक त्यांना परमेश्वरासमान मानू लागले. त्यांची वाढती लोकप्रियता आणि बहुजन समाजावरचे त्यांचे वाढते प्रभुत्व यामुळे नेमस्त पुढारी आणि नोकरशाहीतील लोक टिळकांना पाण्यात पाहू लागले.

बनारसच्या काँग्रेसनंतर टिळकांच्या स्वराज्याच्या लढ्याने विविध स्वरूप धारण केले. तीन वेगवेगळ्या आघाड्यांवर लढ्याचा आविष्कार होऊ लागला.

सामान्य जनतेचा उत्साह वाढवून स्वातंत्र्याच्या लढ्यासाठी जनतेत जागृती निर्माण करण्याचे कार्य एका आघाडीवर केले. दुसऱ्या आघाडीवर तथाकथित नेमस्त पुढाऱ्यांच्या दुबळ्या व भेकड धोरणावर त्यांनी विदारक प्रकाश टाकला. आणि तिसऱ्या आघाडीवरून जनतेला निर्घृणपणे दडपून टाकणाऱ्या सरकारशी दंड थोपटून त्यांनी लढा दिला. १९०५ ते १९०८ या अवधीत त्यांनी जनता 'तयार' केली. याच कालावधीत त्यांनी अखिल भारतीय राजकारणाच्या कल्पनेचा खराखुरा पाया घातला. बनारस काँग्रेसमध्ये 'शांततामय प्रतिकारा'च्या धोरणाचा उद्घोष केल्यापासून राजकारणातील एका महत्त्वाच्या पर्वाची सुरुवात झाली. अमेरिकेत थोरो किंवा रशियात टॉलस्टॉय या तत्त्वज्ञांनी 'शांततामय प्रतिकारा'ची अमूर्त कल्पना मांडली होती; पण टिळकांनी त्या अमूर्त कल्पनेला मूर्त स्वरूप देऊन तिला योग्य स्वरूपात व्यवहारात आणले.

टिळकांच्या 'शांततामय प्रतिकारा'च्या पायावरच महात्मा गांधींनी आपल्या राजकीय आयुष्याची इमारत रचली. तेव्हापासून त्याच तत्त्वाला त्यांनी वेगवेगळ्या नावाखाली राबविले व कमीअधिक प्रमाणात त्याला यश प्राप्त करून दिले. प्रथम त्या धोरणाचे नाव होते असहकार. नंतर १९३०-३१ साली त्याने 'कायदेभंग' हे नाव धारण केले. आणि १९४२ साली 'सत्याग्रह' या नावाने ते तत्त्व अवतीर्ण झाले. गांधीजींनी वेळोवेळी तत्त्वाचे नाव बदलले; पण त्यांचे सूत्र मात्र तेच होते. जनतेने सरकारशी असहकार करायचा हा टिळकांनी घालून दिलेला धडा पुढील पिढ्या गिरवीत राहिल्या. टिळकांनी घोषित केलेली राजकीय तत्त्वे महात्मा गांधींनी अधिक लोकप्रिय व आकर्षक केली हे खरे! टिळकांच्या तत्त्वांना त्यांनी आध्यात्मिक स्वरूप दिले. कायदेभंगाच्या चळवळीला आध्यात्मिक स्वरूप प्राप्त झाल्याने तिला एक प्रकारचे तेज आले. राजकीय शस्त्राला धार चढली; आणि मग तिची पाळेमुळे बहुजन समाजापर्यंत जाऊन पोचली. हे सर्व मान्य केले तरी या शस्त्राचे जनकत्व टिळकांकडे जाते, हेही प्रथम मान्य करायलाच हवे. दीर्घकालीन दास्यामुळे जनता निस्तेज झाली होती. अशा स्थितीत परकीय सत्तेशी झुंज देण्यास उपयोगी पडणारे ते एकमेव साधन होते. हे शस्त्र शोधून काढण्यात टिळकांचे द्रष्टेपण आणि धैर्यही प्रतीत होते.

शांततामय प्रतिकाराच्या तत्त्वावर टिळकांनी जे भाषण केले त्यातून जनतेचा सरकारशी लढण्याचा निर्धार व्यक्त होतो. या भाषणानंतर टिळक पर्व सार्थतेने सुरू झाले, असे म्हणता येईल. बंगालची फाळणी हे केवळ निमित्त होते. त्यामुळे चळवळीची ठिणगी कलकत्त्यात पडली हे खरे; पण बनारस काँग्रेस संपल्यावर टिळक पुण्यास परतले तेव्हा चळवळीचा सारा दारूगोळा त्यांच्याबरोबर होता. तेथून मग साऱ्या देशभर चळवळीचे स्फोटक स्फुलिंग उडू लागले.

चतु:सूत्रीची सूत्रे पुण्यातून हलू लागली. टिळकांनी आदेश द्यावा आणि सर्व प्रांतांनी तो पाळावा असे घडू लागले. टिळकांच्या वास्तव्यामुळे चळवळीची सूत्रे पुण्यातून हलत होती हे खरे! पण त्याचबरोबर 'राष्ट्रीय शिक्षण व स्वदेशी' या बाबतीत पुण्याने बरीच मजल मारली होती. पुण्यात डेक्कन एज्युकेशन सोसायटी, फर्ग्युसन कॉलेज यांसारख्या कित्येक संस्था त्यागाच्या पायावर ठाम उभ्या होत्या. स्वदेशीच्या व्रताचा प्रसार करण्याचे काम पुण्याची सार्वजनिक सभा जोराने करीत होती. त्या सभेच्या वतीने सहकारी पद्धतीवर औद्योगिक प्रदर्शने भरविली जात. सभेच्या वतीने खेड्यापाड्यांतून न्यायदानासाठी लवाद मंडळेही नेमण्यात आली होती.

या सार्वजनिक सभेने खऱ्या अर्थाने स्वदेशीच्या चळवळीला खतपाणी घातले. सार्वजनिक सभेचे सरकार्यवाह ग. वा. जोशी - सार्वजनिक काका, हे खरोखरच द्रष्टे असले पाहिजेत. १८७५ सालीच त्यांनी एक खूणगाठ मनाशी बांधून ठेवली होती. ती म्हणजे देशाला जर परकीयांच्या जोखडातून मुक्त करावयाचे असेल तर 'स्वदेशी' हा त्याच्यावर जालीम उपाय आहे. म. गांधी राजकीय क्षितिजावर अवतीर्ण झाले नव्हते, त्या काळात सार्वजनिक काकांनी हातमागाच्या चळवळीला प्रारंभ केला होता. घरगुती उद्योगधंद्यांना प्रोत्साहन देण्यासाठी हातमागावर तयार कलेले कापड वापरणे हाच एकमेव उपाय आहे असा प्रचार त्यांनी सुरू केला. त्यांनी स्वत:ही तो अमलात आणला होता. त्यांची धोतरे, पायघोळ सदरे आणि पागोटे हे सर्व कपडे खादीचे असत. त्यांचे सूत ते स्वत: काढीत आणि कापडही ते स्वत: विणीत. कोणत्याही प्रसंगाला हाच पोषाख योग्य आहे, असे त्यांचे मत होते. राणी व्हिक्टोरियाने जेव्हा 'हिंदुस्थानची सम्राज्ञी' ही पदवी धारण केली तेव्हा त्या वेळचे व्हॉइसरॉय लॉर्ड लिटन यांनी एक मोठा दरबार भरविला होता. त्या दरबारासाठी सार्वजनिक काकांना आमंत्रण होते. काका दरबारला गेले; पण आपल्या नेहमीच्याच पोषाखात! त्या दरबारचा थाट अपूर्व होता. त्या ठिकाणी ब्रिटिशांचे वैभव अवतीर्ण झाले होते; पण सार्वजनिक काका राज्यकर्त्यांच्या वैभवाला दुर्लक्षून नेहमीच्या पोषाखात तेथे उपस्थित राहिले आणि त्यांनी जनतेच्या वतीने भाषणही केले.

हिंदुस्थानचे औद्योगिक पुनरुज्जीवन करण्यात स्वदेशी हाच तोडगा आहे, असे सार्वजनिक काकांचे मत होते. टिळकांना स्वदेशीची ही आर्थिक बाजू मान्य होती; पण त्यांनी स्वदेशीला एक राजकीय संबंध जोडला. ७ ऑगस्ट १९०५ रोजी बंगालच्या पुढाऱ्यांनी बहिष्काराचा ठराव संमत केला तो काही एका कालमर्यादेपुरताच! बंगालची फाळणी रद्द झाल्यावर हा ठराव संपुष्टात येणार होता. मूळच्या त्या ठरावात या कालमर्यादेचा स्पष्ट उल्लेख होता.

पण टिळकांनी 'केसरी'तून लिहिलेल्या लेखात आणि बंगालच्या जनतेसमोर केलेल्या भाषणात बहिष्काराच्या या शस्त्राची आर्थिक आणि राजकीय बाजू स्पष्ट केली होती. बंगालच्या फाळणीसारख्या केवळ नैमित्तिक कारणासाठीच बहिष्काराचे शस्त्र वापरून थांबता कामा नये, तर देशाला 'स्वराज्य' प्राप्त करून देण्यात त्या शस्त्राचा, सर्वत्र, सर्वकाळ, सर्रास वापर करावा, असे सांगितले होते.

दिनांक २२ ऑगस्ट १९०५ रोजी 'केसरी'त लिहिलेल्या 'राष्ट्रीय बहिष्कार' या अग्रलेखात टिळकांनी लिहिले होते, *'राज्यकर्त्यांविरुद्ध शस्त्र चालविण्याची आमची ताकद नाही आणि इच्छाही नाही; पण विलायतेतील व्यापारास व मजुरांस आम्ही विलायती माल घेऊन जे कोट्यवधी रुपये दरसाल देतो तेवढे तरी आमच्याने बंद होऊ नयेत काय? विलायती मालावाचून काही काही ठिकाणी अडेल इतकी आपल्या धंद्यांची स्थिती निकृष्ट झाली आहे हे खरे; पण जेव्हा देशी माल मिळणार नाही तेव्हा निदान विलायती तरी न घेता दुसऱ्या कोणत्या तरी देशातला घेऊन विलायतेतील आमच्या मागण्यांकडे दुर्लक्ष करणाऱ्या लोकांबद्दल आमच्या मनात उत्पन्न झालेला त्वेष आम्ही का व्यक्त करू नये?... प्रजा कितीही दुर्बळ असली तरी धैर्याने, जुटीने आणि निश्चयाने अरेरावी करणाऱ्या राज्यकर्त्यांस शस्त्राविणही ती भारी होते ही गोष्ट इतिहासप्रसिद्ध आहे... राज्यकर्त्यांविरुद्ध बंड करणे गैरकायदा आहे किंबहुना गुन्हा आहे; पण बहिष्काराचा तसा प्रकार नाही. राज्यकर्त्यांपुढे आपली गाऱ्हाणी सयुक्तिक रीतीने मांडण्याचे सोडून द्या, असे आम्ही म्हणत नाही; पण नुसत्या विनवणीने कार्यसिद्धी होत नाही, असा जर अनुभव आहे, तर सदर विनवणीस बहिष्काराची पुरवणी देऊन या जोडगोळीच्या बंदुकीने आम्ही आपले हेतू साध्य करून घेतले पाहिजेत.'*

टिळकांनी बनारस येथे टाकलेले या विचारांचे बीज सर्वत्र फैलावले आणि मूळ धरू लागले. 'The Spirit of Indian Nationalism' या आपल्या ग्रंथात बिपिनचंद्र पाल यांनी लिहिले आहे, *'कलकत्त्याहून बहिष्काराबद्दलची ठिकठिकाणी पाठविलेली प्रतिज्ञापत्रके भरून परत आली. त्यात 'बंगालची फाळणी रद्द होईपर्यंत' ही अक्षरे सरसहा खोडलेली दिसली.'*

याचा अर्थ बहिष्काराचे तत्त्व कायमचे स्वीकारले गेले. ऑक्टोबर महिन्यात कलकत्त्याच्या व्यापाऱ्यांशी मँचेस्टरच्या व्यापाऱ्यांचे करार होत असत. १९०५च्या ऑक्टोबरमध्ये मँचेस्टरशी एकही करार झाला नाही. त्यामुळे साहजिकच देशी उद्योगधंद्यांचे पुनरुज्जीवन होऊ लागले. हातमागाचा प्रसार देशात सर्वत्र झाला. बिपिनचंद्र पाल आपल्या ग्रंथात पुढे लिहितात, *'बंगालखेरीज अन्य प्रांतांत 'बहिष्कार' या तत्त्वाचा अवलंब प्रत्यक्षरीत्या फारसा झाला नाही; परंतु स्वदेशीच्या मंत्राने देशाचे कानेकोपरे दुमदुमून गेले. त्यामुळे देशी उद्योगधंद्यांना तेजी चढू*

लागली. राजे नि रंक, भांडवलदार नि मजूर, साक्षर नि निरक्षर, सुशिक्षित नि अशिक्षित या सर्वांनी हातात हात घालून स्वदेशीचे तत्त्व अमलात आणले, हे बंगालच्या चळवळीचे वैशिष्ट्य मानले पाहिजे.'

स्वदेशीच्या व बहिष्काराच्या चळवळीचे वर्णन करताना टिळक नेहमी म्हणत, की ते एक दुधारी शस्त्र आहे; ती दोन तोंडांची तोफ आहे. आपल्या कल्पनेप्रमाणे या शस्त्राचा उपयोग होत आहे हे पाहून टिळकांना फार आनंद वाटे. राज्यकर्त्यांच्या गोटात या चळवळीबद्दल लिहिले होते, 'कलकत्त्याच्या वखारीतून कापडाचे गठ्ठेच्या गठ्ठे पडले असून हे विकले जाण्याची मुळीच शक्यता नाही. हे कापड आर्थिक मंदीमुळे विकले जात नाही असे प्रथम प्रथम म्हटले जात असे. कित्येक मारवाडी पेढ्या पुरत्या बसल्या आहेत. कित्येक मोठमोठ्या युरोपिअन पेढ्या बंद तरी कराव्या लागल्या आहेत किंवा त्यांना आपले स्वरूप आखडावे लागले आहे. गुदामात माल पडून आहे; कारण मारवाडी व व्यापारी तो माल सोडवून घेण्यासच तयार नाहीत. या साऱ्या गोष्टी आता इतक्या उघड झाल्या आहेत की त्या लपविण्यात कसलाच मतलब नाही. उलट बहिष्कारामुळे व्यापाराचे विचलित स्वरूप विशद करून सांगण्याची वेळ आलेली आहे. अर्थात बहिष्काराचे तत्त्व अमलात आणणाऱ्यांची स्तुती स्तोत्रे गाण्याचा आमचा इरादा नाही; कारण अशा लोकांना प्रोत्साहन देण्याचे काहीच कारण नाही; परंतु हिंदी जनतेला राज्यकर्त्यांच्या विरुद्ध बहिष्कार या नावाचे प्रबळ शस्त्र सापडले आहे, या गोष्टीची राज्यकर्त्यांना स्पष्ट जाणीव करून देणे अगत्याचे झाले आहे. सरकार त्या बाबतीत कोणती उपाययोजना करणार आहे हा आता खराखुरा प्रश्न आहे. बहिष्काराला जर यापुढे मान्यता दिली तर सशस्त्र क्रांतीने ब्रिटिशांचे नुकसान होणार नाही इतके त्यांचे नुकसान होऊन ब्रिटिशांच्या हिंदी हितसंबंधांना उपसर्ग पोहोचल्याविना राहणार नाही.'

१९०६ सालच्या काँग्रेस अधिवेशनाची तयारी सुरू झाली आणि त्याच वेळी बहिष्काराच्या चळवळीने वादळी स्वरूप धारण केले. स्वदेशीच्या व बहिष्काराच्या चळवळीला केवळ टिळकांच्या लेखांनी तेज आणले याबद्दल कोणाचेच दुमत नव्हते. टिळकांना देशात सर्वत्र कमालीची लोकप्रियता लाभली. सुशिक्षित तरुण पिढीइतकेच शेतकरी-कामगार लोकांवरही त्यांचे वजन पडले होते. त्यामुळे देशातील पुरोगामी तरुण गटाला कलकत्त्याच्या काँग्रेसचे अध्यक्षपद टिळकांकडेच जावे असे वाटत होते. बंगालचे पुढारी अरविंदबाबू घोष यांनी अध्यक्षपदासाठी टिळकांचे नाव सुचविले देखील. पंजाबच्या व मध्यप्रदेशच्या काँग्रेस कमिट्यांनीही टिळकांच्या नावाला दुजोरा दिला. त्यामुळे टिळक अध्यक्ष होणार हे जवळ जवळ ठरल्यासारखे झाले.

हा सारा बनाव बघून नेमस्तांच्या तोंडचे पाणी पळाले. टिळकांची प्रचारपद्धती व त्यांच्या स्वभावातील खंबीरपणा यांची त्यांना जाणीव होती. त्यामुळे आपल्या हातातील काँग्रेसची सूत्रे आपण गमावून बसू अशी त्यांना धास्ती पडली. टिळकांच्या निवडीला खो घालण्यासाठी त्यांनी काँग्रेसच्या अध्यक्षपदासाठी दादाभाई नौरोजींना पाचारण केले आणि त्या वृद्ध पुढाऱ्याने त्या निमंत्रणाचा लगेच स्वीकारही केला.

दादाभाईंना अध्यक्षीय निवडणुकीत कोणी सहसा विरोध करणार नाही, अशी नेमस्तांची अटकळ होती. ती बरोबर ठरली; कारण दादाभाईंनी मोठ्या धैर्याने व नि:स्वार्थीपणाने पन्नास वर्षे देशाची सेवा केली होती. ब्रिटिशांनी केलेल्या हिंदुस्थानच्या लूटमारीवर त्यांनी वेळोवेळी विदारक प्रकाश टाकला होता. तीव्र बुद्धिमत्ता, सूक्ष्म निरीक्षण व आपले राजकीय सिद्धान्त जगासमोर मांडण्यासाठी लागणारे धैर्य हे गुण त्यांच्या अंगी असल्याने राजकारणातले महर्षीपद त्यांच्याकडे आपोआप चालत आले होते. देशात व देशाबाहेर त्यांनी बजावलेल्या कामगिरीमुळे त्यांचे नाव सर्वतोमुखी झाले होते. ब्रिटिश पार्लमेन्टमध्ये सभासद म्हणून निवडून आलेले ते पहिलेच हिंदी गृहस्थ होते. तेथेही त्यांची मुत्सद्देगिरी व ब्रिटिश-हिंदी हितसंबंधाबद्दलचे सखोल ज्ञान स्पष्ट झाले होते. राष्ट्राच्या दुर्दशेवर व त्यावरील उपाययोजनेवर त्यांनी काही सिद्धान्त काढले होते. हिंदुस्थानच्या निर्धनतेचे कारण ब्रिटिशांची लुटारू वृत्ती हे त्यांनी ओळखले होते. विलायतेत गेल्यावर त्यांनी 'लिबरल' म्हणून आपल्या राजकीय जीवनास प्रारंभ केला; पण त्यांच्या प्रदीर्घ आयुष्यात त्यांना निराशेचे इतके जबरदस्त तडाखे बसले की त्यामुळे ते 'रॅडिकल' पक्षात दाखल झाले. जॉन ब्राईट व चार्ल्स ब्रॉडलॉ यांच्यासारख्यांशी त्यांनी हातमिळवणी केली, इतका त्यांच्या राजकीय जीवनात फरक पडला.

टिळकांचे अध्यक्षपद टाळण्यासाठी नेमस्तांनी दादाभाईंचे नाव पुढे केले. आता अध्यक्षपद पटकावून टिळक काँग्रेसचे तारू जहालपदाच्या मार्गावर आणणार नाहीत याचा नेमस्तांना आनंद होत होता. तर प्रसंगविशेषी सोशालिस्ट पक्षाला मिळून हाइण्डमन साहेबांचे समर्थन करणारे दादाभाई काँग्रेसच्या अध्यक्षपदावरून नेमस्तांची मवाळ भाषा मुळीच वापरणार नाहीत, अशी जहालांची खात्री होती. त्यामुळे तेही आनंदात होते. या वेळी दादाभाईंचे वय ८१ वर्षांचे होते. त्यांच्या दीर्घकालीन देशसेवेला व त्यागाला साजेशी कृती ते काँग्रेसच्या अध्यक्षपदावरून करतील असा विश्वास उभय पक्षांना वाटत होता. विशेषत: टिळकांच्या तडाख्यातून काँग्रेस सुटली याबद्दल नेमस्तांनी सुटकेचा नि:श्वास टाकला; पण प्रत्यक्षात घडले मात्र निराळेच!

अटल संग्रामाची अटकळ

मेहता-गोखले यांच्या नेमस्त पक्षाने युक्तीचा फासा टाकून दादाभाई नौरोजी यांची अध्यक्षपदी निवड केली. टिळक व त्यांचे पक्षपाती ही मंडळी काँग्रेस आपल्या ताब्यात घेतील या धास्तीने नेमस्त अत्यंत ग्रासून गेले होते. त्यामुळे दादाभाईंनी अध्यक्षपदाचे निमंत्रण स्वीकारून हिंदुस्थानात येण्यासाठी पासपोर्टही काढल्याची बातमी कळताच त्यांना हायसे वाटले. सुरेंद्रनाथ बॅनर्जींनी तर दादाभाईंना स्पष्ट लिहिले, की तुम्ही आम्हाला मोठ्या प्रसंगातून वाचविले आहे. टिळक व त्यांचे अनुयायी यांनी उभारलेले बंड शमविण्यासाठी नेमस्तांनी दादाभाईंना हाक दिली होती. वयोवृद्ध नेत्याचा सबुरीचा सल्ला कानी पडताच टिळकपक्षीय शांत होतील आणि मग काँग्रेस आपल्या हाती राहील असा त्यांचा हिशेब होता; पण परिस्थिती अशी घडत गेली की नेमस्तांचे हे किल्ले केवळ हवेतच राहिले. टिळक, लजपतराय व अरविंद घोष यांनी देशात निर्माण केलेले चैतन्य नष्ट करण्याची दादाभाईंनी इच्छाही दर्शविली नाही. त्यांचा स्वभाव गोड, गंभीर, शांत आणि युक्तिबाज होता. नेमस्त पुढाऱ्यांपेक्षा त्यांची मते पुरोगामी गटाशीच मिळतीजुळती होती.

विशेषतः लॉर्ड कर्झनच्या दडपशाहीच्या कारकिर्दीनंतर त्यांच्या शब्दाला तेज चढले होते. जहाल पुढाऱ्यांच्या मतापेक्षाही त्यांनी जोरदारपणे आपली मते त्यापूर्वी मांडली होती. टिळकांनी दादाभाईंची ही महती ओळखली होती. काँग्रेसच्या अध्यक्षपदावरून दादाभाई स्वराज्याचा मंत्र स्पष्टपणे देतील हे टिळकांनी काँग्रेस भरण्यापूर्वी दहा दिवस आधी 'केसरी'च्या लेखातून लिहिले होते. आपल्या तर्काला पुष्टी देण्यासाठी त्यांनी दादाभाईंच्या अनेक भाषणांतील व लेखातील उतारे उद्धृत केले होते. दि. १८ डिसेंबर १९०६च्या 'केसरी'च्या अग्रलेखात टिळक लिहितात, 'दादाभाईंचे हे सिद्धान्त एकत्र केले म्हणजे दादाभाई जहालातले जहाल आहेत असेच म्हणावे लागते. हिंदुस्थानास लागलेला रोग अत्यंत भयंकर आहे असा त्यांचाच सिद्धान्त आहे; आणि हा रोग किंवा ही लूट बंद होण्यास

विलायतेच्या लोकांचे मत बदलले पाहिजे, अशी जरी त्यांची समजूत आहे तरी या कामी जो उद्योग करावयाचा तो नुसत्या विलायतेत न करता हिंदुस्थानातील लोकांनी करारीपणाने आपल्या हातात असतील तेवढ्या गोष्टी करून, एकजुटीने व निकराने देशावरील संकट दूर करण्यास झटले पाहिजे असे त्यांचे स्पष्ट सांगणे आहे आणि असे जर आहे तर स्वदेशी, बहिष्कार, राष्ट्रीय शिक्षण वगैरे जे विषय यंदाच्या राष्ट्रीय सभेपुढे येणार आहेत त्यांस त्यांच्या हातून यत्किंचित तरी अडथळा होईल असे मानणे असमंजसपणाचे होय. दादाभाई यांच्या संबंधाने विचार करताना नेहमी एक गोष्ट लक्षात ठेवली पाहिजे की ते काही पोषाखी अगर शिळोप्याच्या वेळी काम करणारे गृहस्थ नव्हेत; सर्व बाजूंनी, सर्व तऱ्हेने, सर्व प्रकारच्या लोकांच्या साह्याने आपले कार्य तडीस नेण्याचे व्रत त्यांनी पत्करलेले आहे आणि असे व्रत ज्या पुरुषाने पत्करले तो हल्ली आमच्या देशात स्वदेशी चळवळीमुळे जी जागृती दिसत आहे तिच्यावर विरजण घालण्यास तयार होईल असे आम्हास वाटत नाही.'

बनारस काँग्रेसनंतर स्वदेशी आणि बहिष्कार या तत्त्वांचा प्रचार करण्यासाठी टिळकांनी आणि बिपिनचंद्र पाल यांनी ठिकठिकाणी व्याख्याने देण्यासाठी दौरे काढले. वर्षभर टिळकांनी अविश्रांत परिश्रम केले. स्वदेशीची चळवळ विशेष जोरात होती. परदेशी साखर खाणे पाप आहे असे टिळकांनी पटवून दिल्याने बहुसंख्य ब्राह्मणांनी साखर खाणे सोडले. इतकेच नव्हे तर हे पापकर्म करण्यापासून इतरांना वाचविले. स्वदेशीचे तत्त्व मुस्लिमांनाही पटून ते टिळकांच्या गोटात सामील होऊ लागले होते. नाशिक येथे गणपती उत्सवात व्याख्यान देण्यासाठी टिळक गेले असता तेथील मुस्लिमांनी त्यांचे व्याख्यान दर्ग्यातही आयोजित केले. धुळ्यात तर खास मुस्लिमांचीच एक सभा झाली. पुण्यासारख्या हिंदूंच्या बालेकिल्ल्यातही मुस्लिमांनी हिंदूंशी हातमिळवणी केली.

त्या वर्षी गणपती उत्सवाला राजकीय स्वरूप उघडपणे आले. नाशिक आणि बेळगाव येथे टिळक गणेशोत्सवासाठी गेले होते; पण तेथील भाषणात धार्मिक विषयावर किंवा उत्सवासंबंधी टिळक काहीच बोलले नाहीत. देशातील दारिद्र्याबद्दलच ते बोलले.

शिवजयंतीही पुण्यात विशेष उत्साहाने साजरी झाली. त्यावेळी धार्मिक, राजकीय विषयांवर व्याख्याने झाली. मेळ्यातील गाणी आणि मिरवणुका यांनी शहर गजबजून गेले. देशी साखरेची मिठाई वाटली गेली. वृत्तपत्रांनी तर टिळकांना आधुनिक शिवाजी करून टाकले. त्या वर्षी शिवजयंती कलकत्त्यातही साजरी झाली. त्यासाठी टिळक मुद्दाम कलकत्त्याला गेले होते. कलकत्त्याहून परतताना टिळक कित्येक ठिकाणी थांबले. तेथे त्यांची भाषणे झाली. 'जामे जमशेद' या

वृत्तपत्राने लिहिले होते, 'नागपूर येथे टिळकांचे जे प्रचंड स्वागत झाले त्यावरून जनता त्यांना देवाप्रमाणे मानते हे स्पष्ट झाले.'

बिपिनचंद्र पाल यांनीही ठिकठिकाणी व्याख्याने दिली. मद्रासमधील त्यांच्या भाषणांमुळे जहालांच्या गटात भर पडली.

अशा तऱ्हेने एका वर्षाच्या अवधीत बरेचजण जहालांच्या गोटात सामील झाले असले तरी काँग्रेसमध्ये अद्याप नेमस्तांचीच संख्या जास्त होती. अर्थात सर्वांत जास्त लोकप्रियता टिळकांनाच लाभली होती; मात्र कलकत्त्याच्या काँग्रेस अधिवेशनापासून नेमस्त आणि जहाल यांच्यातील मतभेद अधिक स्पष्ट झाले.

कलकत्त्याच्या अधिवेशनाला अभूतपूर्व अशी गर्दी लोटली होती. देशाच्या वेगवेगळ्या भागांतून १८०० प्रतिनिधी अधिवेशनाला उपस्थित होते. रोज निदान दहा हजार श्रोते अधिवेशनाला उपस्थित राहत. दादाभाईंच्या अध्यक्षीय भाषणाची चौकट दिसायला सोज्ज्वळ होती. त्यांच्या भाषणाची भाषा संसदीय पद्धतीची वाटली तरी त्या भाषणात स्फोटक मालमसाला भरपूर होता. हिंदुस्थानातील परिस्थितीवर स्वराज्य हाच तोडगा आहे, असे त्यांनी नि:संदिग्धपणे बजावले. ते म्हणाले, 'आम्ही कोणत्याही गोष्टीची भीक मागत नाही. आम्हाला फक्त न्याय हवा आहे. ब्रिटिश नागरिक या नात्याने आमच्या न्याय्य हक्कांचे विशदीकरण करण्यापेक्षा आमची कल्पना एकाच शब्दात मांडता येण्यासारखी आहे. तो शब्द म्हणजे स्वराज्य! संयुक्त राष्ट्रांना किंवा वसाहतींना ज्या प्रकारचे स्वराज्य आहे त्याप्रमाणे!'

काँग्रेसच्या व्यासपीठावरून स्पष्ट शब्दांत स्वराज्याची अशी मागणी पहिल्या प्रथमच मांडली जात होती. त्यामुळे दादाभाईंच्या मुखातून ती मागणी बाहेर पडताच श्रोत्यांच्या भावना थरारून गेल्या.

अँग्लो-इंडियन पत्रांना दादाभाईंचे हे भाषण अर्थात फारच झोंबले. स्वराज्याच्या मागणीमुळे राज्यकर्त्यांसमोर एक नवे संकट उभे राहिले. जहालांसमोर दादाभाईंनी शरणागती पत्करली अशी टीका होऊ लागली. त्यांच्या भाषणावरील संतापाचे गरळ 'टाइम्स'ने आपल्या एका लेखात ओकले. इंग्लंडमधील नागरिकांप्रमाणे हिंदुस्थानातील जनतेला राजकीय हक्क, सवलती, मतदानाचे अधिकार प्राप्त व्हावे या मागणीला इतिहासात दाखला नाही; ही मागणी कायदेशीर नाही, असे 'टाइम्स'ने म्हटले होते. या लेखात पुढे म्हटले होते, *'आम्ही तलवारीच्या बळावर हिंदुस्थान देश जिंकून घेतला आहे व तलवारीच्या बळावरच तो राखला जात आहे. म्हणून स्वराज्याचे हक्क मागणाऱ्या दादाभाई नौरोजींसारख्या लोकांनी हे लक्षात ठेवावे की त्यांच्या आणि त्यांच्याशी विरोध करणाऱ्या इतर हिंदुस्थानच्या प्रजेच्या दरम्यान ही तलवार कायमचे ठाणे देऊन राहिली आहे. तेच त्यास*

हितावह आहे!'

दादाभाईंच्या भाषणावर सरकारी गोटात ही प्रतिक्रिया चालू होती. तर इकडे नेमस्तांनी हा बंडखोर कार्यक्रम हाणून पाडण्याचा चंग बांधला. स्वराज्याचा ठराव संमत झाला तर वरपासून खालपर्यंत सर्व काँग्रेस-कमिट्यांमध्ये त्याची लगेच अंमलबजावणी होईल या भीतीने नेमस्तांची झोप उडाली. त्यांनी त्या ठरावाला विरोध करण्याचा निर्धार केला. विषयनियामक समितीत या प्रश्नावर चांगलीच खडाजंगी उडाली. त्या ठरावाची अंमलबजावणी होणार नाही, असे नेमस्तांनी सांगताच त्या बैठकीत एकच गोंधळ माजला.

बिपिनचंद्र पाल, अरविंद घोष आदी मंडळी बैठकीतून चालती झाली. टिळकांचे उजवे हात म्हणून ओळखले जाणारे वऱ्हाडचे दादासाहेब खापर्डे हेही त्यांच्या बरोबर बाहेर पडले. काँग्रेसमधील या दुफळीमुळे अँग्लो-इंडियन गोटात खळबळ उडाली. काँग्रेस मोडणार अशी भाकिते व्यक्त केली जाऊ लागली; पण दुसऱ्याच दिवशी काँग्रेसचे अधिवेशन व्यवस्थित सुरू झाले तेव्हा अशा लोकांची निराशा झाली. फाळणीचा निषेध करण्यासाठी सुरू झालेली बहिष्काराची चळवळ सर्वस्वी कायदेशीर आहे, असा ठराव अंबिकाचरण मुजुमदार यांनी मांडला. बिपिनचंद्र पाल यांनी त्या ठरावाला पाठिंबा दिला. तो ठराव साऱ्या देशाला लागू आहे, असे जहालांचे म्हणणे होते; तर नेमस्तांचे म्हणणे होते की तो फक्त बंगालपुरताच मर्यादित आहे.

काँग्रेसमध्ये दुफळी होण्याची चिन्हे स्पष्ट दिसू लागली, तेव्हा टिळकांनी पुढे होऊन बाजू सावरली. आपल्या मुत्सद्देगिरीने कठीण प्रसंग टाळला. दुराणी यांनी या प्रसंगाची चक्षुर्वैसत्यम् अशी हकिगत लिहून ठेवली आहे. त्यात त्यांनी म्हटले आहे, 'टिळकांनी आपल्या अनुयायांना बाहेर जाऊ दिले; परंतु टिळक स्वत: मात्र विषय नियामक समितीचे त्या दिवसाचे कामकाज होईपर्यंत उठले नाहीत. पहाटेपर्यंत त्या समितीचे काम चालले होते; पण निर्णय मात्र काहीच झाला नाही. टिळक आपल्या निवासस्थानी परत आले आणि पुढील धोरणाचा विचार करू लागले. त्यांनी एक-दोन तास खर्च करून बहिष्कार-योगावर चार वेगवेगळ्या उपसूचना तयार केल्या. त्यापैकी एक आपल्या नावावर आणि दुसरी दादासाहेब खापर्डे यांच्या नावावर काँग्रेसचे सरचिटणीस सुरेंद्रनाथ बॅनर्जी यांच्याकडे पाठविली. उरलेल्या दोन मोतिलाला घोष व बिपिनचंद्र पाल यांच्याकडे पाठवून त्या काँग्रेसच्या सरचिटणीसांकडे पाठविण्याबद्दल एक पत्रही दिले. टिळकांच्या या वागणुकीचा अर्थ कोणालाच समजेना. जो तो या गोष्टीवर विचार करीत असतानाच टिळक खापर्ड्यांना म्हणाले, 'माझी खात्री आहे की बॅनर्जी माझी किंवा पालबाबूंची उपसूचना स्वीकारणार नाहीत; कारण आम्ही पडलो जहाल;

पण एक गोष्ट लक्षात ठेवा. ते तुमची नि घोषबाबूंची सूचना मात्र खात्रीने स्वीकारतील. टिळकांनी हे भाकित वर्तविले. मध्यंतरी अर्धाच तास गेला असेल, इतक्यात बॅनर्जी यांच्याकडून पत्र घेऊन एक स्वयंसेवक आला. त्या पत्रात बॅनर्जींनी लिहिले होते, 'खापर्डे व घोष यांच्या उपसूचना आम्हाला मान्य आहेत. आपण आपली उपसूचना कृपा करून मागे घ्याल का आणि तसे करण्याबद्दल पालबाबूंचेही मन वळवाल का?'

टिळकांचे भाकित अगदी तंतोतंत खरे ठरले होते. टिळकांनी या उपसूचना मुद्दामच अशा तऱ्हेने तयार केल्या होत्या की त्यांची व पाल यांची सूचना कडक भासावी. दुसऱ्या दोन उपसूचनांची भाषा वरवर दिसायला साधी दिसली तरी त्यांचा अर्थ अधिक कडक होता. टिळकांनी हा जो युक्तीचा फासा टाकला तो बरोबर पडला. वरवर मिळमिळीत दिसणाऱ्या दोन उपसूचना नेमस्तांनी स्वीकारल्याने टिळकांचे काम झाले.

कलकत्त्याच्या अधिवेशनाचे तारू शीड तुटलेल्या जहाजाप्रमाणे वाट सोडून भलतीकडेच निघाले होते; परंतु टिळकांनी त्याचे सुकाणू आपल्या हाती घेऊन ते व्यवस्थित मार्गी लावण्यास हातभार लावला. मसानी यांनी कलकत्ता अधिवेशनाच्या यशाचे श्रेय टिळकांना दिले आहे. ते लिहितात, 'ब्रिटिश राज्यकर्त्यांशी लढताना संयुक्त लढा दिला पाहिजे, या गोष्टीची जाणीव होण्याइतकी देशभक्ती व मुत्सद्देगिरी टिळकांच्या अंगी पुरेपूर बाणली होती आणि म्हणून त्यांनी एकीचा मंत्र पुकारला.'

स्वदेशीच्या ठरावाला पाठिंबा देण्यासाठी टिळक उभे राहिले. त्या प्रश्नावर काँग्रेसने समाधानकारक निर्णय केल्याबद्दल त्यांनी आनंद व्यक्त केला. ते म्हणाले, 'आपल्या अनेक अँग्लो-इंडियन मित्रांनी काँग्रेस वयात आल्याबरोबर तिच्या मृत्यूचे भाकित वर्तविले होते; परंतु नि:पक्षपाती, अनुभवी व समर्थ असा पुढारी अध्यक्षपदी असल्याने ते त्यांचे भाकित खोटे ठरले आहे.' टिळक पुढे म्हणाले, 'सारी भांडणे आता मिटलेली आहेत आणि उभयपक्षी समझोता झाला आहे.'

कलकत्त्याहून परत आल्यानंतर दि. ८ जानेवारी १९०७च्या 'केसरी'त त्यांनी अत्यंत स्फूर्तिदायक असा अग्रलेख लिहिला. दादाभाईंनी देशाला निश्चित मार्ग दाखविला आणि सुधारणेचे हप्ते मागण्याच्या भिक्षांदेहीतून वर काढून स्वराज्याच्या मार्गावर आणून सोडले याबद्दल टिळकांनी दादाभाईंची प्रशंसा केली. दादाभाईंनी दाखविलेल्या स्वराज्याच्या मार्गावर विश्वासही व्यक्त केला.

'गेल्या राष्ट्रीय सभेत विशेष काय झाले?' या अग्रलेखात टिळकांनी म्हटले आहे, 'राष्ट्रीय सभा आणि स्वराज्य यांची अशा रीतीने या वृद्ध महापितामहाने

घालून दिलेली गाठ किंवा सांगड आता कोणाच्यानेही तोडली जाणार नाही. बाविसाव्या राष्ट्रीय सभेत सदर सभेच्या कार्यक्रमासंबंधाने जो मोठा फेरफार झाला तो हाच. राष्ट्रीय सभा आणि स्वराज्याचा हक्क यांचा 'सभा वयात आल्यानंतर' राजकीय चळवळीचे सन्माननीय व वृद्ध महर्षी उपाध्याय दादाभाई यांच्या हातून गेल्या डिसेंबर महिन्यात सशास्त्र विवाह लावण्यात आला. हा विवाहसंबंध राष्ट्रीय सभेशी पितृत्वाचे नाते जोडणाऱ्या कित्येक गृहस्थांस जरी पूर्ण पसंत नसला, तरी तो तोडणे किंवा त्यात यत्किंचित व्यत्यय आणणे आता अशक्य आहे.'

या लेखाच्या अखेरीस टिळकांनी लिहिले आहे, 'स्वराज्य आमचे साध्य आहे व स्वदेशी चळवळ, बहिष्कार-योग आणि राष्ट्रीय शिक्षण ही सदर हेतू सिद्धीस नेण्यास स्वावलंबनाची तीन मोठी साधने आहेत, असा कायमचा सिद्धान्त सभेच्या बाविसाव्या बैठकीत झालेला आहे. या साधनांचा योग्य उपयोग करून नव्या पिढीने दादाभाई नौरोजी यांनी सांगितल्याप्रमाणे कार्यसिद्धी करून घेतली पाहिजे.'

कलकत्ता अधिवेशन संपवून परतताना बहुसंख्य मंडळींच्या अंत:करणात समाधान होते. नेमस्तांना मात्र शल्य खुपत होते. दादाभाईंना अध्यक्षपद देऊन आपण जहालांच्या तावडीतून काँग्रेस वाचविली या समाधानात ते होते; पण त्या अध्यक्षांनीच त्यांच्या समाधानाला तडाखा दिला होता. अध्यक्षाच्या निवडीपुरता नेमस्तांचा विजय झाला; पण त्यानंतर कलकत्ता अधिवेशनाची सारी सूत्रे नव्या पक्षाच्या हाती गेली. विशेषत: फिरोजशहा मेहता यांना या घटनेचे दु:ख झाले. आतापर्यंत केवळ बोट उचलून किंवा मान हलवून सारे निर्णय एकमताने आपल्या बाजूला खेचण्याची त्यांना सवय लागली होती. त्यांच्या त्या सवयीला नव्या पक्षाने टोला मारला. टिळक व नव्या पक्षाचे अनेक पुढारी संघटित झाले आणि त्यांनी मेहता-पक्षाला चांगलेच पाणी दाखविले. मेहता यांच्या मनाला ही गोष्ट लागली. मनाच्या विकल अवस्थेत ते मुंबईला परत जाण्यास निघाले; पण पुढील अधिवेशन भरण्याच्या आधी नव्या पक्षाचे सारे बंडखोर प्रयत्न हाणून पाडण्याचा निर्धार त्यांनी निघताना मनाशी केला.

या अधिवेशनातील पराभव त्यांच्या भावनाशील मनाला चांगलाच झोंबला. याचे प्रत्यंतर सर्व मंडळी जेव्हा परत जाण्यास निघाली तेव्हा आले. निघण्याच्या आदल्या दिवशी संध्याकाळी टिळक व गोखले यांना मेहता भेटले तेव्हा त्यांनी आपला राग व्यक्त केला. टिळकांना ते म्हणाले, 'बहिष्कार-योगाचा ठराव तुम्ही कलकत्त्याला संमत करून घेऊ शकलात; पण तो ठराव मुंबईला संमत करून घेणे तुम्हाला मुळीच शक्य झाले नसते.'

मेहतांना 'मुंबईचे मृगेंद्र' ही संज्ञा प्राप्त झाली होती. तिला उद्देशून टिळकांनी उत्तर दिले, "मुंबईची गोष्ट काय सांगता? मी तुमचे आव्हान स्वीकारून सांगतो की मृगेंद्राची आयाळ पकडून त्याला त्याच्या गुहेत खेचण्याचे सामर्थ्य माझ्यापाशी खास आहे!"

या संभाषणात मधे पडून गोखले म्हणाले, 'मेहता, तुम्ही चुकता आहात. या अचाट माणसाचे सामर्थ्य आकलन करणे शक्यच नाही!'

हे सारे संभाषण खेळीमेळीचे होते; पण त्यात वरवर विनोद दिसत असला, तरी त्या विनोदाखाली सत्य लपलेले होते. या संभाषणाच्या ओघात प्रत्येकाने आपले मनोगत व्यक्त केले, असे म्हणावयास हरकत नाही. नव्या पक्षाचे धोरण हाणून पाडण्याचा विडा नेमस्तांनी उचलला होता. तर कलकत्त्याला बांधलेल्या धोरणाचे तोरण कायम ठेवून त्यात आणखी तेज ओतण्यास नवा पक्ष सिद्ध झाला होता. पुढील बारा महिन्यांत होणाऱ्या संग्रामाचे अल्प दर्शन या संभाषणात दिसले. संग्राम अटळ आहे एवढीच अटकळ मनाशी बांधून उभय पक्षांनी प्रवासाचे प्रस्थान ठेवले.

भावी संघर्षाचे बीजारोपण

कलकत्त्याला घडलेल्या घटनांची प्रज्वलित स्मृती अंतःकरणात बाळगूनच टिळक अधिवेशनाहून परतले. दादाभाईंसारख्या वयोवृद्ध नेत्याने कलकत्त्याच्या अधिवेशनात जनतेला स्वराज्याचा मंत्र दिला होता. त्या मंत्राला तेज प्राप्त करून तो कृतीत आणण्यासाठी कार्यक्रमाची रूपरेषा पुण्यात येण्यापूर्वीच टिळकांनी आखली होती. आधीच अवाढव्य असलेल्या त्यांच्या कार्याचा व्याप आता अधिकच वाढला. त्यांच्या निवासस्थानाला एखाद्या मंदिराचे स्वरूप प्राप्त होऊन लोकांची रीघ लागू लागली. जनतेचे ते स्फूर्तिस्थान बनले.

टिळकांनी परिस्थितीचा सांगोपांग विचार करून १९०७ सालाचा आपला कार्यक्रम आखला. न. चिं. केळकर, कृ. प्र. खाडिलकर, गंगाधरराव देशपांडे, दादासाहेब खापर्डे आदी कार्यकर्ते टिळकांचा संदेश देशाच्या कोनाकोपऱ्यात पोचविण्यास सिद्ध होतेच. स्वदेशी आणि बहिष्कार हे नव्या चळवळीचे सूत्र बनले. या सूत्राच्या जोडगोळीचा राजकीय व आर्थिकदृष्ट्या देशाला फायदा होईल, याची टिळकांना खात्री होतीच. शिवाय या शस्त्राच्या कायदेशीरपणाबद्दलही त्यांची खात्री होती. या स्वदेशी व बहिष्कार या चळवळीला तेज चढले म्हणजे तिचे रूपांतर शांततामय असहकाराच्या प्रचंड चळवळीत करता येईल आणि मग जागृत जनतेच्या बळावर ब्रिटिश सत्तेला आव्हान देता येईल, असे त्यांना वाटत होते.

तीन शक्तींविरुद्ध टिळकांना लढा द्यावयाचा होता. सरकार, नेमस्त आणि उदासीन जनता, यांपैकी नेमस्तांकडे टिळकांनी प्रथम दृष्टी वळविली. नव्या पक्षाने कलकत्ता अधिवेशनात मांडलेल्या बहिष्कार-योगाच्या प्रस्तावाला नेमस्तांनी पाठिंबा दिला असला, तरी तो काही मनापासून नव्हता. एका वर्षातच या ठरावाला मूठमाती देण्याचा त्यांचा संकल्प टिळकांच्या कानावर आला होता.

देशातील दारिद्र्य, रोग, अज्ञान आणि राज्यकर्त्यांकडून प्रजेची होणारी पिळवणूक याबद्दल नेमस्तांचीही नेहमी कुरकूर चाले; पण आपला आवाज

राज्यकर्त्यांच्या कानावर फारसा जाणार नाही इतकी काळजी घेऊनच ते आवाज काढीत. नेमस्तांनी आपला आवाज वाढविला नाही आणि राज्यकर्त्यांनी तो ऐकला नाही. कुरकूर केली तरी प्रत्यक्ष कृतीची वेळ मात्र नेमस्तांनी कधीच येऊ दिली नाही. गोखले, मेहता, मालवीय वगैरे नेमस्त पुढारी क्वचित प्रसंगी जळजळीत भाषणे करीत. सरकारला उद्देशून कडवट भाषाही वापरीत; पण त्या भाषणात कितीही जळजळीतपणा असला, तरी त्यातून स्फुलिंग मात्र कधीच चेतणार नाही, याची सरकारला पुरेपूर खात्री होती.

नेमस्त नेत्यांनी तलवारी परजल्या तरी त्या तलवारींना धार कधीच चढली नाही. ब्रिटिश राज्यकारभारावर त्यांनी भालाफेक केली तरी ते भाले बोथट असल्याने छातीत घुसतील अशी धास्ती राज्यकर्त्यांना कधीच वाटली नाही. ब्रिटिश जीवन पद्धतीची प्रशंसा करणाऱ्या व ब्रिटिशांच्या राज्याला परमेश्वरी वरदान मानणाऱ्या नेमस्तांची नाडी राज्यकर्त्यांनी ओळखली होती. 'सिव्हिल सर्व्हन्ट' म्हणून ब्रिटिशांच्या नोकरीत उभा जन्म गेलेले आणि नेमस्त म्हणून प्रसिद्ध असलेले ह्यूम यांनी देखील जरा कडक धोरण स्वीकारण्याचा सल्ला काँग्रेस नेत्यांना दिला होता. प्रतिवर्षी नाताळच्या सुट्टीत अधिवेशन भरवून काही ठराव संमत करून घ्यायचे आणि ते ठराव दप्तरी दाखल झाल्यावर पुढे वर्षभर काहीही हालचाल करायची नाही, या वृत्तीने काहीच साध्य होणार नाही, असे ह्यूम साहेबांनी बजावले होते. ते पुढे म्हणाले होते, की तुम्ही काँग्रेसच्या नावाखाली एकत्र जमता. तेवढ्या वेळेपुरता तुमच्या अंगात उत्साह संचारतो. तुम्ही बोलता भरपूर आणि ते देखील आवेशाने! पण काँग्रेस अधिवेशन संपवून तुम्ही घरी जाता आणि आपापले व्यक्तिगत उद्योगधंदे पाहू लागता. तुम्ही उत्साहाने कृतीला लागले पाहिजे, असा स्पष्ट सल्ला मी कित्येक वर्षांपूर्वी तुम्हाला देऊन ठेवला आहे. त्या वेळी मी तुम्हाला स्पष्ट बजावले होते, की राष्ट्र हे केव्हाही निर्माण करावे लागते; पण या माझ्या बोलण्याकडे तुम्ही कितपत लक्ष दिलेत? खरी गोष्ट म्हणजे तुम्ही आतापर्यंत राजमुकुटाला कवटाळून धरले, राज्यकर्त्यांचा ढोल बडवला; पण तुमच्यापैकी कितीजणांनी क्रूसला नुसता स्पर्श केला आहे?'

काँग्रेसच्या पितृस्थानी असलेल्या ह्यूम साहेबांचे हे शब्द पालथ्या घड्यावरील पाण्याप्रमाणे वाया गेले. ह्यूम साहेबांनी फुंकलेले रणशिंग हवेवर विरून गेले. मुंबईचे मृगेंद्र म्हणून ओळखले जाणारे नेमस्त नेते सर फिरोझशहा मेहता यांनी स्पष्टच सांगितले, 'माझे विचार पक्के आहेत. ते कधीही बदलणार नाहीत. महादेव गोविंद रानडे यांच्याप्रमाणेच मी दांडगा आशावादी मनुष्य आहे. मानवाच्या वतीने मिळणाऱ्या परमेश्वरी मार्गदर्शनावर माझा विश्वास आहे... आशावाद व

सबुरी यांच्या बळावरच माझी राज्यकर्त्यांवरील निष्ठा अधिष्ठित आहे. क्रॉम्वेलप्रमाणे अंतिम विजयातच मला परमेश्वरी इच्छेचा साक्षात्कार होतो. परमेश्वरी प्रदान या दृष्टीनेच मी ब्रिटिश सत्तेकडे बघतो. जगाच्या एका कोपऱ्यात असलेले एक बेट सर्व प्रकारांनी विसदृश असणाऱ्या दुसऱ्या एका खंडात आपला पाय बळकट रोवू शकते ही गोष्ट परमेश्वरी इच्छेशिवाय होईल, असे मानणे हे मी शुद्ध वेडेपणाचे समजतो.'

सर फिरोझशहा मेहता हे नेमस्तांचे अग्रगण्य नेते होते आणि गोखले हे त्यांचे एकनिष्ठ अनुयायी होते. हे दोघे आणि टिळक यांच्यात कसलेही साम्य नव्हते. ब्रिटिशांनी हिंदुस्थान जिंकून घेतला हे परमेश्वरी वरदान आहे, असे मेहता-गोखले यांना वाटे, तर टिळकांच्या मते तो शाप होता. मेहता-गोखले यांनी ब्रिटिश राज्याचे स्वागत केले तर टिळकांनी त्याचा द्वेष केला. ब्रिटिशांचे राज्य या देशात सदैव नांदावे अशी त्या दोघांची इच्छा होती, तर त्या सत्तेचा लवकर अंत व्हावा अशी आच टिळकांना लागली होती. नेमस्तांचे ध्येय वसाहतींचे राज्य हे होते आणि त्यासाठी अनंत काळपर्यंत थांबण्याची त्यांची तयारी होती. तर नव्या जहाल पक्षाचे ध्येय स्वराज्य हे होते आणि ते लवकरात लवकर पदरात पाडून घेण्याची त्यांना घाई झाली होती. देशाची मुक्तता हे उभय पक्षांचे उद्दिष्ट असल्याने चळवळीचा जोर बघून नेमस्त पक्ष नव्या पक्षाला मिळेल अशी अपेक्षा होती. उभय पक्षांच्या मूलतत्त्वात फरक नव्हता, असे टिळकांचे मत होते; पण उभय पक्षांचे दृष्टिकोनच विभिन्न होते. लंडनमधील मायबापांना अर्ज-विनंत्या पाठवून आणि भिक्षांदेहि करून आतापर्यंत हातात काहीच पडले नव्हते. नेमस्त नेते आपल्या चळवळीचा मोठा विजय म्हणून १८९२च्या कौन्सिलच्या कायद्याकडे बोट दाखवित असत; पण प्रत्यक्षात या कायद्यामुळे काय मिळाले होते? नगरपालिका व लोकल बोर्ड्स यांच्या तथाकथित निवडणुका झाल्यानंतर सरकारी सभासद नेमले जात. या नेमणुका करण्याचा अधिकार व्हाइसरॉय किंवा गव्हर्नर यांना असे. तसेच निवडून आलेल्या कोणत्याही सभासदाचे सदस्यत्व रद्द करण्याचा अधिकार गव्हर्नरला असे. म्हणून निवडणुकींना काही अर्थ नव्हता. न निवडलेले सभासद नेमण्याचा आणि निवडलेल्या सभासदांचे सदस्यत्व रद्द करण्याचा अधिकार म्हणजे निवडणुकांची चेष्टाच होती. निवडून आलेल्या सदस्यांना प्रश्न विचारण्याची किंवा भाषणे करण्याची मुभा असे; पण उपप्रश्न विचारण्याचा किंवा अंदाजपत्रकावर टीका करण्याचा हक्क त्यांना नसे. त्यावेळच्या दप्तरात अशा सदस्यांचे किती तरी प्रश्न नामंजूर करून खोडलेले आढळतात. 'होय' किंवा 'नाही' या एकेरी उत्तराने साऱ्या प्रश्नांची वसलात लागत असे.

१८९५मध्ये एकदा व १८९७मध्ये दुसऱ्यांदा टिळक मुंबई कौन्सिलवर निवडून गेले होते. तेथील कारभारावर विदारक प्रकाश टाकून त्यांनी सरकारचे ढोंगी स्वरूप स्पष्ट केले होते. १९०४ साली एका प्रमुख बिलाला पाच प्रमुख सदस्यांनी विरोध केला, तेव्हा 'आपल्या देशबांधवांची नाडी न ओळखणारे सभासद' असा शेलका आहेर त्यांना सरकारी सभासदांकडून मिळाला. जनहिताच्या दृष्टीने उपयुक्त असा एक प्रश्न मेहतांनी एकदा विचारला; पण त्यांना स्पष्ट शब्दांत नकार मिळाला. लोकनियुक्त सदस्यांची मती या सरकारी नकारघंटेने गुंग होऊन जाई; पण त्यांना काहीही करता येत नसे.

नेमस्तांचे मिळमिळीत राजकीय धोरण प्रकाशात आणण्यासाठी १९०७च्या सुरुवातीला टिळकांनी 'केसरी'तून चर्चा सुरू केली. कलकत्ता अधिवेशन अध्यक्षीय भाषणात स्वदेशी व बहिष्कार याबाबत दादाभाई नौरोजींनी जे धोरण आखून दिले त्या धोरणापासून देशाला अलिप्त राखण्यासाठी नेमस्त नेते हालचाली करण्याची शक्यता होती. ते टाळण्यासाठी टिळकांनी 'केसरी'तून तीन अग्रलेख लिहिले.

१९०७च्या फेब्रुवारीत गोखले यांची अलाहाबाद, फैजाबाद आणि लखनौ येथे भाषणे झाली. या भाषणाचे विषय 'सद्यःस्थिती', 'स्वदेशी' हे होते.

वंगभंगानंतर स्वदेशीची चळवळ सुरू होऊन लोकांच्या विचारपद्धतीस जे एक नवे व जोमाचे स्वरूप येत चालले होते त्या बाबतीत गोखले यांनी आपल्या या व्याख्यानमालेत प्रथमच आपली मते व्यक्त केली. दि. १२ फेब्रुवारी १९०७च्या 'केसरी'त टिळकांनी या मतांचा खरपूस समाचार घेतला. या लेखात टिळक लिहितात, *'नवीन राजकीय विचारांची लाट हिंदुस्थानात चोहोकडे पसरत चाललेली पाहून त्यांना आनंद होत आहे हे खरे; पण राजकीय चळवळ करण्याची पूर्वीची कॉन्स्टिट्यूशनल ऊर्फ सनदशीर पद्धत सोडून चालावयाचे नाही, असे त्यांचे म्हणणे आहे. नवीन पक्षाचे असे म्हणणे आहे, की गेली एकवीस वर्षे राष्ट्रीय सभेने राजकीय चळवळीची जी दिशा पत्करली होती ती चुकीची होती. ह्या एकवीस वर्षांतील राष्ट्रीय सभेच्या चळवळीला कॉन्स्टिट्यूशनल ऊर्फ सनदशीर असे नाव प्राप्त झाले आहे. कॉन्स्टिट्यूशनल चळवळ करा म्हणजे सिद्धी प्राप्त होईल असे चुकीने सांगण्यात आले व भ्रामक साम्यामुळे देश फसला जाऊन राष्ट्राची एकवीस वर्षे फुकट गेली.'*

हा मुद्दा अधिक विशद करताना टिळक लिहितात, 'लोकमत जागृत करणे व मताधिक्य आपल्या बाजूने करून घेणे ह्याला इंग्लंडात कॉन्स्टिट्यूशनल ऊर्फ सनदशीर चळवळ म्हणतात. आमच्या राजकीय पुढाऱ्यांनी इंग्लंडातील हीच सनदशीर चळवळ हिंदुस्थानात सुरू केली. ह्या संबंधाने मोठी गमतीची व

ध्यानात ठेवण्यासारखी गोष्ट अशी आहे की हिंदुस्थानात वरील तऱ्हेची सनद किंवा कॉन्स्टिट्यूशनच नाही; पण तशी निरर्थक चळवळ मात्र आहे. नेमस्तांची चळवळ सनदेच्या बाहेर नाही किंवा सनदेची उलथापालथ करण्यात नाही, अशी नेमस्त पक्षाची प्रौढी आहे; पण ह्या भ्रमिष्टांना आमचा असा प्रश्न आहे, की बाबांनो, हिंदुस्थानच्या राज्यकारभाराची जर एखादी सनद तुमच्या खिशात असेल तर बाहेर काढून दाखवाल काय? जेथे सनदच नाही तेथे सनदेच्या कलमाबरहुकूम चळवळ तरी कसची? अमक्या अमक्या गोष्टी तुम्ही केल्यास तुम्हास अमक्या अमक्या तऱ्हेने शिक्षा ठोठावू असे प्रजाजनांना उद्देशून इंग्रजांनी जाहीर केले आहे. शिक्षा ठोठावण्यासंबंधीचा त्यांचा हा जाहीरनामा ऊर्फ पिनलकोड ह्याला ना. गोखले हिंदुस्थानची सनद (कॉन्स्टिट्यूशन) असे नाव देत आहेत काय? कॉन्स्टिट्यूशनल चळवळ करा, ह्या शब्दांनी जर पिनल कोडातील सरकारच्या आज्ञा मोडून शिक्षा भोगू नका, एवढाच उपदेश करावयाचा असेल, तर ह्या उपदेशासंबंधाने नवीन पक्षाकडून काही हरकत येईल असे आम्हास वाटत नाही... कॉन्स्टिट्यूशनल किंवा सनदशीर या शब्दांचा अर्थ इंग्लंडप्रमाणे जर येथे घ्यावयाचा असेल, तर हे शब्द हिंदुस्थानात वापरणेच मूर्खपणा होय. हिंदुस्थानातील लोकांना कोणत्याही प्रकारची कॉन्स्टिट्यूशन नसताना येथे सनदशीर चळवळ करा असे म्हणणे म्हणजे भिक्षांदेहिचे अर्ज सरकारपुढे मांडून सरकार अंगावर टाकील तेवढ्या तुकड्यावर संतुष्ट राहा असे सांगण्यासारखे आहे. इंग्रजांनी आम्हास जिंकले असले तरी दुबळ्या मानवी प्राण्यांना परमेश्वराने दिलेली भिक्षा मागण्याची सनद त्यांनी आमच्यापासून अद्याप काढून घेतलेली नाही व ह्या सनदेबरहुकूम चळवळ (Costitutional Agitation) करा असा जर ना. गोखले यांचा उपदेश असेल तर भिक्षेची हंडी कधीही शिंक्यावर चढत नसते हे लोकांनी ध्यानात ठेवून हे भिक्षांदेहिचे राजकारण मृगजळाप्रमाणे भ्रामक व त्याज्य आहे असे समजून, ह्या राजकारणाचा पगडा पुन्हा राष्ट्रीय सभेवर बसू न देण्याची खबरदारी घ्यावी.'

गोखल्यांच्या राजकारणाबद्दल आपले मत व्यक्त करताना टिळकांनी याच लेखात लिहिले आहे, 'सद्य:स्थितीसंबंधाने बोलताना बंड करणे व कायदा मोडणे ह्या दोन गोष्टींशिवाय लोकांनी आपल्या हातातील शक्य तेवढे उपाय योजले पाहिजेत, असा लोकांना निक्षून उपदेश केल्यावर ना. गोखले यांनी अलाहाबादेस राष्ट्रीय सभेने चालविलेल्या सनदशीर चळवळीची महती गायिली. ना. गोखले यांच्या विचारसरणीत मोठा दोष आहे तो हाच. जुने सोडण्याचे धाडस नाही व नवीन विचारसरणी खोडून काढता येत नाही, अशी स्थिती झाल्यामुळे ना. गोखले यांचे राजकारण अस्पष्ट, अंधूक व गोंधळाचे झाले आहे.'

'बरे झाले बोलले!' या १९ फेब्रुवारी १९०७च्या लेखातही गोखल्यांच्या विचारसरणीवर टिळकांनी झोड उठविली आहे. या लेखात टिळक लिहितात, 'लोकांमध्ये जागृती उत्पन्न केली पाहिजे. लोकांच्या अंगात स्वार्थत्यागाचे तत्त्व बिंबविले पाहिजे; आपल्या हिमतीच्या, शीलाच्या आणि तेजाच्या जोरावर या हक्काकरीता झुंजण्याची शक्ती लोकांच्या अंगात येईल असा उद्योग आपण केला पाहिजे हेही ना. गोखल्यांना मान्य आहे; पण गोखले म्हणतात, की बाबांनो, वर सांगितलेली सामान्य तत्त्वे जरी मला मान्य आहेत, तरी इतक्यातच घाईवर येऊ नका. घाईचा परिणाम हितावह होत नाही. सरकारला चिडवून आपले काम व्हावयाचे नाही. न्यायाचे म्हणणे ते ऐकतील अशी मला उमेद आहे, त्यांच्याखेरीज आमचे चालावयाचे नाही आणि बहिष्कार घालून त्यांचा द्वेष आम्ही संपादन केला तर त्यात आमचा चुराडा होईल.' दोन्ही पक्षांचा मतभेद काय तो हाच आहे... जरा स्पष्ट भाषेत बोलावयाचे असल्यास अजून सरकारच्या रोषाची जुन्या पक्षाला भीती आहे... या नव्या पक्षास हे भय दिसत नाहीसे नाही... पण या नवीन पक्षाचे असे म्हणणे आहे, 'वाघ म्हटले तरी खातो आणि वाघोबा म्हटले तरी खातो.' अशी जर स्थिती आहे, तर आता भिऊन काय उपयोग? आपणास काय पाहिजे ते स्पष्ट मागितले पाहिजे आणि त्याकरीता हातून शक्य तेवढा उद्योग व चळवळ केली पाहिजे.'

दि. ५ मार्च १९०७च्या 'केसरी'त टिळकांनी 'सनदशीर व कायदेशीर' या दोन शब्दांचीही विस्तृत चर्चा केली आहे. ते म्हणतात, 'हल्ली सुरू झालेले उभय पक्षांचे सर्व प्रयत्न अगर चळवळी 'कायदेशीर' आहेत एवढेच जर ना. गोखले यांचे म्हणणे असेल तर ते चुकीचे आहे; कारण आमच्याकडील अमुक चळवळ सनदशीर आहे असे म्हणण्यात हशील नाही. हिंदुस्थानातील राज्यसत्तेच्या घटनेत राजकीय चळवळीस स्थळ अगर अवकाशच नाही. विलायतेत तसे स्थळ आहे; कारण तिकडील कॉन्स्टिट्यूशनप्रमाणे चळवळीने लोकमत आणि लोकमताने राज्यकर्त्यांचे मत बदलता येते; म्हणजे मतांतर झालेल्या लोकांच्या हातात राजसत्ता येते. हिंदुस्थानातील चळवळीचा असा परिणाम होऊ शकत नाही.'

या विवेचनानंतर लेखाच्या अखेरीस टिळकांनी लिहिले आहे, 'अशा स्थितीत 'कायदेशीर' किंवा 'बेकायदेशीर' हे शब्द आमच्या चळवळीस किंवा प्रयत्नास लागतात की नाही याची आम्ही चिंता करीत बसण्यात हशील नाही. न्याय, नीती आणि ऐतिहासिक परंपरा किंवा प्रगती यांचा आधार आपणास आहे की नाही, एवढेच आम्ही पाहिले पाहिजे आणि यांचा आम्हास पाठिंबा असला म्हणजे मग आमचे प्रयत्न कायद्याच्या मर्यादेत येतात की बाहेर पडतात याची आम्ही पर्वा

करून उपयोगी नाही; कारण कायदा परक्यांच्या हातात आहे. आता एवढे खरे की कायदा मोडला गेला तर शिक्षा होणार; परंतु कायदा जर जुलमी असेल, तर ही शिक्षा सोसूनच त्याचा प्रतिकार केला पाहिजे. एरवी इलाज नाही. नीती आणि कायदा यांची जेव्हा फारकत होते तेव्हा असेच प्रकार घडून यावयाचे.'

टिळकांच्या या लेखांनी खूप कार्यभाग साधला. त्यांच्या नव्या पक्षाला विचारांची नवी गती मिळाली. त्यांच्या हाती निश्चित कार्यक्रम आला. शिवाय सर्वांत महत्त्वाचे म्हणजे या लेखांनी नेमस्तांचा लंगडा, फसवा युक्तिवाद पार जमीनदोस्त केला.

कलकत्त्याच्या अधिवेशनात नेमस्तांनी मोठ्या मुष्किलीने काही ठरावांना पाठिंबा दिला. तेवढ्यापुरता समझोता झाल्यासारखा भासला; पण नंतर लगेच त्यांची तोंडे विरुद्ध दिशांना वळली. समझोता प्रत्यक्षात झालाच नव्हता. नवीन पक्ष व नेमस्त पक्ष यांच्या राजकारणात भेद होता तो उभय पक्षांपैकी कोणालाही कळकळ कमी-जास्त असल्याने झाला नव्हता. देशहित उभय पक्षांना अभिप्रेत होते. भेद होता तो स्वभावाचा, विचारसरणीचा व मार्गांचा. ही विभिन्नता फार मोठी होती. नव्या पक्षाला जहालमतवादी असे नेमस्त म्हणत; पण टिळकांना हे नवविशेषण पसंत नव्हते. ते म्हणत, 'नेमस्त ज्याला जहालमतवाद म्हणतात ती केवळ राजकारणातील नैसर्गिक प्रवृत्ती आहे. नेमस्त किंवा जहाल या शब्दांचा अर्थ कालसापेक्ष आहे. आजचे नेमस्त काल जहाल होते, तसेच आजचे जहाल उद्या नेमस्त होतील. काँग्रेस प्रस्थापित झाली तेव्हा दादाभाई नौरोजी जहालांपैकी होते.'

त्या वेळी ब्रिटिश पत्रकार व लेखक हेन्री नेव्हिनसन हिंदुस्थानात होते. टिळक व गोखले यंची कीर्ती ऐकून ते टिळकांना भेटण्यासाठी पुण्यात आले. त्या वेळी टिळक सिंहगडावर होते. नेव्हिनसन यांनी सिंहगडावर जाऊन टिळकांच्या दोन-तीन मुलाखती घेतल्या. नेव्हिनसन यांनी टिळकांचे यथायोग्य शब्दचित्र रंगविले आहे. टिळकांच्या विलक्षण शांत प्रवृत्तीचे आणि त्यांच्या मनावरील ताब्याचे वर्णन करताना ते म्हणतात, *'ही त्यांची शांत वृत्ती व मनावरील ताबा भवितव्यतेविषयीच्या औदासीन्यामुळे निर्माण झाला असावा. अनेक कज्जे खटले त्यांना लढावे लागले आणि तेही वकिली डावपेचांनी लढावे लागले. त्यामुळे कदाचित त्यांची वृत्ती तशी झाली असेल.'*

पण असे असले तरी टिळकांचे मन कायद्यापेक्षा धर्मविचार व सनातन विद्यासंपन्नता यात गुंतले होते, असे सांगून नेव्हिनसन यांनी म्हटले आहे, *'टिळक सर्वांत अधिक सनातनी असे हिंदू आहेत. हिंदूधर्म प्रगतिपर असून त्या प्रगतीवर त्यांचा विश्वास आहे. युगायुगाच्या ठिकाणी श्रीकृष्ण अवतार घेतात या*

कृष्णवचनावर त्यांची गाढ श्रद्धा आहे.'

टिळकांनी जेव्हा 'आर्यांचे मूल वसतिस्थान' हा संशोधनपर ग्रंथ लिहिला तेव्हा सरकारकडून त्यांचा असह्य छळ चालू होता. त्यांचा पैसा, त्यांची कीर्ती, मानमान्यता सर्व पणाला लागले होते. अशा संकटात टिळकांनी लिहिलेल्या या ग्रंथाबद्दल नेव्हिनसन लिहितात, *'असल्या संकटसमयी पवित्र धर्मग्रंथ किंवा हिममय ध्रुवप्रदेश यांचे चिंतन करणाऱ्या माणसाचे मनोधैर्य केवढे असेल?'*

नेव्हिनसन टिळकांना सिंहगडावर भेटले त्या वेळी नागपूर अधिवेशनासाठी अध्यक्ष म्हणून टिळकांचे नाव सुचविण्याची खटपट सुरू होती; पण टिळकांनी स्वत:च लाला लजपतराय यांचे नाव सुचविले. एखाद्या स्थितप्रज्ञाप्रमाणे नेव्हिनसन यांना ते सिंहगडाचा तेजस्वी इतिहास वर्णन करून सांगत होते. इंग्रजांनी तोफा डागून गडाच्या भिंतीवर ज्या ठिकाणी मारा केला ते ठिकाण दाखविले. तटाच्या भिंतीवरून पोटावर सरपटत मराठ्यांचे सैन्य जेथे दाखल झाले ते स्थान दाखविले. तानाजीच्या शौर्याच्या आणि शिपायांची तुकडी कापली गेल्याच्या रोमहर्षक हकिगती सांगितल्या. खोल दऱ्यांतून दिसणारी अंधूक खेडी दाखविली; आणि त्या खेड्यांतील खेडुतांच्या जगाचे वर्णन केले, त्यांच्या दु:खांची कल्पना दिली. बोलता बोलता राजकारणावर ते बोलू लागले, 'जहाल झाले काय किंवा मवाळ झाले काय; त्यांच्या हेतूत मुळीच विभिन्नता नाही. भेद आहे तो केवळ कार्यपद्धतीचा आहे; आणि या विभेदामुळे आमच्या पदरी जहाल हे नाव आले. इंग्रजांचे राज्य आजच्या आज झुगारून द्यावे असे प्रतिपादणाऱ्यांचा पक्ष अद्याप लहान आहे. अर्थात या गोष्टी फारच पुढच्या भविष्यकाळात घडणाऱ्या आहेत. त्या गोष्टींशी आजच आम्हाला कर्तव्य नाही. आपापसात फाटाफूट असलेले व कसलीच संघटना नसलेले नि:शस्त्र लोक इंग्रजांचे अधिराज्य कसे हाणून पाडणार? देशाच्या राज्यकारभारात आम्हाला अधिक वाटा मिळावा एवढाच आमचा आजचा हेतू.

'सरकारवर दडपण आणावे आणि देशात 'सब ठीक' चाललेले नाही असे सरकारला वाटावे एवढाच सध्या तरी आमचा कार्यक्रम आहे. ब्रिटिश नोकरशाहीचा सध्याचा कारभार अत्यंत त्रासदायक झाला आहे. स्वातंत्र्य प्राप्त होण्याइतपत आम्हाला शहाणे करून सोडण्याची जुनी भाषा ते पार विसरून गेले आहेत. इंग्रजी इतिहासाच्या शिक्षणापासून ते आम्हाला दूर ठेवू पाहतात; कारण त्या योगाने 'नेटिवां'ना स्वातंत्र्याचे धडे मिळतील अशी भीती त्यांना वाटते.

'येथील नोकरशाही जुलमी असून, तिचा सारा कारभार दूरस्थ देशाच्या लाभाकरीता चालला आहे. या कारभारात आम्हाला स्थान नाही आणि जे आहे ते कनिष्ठ प्रतीच्या नोकऱ्यांतून! म्हणून सरकारवर दडपण आणावे असे आम्हास

वाटते आणि याच ठिकाणी नेमस्त नि आम्ही यांच्यातील फरक तुम्हाला दिसून येईल. आपले गाऱ्हाणे इंग्लंडच्या वेशीवर टांगून तेथील जनमतावर दडपण आणण्याची नेमस्तांना कोण आशा वाटते? अर्थात येथील इंग्रज लोकांवर दडपण आणण्याची इच्छा उभय पक्षांनी केव्हाच सोडून दिलेली आहे; परंतु इंग्लंडमध्ये तरी आम्हाला पुसतो कोण? तेथे एकालाही हिंदुस्थान ही चीजही माहीत नाही. बरे, येथील सेवानिवृत्त अँग्लो-इंडियनांचे मत नेहमीच आमच्याविरुद्ध नोंदलेले! लॉर्ड क्रोमर यांनी परवा स्वच्छच सांगून टाकले, की कोणत्याही पक्षाने हिंदुस्थानचा प्रश्न आपला मानू नये. याचा अर्थ असा की लिबरल सभासदांनी टोरीप्रमाणेच नोकरशाहीला सतत उचलून धरावे. आपले हे कर्तव्य ते लोक किती इमानेइतबारे पार पाडतात याचा गेल्याच वर्षी आम्हाला अनुभव आला आहे.

'यासाठी निराश होऊन आम्ही जहालांनी वेगळा मार्ग पत्करण्याचे ठरविले. हा केवळ स्वभावाचा भेद आहे. तरुण मंडळी आमच्या बाजूची आहेत. 'स्वावलंबन; भिक्षांदेहि नव्हे' हे आमचे ब्रीदवाक्य आहे.'

स्वदेशी व शांततामय प्रतिकार या प्रश्नांवर बोलताना टिळक म्हणाले, 'स्वदेशी चळवळींबरोबरच आम्ही बहिष्कार व शांततामय प्रतिकार या मार्गांचा अवलंब करणार आहोत. आमच्या बहिष्कारात कोणा देशबांधवावर जुलूम होणार नाही. आम्ही निरोधनाचा प्रचार करणार नाही किंवा परदेशी माल खरीदण्यावर कोणाला अटकावही करणार नाही. सत्याग्रहातही दडपशाहीच्या कायद्यापुरताच आम्ही कटाक्ष ठेवू, मग ते करताना आमचे काहीही होवो. त्याची आम्ही काळजी करणार नाही. हिंदी लोकांच्या हितासाठी आम्ही आमचे सर्वस्व वेचण्यास सिद्ध आहो. अशा स्थितीत तीन-चार हजार लोकांना तुरुंगात डांबणे सरकारला जड जाईल. याप्रमाणे आमचे उद्दिष्ट आहे. इंग्लंडच्या व्यापारात व्यत्यय आला आणि सरकारच्या यंत्रणेला खीळ बसू लागली म्हणजे आमच्या गाऱ्हाण्यांकडे सरकार आपोआप डोळे उघडून बघू लागेल.'

मुलाखत संपवून नेव्हिनसन परत जाण्यास निघाले तेव्हा संध्याकाळ झाली होती. टिळक गडाच्या तटबंदीपर्यंत त्यांना पोचविण्यासाठी आले होते. त्यांना अभिवादन करून नेव्हिनसन गड उतरू लागले. काही वेळाने त्यांनी थबकून मागे वळून पाहिले. स्थितप्रज्ञ टिळक अद्यापही तेथेच उभे होते. त्या स्थितप्रज्ञ महापुरुषाकडे मोठ्या आदराने अखेरचा दृष्टिक्षेप टाकून नेव्हिनसन चालू लागले.

राजकीय रणांगणावर सदैव आघाडीवर लढणाऱ्या आणि खालच्या थरातील दरिद्री जनतेशी एकरूप पावलेल्या या समर्थ नेत्याचे जनतेवर एवढे वजन का पडते आणि त्याला एवढी लोकप्रियता का लाभली आहे, हे नेव्हिनसन यांना

कळून चुकले. टिळकांचा नवा पक्ष देशात चांगलेच मूळ धरीत होता याचे त्यांना मुळीच आश्चर्य वाटले नाही.

केवळ अर्ज-विनंत्या करून काहीही पदरात पडणार नाही याची नव्या पक्षाला खात्री होती; पण नेमस्तांची मात्र खात्री होती की ब्रिटिशांना न्यायाची चाड आहे. नेमस्तांना खूष कसे ठेवायचे हे व्हाइसरॉय मिंटो यांच्यासारख्या मुरब्बी मुत्सद्द्याला चांगले माहीत होते. हिंदी लोकांना काही मानाच्या व मोठ्या हुद्द्याच्या जागा आणि नव्या सुधारणा यांचे आमिष दाखवले की ते जास्त गडबड करीत नाहीत याचा ब्रिटिश मुत्सद्द्यांना अनुभव होता. इंडियन कौन्सिलमध्ये आणि व्हाइसरॉयच्या एक्झिक्युटिव्ह कौन्सिलमध्ये हिंदी लोकांना आणखी थोड्या जागा द्याव्या असे त्यांनी भारत मंत्र्याला सुचविले.

हिंदुस्थानला स्वायत्त वसाहतीचा दर्जा मिळावा, असे मत गोखले यांनी लॉर्ड मोर्ले यांच्याशी बोलताना व्यक्त केले होते; पण हे स्वप्न पुरे होण्यास बराच कालावधी जावा लागेल असे मोर्ले यांनी त्यांना स्पष्ट बजावले होते. अखेरीस व्हाइसरॉयच्या कौन्सिलवर एक नेटिव्ह सभासद घेण्यात मोर्ले आणि मिंटो यांनी मान्यता दिली. कौन्सिलमध्येच या निर्णयाला खूप विरोध झाला; पण सद्य:स्थितीकडे डोळेझाक करून चालणार नाही, असे मिंटो यांनी स्पष्ट सांगितले.

देशातील वाढता असंतोष आणि टिळकांच्या नेतृत्वाखालील नव्या पक्षाच्या हालचाली यामुळे व्हाइसरॉयही अस्वस्थ झाले होते. ब्रिटिशांचा राज्यकारभार केवळ परोपकार बुद्धीने चालला आहे यावर तर टिळकांचा कधीच विश्वास नव्हता. ते म्हणत, ‘जगाच्या इतिहासात असा एकही दाखला नाही की एखाद्या देशाचा दुसऱ्या एखाद्या देशावर त्यांच्याच केवळ हितासाठी नि:स्वहितनिरपेक्ष असा कारभार चाललेला आहे. एका देशाचा दुसऱ्या देशावर कारभार हीच मुळी अनैसर्गिक अशी घटना आहे.’

ब्रिटिशांचे राज्यकारभारातील कौशल्य टिळकांना मान्य होते; पण ते कौशल्य स्वत:ची तुंबडी भरून घेण्यात खर्च होत होते, हाच तर प्रमुख वाद होता. परक्या देशाच्या उत्कृष्ट सरकारपेक्षा स्वदेशाचे निकृष्ट सरकार केव्हाही अधिक हितावह असते असे त्यांचे स्पष्ट मत होते.

पण नेमस्तांचा स्वजनांवर विश्वास नव्हता, स्वत:वर तर नव्हताच नव्हता. ब्रिटिशांवर मात्र त्यांचा अपार विश्वास होता. ब्रिटिश लोक दिलदार, कनवाळू आहेत, आपल्या देशाबद्दल त्यांना सहानुभूती वाटते आणि आज ना उद्या ते आपल्याला स्वराज्य दिल्याशिवाय राहणार नाहीत, त्यांचा तोच उद्देश आहे, असा विश्वास नेमस्तांना होता. नव्या पक्षाला मात्र यातील काहीच खरे वाटत नव्हते.

कलकत्त्याच्या भाषणात टिळक म्हणाले होते, 'लॉर्ड मोर्ले यांच्यावर व्यक्तिश: आमचा विश्वास आहे. तत्त्वज्ञानी पुरुष म्हणून आम्ही त्यांना मानतो. नेमस्तांना वाटते की राजकारणाचा गाडा तत्त्वज्ञानाच्या तत्त्वांनी हाकला जातो; परंतु राजकारण आणि तत्त्वज्ञान या गोष्टी अगदी भिन्न असून, प्रत्यक्ष व्यवहारात त्यांची गल्लत केली जाऊ नये असे आमचे स्पष्ट मत आहे. तर्कशास्त्राच्या बळावर राजकीय अधिकार प्राप्त करून घेता येतील, अशी नेमस्तांची कल्पना आहे; परंतु कार्याचे सातत्य व त्याग या गोष्टींच्या बळावरच राजकीय हक्क प्राप्त होऊ शकतात असा आमचा विश्वास आहे.'

नेमस्त पक्ष व नवा पक्ष यांच्यातील मूलभूत फरक टिळकांनी वेळोवेळी आपल्या लेखातून दाखविला असल्याने जनतेचे लक्ष त्यांच्या प्रत्येक शब्दाकडे असे. 'इंडियन पिनल कोड' हीच हिंदुस्थानची सनद (Constitution) आहे हे मत त्यांनी आपल्या लेखातून मांडले होते. ते देशाच्या कोनाकोपऱ्यात प्रसृत झाले. कलकत्ता, अहमदाबाद, अलाहाबाद, बनारस, लाहोर, मद्रास इत्यादी ठिकाणच्या वृत्तपत्रांनी त्यांच्या लेखांची भाषांतरे करून ती छापली. शिवाय देशातील त्यांच्या अनुयायांनी त्या लेखांची हजारो हस्तपत्रके करून ती वाटली.

या तडाख्यांतून उठण्यास अवसरही न देता त्यांनी नेमस्त पक्षावर दुसरा प्रहार केला. १८८५मध्ये काँग्रेसची स्थापना झाली, तेव्हापासून नेमस्तांचा पक्ष १८५८चा राणीचा जाहीरनामा हा पक्षाचा राजकीय फतवा म्हणून पुढे करीत असे. आतापर्यंत टिळकांनी आपल्या लेखातून या जाहीरनाम्याचा उल्लेख केला होता; पण फक्त ओझरता आणि ब्रिटिशांच्या सद्सदविवेकबुद्धीला थोडीफार टोचणी देण्याइतका! पण १९०७ साली जून महिन्यात 'केसरी'तील एका लेखातून टिळकांनी त्या जाहीरनाम्याचे स्वरूप उघडेनागडे वेशीवर टांगले.

टिळकांचे हे लेख प्रसिद्ध होण्यापूर्वी व्हाइसरॉय लॉर्ड लिटन (१८७६-८०) यांनी त्या वेळच्या भारतमंत्र्यांना धाडलेले एक पत्र उजेडात आले होते. त्यात लिहिले होते, 'राणीच्या जाहीरनाम्यात आश्वासन दिल्याप्रमाणे नोकऱ्यातून हिंदी लोकांना समान अधिकार प्राप्त करून घेण्याची जी अपेक्षा आहे ती कधीही पुरी होणार नाही. त्या जाहीरनाम्यातील शब्दांना हिंदुस्थान सरकार अगर इंग्रज सरकार यांच्याकडून कधीही मूर्त स्वरूप दिले जाणार नाही.'

लॉर्ड कर्झन याने तर जाहीरनाम्याचा स्पष्ट उपहास करून सांगितले होते, 'उच्च श्रेणीतील सनदी नोकऱ्यांवर तर नेहमी इंग्रजांचीच नेमणूक केली जाईल.' याचे कारण देताना त्या कुटिल नीतिज्ञाने म्हटले होते, की इंग्रज लोक जन्माने, मनाने, शिक्षणाने, ज्ञानाने, चारित्र्याने नेटिव्ह लोकांपेक्षा श्रेष्ठ आहेत. राज्यकार-कारभाराला हे गुण आवश्यक आहेत. या ठिकाणी इंग्रजांचे राज्य असल्यामुळे

राज्यकारभारही त्यांचाच हवा. इतरांचा कारभार येथे कधीही चालणार नाही.'

कर्झनच्या या घोषणेत उद्दामपणा तर भरलेला होताच; शिवाय राणीचा जाहीरनामा उघडपणे टांगून ठेवला होता. देशाच्या राज्यकारभारात समानता निर्माण करण्याचे जाहीरनाम्यात दिलेले आश्वासन पार गुंडाळून ठेवले होते. कर्झन यांचे वक्तव्य म्हणजे दुःखावर डागणी तर होतीच; शिवाय देशातील सुबुद्ध जनतेला हे एक आव्हानच होते. 'जाहीरनाम्याला अनुसरून तुम्ही समान हक्क मागता? पण आम्ही ते देणार नाही. तुम्ही खालच्या दर्जाचे आहात, तुम्ही हीन आहात, निर्बुद्ध आहात, अशिक्षित आहात, तुम्हाला मनेच नाहीत. मग ती दुखविण्याचा प्रश्नच कोठे येतो?' हा आशय कर्झन यांच्या वक्तव्यात भरलेला होता. 'जे गुण इंग्रजांत आहेत ते तुमच्यात नाहीत म्हणून तुम्ही राज्यकारभारास अपात्र आहात' असे त्यात आव्हान होते. हिंदुस्थानातील सुशिक्षित वर्गापैकी काहींनी हे आव्हान स्वीकारून ब्रिटिशांविरुद्ध चळवळ उभारली यात काहीच आश्चर्य नव्हते.

उच्चपदस्थांनी राणीच्या जाहीरनाम्याबद्दल जे उद्‌गार काढले त्यांचा टिळकांनी पुरेपूर फायदा उठविला. जाहीरनाम्याबद्दल जनतेच्या डोळ्यांवर एक प्रकारची झापड होती ती टिळकांनी दूर केली. या बाबतीत टिळकांचे म्हणणे असे होते की राणीच्या जाहीरनाम्याला आम्ही 'हिंदुस्थानची सनद' म्हणत असलो, तरी हा निव्वळ अर्थवाद आहे. जाहीरनामा ही खरी सनद नव्हे व त्यामुळे हिंदुस्थानातील राजसत्तेवर कोणत्याही प्रकारची मर्यादा आलेली नाही. १८५७च्या बंडानंतर लोकांनी शांत राहावे म्हणून राणीने प्रजेला जो गोड आशीर्वाद दिला तो जाहीरनाम्यात आहे. आमच्या दृष्टीने आम्ही हे वचन समजतो; पण त्याची अंमलबजावणी करून घेण्याची शक्ती आमच्या अंगात नाही.

टिळक पुढे म्हणतात, 'मुळात हा जाहीरनामा करार मानताच येणार नाही; कारण करार हे तुल्यबळ लोकांमध्येच होत असतात. सबळ व निर्बळ यांच्यात ते कधीच होत नसतात. जीत आणि जेते यांच्यामधील कराराच्या स्वरूपाची नाती ही पाश्चात्त्य कल्पना आहे. ते म्हणतात, की राजा हा ईश्वरी अंश आहे. ठीक, आम्ही कबूल करतो; परंतु मी असा प्रश्न विचारतो की प्रजा तरी काय आहे? प्रजा ही ईश्वरांश नाही का? आमच्या सनातन धर्मग्रंथांना व निर्बंधग्रंथांना राजा हा ईश्वरी अंश आहे ही कल्पना मान्य आहे; पण त्याची निरंकुश जुलमी सत्ता मात्र या ग्रंथांना कधीच मान्य झाली नाही. जेव्हा राजा अन्यायी व जुलमी बनतो तेव्हा त्याचा ईश्वरी अंश संपुष्टात येतो. सारांश, राजाचा ईश्वरी अंश जरी मान्य केला तरी त्याचा जुलूम नि अन्याय या गोष्टी कधीही समर्थनीय ठरलेल्या नाहीत.'

नवा पक्ष क्रांतिकारक आहे अशी टीका अँग्लो-इंडियन टीकाकारांनी केली होती. त्या टीकेला उत्तर देताना टिळकांनी म्हटले होते, 'आमच्यासमोर जे ध्येय आहे त्याचा रंग क्रांतीसारखा भासतो हे खरे; सध्या जो राज्यकारभार सुरू आहे त्यात समूळ बदल घडवून आणणे या अर्थाने आमचे ध्येय क्रांतिकारक आहेही. अर्थात् ही क्रांती रक्तहीन असली पाहिजे; पण तसेही समजणे ही केवळ चूक आहे. देशकार्य करताना खरचटू देखील नाही अशी काळजी घेतली, तर रक्ताचा एकही थेंब सांडणार नाही; पण भविष्यकाळात फार मोठ्या आपत्तींना तोंड द्यावे लागणार आहे, जबरदस्त त्याग करावा लागणार आहे. ह्या आपत्ती भोगल्याशिवाय व तो त्याग केल्याशिवाय तुमच्या पदरात काहीही पडणार नाही. राज्यकर्त्याला व सद्बुद्धीला हलवून जागृत करण्याचा खटाटोप आतापर्यंत व्यर्थ ठरला आहे. आमच्या मागण्या, आमचे हेतू न्याय्य आहेत; कॉन्स्टिट्यूशनल आहेत आणि त्यांना इतिहासाचा आधार आहे. मानवाच्या निसर्गदत्त स्वभावाला त्या धरून आहेत आणि सर्वांत महत्त्वाची गोष्ट म्हणजे त्या दैवी प्रेरणेनुसारही आहेत. आमच्या स्वराज्याच्या मार्गात अडथळे आणले जातील; पण आम्हाला कोणीही आता रोखू मात्र शकणार नाही.'

सरकारला नव्या पक्षाची भीती वाटत होती याला आणखीही एक कारण होते. १९०७ हे वर्ष अत्यंत महत्त्वाचे होते; १८५७च्या उठावाला पन्नास वर्षे पुरी होत होती आणि देशाच्या काही भागात त्या उठावाचा सुवर्णमहोत्सव साजरा करण्याची त्यारी सुरू होती. विशेषत: तरुण मंडळी अस्वस्थ झाली होती. पारतंत्र्याच्या जोखडातून देशाला मुक्त करण्याचा आणखी एक प्रयत्न करण्याची भाषा ते बोलत होते. या साऱ्या प्रयत्नांचा प्रचार करण्याचे कार्य त्या त्या भागातील वृत्तपत्रांनी जोरात सुरू ठेवले होते. लोकजागृतीचे कार्य करण्यासाठी नाटकांचे माध्यमही वापरण्यात आले होते. १९०७च्या मार्चमध्ये 'केसरी'चे सहसंपादक कृष्णाजी प्रभाकर खाडिलकर यांची 'सवाई माधवराव' आणि 'कीचकवध' ही नाटके रंगभूमीवर आली. या नाटकांचा विषय ऐतिहासिक आणि पौराणिक असला, तरी तत्कालीन राजकीय परिस्थितीलाही ती अनुरूप अशीच होती. ऑक्टोबरमध्ये सरकारने या दोन्ही नाटकांवर बंदी घातली.

नेमस्तांचे परावलंबी तत्त्वज्ञान व भिक्षांदेही वृत्ती यावर टिळकांचे तडाखे एका बाजूने सुरू होते. दुसरीकडे जनतेची निष्क्रियता, औदासीन्य आणि वाढते दारिद्र्य यांच्याविरुद्धही टिळकांचा लढा सुरू होता. बहिष्कार व स्वदेशी यांचा प्रचार करण्यासाठी त्यांनी महाराष्ट्र, वऱ्हाड, बंगाल, संयुक्त प्रांत आदी ठिकाणी दौरे काढले. पंढरपूरला आणि मुंबईला कामगारांसमोर त्यांनी केलेली भाषणे विशेष उल्लेखनीय होती. १९०७ साली पंढरपूरला कार्तिकी यात्रेनिमित्त एक

भव्य स्वदेशी संमेलन व प्रदर्शन भरविण्यात आले होते. त्यानिमित्त केलेल्या भाषणात टिळकांनी 'स्वदेशी' या शब्दाचा अर्थ स्पष्ट करून सांगितला. ब्रिटिश मालावर बहिष्कार टाकून जनतेचे कर्तव्य संपत नाही. स्वत:च्या राज्याची 'स्वराज्याची' मागणी केली पाहिजे. हा स्वराज्याचा मंत्र खेड्यापाड्यांपर्यंत नेऊन पोचविला पाहिजे, असा आदेश टिळकांनी या भाषणात दिला.

चंद्रभागेच्या मैदानावर सुमारे पंधरा हजार श्रोतृसमुदाय जमला होता. या ठिकाणी बोलताना टिळक म्हणाले, 'उत्तरोत्तर देशाची स्थिती फारच कठीण होत चालली आहे. दडपशाहीचे कायदे पास होत आहेत. आज मी येथे तुमच्यासमोर भाषण देत आहे; पण पुढल्या वर्षी ते देणे शक्य होईल की नाही हे सांगता येत नाही. माझे तुम्हास एवढेच सांगणे आहे, की येथे तुम्ही उद्योग कराल तर हे दिवस जातील - खात्रीने जातील - नाही तर कठीण अवस्थेत राहाल. सध्याच्या स्थितिसंबंधाने खेड्यापाड्यांतून चर्चा झाली पाहिजे. 'हा तोंड दाबून बुक्क्यांचा मार आम्ही सहन करणार नाही,' असे ज्या दिवशी तुम्ही स्पष्ट सांगाल त्या दिवशी तरणोपाय आहे. कोणी विचारतील, 'मग आम्ही बंड करावयाचे की काय?' बंडही करावयाला नको व स्वस्थही बसावयाला नको, हे माझे यास उत्तर आहे. मुनसफ कोण असतात? मामलेदार कोण असतात? सगळे तुमचेच लोक! सगळे राज्य तुमच्याच हातात आहे; पण तुम्ही ओळखत नाही. तुमच्या पोटातून जर खरी कळ येत असेल तर तुमचे तोंड त्यासंबंधाने बोलेल. भिऊ नका! शेतकऱ्यांनी, कारागिरांनी, धंदेवाल्यांनी, पाटील-कुलकर्ण्यांनी, सर्वांनी 'या राज्यात आमची स्थिती चांगली नाही,' असे स्पष्ट सांगितले पाहिजे. आपल्याजवळ शस्त्रे नाहीत; पण स्वदेशी व्रताचे अवलंबन हा एकच उपाय आपणाजवळ आहे. तुमच्या पैशावर, तुम्ही बातम्या देता त्यावर, तुमच्या कर्तबगारीवर जे राज्य चालते ते कोठे तरी अडलेच पाहिजे. स्वदेशी व्रताबद्दल शपथ घेण्यास मी तुम्हास सांगितले होते. ते विसरला असाल तर पुन्हा एकदा शपथ घ्या... तुम्ही भ्याल तर तुमचा तरणोपाय नाही, असे स्पष्ट पांडुरंगासमोर या चंद्रभागेच्या तटावर मी सांगत आहे. त्याचा विचार करून कार्याला लागा.'

दि. १५ डिसेंबर १९०७ रोजी चिंचपोकळी येथे मजुरांसमोर टिळकांचे भाषण झाले. टिळक म्हणाले, 'स्वदेशीबद्दल कोणी तुमचा बुद्धिभेद करतील, पण त्याला भीक घालू नका. स्वदेशी हा पोटापाण्याचा प्रश्न आहे. 'भटांनी हे काही तरी स्वदेशीचे ढोंग काढले आहे. आपल्याला त्याची जरुरी नाही,' असे सांगून तुमच्यामध्ये जातिद्वेषाचे खूळ माजविण्यात येते; पण स्वदेशीपासून तादृश फायदा तुमचा आहे, भटांचा नाही. मी तुमच्या गिरणीतील कापड घेतो म्हणून त्याची मजुरी तुम्हाला मिळते. म्हणजे स्वदेशीपासून प्रत्यक्ष फायदा तुमचा आहे.

तुम्ही दोन लाख लोक आहा. सरकारजवळ दोन लाख सैन्यही नाही. इतक्या दोन लाखांनी तुम्ही आपली स्थिती काय आहे हे समजावून घ्यावे व समजल्यावर ती दुसऱ्यास सांगावी असा आमचा हेतू आहे. तुमच्या देशात तुम्हाला आपल्या उदरनिर्वाहाचे साधन नाही, म्हणून आपली घरेदारे सोडून तुम्ही येथे येता. येथे उद्योगधंदे आहेत म्हणून येता. स्वदेशीचा हेतू तरी हाच आहे की तुम्हाला उद्योगधंदे मिळावेत. जे आहेत ते भरभराटीस येऊन तुमचे अधिक कल्याण व्हावे.'

अशा तऱ्हेने नव्या पक्षाच्या कल्पना टिळकांनी जनतेसमोर अगदी स्पष्ट व साध्या शब्दात मांडल्या. त्यांची ती साधीसुधी भाषा जनतेच्या अंत:करणाला जाऊन भिडली. नव्या पक्षाचे तेज दिवसेंदिवस वाढू लागले.

सर रतन टाटा यांच्या व इतर अनेक श्रीमंत गुजराती, मारवाडी यांच्या सहकार्याने त्यांनी मुंबईत अनेक ठिकाणी सहकारी तत्त्वावर दुकाने थाटली. १९०५ साली अंताजीपंत काळे यांनी सुरू केलेल्या पैसा-फंड संस्थेलाही त्यांनी हातभार लावला. दि. १० फेब्रुवारी १९०७ रोजी झालेल्या जाहीर सभेत टिळक म्हणाले, '१९०५ साली फंड दोन हजार होता तो आज सुमारे आठ हजार रुपये झाला आहे. तो दहा हजार होईल तेव्हा त्याचा उपयोग पुढे कसा करावयाचा हे ठरवावयाचे आहे.' दि. १५ ऑक्टोबर १९०७ रोजी टिळकांनी मुंबईत शांतरामाच्या चाळीत पैसाफंडावर व्याख्यान दिले. ते म्हणाले, 'उद्या दसऱ्याच्या मुहूर्तावर तरुण मंडळी चाळीचाळीतून फिरून पैसा-फंड जमा करणार आहेत त्यांना मदत करा... तरुण मंडळींनी आपला एक दिवस खर्ची घातल्याने एकट्या पुणे शहरात एका दिवसात बाराशे रुपये गोळा झाले. त्याप्रमाणे मुंबईत प्रयोग करून पहावयचा आहे... सर्वांनी एक दिवस... सर्व आयुष्य नव्हे - या कामाकडे खर्च केल्यास लक्षपट अधिक सार्वजनिक काम राष्ट्राकडून होणार आहे. हे काम करण्यात राष्ट्रीयत्त्वाचे शिक्षण मिळणार आहे ते दवडू नका.'

स्वदेशी मालाचे उद्योगधंदे उभारण्याचे प्रयत्न अशा प्रकारे टिळक करीत होते. त्यांच्या या स्वदेशी चळवळीचा जनतेवर विलक्षण परिणाम होत होता. ब्रिटिश मालाची आयात दिवसेंदिवस घटत चालली होती. १९०७च्या मेमध्ये मँचेस्टर येथून हिंदुस्थानात येणाऱ्या मालाची ४२, ४९२, ५०० यार्डांनी घट झाली, असे 'लंडन टाइम्स'ने नमूद केले आहे. नेव्हिनसन यांनी आपल्या 'The new spirit in India' या ग्रंथात लिहिले आहे, 'ही चळवळीची लाट मुंबईच्या ८०-९० गिरण्यांतून फैलावली. रात्रंदिवस काम करून देखील त्यांना एकट्या बंगालची मागणी पुरी करता करता पुरेवाट झाली. नुसत्या गिरण्यांतूनच नव्हे, तर सर्व प्रकारच्या व्यापारी क्षेत्रात स्वदेशीची ही लाट पसरली. कलकत्त्याला

काड्याच्या पेट्यांचा 'स्वदेशी' कारखाना निघाला. ढाक्का येथे साबणाचा व कातडे कमावण्याचा कारखाना निघाला. आता हिंदुस्थानातील प्रत्येक शहरातून स्वदेशी साबण, बिस्किटे, सिगारेट्स, खेळणी, अत्तरे, बूट या साऱ्या पूर्वी आयात होणाऱ्या वस्तू येथे मिळू लागल्या आहेत. वृत्तपत्रांतून तुम्हाला ज्या व्यापारी जाहिराती दिसतात त्या सर्व स्वदेशी मालाच्या आहेत.'

यावरून टिळकांच्या 'स्वदेशी' चळवळीने देशात चांगलेच मूळ धरल्याचे स्पष्ट दिसते.

१९०७च्या ऑक्टोबरमध्ये इंग्लंडमधील मजूर पक्षाचे नेते केरहार्डी पुण्याला आले. पुणे स्टेशनवर टिळकांनी व इतर चाळीस प्रमुख लोकांनी त्यांचे स्वागत केले. केरहार्डी यांनी 'केसरी' कार्यालयाला भेट दिली. सार्वजनिक सभेच्या वतीने त्यांना मानपत्र देण्यात आले. या मानपत्रातील भाषेवर टिळकांच्या व्यक्तिमत्त्वाचा ठसा स्पष्ट उमटला होता. त्यामुळे वृत्तपत्रांतून त्यावर बरीच चर्चा झाली. इंग्लंडमधील कोणत्याही पक्षावर अवलंबून न राहता स्वावलंबनानेच आपला प्रश्न सोडविला पाहिजे, असे हिंदी प्रजेस वाटू लागले आहे, असा मानपत्रात उल्लेख करण्यात आला होता. हिंदी लोकांच्या आकांक्षा न्याय्य आहेत, हे इंग्लंडमधील मतदारांना पटवून द्यावे, अशी विनंती टिळकांनी आपल्या भाषणात केरहार्डींना केली. हिंदी जनता स्वावलंबनाचा मार्ग स्वीकारणार आहे, या भाषेने केरहार्डींना समाधान वाटले. हिंदुस्थानात आल्यावर त्यांना ठिकठिकाणी मानपत्रे मिळाली होती; पण पुण्यातील मानपत्राची भाषा त्याहून निराळी होती. मानपत्रास उत्तर देताना ते म्हणाले, "हिंदुस्थानबद्दल माझ्या मनात सहानुभूती वसत होतीच; पण ती आता शतगुणित झाली आहे. इंग्लंडला गेल्यानंतर मी माझ्या पक्षाची खास बैठक निमंत्रित करीन आणि तुमची सारी परिस्थिती त्यांच्या कानावर घालीन."

एके दिवशी टिळक व केळकर यांच्याबरोबर केरहार्डी पुण्याजवळील शिवापूर येथे जाऊन आले. त्या गावाच्या आसपासच्या खेड्यांतील लोकांची दारिद्र्यावस्था त्यांनी जवळून बघितली. ही भेट त्यांच्या चांगलीच लक्षात राहिली. दुसरा एक प्रसंगही केरहार्डी कधीच विसरले नाहीत. ते पुण्याला आले तेव्हापासून पुण्याच्या गुप्त पोलिसांनी त्यांचा पिच्छा पुरविला. त्यामुळे केरहार्डी संतापले. त्यांनी अधिकाऱ्यांना बजावले, "मी स्वतंत्र देशातील नागारिक आहे. माझा जर तुम्ही असा पिच्छा पुरवाल, तर ही गोष्ट मी गव्हर्नरच्या कानी घालीन. पार्लमेन्टमध्येही या गोष्टीचा निषेध केल्याशिवाय राहणार नाही."

मजूर पक्षाशी जुळलेला हा संबंध टिळकांनी अखेरपर्यंत कायम राखला. १९१८ साली जेव्हा टिळक इंग्लंडला गेले तेव्हा मजूर पक्षाने त्यांच्या होमरूल

चळवळीला सहकार्य देऊ केले.

टिळकांचे हे उपक्रम चालू असताना नेमस्त पक्ष गप्प बसला नव्हता. दिवसेंदिवस वाढत जाणारे टिळकांचे वजन कमी कसे करता येईल याकडे त्यांचे सतत लक्ष होते आणि त्या दृष्टीने त्यांचे डावपेच सुरू होते. टिळकांची लोकप्रियता, जनतेवरील त्यांचा प्रभाव व त्यांची प्रचाराची पद्धत यामुळे नेमस्त पुढारी अस्वस्थ झाले होते. टिळकांचे प्रयत्न हाणून पाडण्याचा त्यांनी विडा उचलला होता.

२९ मार्च १९०७ला सुरत येथे मुंबई प्रांतिक परिषद भरली होती. मेहतांचे एकनिष्ठ अनुयायी व कट्टर नेमस्त नेते सर भालचंद्र भाटवडेकर या परिषदेचे अध्यक्ष होते. या परिषदेत नेमस्त पुढाऱ्यांची टिळकांविषयीची मळमळ बाहेर पडली. सर भालचंद्रांच्या भाषणात सरकारबद्दलचा आर्जवीपणा व नव्या पक्षाबद्दलची अप्रीती स्पष्टपणे दृष्टोत्पत्तीस आली. ते आपल्या भाषणात म्हणाले, ''सार्वजनिक काम करणारी मंडळी प्रामाणिक असली पाहिजेत. भपका सोडून त्यांनी केवळ सत्त्व शोधनाची कास धरली पाहिजे. सरकारला जे अर्ज करावयाचे ते आटोपशीर व नेमस्तपणाचे असावेत. सरकार चुकत असेल; पण त्यांची न्यायबुद्धी व सहानुभूती जागृत करूनच हे दोष झटकले पाहिजेत. सांप्रतचे हिंदुस्थान सरकार हे उदार व समजदार आहे. नजीकच्या भविष्यकाळात यापेक्षा जास्त उत्तम सरकार मिळणे दुरापास्त आहे. आपण सातत्याने प्रयत्न केले पाहिजेत; पण घाईगर्दी करून किंवा जहालपणा पत्करून कार्यनाश करता कामा नये.''

या सभेत बरेच किरकोळ ठराव संमत झाले; पण स्वदेशी व बहिष्कार या विषयीचा ठराव जेव्हा पुढे आला तेव्हा सर भालचंद्र म्हणाले, ''स्वदेशीचा विषय प्रांतिक सभेचा नसून, तो औद्योगिक परिषदेच्या कक्षेत पडतो.'

या प्रांतिक सभेबद्दल टिळकांनी 'केसरी'त लिहिले, 'सुरतेची प्रांतिक सभा मेंगी झाली. डॉ. भालचंद्र यांचे भाषण वाचून असल्या पुढाऱ्यांच्या हातून देशकार्य तरी काय होणार, असा उद्गार सहजगत्या निघाल्यावाचून राहत नाही.'

इतर प्रांतिक सभांतूनही नव्या पक्षाला नेमस्तांकडून याच प्रकारचे आहेर मिळाले. नागपूर-वऱ्हाड प्रांतिक परिषद रायपूरला झाली, त्या परिषदेत अध्यक्ष रावबहादूर मुधोळकर यांनी 'वंदे मातरम्' हे राष्ट्रगीत गायलाच हरकत घेतली. परिषदेच्या प्रतिनिधीचे स्वागतच 'नेमस्तपणा हेच आमचे ध्येय' या घोषवाक्याने झाले. या परिषदेतही स्वदेशी व बहिष्कार या ठरावांवर अगदी हातघाईची लढाई झाली. अध्यक्षांनी ठरावाला मान्यता दिली नाही ती नाहीच.

संयुक्त प्रांताची प्रांतिक परिषद अलाहाबाद येथे झाली. पं. मालवीय हे तिचे

अध्यक्ष होते. त्या ठिकाणीही दोन तट पडून रण माजले. शेवटी परिषदेच्या अखेरीस अध्यक्षांनी नव्या पक्षाच्या दोन प्रतिनिधींना उपस्थित राहण्यास बंदी केली आणि नंतर काही मामुली ठराव त्या सभेत संमत होऊ शकले. सुरत, रायपूर, अलाहाबाद येथे जे घडले तेच बंगाल व इतर प्रांतांतही थोड्याफार फरकाने घडले. नव्या पक्षाला जनतेचा पाठिंबा मात्र उत्तरोत्तर वाढत्या प्रमाणात मिळत राहिला. नेमस्त पुढाऱ्यांची भाषणे व त्यांचे ठराव इतके मिळमिळीत असत की त्यात जनमानसाचे प्रतिबिंब उमटलेले मुळीच दिसत नसे.

नव्या व जुन्या नेत्यांच्या अशा मानसिक विसंवादात सुरतेला काँग्रेसचे अधिवेशन भरणार होते. त्या अधिवेशनाची पार्श्वभूमी अशी रंगली होती आणि त्या पार्श्वभूमीवर आता कशा प्रकारचे चित्र रंगविले जाते याकडे साऱ्यांचे लक्ष वेधले होते.

विश्वरूपाचा आविष्कार

कलकत्त्याच्या अधिवेशनात नव्या पक्षाच्या पदरात निरपवाद विजय पडल्यामुळे नेमस्तांचा जळफळाट झाला आणि ठिकठिकाणच्या प्रांतिक परिषदांमध्ये त्यांनी बहिष्काराच्या ठरावावर बहिष्कार घालून आपले वर्चस्व पुन्हा प्रस्थापित करण्याचा प्रयत्न केला. जहाल पक्ष व नेमस्त पक्ष यांच्यातील फाटाफूट टळली हे खरे; पण फाटाफूट टाळताना जहाल पक्षाच्या धोरणाचा बराच भाग नेमस्त पक्षाला स्वीकारावा लागला, अशी टीका 'टाइम्स' पत्राने केली. गोखले-मेहता यांच्या पक्षाला हा टोमणा होता. टीका करण्यात त्या पत्राचा हेतू उघड होता. नेमस्त पुढाऱ्यांनी जहालांपुढे नांगी टाकली असे 'टाइम्स'चे म्हणणे होते. इतकेच नव्हे, तर जहालांप्रमाणे नेमस्तांनी बहिष्काराचे तत्त्व अमलात आणले, तर त्यांच्यापुढे काय वाढून ठेवले आहे याचीही भेडसावणी 'टाइम्स'ने नेमस्त पुढाऱ्यांना दाखविली होती. बंगालच्या फाळणीचा निषेध व बहिष्कार या गोष्टी काँग्रेसच्या अध्यक्षांच्या मताने कायदेशीर असल्या तरी कोर्टाचे मत कदाचित् त्या बाबतीत वेगळेच पडेल, असेही 'टाइम्स'ने सूचित केले होते.

'टाइम्स'चा हा टोला बरोबर लागू पडला. नेमस्तांनी वितंडवाद घालून बहिष्काराच्या तत्त्वाला जो निकराचा विरोध सुरू केला त्याचे मूळ 'टाइम्स'च्या त्या लेखात सापडते. आपण आपली मते प्रतिपक्षाला विकली नाहीत हे सुरत काँग्रेस भरण्यापूर्वी दाखविण्याचा त्यांनी जो अट्टहास चालविला होता तो देखील याच कारणासाठी! स्वदेशी, बहिष्कार, राष्ट्रीय शिक्षण यासंबंधी कलकत्त्याला जे ठराव संमत झाले त्यांना आपल्या नेमस्त कल्पनेनुसार साजशृंगार चढवून त्या नेभळ्या स्वरूपात ते ठराव सुरतेला संमत करून घेण्याचा घाट नेमस्तांनी घातला, म्हणून तर सुरतेची काँग्रेस उधळली गेली.

सुरत येथील काँग्रेस कशी उधळली गेली हे सांगण्यापूर्वी हे अधिवेशन सुरतेला कसे भरविले गेले हे सांगणे आवश्यक आहे; कारण त्यातच सुरत येथे घडलेल्या अनुचित प्रकाराची बीजे सामावली आहेत.

कलकत्त्याच्या अधिवेशनाच्या अखेरीस पुढील अधिवेशनासाठी मध्यप्रदेशाकडून काँग्रेसला निमंत्रण देण्यात आले. हे अधिवेशन नागपूरमध्ये भरविण्याची योजना होती. हे आमंत्रण औपचारिकरीत्या स्वीकारण्यात आले. स्वागत समितीने सभासदांच्या तीनचतुर्थांश इतक्या बहुमताने अध्यक्षाची निवड करावी, असा काहीसा चमत्कारिक नियम कलकत्त्याच्या अधिवेशनात संमत झाला होता. मध्यप्रदेशातले राष्ट्रीय पक्षाचे नेते दादासाहेब खापर्डे, डॉ. मुंजे आणि आळेकर यांनी टिळकांना अध्यक्ष म्हणून निवडण्याचा घाट घातला. मध्यप्रदेश, बंगाल, मद्रास आणि पंजाब या प्रांतांनी टिळकांचे नाव एकदम उचलून धरले. नागपूरच्या पुढाऱ्यांनी लगेच सोळाशे स्वागत सभासद नोंदविले आणि चाळीस हजार रुपये जमविले. यामुळे नेमस्त पुढाऱ्यांना चांगलाच हादरा बसला; कारण आता टिळक काँग्रेसचा कब्जा सहज घेऊ शकतील अशी शक्यता निर्माण झाली. नेमस्तांनी अवघे आठशे सभासद नोंदवले आणि त्यांच्याकडे वीस हजार रुपये जमले होते. असे असले तरी अध्यक्ष निवडण्याबाबत दोन्ही पक्षांना अडचणच होती. राष्ट्रीय पक्षाच्या स्वागत सभासदांची संख्या नेमस्तांपेक्षा जास्त होती; पण अध्यक्षाच्या निवडीसाठी लागणारे तीनचतुर्थांश बहुमत त्यांना मिळाले नव्हते. नेमस्तांकडे तर सभासदांची संख्या त्याहून कमी होती. त्यामुळे अध्यक्षांची निवड करणे त्यांनाही जड जाणार होते. सप्टेंबर महिन्याच्या अखेरीस दोन्ही पक्ष चिंतेतच होते.

या विचित्र परिस्थितीमुळे उभय पक्षांमध्ये समझोता घडवून आणण्याची शक्यता होती; पण स्थानिक नेमस्त पक्षाने कार्यकारी मंडळाची पुनर्घटना करण्याचा घाट घातला आणि नव्या राष्ट्रीय पक्षाला त्यापासून हेतुपुरस्सर दूर ठेवले. दि. २२ सप्टेंबरला त्यांनी टाऊन हॉलमध्ये एक सभा घेतली. त्यासाठी कार्यकारी मंडळाची संमतीही त्यांनी घेतली नव्हती. राष्ट्रीय पक्षाला या सभेच्या रीतसर नोटिसाही दिल्या गेल्या नाहीत. इतकेच नव्हे, तर त्या पक्षाला सभेच्या बाजूला फिरकूही दिले नाही. राष्ट्रीय पक्षाच्या नेत्यांना या सभेची बातमी कळताच त्यांनी विरोध पत्करून त्या सभेला जायचे ठरविले. नेमस्त पक्षाच्या स्वयंसेवकांनी त्यांना अडविले तेव्हा हॉलच्या भोवती एकच दंगल माजली. अखेर चिटणवीस यांनी सभेचे बेकायदेशीर स्वरूप मान्य केले आणि ते प्रकरण तेवढ्यावरच संपले. चिटणवीस राजीनामा देऊन मोकळे झाले.

अध्यक्षाच्या निवडीचा प्रश्न तसाच लोंबकळत राहिला. या बाबतीत टिळकांनी ८ ऑक्टोबरच्या 'केसरी'त लिहिले, 'अध्यक्षाच्या निवडणुकीचा वाद आहे; पण तो काही वादाचा मुख्य प्रश्न नव्हे. कलकत्त्यास दादाभाई यांनी घालून दिलेले नवीन वळण राष्ट्रीय सभा केवळ बंगालपुरतेच नव्हे तर सर्व देशाकरिता मंजूर करते की नाही, हा वादाचा प्रश्न आहे. टिळक यांनी अध्यक्ष होण्याचे नाकबूल

केले किंवा उद्या ते मेले, तरी दोन पक्षांचा झगडा मिटावयाचा नाही हे आम्ही सर्वांस निक्षून सांगतो. प्रश्न व्यक्तीचा नाही; मतांचा आहे. राष्ट्रीय सभा दोघांनाही पाहिजे आहे. मतभेदाचा निकाल सभा मोडल्याने व्हावयाचा नाही अगर दोन निरनिराळ्या सभा केल्यानेही व्हावयाचा नाही. आज नाही उद्या नव्या पक्षाचे राष्ट्रीय सभेत हटकून बहुमत होणार, असे आम्ही निश्चयाने सांगतो.'

दि. २९ ऑक्टोबरच्या 'केसरी'त या प्रश्नाबाबत पुन्हा टिळकांनी लिहिले होते. त्यांनी म्हटले होते, 'नेमस्त पक्ष तडजोडीस कबूल नसेल, तर नव्या पक्षाने हे वृत्त ऑल इंडिया काँग्रेस कमिटीस कळवून स्वागत कमिटीतून अंग काढून स्वस्थ बसण्यासही आपण तयार आहो असे कळवावे. काँग्रेस नागपुरात भरविण्याचे न ठरले तर काँग्रेसचाच नव्हे तर नागपूर शहाराचाही बदलौकिक आहे. दोन्ही पक्षांतील लोक तयार नसल्यास शहरचे लोक तयार आहेत, असेही ऑल इंडिया काँग्रेस कमिटीस कळवावे.'

नागपूरला काँग्रेस भरविण्याचा रंग जेव्हा दिसेना तेव्हा मुंबईला सर फिरोजशहा मेहता यांच्या बंगल्यावर उभय पक्षांच्या नेत्यांची बैठक घेण्यात आली. त्या बैठकीत मेहतांचे खरे मनोगत प्रकट झाले. टिळकांच्या नावाला प्रथम त्यांनी अडून अडून विरोध केला; पण टिळकांनाच अध्यक्ष करायचा जेव्हा नागपूरच्या नेत्यांचा निर्धार दिसला तेव्हा मेहता यांनी डॉ. मुंजे यांना सरळच विचारले, 'तुम्हाला अध्यक्ष म्हणून टिळकच का हवेत? डॉ. रासबिहारी यांच्या नावाला तुमचा विरोध काय म्हणून आहे?' डॉ. मुंजे यांनी ताड्कन उत्तर दिले, 'तो आमच्या पसंतीचा प्रश्न आहे!' स्वागत समितीकडून अध्यक्षांची निवड झाली नाही, तर मेहता यांच्या सांगण्याप्रमाणे आम्ही दुसरा अध्यक्ष मान्य करू, असाही खुलासा डॉ. मुंजे यांनी केला.

या प्रकारानंतर नागपूरला काँग्रेस भरविणे आपल्याला शक्य नाही, असे सांगून नागपूरचे नेमस्त नेते हात झटकून मोकळे झाले.

मग दि. १० नोव्हेंबर रोजी पुन्हा मेहता यांच्या मुंबईच्या बंगल्यात ऑल इंडिया काँग्रेस कमिटीची बैठक घेण्यात आली. बऱ्याच प्रांतांचे प्रतिनिधी या बैठकीच्या वेळी हजर नव्हते. टिळक-खापर्डे या राष्ट्रीय पक्षाच्या पुढाऱ्यांसह फक्त तेरा जण बैठकीस उपस्थित होते. बैठक सुरू झाल्यावर थोड्याच वेळात दोन्ही पक्ष हमरीतुमरीवर आले. राष्ट्रीय पक्षाच्या नेत्याने एखादी सूचना केली की ती मेहता-गोखले यांनी हाणून पाडलीच म्हणून समजावे. मेहता व गोखले यांनी खाजगीरीत्या एक बनाव केला होता. उभय पक्षांचे एकमत होत नाही असे दिसताच त्या बनावाप्रमाणे सुरतेचे एक शिष्टमंडळ हळूच पुढे झाले आणि काँग्रेसला सुरत येथे अधिवेशन घेण्यासाठी आमंत्रण देण्यात आले. ठरलेल्या

नाटकाची नक्कल नीट वठत आहे हे पाहून मेहता व गोखले यांना आनंद झाला. मग त्या कपट नाटकात मते अजमावण्याचा प्रवेश सुरू झाला. टिळक व खापर्डे यांनी आपली मते नोंदवली नाहीत. राष्ट्रीय पुढाऱ्यांना फसविण्यासाठीच नेमस्तांनी हा डाव टाकला होता. या डावाने इतर लोक फसले तरी टिळक-खापर्ड्यांसारखे राष्ट्रीय पक्षाचे नेते फसणे शक्यच नव्हते. अशा कुटिल मार्गाने अधिवेशनाचे नागपूर हे स्थळ बदलून ते सुरतेच्या बालेकिल्ल्यात गेले.

मुंजे-आळेकर यांनी गोखले यांना पत्र लिहून नागपूर येथे काँग्रेस अधिवेशन भरविण्याची विनंती केली; पण त्यांच्या पत्राची वासलात लावण्यात आली. काँग्रेस सुरतेला जाणार हे ठरल्याने नागपूरकरांचा हिरमोड तर झालाच; पण टिळकांनाही या प्रकाराचा संताप आला. त्यांनी लगेच 'केसरी'त लिहिले, 'सर फिरोजशहा मेहता जिकडे काँग्रेस भरवतील तिकडे सध्या राष्ट्रीय पक्षाने गेले पाहिजे; कारण काँग्रेस न भरावी किंवा मोडावी हा राष्ट्रीय पक्षाचा बिलकूल हेतू नाही; पण हा तंटा तेवढ्याने भागला असे मात्र सर फिरोजशहा यांनी समजू नये. नव्या-जुन्या पक्षाचा तंटा नव्या पक्षाचा विजय होईपर्यंत एकसारखा चालावयाचा आहे. यंदाच्या साली एक सुरत सापडली म्हणजे पुढच्या साली तशीच सुरक्षित जागा सापडते, असे कोणी समजू नये. किंबहुना सुरत तरी सुरक्षित आहे की नाही हा प्रश्नच आहे!'

हे जणू काही भविष्यकथनच होते. अर्थात् नेमस्त पक्षावर या लिहिण्याचा मुळीच परिणाम झाला नाही. सुरतेला काँग्रेस नेण्याचा आपला डाव शंभर टक्के साधला याच आनंदात ते होते. यानंतर टिळकांनी अध्यक्षपदासाठी सुचविण्यात आलेले आपले नाव मागे घेतले; पण त्याचबरोबर त्यांनी लाला लजपतराय यांचे नाव अध्यक्षपदासाठी सुचविले. दि. १० डिसेंबरच्या 'केसरी'त त्यांनी 'लाला लजपतरायच अध्यक्ष पाहिजेत' असा अग्रलेख लिहिला. त्या लेखात त्यांनी लिहिले होते, 'स्वार्थत्याग व देशाकरीता झीज व कष्ट सोसणे या दृष्टीने डॉ. घोष यांच्यापेक्षा लजपतराय यांची योग्यता शंभरपटीने अधिक आहे. राष्ट्रीय सभा ही सर्व हिंदुस्थानच्या वतीने सरकारजवळ हक्क मागण्याकरिता, भांडण्याकरिता निर्माण झालेली आहे. सरकारास किंवा सरकारी अधिकाऱ्यास रुचेल अगर ते चिडले जाणार नाहीत, अशा रीतीने राष्ट्रीय सभेचे काम चालावयाचे असेल, तर ही सभा हवी कशाला? लालाजींचा सन्मान करावयाचा असल्यास त्यांना अध्यक्ष करा.'

परंतु टिळकांचे हे म्हणणे नेमस्तांनी मनावर घेतले नाही. मेहता यांच्या सांगण्यावरून गोखल्यांनी दुसराच एक युक्तिवाद काढला. लालाजींच्या हद्दपारीविरुद्ध सरकारचा जर कडक निषेध करायचा असेल तर तो लालाजींना स्वतः अध्यक्ष

म्हणून कसा करता येईल? गोखल्यांच्या परप्रत्ययनेय बुद्धीचा युक्तिवाद राष्ट्रीय पक्षातल्या तरुण पुढाऱ्यांना पटणे शक्यच नव्हते. लालाजींना अध्यक्ष केले यातच सरकारचा कडकडीत निषेध झाला, असे या तरुण गटाचे म्हणणे होते. हे म्हणणे ऐकल्यावर गोखल्यांचे खरेखुरे भीरु अंत:करण उघड झाले. ते म्हणाले, ''लालाजींना अध्यक्ष करून सरकारला डिवचण्याची ही वेळ नाही. तसे केले तर रागाच्या भरात सरकार आपली चळवळ एका क्षणात नामशेष करून टाकील.''

हा वाद संपण्याचे चिन्ह दिसेना. तेव्हा स्वागत समितीच्या सदस्यांपैकी अंबालाल साकरलाल पुढे झाले. हे एक बडे धेंड होते. ते म्हणाले, ''अध्यक्षपदासाठी लालाजींचे नाव सुचवून त्यांच्या नावाला उगाच कमीपणा का आणता? तुम्हाला ठाऊक नसेल; पण ऑल इंडिया काँग्रेस कमिटी आमच्या खिशात आहे.''

यापुढे वादविवादच खुंटला. लालाजींना अध्यक्ष न करण्याचा नेमस्तांनी चंगच बांधलेला दिसला. रागाच्या भरात राष्ट्रीय पक्षाची मंडळी सभेतून उठून गेली आणि ती संधी साधून डॉ. रासबिहारी घोष यांचे नाव अध्यक्षपदासाठी सुचविण्यात आले. इतकेच नव्हे, तर ते एकमताने संमतही झाले.

अशा तऱ्हेने सुरतेच्या संग्रामाची पार्श्वभूमी रंगू लागली. राजकीय आकाशात कृष्णमेघ हळूहळू जमा होत होते. वादळाची चिन्हे स्पष्ट दिसत होती. वादळी वारे घोंघावू लागले होते.

अधिवेशनाला फक्त एक आठवडा उरला. टिळक दि. २३लाच सुरतेला जाऊन दाखल झाले. राष्ट्रीय पक्षाचा फड सुरतेला पडला. त्या फडावर दादासाहेब खापर्डे यांची खास नियुक्ती करण्यात आली. विद्यार्थी असताना खापर्डे बरेच दिवस मुंबईला होते, त्यामुळे त्यांना गुजराती उत्तम बोलता येत होते. नेमस्तांनी अंबालाल साकरलाल हा मोहरा तोडीस तोड म्हणून उभा केला. अंबालाल हे स्थानिक वजनदार नेते होते; पण दादासाहेब खापर्डे यांनी त्यांना बोलता बोलता चीत केले. उभय पक्षांच्या प्रचारसभा धुमधडाक्याने चालल्या होत्या. दादासाहेबांची सभा भरली की अंबालाल यांची सभा ओस पडे. दादासाहेबांनी आपल्या वक्तृत्वपूर्ण आणि गोड भाषणांनी सुरतेच्या बालेकिल्ल्यात अंबालाल यांना पुरते नामोहरम करून टाकले.

सुरतेला येणाऱ्या कोणत्याही नेत्याचे स्वागत करणे हे स्वागत समितीचे काम होते; पण त्यांनी टिळकांच्या स्वागताची काहीच व्यवस्था ठेवली नव्हती. अंबालाल यांच्या स्वागत समितीचा हा कावा राष्ट्रीय पक्षाच्या कार्यकर्त्यांनी आधीच ओळखला होता. टिळकांचे प्रचंड स्वागत करायचे असे त्यांनी ठरविले. टिळक सुरत स्टेशनवर उतरले तेव्हा हजारो लोक त्यांच्या स्वागताला जमले

होते. नंतर टिळकांची खूप मोठी मिरवणूक निघाली. शहरातले प्रमुख रस्ते शृंगारले होते. मिरवणुकीच्या अग्रभागी घोडेस्वारांचे एक पथक वाट मोकळी करण्यासाठी पुढे चालले होते.

त्या दिवशी संध्याकाळी प्रचंड सभा भरली होती. त्या वेळी भाषण करताना टिळक म्हणाले, "राष्ट्रीय सभेत फूट पाडण्याच्या उद्देशाने अगर तंटा करण्याच्या उद्देशाने मी येथे आलो नाही. खरोखर काँग्रेसमध्ये फूट पाडण्याचे कारणच काय? किंवा ही सभा सोडून देऊन दुसरी सभा स्थापण्याने तरी कोणाचा लाभ होणार आहे? गेल्या वर्षी कलकत्त्याला जे ठराव झाले त्या ठरावांपासून काँग्रेसला आम्ही शक्यतो मागे जाऊ देणार नाही, हा मात्र आमचा निर्धार आहे. नवीन पक्षाचा झेंडा जरी आम्ही उभारला असला, तरी तो राष्ट्रीय सभेला विघात करण्याकरीता नसून, त्या पक्षाने सरकारविरुद्ध निकराचा लढा देण्यास सिद्ध व्हावे यासाठीच! ज्यांच्या हाती राष्ट्रीय सभेची सूत्रे आहेत त्यांनी कलकत्त्याच्या ठरावांना तिलांजली देण्याचा आपला मनोदय व्यक्त केला आहे. ही अनिष्ट गोष्ट घडता कामा नये. यासाठी सुरतेच्या लोकांनी मला सर्वतोपरी साहाय्य द्यावे."

दुसऱ्या दिवशी म्हणजे दि. २४ला सकाळी लाला लजपतरायही आले. स्टेशनवर त्यांचेही अतिशय भव्य स्वागत करण्यात आले. हद्दपारीची शिक्षा भोगून ते नुकतेच ब्रह्मदेशाहून परतले होते. त्यांचे भव्य स्वागत करण्यामागे दोन हेतू होते. ज्या नेत्यावर सरकारची इतराजी झाली त्या नेत्याचे स्वागत करायला आम्ही भीत नाही, हे सरकारला दाखवून द्यायचे होते आणि नेमस्तांनी लालाजींना अध्यक्षपद दिले नाही तरी अध्यक्षापेक्षाही अतिभव्य स्वागत करून त्या सन्मानाचे माप त्यांच्या पदरात टाकले हे नेमस्तांना दाखवायचे होते. जहाल पक्षाचे वाढते वजन टिळकांच्या आणि लालाजींच्या स्वागतप्रसंगी तर दिसलेच; पण काँग्रेसचे नियोजित अध्यक्ष डॉ. घोष सुरतेस आले तेव्हा मवाळ पक्षांचे वजन अभावानेच नजरेत भरले. डॉ. घोष यांचे स्वागत स्वागत-समितीने केले; पण हा समारंभ अगदीच मिळमिळीत झाला.

अधिवेशनाच्या वेळी जहाल आणि मवाळ यांचे दोन तळ पडले. वातावरणात रंग भरू लागला. उभय पक्षांत समेट होणार असल्याच्या आणि घनचक्कर होणार असल्याच्याही अफवा रोज पसरू लागल्या. अरविंदबाबू घोष यांच्या अध्यक्षतेखाली राष्ट्रीय पक्षाची बैठक आदल्या दिवशी संध्याकाळी झाली. कलकत्त्याच्या अधिवेशनात झालेल्या ठरावांपासून काँग्रेसने एक रेसभरही मागे जाता कामा नये, असा निर्धार या बैठकीत करण्यात आला. इतर कामकाजाच्या सूचनाही सभासदांना देण्यात आल्या.

इकडे स्वागत-समितीने एक पत्रक प्रसिद्ध केले. त्यात म्हटले होते, की 'स्वराज्य, बहिष्कार आणि राष्ट्रीय शिक्षण याबाबतचे ठराव कार्यक्रमपत्रिकेतून वगळण्यात आल्याचे वृत्त निराधार आहे. दि. २५ला गोखले यांनी तयार केलेली ठरावांच्या मसुद्याची प्रत टिळकांना मिळाली. हिंदुस्थानला वसाहतीसारखे स्वराज्य प्राप्त करून घेण्याचे ध्येय त्या ठरावात समाविष्ट होते. राष्ट्रीय पक्षाला विघातक अशा आणखीही कित्येक बाबी त्या मसुद्यात होत्या. या ठरावांना टिळकांचा आणि त्यांच्या पक्षाचा साहजिकच विरोध होता.

गोष्टी या थराला आल्या तेव्हा लाला लजपतराय यांनी उभय पक्षांची बैठक घडवून आणण्याचे प्रयत्न केले. या प्रयत्नांना टिळकांनी संमती दिली; पण दुसऱ्या दिवशी सकाळपर्यंत बैठकीसंबंधी काहीच बातमी त्यांना मिळाली नाही. मग टिळक आणि खापर्डे सुरेंद्रनाथ बॅनर्जींना भेटले. त्यांनी बॅनर्जींना सांगितले, "राष्ट्रीय पक्षाच्या स्थानाला या अधिवेशनात कोणताही धक्का पोचणार नसेल आणि अध्यक्षाच्या निवडणुकीचा ठराव मांडताना लाला लजपतराय यांच्या नावाचा गौरवपूर्ण उल्लेख होणार असेल, तर समझोता होण्याची शक्यता आहे." दुसरी अट बॅनर्जींना मान्य होण्यासारखीच होती; कारण अध्यक्षांच्या निवडीचा औपचारिक ठराव तेच मांडणार होते; पण पहिल्या अटीबद्दल ते काहीच आश्वासन देऊ शकले नाहीत.

नंतर टिळकांनी स्वागताध्यक्ष माळवी यांची गाठ घेण्याचा प्रयत्न केला; पण आपण संध्येत गुंतलो आहोत असे सांगून माळवी यांनी टिळकांची भेट टाळली. ठरावांच्या मसुद्याची प्रत टिळकांच्या हाती दि. २६ला दुपारी तीन वाजता पडली. 'ॲडव्होकेट ऑफ इंडिया' या अँग्लो-इंडियन पत्राला मात्र हीच प्रत आदल्या दिवशी मिळून त्या पत्राने ती प्रसिद्धही केली होती. नव्या पक्षाला खिजविण्यासाठी टिळकांना ती प्रत उशिरा देण्यात आली. देशहिताच्या दृष्टीने आता नेमस्तांना पहिल्यापासून विरोध करण्यावाचून टिळकांपुढे दुसरा मार्गच नव्हता.

२६ डिसेंबर १९०७ रोजी अधिवेशन सुरू झाले. अधिवेशनासाठी प्रचंड मंडप उभारण्यात आला होता. सुमारे सात हजार लोक बसू शकतील इतका भव्य मंडप होता. अधिवेशनाच्या सुरुवातीपासूनच मंडप चिक्कार भरून गेला होता. अध्यक्षांची मिरवणूक सुरू होण्यापूर्वीच सभासद आणि प्रेक्षक सापडेल ती जागा अडवून बसले होते. निरनिराळ्या प्रांतातल्या जहाल गटांचे नेते परस्परांशी चर्चा करीत होते. नाशिकचे जहाल नेते खरे यांनी सांगितले, की काँग्रेसच्या कार्यक्रमपत्रिकेत बहिष्कार, स्वराज्य आणि राष्ट्रीय शिक्षण यांचा समावेश झाला नाही, तर डॉ. घोष यांच्या अध्यक्षपदावरील निवडीला टिळक विरोध करणार आहेत. जहाल गटाच्या सभासदांनी टाळ्या वाजवून या घोषणेचे स्वागत केले.

मवाळांच्या गटात चिंतेचे वातावरण पसरले होते, तर जहालांचा उत्साह दुथडी वहात होता.

अधिवेशनाची सुरुवात अशा संमिश्र वातावरणात झाली. प्रथम स्वागताध्यक्ष त्रिभुवनदास माळवी यांचे भाषण झाले. ते शांतपणे पार पडले. त्यानंतर अध्यक्षपदासाठी डॉ. घोष यांचे नाव सुचविण्याकरीता दिवाणबहादूर अंबालाल देसाई उभे राहिले. त्यांचे भाषण सुरू होताच गडबड सुरू झाली. कसेबसे त्यांचे भाषण पार पडले. त्यानंतर सुरेंद्रनाथ बॅनर्जी यांनी आपले भाषण सुरू करताच सभेत आरडाओरड होऊ लागली. एरवी बॅनर्जी यांचे भाषण ऐकण्यास लोक अत्यंत उत्सुक असत; पण त्या दिवशी मात्र त्यांचा एक शब्दही कोणी ऐकून घेईना. काही दिवसांपूर्वी मिदनापूर प्रकरणी ते लोकांविरुद्ध वागले होते. त्यामुळे बंगाली लोकांचा त्यांच्यावर राग होता. प्रथम बंगाली प्रतिनिधींनी गडबड करण्यास सुरुवात केली आणि इतरांनी त्यांना साथ दिली. शांतता प्रस्थापित करण्यासाठी स्वागताध्यक्ष माळवी यांनी घंटा बडविण्यास सुरुवात केली. त्यामुळे शांतता प्रस्थापित होण्याऐवजी गडबडीमध्ये घंटानादाची भर पडली. माळवी यांचे घंटावादन थांबेना, बॅनर्जी यांचा भाषण करण्याचा अट्टहास संपेना आणि लोकांची आरडाओरड बंद होईना. दोन्ही पक्ष निकरावर आले. माघार घेण्याची कोणाचीच तयारी नव्हती. शांतता प्रस्थापित करण्याचे सर्व प्रयत्न संपले तेव्हा त्या दिवशीची सभा तहकूब करण्यात आली.

सभा तहकूब झाल्यावर वातावरण फारच गरम झाले. पुन्हा कंड्यांचे अमाप पीक आले. उभय गटांत समझोता घडवून आणण्याचे निष्फळ प्रयत्न झाले. काँग्रेसमध्ये दुफळी झाली तर काय होईल याबद्दल चर्चा सुरू झाली. गोखले आणि टिळक यांचे संदेश-सूचना परस्परांकडे येऊ लागल्या. उपस्वागताध्यक्ष डॉ. चुनीलाल सरय्या यांनी टिळक-गोखले यांची भेट घडवून आणण्याचा घाट घातला. 'मध्यरात्री देखील गोखल्यांची भेट घेण्यास आपण तयार आहोत' अशी तयारी टिळकांनी दर्शविली; पण गोखले जमवून घेण्यास तयार होईनात. त्यांनी टिळकांना भेटायचे साफ नाकारले. डॉ. चुनीलाल सरय्या यांचे प्रयत्न फसले. पार्लमेन्टचे सदस्य डॉ. रुदरफोर्ड त्या वर्षी अधिवेशनास उपस्थित होते. ते समझोता घडवून आणण्यासाठी प्रा. गज्जर यांच्या बंगल्यात बैठक घेणार असल्याचे वृत्त समजताच टिळक-खापर्डे प्रा. गज्जर यांच्या बंगल्यावर जाऊन दाखल झाले; पण डॉ. रुदरफोर्ड स्वत:च तेथे आले नाहीत. मग समझोता लांबच राहिला.

काँग्रेसमध्ये दुफळी झाली तर वाईट होईल; पण त्यामुळे नव्या पक्षाची ब्याद जर कायमची दूर होत असेल तर वाईटातून चांगले निघाले असे समजण्याची

नेमस्तांची तयारी होती. राष्ट्रीय पक्षाला समेट हवा होता. समेटाच्या प्रत्येक प्रयत्नाला त्यांनी मदत केली होती. काही काळ अध्यक्षाची निवडणूक पुढे ढकलावी आणि प्रत्येक पक्षाचा एकेक प्रतिनिधी घेऊन एक समिती स्थापन करावी, अशी सूचना टिळकांनी मांडली. समेट घडवून आणण्याचा हा अखेरचा प्रयत्न होता. गज्जर आणि सरय्या यांनी ही सूचना मेहतांच्या कानावर घालण्याचे काम केले; पण त्यातूनही काही निष्पन्न झाले नाही. समेटाचे सारे प्रयत्न फसल्यानंतर टिळकांनी स्वागताध्यक्ष माळवी यांना पत्र पाठविले. त्यात त्यांनी लिहिले होते, 'अध्यक्षांच्या निवडणुकीला दुजोरा मिळाल्यानंतर प्रतिनिधींना उद्देशून त्याबाबत भाषण करण्याची माझी इच्छा आहे. मला तहकुबीची सूचना मांडायची असून, समेटाची तोड काढण्यासाठी समिती नेमण्याविषयीची सूचना करावयाची आहे. तरी कृपा करून माझे नाव पुकारा.'

टिळकांच्या या चिठ्ठीची माळवी यांनी नुसती पोच देखील दिली नाही.

दुसऱ्या दिवशी दुपारी एक वाजता अधिवेशन पुन्हा सुरू झाले. मंडप चिक्कार भरून गेला होता. सुरेंद्रनाथ बॅनर्जींनी आपले भाषण सुरू केले. त्या दिवशी मात्र त्यांचे भाषण लोकांनी शांतपणाने ऐकून घेतले. प्रत्येकाला वाटले, दोन पक्षातली भांडणे आता मिटली. आता अधिवेशन व्यवस्थित पार पडणार. आपले भाषण संपवून बॅनर्जी आपल्या जागेवर जाऊन बसले. टिळकांनी माळवी यांना पुन्हा चिठ्ठी पाठविली आणि भाषणाची परवानगी मागितली. माळवींकडून त्या चिठ्ठीचे काहीच उत्तर आले नाही. आपली विनंती धुडकावून दिली गेल्याचे लक्षात येताच, टिळक आपल्या जागेवरून उठले आणि तडक व्यासपीठाकडे निघाले. स्वयंसेवकांनी त्यांना वाटेत अडविण्याचा प्रयत्न केला; पण त्याला दाद न देता ते व्यासपीठावर चढले देखील! दरम्यान डॉ. घोष अध्यक्षाच्या खुर्चीवर स्थानापन्न झाले. आपल्या निवडणुकीचा ठराव मंजूर झाला असून, आपण रीतसर अध्यक्ष झालो आहोत असे गृहीत धरून, त्यांनी सभेच्या कामाला सुरुवातही केली. त्यांनी टिळकांना प्रथम आपल्या जागेवर जाण्यास फर्मावले; पण टिळक जागचे हलेनात. डॉ. घोष यांची अद्याप रीतसर निवडणूक झालेली नाही, असे त्यांनी सांगितले. प्रतिनिधींना उद्देशून भाषण करण्याचा आपला अधिकार आहे असेही त्यांनी बजावले. स्वागताध्यक्ष व अध्यक्ष या दोघांनीही त्यांचा हा अधिकार नाकारला आणि त्यांना व्यासपीठावरून खाली उतरण्यास सांगितले; पण खाली उतरण्यासाठी टिळक व्यासपीठावर चढले नव्हते. त्या दोघांकडे दुर्लक्ष करून त्यांनी भाषण सुरू केले. डॉ. घोष म्हणत होते, 'मी अध्यक्ष झालो आहे,' आणि टिळक त्यांना सांगत होते, 'तुमची निवडणूक अद्याप झालेली नाही. त्या सूचनेला उपसूचना करण्याकरिताच मी वर आलो आहे.'

यावर बाचाबाची सुरू झाली. मतप्रदर्शन झाले. सारे वातावरण आरोळ्यांनी भरून गेले. काही नेमस्त मंडळी टिळकांना व्यासपीठावरून खाली ओढण्यासाठी पुढे धावली; पण गोखल्यांनी आपले हात पुढे करून त्यांना तसे करू दिले नाही असे म्हणतात. नेमकी परिस्थिती कोणालाच कळेनाशी झाली, इतका गोंधळ झाला होता. हात छातीशी दुमडून टिळक अद्यापही एखाद्या स्थितप्रज्ञाप्रमाणे निर्भय वृत्तीने व्यासपीठावरच उभे होते. इतक्यात व्यासपीठावर एक जोडा आला. सुरेंद्रनाथ बॅनर्जी आणि फिरोजशहा मेहता या दोघांनाही चाटून तो खाली पडला. जणू कुणाला मार द्यायचा हे त्या निर्जीव जोड्यालाही कळले होते. 'खाली उतरा, खाली उतरा!' असे आवाज टिळकांना उद्देशून चाललेच होते. टिळक त्यांना जोरदार प्रत्युत्तर देत होते, 'छाती असेल तर मला उचलून खाली ठेवा. त्याशिवाय मी खाली उतरणार नाही!'

इतक्या गडबडीत अंबालाल साकरलाल यांचे चिरंजीव वैकुंठ देसाई यांनी टिळकांना खुर्ची फेकून मारण्याचाही प्रयत्न केला. मग टिळकांचे संरक्षण करण्यासाठी राष्ट्रीय पक्षाची मंडळी व्यासपीठाकडे धावली. व्यासपीठावर आणि साऱ्या मंडपात गोंधळच गोंधळ माजून गेला. उभय पक्षांत मारामारी झाली. शिवीगाळ चालूच होती. काठ्यांचे प्रहारही चालूच होते. काहींना जखमा झाल्या. रक्त सांडू लागले. या गडबडीत सभा बरखास्त झाल्याची घोषणा डॉ. घोष यांनी केली; पण ऐकतो कोण आणि कोणाचे? कारण कोणालाच कोणाचे ऐकू येत नव्हते आणि ऐकू आले तरी पटत नव्हते. अखेरीस पोलीस धावून आले. त्यांनी हळूहळू मंडप रिता केला.

पत्रकार नेव्हिनसन या अधिवेशनाला उपस्थित होते. त्यांनी या प्रसंगाची हकिगत आपल्या पुस्तकात लिहून ठेवली आहे. ते म्हणतात, 'आकाशात कृष्णवर्ण मेघांची दाटी होऊन वीज कडाडावी आणि वादळ व्हावे त्याप्रमाणे टिळक थेट समोरून येऊन अध्यक्षांच्या खुर्चीसमोर उभे राहिले. ते तक्रार करीत होते, निषेध व्यक्तवीत होते, हरकत घेत होते; पण हे सर्व काम त्यांच्या शांत व निश्चयी स्वभावाप्रमाणे सुरू होते. त्यांचा तो आवाज ऐकून वाटे, की हा मनुष्य भवितव्यतेलाही भेडसावीत आहे... टिळक आपल्या छातीवर आडवे हात ठेवून उभे होते. दोन्ही बाजूला नेमस्त पक्षातील तरुण लोक खडे राहिले आणि थांबा, आता ह्याचा सूड काढू असे म्हटल्याप्रमाणे हातवारे करीत होते. त्यांच्या मुठी वळलेल्या होत्या आणि वर तोंडे करून ते किंचाळत होते. टिळकांना व्यासपीठाच्या खाली ढकलून द्या असेही कोणी ओरडत होते... गोखल्यांचा स्वभाव शांत! ते 'शांत व्हा, शांत व्हा' म्हणून नेमस्तांचा राग आवरीत होते आणि आपले दोन्ही हात पसरून टिळकांचा बचाव करण्यासाठी त्यांच्याजवळ जाऊन उभे राहिले

होते; पण टिळकांना कोणाच्या संरक्षणाची आवश्यकताच नव्हती. त्यांचे ते छातीवर दुमडलेले हात आणि बिनदिक्कत मुद्रा पाहून वाटे, की हा मनुष्य जणू अत्याचाराला व रक्तपाताला आव्हान देऊन म्हणतो आहे, की ये, तुला माझे डोके मारायचे ते मार बघू. कोणी वाटेल ते केले, वाटेल ते दिले, कोणी स्वर्ग किंवा नरक आणून पुढे उभा केला, तरी मी पाऊलही हलणार नाही!'

'पांढरा-सफेद पोषाख केलेला समोरचा श्रोतृवृंद एखाद्या भरतीच्या समुद्राप्रमाणे गर्जत होता. इतक्यात हवेत एक जोडा उडाला व तो सुरेंद्रबाबूंच्या गालाला चाटून पडला... तो पाहताच इशारा मिळाल्याप्रमाणे पांढऱ्या फेट्याचे लोक लाटेप्रमाणे एकामागून एक व्यासपीठावर चढले. या गडबडीत मंडपातील स्त्रिया दिसेनाशा झाल्या. व्यासपीठावर असलेले काही पुढारी मागच्या दाराने पळून गेले. टिळक मात्र तेथेच उभे ठाकले होते. त्यांच्या अनुयायांनी त्यांच्याभोवती कडे केले. मंडपात गर्दी माजली. खुर्च्यांची सर्रास फेकाफेक सुरू झाली. काठ्यांची हाणामार चालू होती. शत्रू-मित्र ओळखेना. काठ्यांचा प्रसाद सर्वांना सारख्या प्रमाणात मिळू लागला. त्या बाबतीत पंक्तिप्रपंच करणेच शक्य नव्हते. मित्र का शत्रू हे पाहून काठी मारण्याचे भान कुणाला होते? फक्त हात काठी मारण्याचे काम करीत होते. फुटलेल्या डोक्यातून रक्त सांडत होते. झाले, राष्ट्रीय सभा एका क्षणात समाप्त झाली. हिरवे कापड लावलेल्या टेबलावर उभ्या राहिलेल्या एका माणसाच्या पायांच्या फटीतून राष्ट्रीय सभा नाशाच्या कर्दमात हळूहळू रुतून बुडलेली मी पाहिली.'

२७ डिसेंबर हा दिवस काँग्रेसच्या इतिहासात 'काळाकुट्ट दिवस' म्हणून नोंदविला जाईल. चोवीस वर्षांची तपश्चर्या एका क्षणात धुळीस मिळाली. असंख्य नामांकित पुढाऱ्यांनी कष्ट घेऊन काँग्रेसला कणाकणाने तेज प्राप्त करून दिले होते ते एका क्षणात नष्ट झाले. दुःखित अंतःकरणाने आणि भेदरलेल्या मनाने जो तो दुसऱ्याला विचारीत होता, 'आता पुढे काय होणार?' पण या प्रश्नाला उत्तर मिळत नव्हते. ते मिळण्याची कुणाला शक्यताही वाटत नव्हती. घडलेल्या प्रकाराने राजकारणात एक प्रकारची पोकळी निर्माण झाली होती. परिस्थितीने जो तो गुदमरून गेला होता. नेमस्तही आणि जहालही!

झालेल्या प्रकाराबद्दल विचारविनिमय करून पुढील मार्ग ठरविण्यासाठी उभय पक्षांच्या नेत्यात त्या दिवशी संध्याकाळीच चर्चा सुरू झाली. आपले स्वतंत्र अधिवेशन दुसऱ्या दिवशी भरविण्याचे नेमस्तांनी ठरविले. त्यांच्या प्रतिज्ञापत्रकावर जो सही देईल त्यालाच फक्त आत प्रवेश मिळणार होता. त्यांनी आपल्या पक्षाचा जाहीरनामा काढला. त्यात म्हटले होते, 'साम्राज्यांतर्गत वसाहतींच्या स्वराज्याप्रमाणे हिंदुस्थानला स्वराज्य मिळावे हे आमचे ध्येय आहे. हे ध्येय

आम्ही सनदशीर मार्गांनीच प्राप्त करून घेणार. हे हेतू मनात धरून, आमच्या सभेत सर्वांनी शिस्तीने वागले पाहिजे आणि अधिकाऱ्यांचे आदेश मानले पाहिजेत. हे मान्य असणाऱ्यांनी शनिवार दि. २८ डिसेंबर रोजी दुपारी एक वाजता मंडपात जमावे.' या घोषणापत्रावर डॉ. घोष, मेहता, बॅनर्जी, गोखले, मदनमोहन मालवीय आदींच्या सह्या होत्या.

अशा तऱ्हेने नेमस्त पक्षाने जरी सवता सुभा करण्याचे ठरविले, तरी समेट व्हावा असे काही मंडळींना वाटत होतेच. मोतिलाल घोष, मित्र, लाला हरिकिसनलाल, चॅटर्जी आदी नेत्यांनी समेट घडविण्याचा घाट घातला. दि. २७ला रात्री त्यांनी टिळकांशी प्रदीर्घ चर्चा केली. त्या रात्री चर्चा संपली नाही म्हणून दुसऱ्या दिवशी सकाळी पुन्हा चर्चा केली. इतकेच नव्हे तर टिळकांकडून त्यांनी एक पत्रही मिळविले. या पत्रात टिळकांनी लिहिले होते, 'आम्ही डॉ. रासाबिहारी घोष यांच्या निवडीबद्दलचा विरोध मागे घ्यायला तयार आहोत. झाले-गेले विसरून जायलाही तयार आहोत; मात्र कलकत्याला गतवर्षी स्वराज्य, बहिष्कार व राष्ट्रीय शिक्षण यांसंबंधी जे ठराव संमत झाले त्यांना काँग्रेसने चिकटून राहिले पाहिजे आणि डॉ. घोष यांच्या भाषणात राष्ट्रीय पक्षाला अपमानकारक असा जो मजकूर असेल तो काढून टाकला पाहिजे.' या पत्राखाली टिळकांनी सही केली होती.

मध्यस्थ हे पत्र घेऊन नेमस्त नेत्यांकडे गेले; पण त्याचा काही उपयोग झाला नाही. टिळकांना व त्यांच्या पक्षाला डावलून आपले कार्यक्रम पुढे नेण्याचा नेमस्तांनी निर्धार केला होता. राष्ट्रीय पक्षाने पुढे केलेला सहकार्याचा हात झिडकारल्यानंतर समेटाचा अखेरचा प्रयत्न फसला. दोन्ही पक्षांत आता एकी होणे शक्य नाही हे स्पष्ट झाले.

अशा तऱ्हेने तेविसावी काँग्रेस संपुष्टात आली. या अधिवेशनातल्या भांडणामुळे दोन्ही पक्षांची तोंडे परस्परविरोधी दिशांना होऊन राजकारणाच्या क्षेत्रात एक प्रकारची पोकळी निर्माण झाली. वेगळीच विधिघटना लिहिली जात होती. या पार्श्वभूमीवर सरकारी दडपशाहीचे काळेकुट्ट चित्र रेखाटले जाणार होते. आणि त्यातून पुन्हा दहशतवादाची क्रांतिकारक चळवळ निर्माण होणार होती. सुरतेच्या काँग्रेसने त्या चित्राला पार्श्वभूमी पुरविली एवढीच सुरत काँग्रेसची फलश्रुती!

दोषारोपांचे मंथन

राष्ट्रीय पक्षाशी जुळते घेऊन जहाल मतांचा शिरकाव काँग्रेसमध्ये होऊ देण्याची नेमस्तांची मुळीच तयारी नव्हती, हे सुरत काँग्रेसमध्ये झालेल्या गोंधळावरून स्पष्ट झाले. सुरत काँग्रेस मोडण्यास कारणीभूत कोण, हा प्रश्न प्रत्येकाच्या मनात होता. या प्रश्नावर आपापल्या कल्पनेचा साजशृंगार चढवून प्रत्येकजण उत्तर देण्याचा प्रयत्न करीत होता. काही गप्पिष्ट मंडळी तिखट-मीठ लावून 'चक्षुर्वैसत्यम्' हकिगत सांगण्याचा आव आणीत होती; पण तरीही प्रश्न अनुत्तरितच राहत होता. या प्रश्नाचे उत्तर ज्येष्ठ नेत्यांकडून मिळेल अशी अपेक्षा होती आणि त्यांच्याकडून ती अपेक्षा थोड्याफार प्रमाणात पुरीही होत होती.

दोन्ही पक्षांत एकी निर्माण करण्याचे प्रयत्न टिळकांनी केले; पण नेमस्तांनी त्यांची टिंगल केली. इतकेच नव्हे, तर त्यांना पक्षद्रोही म्हटले; पण तरीही टिळकांनी मैत्रीसाठी हात पुढेच केला होता. सुरत येथील अधिवेशन मोडल्यानंतर नेमस्तांनी एक जाहीर सभा घेऊन 'टिळकांच्या वागणुकीचा' निषेध केला. नेमस्तांच्या वृत्तपत्रांनी टिळकांवर टीकेचा भडिमार केला. या पत्रांनी म्हटले होते, 'टिळकांनी आग भडकवून दिल्यामुळे काँग्रेस जळून खाक झाली. ते देशभक्त नसून देशद्रोही आहेत. अशा 'देशभक्तांपासून' देव आमचे रक्षण करो,' अशी टीका करण्यात या वृत्तपत्रांची चढाओढ लागली होती; पण टिळकांनी त्यांच्याकडे दुर्लक्ष केले.

सुरतेची काँग्रेस मोडल्यानंतर साऱ्यांचे लक्ष टिळकांवर केंद्रित झाले होते. त्यांच्याबद्दल सर्वत्र चर्चा चालू होती. त्यातही दोन पक्ष पडले होते. एक पक्ष त्यांना दोष देत होता आणि दुसरा पक्ष त्यांच्यावर झालेल्या अन्यायाबद्दल हळहळत होता. बाबू अंबिकाचरण मुजुमदार आणि सर मोदी यांनी झाल्या प्रकाराचा सारा दोष टिळकांच्या माथी मारला; पण त्या गोष्टीला फारसे महत्त्व देता येत नाही; कारण त्यावेळेची परिस्थिती ध्यानी घेऊन आणि 'मेहता आणि कंपनी'च्या दोषांवर पांघरूण घालण्याची त्यांची वृत्ती लक्षात घेऊन त्यांच्या

वरील मताला किंमत देणे योग्य ठरणार नाही.

लंडनच्या 'टाइम्स' पत्रानेही झाल्या प्रकाराचे खापर टिळकांसारख्या 'अनिष्टसूचक व्यक्तीवर' फोडले होते. या पत्रात लिहिले होते, *'टिळक व्यासपीठावर आले हेच काँग्रेस मोडल्याचे भयसूचक पूर्वचिन्ह होते. ज्या देशामध्ये राजकीय क्षेत्रात विचारांचा गोंधळ आहे अशा देशात हे एक राजकीय गूढ आहे. टिळक हे विद्वान महाराष्ट्रीय ब्राह्मण असून, सरकारविषयी अप्रीती फैलावल्याबद्दल त्यांना शिक्षाही झाली आहे. देशातील वेगवेगळ्या राजकीय क्षेत्रातील लोकांना त्यांच्याबद्दल अविश्वास व भीती वाटते. तथापि, असंख्य अनुयायी गोळा करून त्यांना चळवळीची चेतावणी देण्याची योजकता या माणसाजवळ आहे. राजकीय तत्त्वज्ञान असे त्यांच्याजवळ मुळीच नाही; परंतु त्यांचे हेतू केवळ विध्वंसक स्वरूपाचे आहेत. जर काँग्रेसचा कबजा आपणास मिळणार नसेल, तर ती मोडून टाकण्याचा त्यांनी निर्धारच केला होता आणि तात्पुरता का होईना त्यांचा तो हेतू तडीस गेला आहे.'*

शत्रुपक्षाने केलेली नालस्ती ही केव्हाही प्रशस्तीच असते. टिळकांचा घाव शत्रुपक्षाच्या मर्मस्थानी अचूक बसला होता हेच यावरून स्पष्ट झाले. एखाद्या नागाच्या मर्मावर टोला बसला म्हणजे तो जसा फूत्कार टाकतो त्याप्रमाणे 'टाइम्स'चे हे फूत्कार बाहेर पडले. टिळकांचा कट्टर शत्रू सर हॅव्लेन्टाईन चिरोल यानेही सुरतेच्या अपयशाला टिळकांनाच जबाबदार धरले.

नेव्हिनसन यांनी या बाबतीत सविस्तर हकिगत लिहून ठेवली आहे. काही प्रसंगी स्वत:चे मतही व्यक्त केले आहे; पण ही हकिगत वाचताना असे वाटते की त्यांनी टिळकांना कोठेही दोष दिलेला नसून, उलट त्यांचा गौरवच केला आहे; पण त्यांचे मत ग्राह्य धरले जाणार नाही; कारण उभय पक्षांची त्यांना फारशी माहिती नव्हती. त्यांचे वेगवेगळे अंत:प्रवाह त्यांच्या परिचयाचे नव्हते.

तेव्हा राहता राहिले उभय पक्षांचे जाहीरनामे; पण त्यातही स्वपक्षाचे समर्थन असणारच. दि. ३१ डिसेंबर १९०७ रोजी टिळकांनी व त्यांच्या अनुयायांनी एक पत्रक प्रसिद्ध केले. सुरत काँग्रेस का मोडली याची कारणे देऊन नेमस्त पक्षाचे दोष त्या पत्रकात स्पष्ट केले होते.

लालाजींना अध्यक्ष करून सरकारला या क्षणी दुखविणे इष्ट नाही. नाही तर सरकार आपल्या चळवळीला नख लावील, असा चातुर्याचा युक्तिवाद करून नेमस्तांनी डॉ. रासबिहारी घोष यांना अध्यक्ष करण्याचा बनाव रचला. गुरुवार दि. २६ डिसेंबर रोजी दुपारी अडीचपर्यंत म्हणजे अधिवेशन प्रत्यक्ष सुरू होईपर्यंत ठरावांचा मसुदा आपल्या हाती पडला नाही. त्यापूर्वी आठ-दहा दिवस संकल्पित ठरावांची एक यादी प्रसिद्ध करण्यात आली होती; पण या यादीत

स्वराज्य, बहिष्कार आणि राष्ट्रीय शिक्षण याबाबत नामनिर्देशही नव्हता. या तिन्ही विषयांवर कलकत्त्याच्या अधिवेशनात वेगवेगळे स्वतंत्र ठराव करण्यात आले होते. सुरतेच्या अधिवेशनात हे तिन्ही ठराव वगळल्यामुळे कलकत्त्याच्या ठरावांना मूठमाती देण्याचा घाट नेमस्तांनी घातला आहे, असा संशय साहजिकच निर्माण झाला. त्यानंतर अरविंद घोष यांच्या अध्यक्षतेखाली सुमारे पाचशे राष्ट्रीय पक्षीयांची एक सभा घेण्यात आली. आणि नेमस्तांच्या बनावाला घटनात्मक पद्धतीने विरोध करायचा, असे त्या सभेत ठरले. आवश्यकता वाटल्यास अध्यक्षांच्या निवडणुकीसही विरोध करायचा, असेही ठरले. त्याप्रमाणे काँग्रेसच्या सेक्रेटरींना कळविण्याची व्यवस्था झाली. त्यांना पाठविलेल्या पत्रात म्हटले होते, की आवश्यक वाटल्यास अध्यक्षांच्या निवडणुकीसह सर्व ठरावावर मतदान घ्यावे. गोखले यांनी तयार केलेल्या ठरावांच्या मसुद्यात 'स्वराज्य'चा उल्लेख होता; पण कलकत्त्याच्या ठरावाचे तेज या ठरावात नव्हते. राष्ट्रीय पक्षाला दूर राखण्याचा प्रयत्न या ठरावान्वये करण्यात आला होता. नेमस्तांच्या स्वागत समितीने राष्ट्रीय पक्षाच्या सभासदांना काढून त्याऐवजी आदल्याच रात्री मुस्लिम व बोहरी गुंडांचा समावेश केला होता. त्यांच्या हातातील काठ्यांचा भरपूर उपयोग गडबडीच्या वेळी झाला होता. उभय पक्षांची एक संयुक्त समिती नेमून विरोधाचे मुद्दे झाडून टाकावेत आणि तोपर्यंत अध्यक्षांची निवडणूक लांबवावी यासाठी टिळक उपसूचना मांडणार होते. संपूर्ण काँग्रेस स्थगित करावी अशी उपसूचना ते मांडणार होते, हा आरोप पूर्णपणे निराधार होता. अशी राष्ट्रीय पक्षाची थोडक्यात कैफियत होती.

राष्ट्रीय पक्षाचा मुख्य वाद होता तो कलकत्त्याच्या ठरावासंबंधीचा! त्याबद्दल ते म्हणतात, 'कलकत्त्यास दादाभाई नौरोजी यांच्या अध्यक्षतेखाली मंजूर झालेले प्रगतिपर ठराव मांडणे पसंत नाही हे फिरोजशहा मेहता यांनी प्रकट केले होते. किरकोळ हक्कापुरते भांडण म्हणून ते ठराव आहेत असे ते समजतात. आणि वसाहतीतील स्वराज्य देखील अंतिमातले अंतिम असे ते मानतात... गोडीगुलाबीने स्वराज्य न दिले, तर स्वावलंबनाचा अवलंब करणार की नाही? किंवा गोखल्यांच्या म्हणण्याप्रमाणे पन्नास पिढ्यांची मुदत पत्करून सरकार चिडते म्हणून गप्प बसणार...? ठराव उतरावयाचा असला किंवा किंचित फेरबदल करून मसुदा तयार करावयाचा असला, तर गोखल्यांसारखा मनुष्याला एक महिना का लागावा? याचाच अर्थ अखेरपर्यंत त्यांना मसुद्याची दाद लागू द्यावयाची नव्हती... कलकत्त्याहून सुरतेस सभा आली म्हणून लगेच कलकत्त्याच्या ठरावाची पीछेहाट केली, तर प्रगती कशी होणार? पुढे जावयाचे नसेल तर जाऊ नका; पण निदान मागे तरी येऊ नका.'

राष्ट्रीय पक्षाच्या या कैफियतीला दि. १३ जानेवारी, १९०८ रोजी एक पत्रक काढून गोखले यांनी उत्तर दिले; पण राष्ट्रीय पक्षाच्या कैफियतीतले सत्य त्यांना पटले आहे आणि आपला युक्तिवाद त्यापुढे लंगडा आहे याची जाणीव गोखल्यांना झाल्याचे त्या प्रत्युत्तरावरून स्पष्ट दिसते. लाला लजपतराय यांच्या निवडणुकीला आपण विरोध का केला याची कारणे देऊन ते म्हणतात, की सरकारशी वाद घालायचा असेल तर दोन्ही पक्षांत एकी हवी. सरकारच्या मदतीशिवाय आपली कामे होणार नाहीत आणि सरकारच्या विरुद्ध आपण गेलो, तर सरकार एका क्षणात तुमच्या गळ्याला हात घालील. काँग्रेसचे अधिवेशन सुरू होईपर्यंत ठरावांचा मसुदा हाती आला नाही या आरोपाबद्दल गोखले यांनी असे म्हटले होते, की आपण त्यावेळी फार गर्दीत होतो आणि त्या बाबतीत स्वागत-समितीकडून आपल्याला सहकार्य मिळाले नाही. आदल्या वर्षी मसुदा छापून तयार होता हे खरे, पण त्यापूर्वी असे मसुदे नेहमीच छापून तयार होते ही गोष्ट मात्र खरी नाही आणि मसुद्यांना तरी इतके महत्त्व कशासाठी,' असे विचारून गोखले म्हणतात, 'गेल्या वर्षी ठरावांचा मसुदा शेवटच्या मिनिटापर्यंत आमच्या हाती आला नव्हता.' नेमस्त पक्षाचे यात चुकले होते यात काहीच शंका नव्हती; कारण या प्रश्नावर वर्तमानपत्रांतूनही प्रदीर्घ चर्चा झाली.

स्वराज्य, स्वदेशी, बहिष्कार व राष्ट्रीय शिक्षण यासंबंधी कलकत्त्याला जे ठराव झाले त्यातील बदलाबाबतच्या आरोपाला गोखले यांनी आपल्या कैफियतीत उत्तर दिले आहे; पण त्याबाबत त्यांनी केलेले समर्थन अगदीच लंगडे वाटते.

स्वदेशीच्या ठरावात 'झीज सोसूनही' हे शब्द वगळले गेल्याचे ते मान्य करतात; पण लंडनला प्रसिद्ध होणाऱ्या 'इंडिया' या पत्रातून तो ठराव गोखले यांच्या सांगण्यावरूनच त्यांच्या कारकुनाने उतरून घेतला. त्या पत्रात ते शब्द नव्हते म्हणून ठरावात ते आले नाहीत, हे समर्थन कोणालाही पटण्याजोगे नाही. जणू काही 'इंडिया' हे एकच पत्र आणि ते सुद्धा इंग्लंडचे पत्र गोखले यांच्या हाताशी उतारा घेण्यासाठी उपलब्ध होते! बहिष्काराच्या ठरावात जी थोडी दुरुस्ती केली ती गोखले यांनी मान्य केली. 'बहिष्काराची चळवळ' या शब्दांऐवजी 'परदेशी कापडावरील बहिष्कार' हे शब्द ठरावात घातल्याचे त्यांनी मान्य केले. मूळ ठरावात 'बंगाल्यांतील बहिष्काराची चळवळ' असे शब्द होते तरी त्याचा अर्थ परदेशी कापडावरील बहिष्कार असाच होता, असे गोखले यांचे म्हणणे होते. राष्ट्रीय शिक्षणाच्या ठरावातही बदल केल्याचे त्यांना मान्य होते; पण तो केवळ शाब्दिक बदल होता, त्यातील अर्थ बदलला नव्हता, असे गोखले यांनी आपल्या कैफियतीत म्हटले होते.

मुख्य वादाचा विषय होता, 'स्वराज्य'चा ठराव. तोही ठराव थोडा बदलल्याचे

गोखले यांनी मान्य केले होते. ते लिहितात, 'काय म्हणे क्राऊन कॉलनीज म्हणजे सरकारी वसाहतीची घटना आम्ही हिंदुस्थानला मागतो? या क्राऊन कॉलनीज म्हणजे खरे स्वराज्य नव्हे, हे मला माहीत आहे; आणि टिळकांना पण माहीत आहे. अर्थात् ती घटना मी कशी घेईन? तरी टिळकांनी हरकत घेताच ती दूर होण्यासारखी आणखी काही सुधारणा त्यात केली.' याचाच अर्थ कलकत्त्याचा मूळ ठराव बदलला होता हे स्पष्ट होते. शिवाय या ठरावाची भाषा कॉंग्रेसच्या सर्व सभासदांना बंधनकारक कशासाठी, या प्रश्नाचे उत्तर गोखल्यांनी दिलेच नव्हते.

यावरून एक गोष्ट स्पष्ट होते की गोखल्यांचा युक्तिवाद लंगडा होता. त्यांचे म्हणणे कोणालाही पटण्याजोगे नव्हते. 'क्राऊन कॉलनीज'चे स्वराज्यही टप्प्याबाहेरचे ध्येय आहे असे त्यांना वाटत होते. ३० डिसेंबर १९०७ रोजी फिरोजशहा मेहता यांनी 'टाइम्स ऑफ इंडिया'ला दिलेल्या मुलाखतीतही हेच विचार व्यक्त केले होते. देशातील राज्यकारभारात केवळ सुधारणा घडवून आणणे हेच कॉंग्रेसचे ध्येय आहे, असेच त्यांचे मत होते. जनतेच्या हाती राज्यकारभार जावा असे त्यांना मुळीच वाटत नव्हते. त्याची शक्यताही त्यांना वाटत नव्हती. जे होणे शक्य नाही ते बोलायचे तरी कशाला, मग कृती तर दूरच राहिली, असे त्यांचे मत होते. आणि ज्या कुणाला कॉंग्रेसचे हे ध्येय-धोरण मान्य नसेल त्याला कॉंग्रेसचे सभासदत्व मिळणार नाही, असे त्यांचे म्हणणे होते.

हे टिळकांना पटण्याजोगे नव्हते. कलकत्त्याच्या ठरावांपासून इंचभरही मागे हटणार नाही, असे त्यांच्या पक्षाचे म्हणणे होते. मेहता-गोखले यांच्या पक्षाला कॉंग्रेसची मिरासदारी हवी आहे, हा आरोप त्यातूनच उद्‌भवला. देशाच्या राजकीय ध्येयावर कसलेही बंधन असता कामा नये, असे टिळकांचे म्हणणे होते. स्वराज्य म्हणजे संपूर्ण स्वातंत्र्य, लोकसत्ताक राज्य! वसाहतींचे राज्य मान्य करणे राजकीय महत्त्वाकांक्षेला विघातक ठरेल हे त्यांनी वारंवार सांगितले होते. सुरतेच्या कॉंग्रेसमध्ये राष्ट्रीय पक्षाने उतावीळपणा केला, असा आरोप करण्यात आला, तरी त्या पक्षाच्या मागे देशातील बहुसंख्य जनता होती. त्या जनतेचे प्रातिनिधिक मतच त्यांनी सुरत येथे व्यक्त केले असे म्हणता येईल. जणू समाजपुरुषाच्या रूपाने ते व्यासपीठावर चढले आणि जनतेच्या आशा-आकांक्षांचे दर्शन घडविले. मेहता-गोखले यांच्यापेक्षा लाल-बाल-पाल या त्रयीला लोक जास्त ओळखीत होते. त्यांच्या हाती जनतेने आपल्या आशा-आकांक्षा सुपूर्द केल्या होत्या, त्यामुळे प्रतिपक्षीयांचे डोळे दिपले. कौरवसभेत शिष्टाई फसल्यानंतर श्रीकृष्णाने तेथील लोकांना आपले विश्वरूपदर्शन देऊन ज्याप्रमाणे चकित केले,

त्याप्रमाणे सारे मार्ग खुंटल्यावर व्यासपीठावर उभे राहून टिळकांनी आपले विश्वरूपदर्शन तेथील समाजाला करून दिले.

नेमस्तांनी सभासदत्वावर मर्यादा घातली; कारण त्यांना बहुमत बनविण्याची शक्यता दिसत नसावी; पण काँग्रेसवर आपली मिरासदारी त्यांना ठेवायची होती. राष्ट्रीय पक्षाला काँग्रेसपासून दूर ठेवायचे होते. यातच त्यांचे कुटिल हेतू स्पष्ट होतात. त्यांची मर्यादित शक्ती लक्षात येते. टिळकांच्या रूपाने एक बलिष्ठ असा नवा विचारप्रवाह राजकारणात सुरू झाला होता. लाला लजपतराय, खापर्डे, अरविंद घोष, बिपिनचंद्र पाल आणि प्रांतोप्रांतीचे असंख्य नेते या नव्या प्रवाहाला येऊन मिळाले होते. महता-गोखले यांना भय निर्माण करणारा नवा समर्थ प्रतिस्पर्धी उत्पन्न झाला होता. त्यांची मते पालटण्याची शक्यता नव्हती आणि प्रतिस्पर्धी नामोहरम होण्याची आशा नव्हती. अशा मतभेदांमध्ये समान भूमिकेवरून एखादा कार्यक्रम पार पाडण्याची शक्यता आता मुळीच उरली नव्हती; पण तरीही मतभेदांच्या खडकावर आपटून काँग्रेसचे तारू फुटू नये अशी राष्ट्रीय पक्षाचीही इच्छा होती. टिळकांनी 'केसरी'तून अनेक लेख लिहून 'समेट कसा होईल' या विषयावर चर्चा केली. त्यांनी लिहिले होते, 'राष्ट्राच्या अभ्युदयाकरीता एकोप्याने प्रयत्न करण्याची जरुरी आहे, हे तत्त्व पहिल्याने लक्षात ठेवले पाहिजे. हाताची पाचही बोटे सारखी लांब नसताही त्यांच्यावर मनुष्याच्या इच्छेचा ताबा बसून एखादी वस्तू ग्रहण करण्याच्या कामी त्या सर्वांच्या संघशक्तीचा मनुष्यास ज्याप्रमाणे उपयोग करून घेता येतो, तद्वत् मातृभूमीच्या प्रेमाने बद्ध झालेल्या निरनिराळ्या विचारांच्या लोकांच्या पुरस्कर्त्यांचाही राष्ट्राच्या फायद्याकरीता एकजुटीने उपयोग होऊ शकतो, अशी जिवंत राष्ट्राचा इतिहास आपणाला साक्ष देत आहे.'

या भांडणात शत्रूचा फायदा होईल, काँग्रेसमधील मतभेदांचा पुरेपूर फायदा घेतल्याशिवाय शत्रू राहणार नाही, असा इशाराही टिळकांनी दिला होता. शत्रू प्रथम राष्ट्रीय पक्षावर आपला वरवंटा फिरवील आणि मग नेमस्त पक्षाला नेस्तनाबूत करील, असेही त्यांनी म्हटले होते.

अरविंदबाबूंच्या सांगण्याप्रमाणे निराळी काँग्रेस भरविण्याचे टिळकांनी साफ नाकारले होते. इंग्लंडात ज्याप्रमाणे पार्लमेन्टमध्ये निरनिराळे पक्ष एकत्र येऊन देशाचे हित साधतात, त्याप्रमाणे काँग्रेसमध्ये वेगवेगळे पक्ष एकत्र नांदले पाहिजेत. त्यांनी मतभेदात मतैक्य साधले पाहिजे आणि देशहित दृष्टीसमोर ठेवून त्यांनी दुहीत एकी निर्माण केली पाहिजे, असे टिळकांना वाटे. 'ही माझी संस्था आहे, माझ्याच मताचा येथे विजय झाला पाहिजे' असा कोणी आग्रह धरू लागला, तर लोक त्याचा उपहासच करतील, असे विचार टिळकांनी 'केसरी'तून व्यक्त केले होते.

परंतु मेहता किंवा गोखले यांचे विचार लोकशाही मार्गापासून फार दूर होते. राष्ट्रीय पक्षाच्या तलवारीला तलवार भिडली, तर नेमस्त पक्षाची काय अवस्था होईल याची त्यांना पुरेपूर जाणीव होती. म्हणून ते काँग्रेसचे स्वयंनिर्मित नेते बनले आणि पुढील वर्षी राष्ट्रीय पक्षाला वगळून काँग्रेसचे पुनरुज्जीवन करायचे असे त्यांनी ठरविले.

त्यांनी बुद्धिपुरस्सर चमत्कारिक परिस्थिती निर्माण केली; पण राष्ट्रीय पक्षाच्या माथी उतावीळपणा मारला तर नेमस्तांच्या पदरी गतिशून्यता आणि जनतेच्या आकांक्षा समजण्याची अपात्रता हे दुर्गुण येत होते. म्हणून त्यांनी राष्ट्रीय पक्षाची कोंडी केली. एरवी त्रिभुवनदास माळवी यांच्या घटनाबाह्य वागणुकीचा अर्थ लावणे कठीण होते. प्रतिनिधींना उद्देशून भाषण करण्याची परवानगी टिळक वारंवार मागत होते आणि माळवी तिकडे दुर्लक्ष करीत होते ते घटनाशास्त्रातल्या कोणत्या आधारावर? अधिवेशनाच्या आदल्या दिवशी कार्यवाहांना पत्र पाठवून राष्ट्रीय पक्षाने आपले हेतू विशद केले होते; पण माळवी किंवा मेहता यांनी राष्ट्रीय पक्षाच्या नेत्यांना भेटून समझोता करण्याचे प्रयत्न का केले नाहीत? विरोधी पक्षाला धाब्यावर बसवून अध्यक्ष निवडल्याची घोषणा करणे हे कोणत्या लोकशाही तत्त्वात बसते? टिळकांना बोलू द्यायचे आणि त्यावर काँग्रेसला योग्य तो निर्णय करू द्यायचा हा एकमेव योग्य मार्ग माळवींसमोर होता. पूर्वसूचना न देता बोलू इच्छिणाऱ्या वक्त्यालाही ते अडवू शकत नव्हते. मग टिळकांनी एकदा नव्हे तर अनेकदा पूर्वसूचना दिली होती. त्यांना अडविण्याचा कसलाही अधिकार माळवी किंवा घोष यांना नव्हता.

'अध्यक्षांचे अधिकार' या विषयावर 'केसरी'त दोन लेख लिहून टिळकांनी सांगोपांग चर्चा केली आहे. त्यांनी लिहिले होते, 'विरुद्ध पक्षास बोलण्याची सवड न देता आपल्या पक्षाच्या एखाद्या सूचनेस अनुमोदन मिळाल्याबरोबर लागलीच त्या सूचनेवर मते घेण्याची घाई करून 'हा ठराव मंजूर झाला, आता तुम्हास बोलण्याचा अधिकार नाही' असे विरुद्ध भाषण करू इच्छिणाऱ्या सभासदांस सांगणारे माळवीसारखे कार्यवाह विलायतेतही आहेत. अशा प्रसंगी विरुद्ध पक्षांच्या सभासदांनी काय करावे, याबद्दल डॉ. स्मिथ यांनी आपल्या 'हॅन्डबुक ऑफ लॉ ॲण्ड प्रॅक्टिस ऑफ पब्लिक मीटिंग्ज' यामध्ये जो खुलासा केला आहे तो पुढीलप्रमाणे :

डॉ. स्मिथ यांच्या इंग्रजी उताऱ्याचा आशय असा आहे, की सभेचे सर्व काम किंवा सभेत चालू असलेली एखाद्या विषयावरील चर्चा काही वेळ तहकूब ठेवण्याची सूचना, वादविवाद चालू असता कोणाही सभासदास केव्हाही आणण्याचा अधिकार आहे. एखाद्या सभेच्या ठिकाणी अध्यक्ष किंवा एखादा पक्ष जर

सभासदाच्या या अधिकारास हरकत घेईल किंवा तहकुबीची सूचना कोणीही सभासद आणीत असता त्यास बोलू न देता घाईघाईने काम करण्याचा प्रयत्न करील, तर तो अध्यक्षच नव्हे आणि त्याचा मान ठेवण्याचे काही कारण नाही, असे डॉ. स्मिथ यांनी आपल्या ग्रंथात लिहिले आहे. सुरतेस घडलेला प्रकार याच मासल्याचा होता. किंबहुना वरील वाक्ये जणू काय सुरतेस घडलेल्या गोष्टीसच अनुलक्षून लिहिली आहेत असा भास होतो!

काँग्रेसच्या इतिहासातील पहिला खंड अशा अनुचित प्रकाराने समाप्त झाला. घडलेल्या प्रकारावर कितीही चर्चा केली तरी सुरतेची फाटाफूट अटळ होती हे मान्य करावे लागते. उभय पक्षांतील मतभेद इतक्या पराकोटीला पोचले होते की दुफळी होणार हे ठरल्यासारखेच होते. राष्ट्रीय पक्षाने आपल्या राजकीय योजनांची आखणी जनतेच्या आशाआकांक्षा जाणूनच केली होती. अपार उत्साह, त्यागाची सिद्धता आणि संकटाबद्दलची निर्भयता या गुणांमुळे त्या पक्षाच्या नेत्यांच्या अंगी आपोआप धैर्य गोळा झाले. जनतेची त्यांना साथ मिळाली. सारा महाराष्ट्र जहालमतवादी बनला. बंगालमधील बहुसंख्य लोकांचा टिळक आणि अरविंद घोष यांना पाठिंबा मिळाला. सुरत येथील अधिवेशनानंतर काही महिन्यांनीच या दोन्ही प्रांतांनी राष्ट्रीय पक्षावरील आपली निष्ठा सिद्ध केली.

सुरत अधिवेशनानंतर थोड्याच दिवसांनी टिळकांनी पुणे जिल्ह्यात सर्वत्र आपले अनुयायी पाठविले. तालुक्यांमध्ये संघटना स्थापन करायचा त्यांचा हेतू होता. ग्रामीण भागात राजकीय संघटनांचे जाळे पसरविण्याचा हा पहिलाच प्रयत्न होता. पुणे जिल्ह्यात अधिवेशन तीन दिवस चालले होते. सुरतमध्ये ज्या ठरावांमुळे वादळ निर्माण झाले ते सर्व ठराव या अधिवेशनात संमत झाले.

पुणे जिल्ह्याचे अधिवेशन यशस्वी झाल्यानंतर प्रांतिक काँग्रेसचा पाठिंबा मिळविण्याचे प्रयत्न टिळकांनी सुरू केले. त्या वर्षी प्रांतिक अधिवेशन धुळे येथे भरले होते. अध्यक्ष होते रावबहादूर जी. व्ही. जोशी. टिळकांनी अधिवेशनाच्या मंडपात प्रवेश करताच जमलेल्या लोकांनी टाळ्यांचा आणि घोषणांचा प्रचंड गजर करून त्यांचे स्वागत केले. त्यांना हवा असलेला पाठिंबा जनतेने दिला. सुरत येथे त्यांना जी वागणूक मिळाली होती तीमुळे साऱ्या महाराष्ट्रात टिळकांच्या बाजूने पाठिंबा देण्याची लाट उसळली होती. इतके दिवस राजकारणापासून अलिप्त राहिलेले कित्येक लोक राष्ट्रीय पक्षाच्या झेंड्याखाली आले. लोकांनी उत्साहाने स्वदेशीचे व्रत स्वीकारले. धुळ्याची प्रांतिक काँग्रेस टिळकांनी जिंकली.

या अधिवेशनात भाषण करताना टिळकांनी स्वराज्याचे महत्त्व पटवून दिले. ब्रिटिश राजवटीचा हस्तक्षेप नसलेले स्वराज्य मिळण्याची मागणी त्यांनी एका ठरावाद्वारे केली. ब्रिटिश राजवट संपुष्टात आणण्याच्या या ठरावामुळे नेमस्तांना

धक्काच बसला. त्यांच्या वृत्तपत्रांनी टिळकांवर टीकेचा जोरदार हल्ला चढविला; पण टिळकांची लोकप्रियता वाढतच होती. सुरत येथील घटनेचा सूड घेण्यासाठीच की काय, धुळे येथे टिळकांचा प्रचंड सत्कार करण्यात आला. त्या वेळी भाषण करताना ब्रिटिश राजवटीत हिंदुस्थानची कशी दुरवस्था झाली ते टिळकांनी सांगितले. त्यानंतर राष्ट्रीय पक्षाच्या नेत्यांनी 'सुरत राष्ट्रीय संघटना' स्थापन केली. सुरत काँग्रेसनंतर वर्षभर नेमस्त काहीच करणार नसल्याने राष्ट्रीय पक्षाने त्यांची कामगिरी स्वत:कडे घेतली. स्वराज्य आणि स्वदेशी यावर विचार मांडण्यासाठी दर रविवारी सभा होऊ लागल्या.

इकडे इंग्रजांच्या काळजाला पाझर फुटेपर्यंत अर्ज-विनंत्या करण्याचा जुना 'भिक्षांदेही' मार्ग न सोडण्याचा नेमस्तांनी निर्धार केला. नेमस्तांचा सुधारणांवर विश्वास होता, तर राष्ट्रीय पक्षाची भिस्त क्रांतीवर होती.

आणि या दोन विभिन्न विचारप्रवाहांचा पुरेपूर फायदा उठविण्यासाठी तिकडे सरकार टपले होते. टिळकांनी भाकीत केल्याप्रमाणे रुद्रस्वरूप धारण करण्यास थोड्याच अवधीत सरकारने सुरुवात केली.

भावी संकटाची कृष्णछाया

सुरत येथील काँग्रेसचे अधिवेशन मोडले तेव्हाच टिळकांनी भाकीत केले होते की आता देशात सरकारच्या दडपशाहीचे सत्र सुरू होणार. सुरत काँग्रेसपासून टिळकांवरील राजद्रोहाच्या दुसऱ्या खटल्यापर्यंतचा काळ सरकारी दडपशाहीने पुरता रंगलेला होता. या दडपशाहीचा अपरिहार्य परिणाम म्हणून देशात दहशतवाद सुरू झाला. या वेळेपर्यंत बॉम्ब बनविण्याची माहिती लोकांना नव्हती. ती आता लोकांना अवगत होऊ लागली. दि. ३० एप्रिल रोजी एक ॲसिड-बॉम्ब टाकण्यात आला. मुझफरपूर येथील सेशनजज्ज किंग्जफोर्ड यांच्या दिशेने बॉम्ब फेकला होता; पण त्या बॉम्बफेकीत चुकून केनेडी नावाची युरोपीय स्त्री आणि तिची मुलगी मृत्युमुखी पडली. आधीच आग पेटली होती. त्यात या प्रकरणाचे तेल पडून भडका उडाला आणि त्या आगीच्या ज्वाला टिळकांच्या घरापर्यंत पोचणार अशी चिन्हे दिसू लागली.

सुरतेहून पुण्याला परत आल्यानंतर मुंबईत एक मराठी दैनिक काढण्याच्या खटपटीला टिळक लागले. दुभंगलेली काँग्रेस सांधण्यासाठी आणि नव्या पक्षाच्या प्रचारासाठी या वर्तमानपत्राचा उपयोग होणार होता. फेब्रुवारी महिन्यात त्यांनी 'नॅशनल पब्लिशिंग कंपनी' स्थापन केली. कंपनीच्या एक लाख रुपयांच्या शेअर्सपैकी निम्मे शेअर्स जागच्या जागी खपले. या प्रकाशन संस्थेच्या वतीने 'राष्ट्रमत' नावाचे पत्र प्रसिद्ध झाले; पण त्याचा पहिला अंक प्रसिद्ध झाला त्या वेळी टिळक तुरुंगात होते. 'राष्ट्रमत'च्या पहिल्या अंकात टिळकांच्या अटकेचीच बातमी ठळकपणे द्यावी लागली होती, हा एक चमत्कारिक योगायोग होता. सरकारने या पत्राकडून जामीन मागण्याचा सपाटा सुरू केला. जामिनकीच्या रकमांनी सरकारची तिजोरी भरू लागली; पण पत्राची तिजोरी रिकामी झाली. अखेरीस आर्थिक अडचणींमुळे हे पत्र बंद करावे लागले.

याच वेळी टिळकांची इतर कामेही चालू होतीच. प्रा. विजापूरकरांच्या साह्याने त्यांनी महाराष्ट्र विद्यापीठाची स्थापना केली. त्याकरिता निधी जमविण्यासाठी

ठिकठिकाणी दौरे केले. 'समर्थ विद्यालय' ही संस्थाही स्थापन केली; पण सरकारच्या हुकमावरून हे विद्यालय १९१०साली बंद करावे लागले. प्रा. विजापूरकरांना तुरुंगात जावे लागले.

एकीकडे हे उद्योग चालू असतानाच दुसरीकडे लोकजागृतीचे कामही चालू होते. सामान्य गोष्टीतून राजकीय चळवळी सुरू करून जनतेला चेतना देण्याचे काम टिळक करीत होते. मद्यपानबंदीची चळवळ ही अशाच चळवळींपैकी एक! मद्यपानाला विरोध न करण्याचे सरकारचे धोरण होते; कारण मद्यविक्रीमुळे सरकारी खजिन्यात बरीच भर पडत असे. महाराष्ट्रातील वृत्तपत्रे सुमारे पन्नास वर्षे सरकारच्या या धोरणावर टीका करीत होती. काँग्रेसच्या प्रत्येक अधिवेशनात मद्यपानावरील निर्बंधासंबंधीचा ठराव संमत होत असे; पण याचा परिणाम इतकाच झाला की मद्यविक्रीची अधिकाधिक दुकाने उघडली गेली. १९व्या शतकात मद्यपानविरोधी समिती स्थापन झाली होती. सरकारवर नैतिक दडपण आणण्याचा प्रयत्न करण्यात आला. ठिकठिकाणी सभा घेऊन सरकारवर टीकाही करण्यात आली; पण सरकारने तिकडे मुळीच लक्ष दिले नाही.

पण आता टिळकांनी सारे वातावरण भारून टाकले होते. त्यांच्या आदेशानुसार काहीही करण्यास लोक तयार असत. मद्यपानविरोधी चळवळीत भाग घेण्यासाठी हजारो स्वयंसेवक पुढे आले. पुण्यातील मद्यपानकेंद्रावर निरोधन करण्यास त्यांनी सुरुवात केली. नेहमीप्रमाणे ही चळवळ महाराष्ट्राच्या इतर भागांतही पसरली. चळवळीची झळ दारूच्या ठेकेदारांना आणि सरकारी खजिन्याला लागली. टिळकांनी खेड्यापाड्यांत मद्यपानबंदी केंद्रे स्थापन केली आणि त्यांचे काम शांतपणे पण धुमधडाक्याने सुरू झाले. स्वयंसेवक दारूच्या दुकानांसमोर उभे राहत आणि लोकांना आत न जाण्याची विनंती करीत. काही वेळा नुसत्या विनंतीचा उपयोग होत नसे. मग ते स्वयंसेवक दुकानांसमोर आडवे पडत. इतके करूनही काही लोकांना पिण्याची लहर आवरता येत नसे. मग आडव्या पडलेल्या स्वयंसेवकांना ओलांडून ते दुकानात जात. या प्रकारामुळे गडबड होत असे.

या चळवळीमुळे टिळकांच्या पाठीशी एक नवे सामर्थ्य उभे रहात आहे याची जाणीव सरकारला होत होती. त्यामुळे ही चळवळ सरकारच्या डोळ्यात खुपू लागली. मग शांतता प्रस्थापित करण्याच्या नावाखाली पोलिसांनी स्वयंसेवकांवर हल्ले करण्यास सुरुवात केली. शांततेचा भंग केल्याबद्दल, रस्त्यावरील रहदारीस अडथळे आणल्याबद्दल स्वयंसेवकांवर खटले दाखल केले जाऊ लागले. सुरुवातीस थोड्या दंडावर त्यांची सुटका होत असे. कधी कधी नुसतीच समज देऊन मुक्तता होई. त्या वेळच्या पोलीस-दप्तरात स्पष्ट उल्लेख आहे की पुण्यात ब्रिटिशांचे राज्य संपुष्टात आले असून, टिळकांचे राज्य सुरू झाले आहे.

त्यानंतर हळूहळू सरकारी दडपशाही वाढत चालली. पुढे टिळकांनाच अटक झाली आणि मग मद्यपानबंदीची चळवळ स्थगित झाली.

मध्यंतरी मार्च महिन्यात 'डीसेंट्रलायझेशन कमिशन' आले. त्या कमिनशनसमोर टिळकांची साक्ष झाली. साक्ष देताना टिळकांनी स्वच्छ सांगितले, की कलेक्टर किंवा कमिशनर यांना अधिकार न देता अधिकाराची विभागणी सरकार व जनता यांच्या दरम्यान होणे आवश्यक आहे. लॉर्ड कर्झन यांच्या कारकिर्दीत सारी अधिकारसूत्रे दिल्लीत केंद्रीभूत झाली होती. त्यात थोडी सुधारणा करून जनता व सरकार यांच्यातील अंतर कमी केले पाहिजे, असे लॉर्ड मोर्ले यांचेही मत होते. इंग्रजी शिक्षणामुळे जनतेच्या आकांक्षा वाढू लागल्या होत्या आणि जोपर्यंत जनतेच्या आकांक्षा सरकारकडून पूर्ण होणार नाहीत तोपर्यंत जनता व सरकार यांच्या दरम्यानचे अंतर कधीही कमी होणार नाही, असे टिळकांनी आपल्या साक्षीत म्हटले होते. दि. १७ मार्चच्या 'केसरी'त याबाबतचे आपले मत टिळकांनी सांगितले होते. त्यांनी लिहिले होते, 'सगळा निर्णयाधिकार जिल्हाधिकाऱ्यांच्या हाती राहिला काय आणि सिमल्यास राहिला काय; जोपर्यंत लोकांना हिस्सा मिळत नाही तोपर्यंत दोन्ही स्थिती लोकांना सारख्याच. खरी अधिकार-विभागणी म्हणजे सरकारकडून लोकांकडे सत्ता जाणे. राज्यव्यवस्था अधिक लोकप्रिय करण्याची सबब सांगून वरिष्ठ व कनिष्ठ अधिकारी आपल्या हातात अधिकार आणतात. आणि अधिकाऱ्याच्या हाती सत्ता राहावयाची तर घरच्या भुतापेक्षा बाहेरचा वेताळ बरा. अधिकार-विभागणी म्हणजे या बोटावरची थुंकी त्या बोटावर करावयाची असे नव्हे. तर लोकांना स्वराज्याचे अधिकार किती व कसे द्यावे, हीच खरी अधिकार-विभागणी.'

कमिशनसमोर दिलेल्या साक्षीवरून किंवा 'केसरी'त त्याबाबत व्यक्त केलेल्या मतावरून टिळकांनी राज्यव्यवस्था-शास्त्राचा किती सखोल अभ्यास केला होता हे स्पष्ट होते. त्यांच्या सूचनांत त्यांची व्यावहारिक दृष्टीही दिसते आणि त्यांची राज्यकारभाराबद्दलची मतेही स्पष्ट होतात.

सुरत काँग्रेस मोडल्यानंतर नेमस्तांनी निराळी काँग्रेस भरवू नये; कारण तिला जनतेचा पाठिंबा मिळणार नाही आणि सरकारवरही काँग्रेसचा वचक राहणार नाही, असे टिळकांना वाटत होते. नेमस्तांनी वेगळ्या काँग्रेसचा आग्रह धरू नये यासाठी टिळकांची खटपट सुरू होती. काँग्रेसची सुंयक्त फळी उभारून आपल्या शत्रूला संयुक्तरीत्या टक्कर द्यावी असे विरोधकांना आणि अनुयायांना टिळक पुन:पुन्हा सांगत होते. कलकत्ता काँग्रेसच्या ठरावांपासून दूर जाऊ नये म्हणून त्यांनी मेहता-गोखले यांना अनेकदा विनंती केली होती. खापर्डे यांनीही टिळकांना या बाबतीत सहकार्य दिले होते.

या प्रश्नावर टिळकांनी 'केसरी'तून अग्रलेख लिहिले होते. त्या लेखात टिळकांची मुत्सद्देगिरी व व्यावहारिक धोरण जसे दिसून येते त्याचप्रमाणे संयुक्त काँग्रेसबद्दल त्यांना वाटणारी तळमळही दिसून येते. 'समेट कसा होईल' या लेखात टिळकांनी लिहिले होते, 'राष्ट्राचे हित कशात आहे याचा सप्रमाण विचार करण्याचा मक्ता परमेश्वराने जहालांसही दिला नाही व मवाळांसही दिला नाही; हे दोघांनीही लक्षात ठेविले पाहिजे. जो तो पक्ष आपआपली मते अधिकाधिक लोकप्रिय व्हावी यासाठी प्रयत्न करण्यास मोकळा आहे; पण त्यामुळे देशकार्याकरिता दोघांनी एकत्र काम करण्यास काही अडचण येऊ नये. पबना येथील प्रांतिक सभेत सुरेंद्रनाथ, मोतिलाल घोष आणि अरविंद घोष यांनी याच तत्त्वाचा स्वीकार करून समेट केला आहे. तेच तत्त्व इतर प्रांतांतील लोकांनी जर स्वीकारले, तर सर्व पक्षांचा समेट होऊन राष्ट्रीय सभेचे काम खऱ्या राष्ट्रीय पद्धतीवर चालण्यास कोणतीही हरकत येणार नाही.'

हा तंटा उपस्थित झाला कसा याचा उल्लेख करून 'खरी अडचण कोठे आहे?' या लेखात त्यांनी म्हटले आहे, 'जहाल काय किंवा मवाळ काय दोघांसही आपआपल्या बुद्धीप्रमाणे किंवा मगदुराप्रमाणे देशाचे हितच साधावयाचे आहे. कोणीही जाणूनबुजून देश बुडविण्याकरीता तयार झालेले नाहीत... दोघांचे जे काही अडते आहे ते काही हेतूबद्दल नव्हे, कृतीबद्दल आहे; आणि एवढी गोष्ट प्रथमत: लक्षात ठेविली म्हणजे दोघांच्याही कृती भिन्न भिन्न असल्या तरी त्यांच्यात मिलाफ होण्यास काही अडचण यावयाची नाही.'

याच लेखात त्यांनी पुढे लिहिले आहे, 'स्वराज्य किंवा स्वातंत्र्य या अंतिम साध्याबद्दलचा वाद लांबचा म्हणून क्षणभर बाजूला ठेवता येईल; पण नेटाची होणारी गोडीगुलाबी किंवा हट्टाची अडवणूक या साधनभेदामुळे पदोपदी नेहमी उत्पन्न होणारी विसंगतता किंवा विरोध कसा टाळावा, हेच काय ते सांप्रत मोठे गूढ आहे... शांतपणे विचार केला असता यातून पार पडण्यास मार्ग नाही असे नाही व देशकल्याण करावे अशीच दोन्ही पक्षांची खरी इच्छा असेल, तर तो सापडणेही कठीण नाही; पण व्यक्तिविषयक किंवा अन्य तऱ्हेच्या अनेक कारणांनी तंट्याच्या मुख्य प्रश्नावर आगंतुक बुरसा चढल्याने त्याचे खरे स्वरूप पहिल्याने नजरेस आले नाही. सुरतेस झालेला प्रकार अनिष्ट खरा; पण त्याने हा बुरसा नाहीसा झाला आहे. आम्हास अशी बळकट आशा आहे, की उभय पक्षांतील विरोधाचा अद्यापही समेटाने परिहार करता येईल.'

त्यानंतर लिहिलेल्या 'अडचणीचा निर्वाह' या लेखात टिळकांनी मवाळांना मोठा मार्मिक प्रश्न विचारला आहे, 'सरकारशी मवाळ सलोख्याने वागतात ते अधिकारीवर्गाचा आणि त्यांचा अंतिम हेतू एक आहे म्हणून वागतात, असे

समजतात काय? गोऱ्या अधिकारीवर्गाच्या मनात आम्हास स्वराज्यही द्यावयाचे नाही आणि स्वातंत्र्यही द्यावयाचे नाही. अशा अधिकारीवर्गाशी स्वराज्यवादी मवाळ जर सलोख्याने वागण्यास तयार, तर देशबंधू म्हणून स्वातंत्र्यवादी पक्षाशी तरी त्यांनी मिळूनमिसळून का वागू नये?'

त्याच लेखात त्यांनी बजावले आहे, की सरकारशी भांडण्यासाठी दोघांच्याही संघशक्तीची अपेक्षा आहे. पदार्थविज्ञानशास्त्राचा एक दाखला देऊन त्यांनी म्हटले आहे, 'पदार्थविज्ञानशास्त्रात असा एक नियम आहे, की घर्षणाखेरीज गती उत्पन्न होत नाही; राष्ट्राच्या प्रगतीसही हाच नियम लागू आहे, की घर्षण असले तरी त्याने गती कायमची कुंठित होत नाही; किंबहुना गती आहे तेथे घर्षण आहे व असलेही पाहिजे; पण हे घर्षण कमी करण्यास ज्याप्रमाणे वंगण घालावे लागते त्याप्रमाणे राजकीय बाबतीत दोन्ही पक्षांचे घर्षण कमी करण्याची व्यवस्था झाल्यास दोन्ही पक्षांचे काम सलोख्याने चालण्यास हरकत नाही.'

पबना येथे झालेल्या बंगालच्या प्रांतिक परिषदेत टिळकांचे हे सलोख्याचे धोरण उचलून धरले गेले. सुरेंद्रबाबूंनी तेथे केलेल्या भाषणात सुरत येथील बखेड्याचा खुलासा करून चतु:सूत्रीच्या पायावर सर्व पक्ष एक आहेत असे स्पष्टपणे सांगितले; पण मुंबईकरांनी मात्र हा धडा गिरविला नाही. इतर काही प्रांतांनीही टिळकांच्या धोरणाचा पाठपुरावा केला; परंतु मेहता, मालवीय, मुधोळकर, गोखले यांच्यासारख्या मवाळांनी मात्र टिळकांच्या धोरणाशी शत्रुत्व पत्करून राष्ट्रीय पक्षाकडे पाठ फिरविली होती ती कायमचीच! ब्रिटिश राज्याशी निष्ठा आणि सनदशीर मार्ग यांपासून नेमस्त पक्ष च्युत होणार नाही, असे सर फिरोजशहा मेहता यांनी स्पष्ट सांगितले. काँग्रेसचे जे ध्येय नाही त्यासाठी काँग्रेस राबवू न देण्याचा निर्धार त्यांनी व्यक्त केला. प्रत्येक गटाने वेगळी काँग्रेस भरवावी आणि आपआपली मते मांडावीत. दोन विरुद्ध मतांची गल्लत करून घोटाळा माजवू नये. वेगवेगळ्या व्यासपीठांवरून आपआपले विचार जनतेसमोर स्पष्ट स्वरूपात ठेवावेत आणि जनतेने आपले मत बनवावे. एकीचा पायाच नाही तेथे एकीची इमारत उभारण्याचा प्रयत्न मुळीच करू नये, असे सांगून त्यांनी संयुक्त काँग्रेसच्या विरुद्धच आपले मत नोंदविले.

टिळकांना संयुक्त काँग्रेसची किती तळमळ लागून राहिली होती हे त्यांच्या मतांवरून स्पष्ट होते; पण नेमस्तांना काँग्रेस जोडण्यापेक्षा मोडण्याचीच तळमळ लागली होती, हे त्यांच्या मतावरून स्पष्ट होते. सुरतेची काँग्रेस मोडल्यावर नेमस्त पक्षाने अश्रु ढाळले; पण ते नक्राश्रू होते हे कालांतराने उघड झाले. त्यांना नको असलेली राष्ट्रीय पक्षाची ब्याद अनायासे दूर झाली होती. अशा स्थितीत संयुक्त काँग्रेसचे आव्हान स्वीकारतो कोण? त्यांच्या मार्गातला राष्ट्रीय पक्षाचा

काटा दूर झाला होता. मग पुन्हा त्या काटेरी मार्गावर ते कशाला जातील?

तरीही टिळकांचे एकीकरणाचे प्रयत्न चालूच होते. हे प्रयत्न टिळकांनी आता सोडून द्यावेत असे अरविंद घोष, डॉ. मुंजे यांच्यासारख्या राष्ट्रीय पक्षाच्या नेत्यांना वाटत होते; पण टिळक खरे राजकारणी होते. व्यवहारी होते. देशहितापुढे वैयक्तिक मानापमान गुंडाळून ठेवावेत असे त्यांचे मत होते. खऱ्या थोर पुरुषाप्रमाणे ते वैयक्तिक मानापमान दूर ठेवून वागत होते. आहे त्या स्वरूपात का होईना, पण लोकशाही मार्गाने काँग्रेसमध्ये स्थित्यंतर घडवून आणा, असे त्यांचे सांगणे होते. संयुक्त काँग्रेसचा प्रचार करण्यासाठी तात्यासाहेब केळकर आणि माधवराव बोडस यांना अन्य प्रांतांत धाडून त्यांनी तेथील वातावरणाचा कानोसा घेतला. नेमस्त पक्ष वाकला नाही तरी टिळकांनी अखेरपर्यंत आपले प्रयत्न सोडले नाहीत. त्यांच्या चिकाटीला कित्येकांनी 'लोचटपणा' हे नाव दिले; पण त्यांनी चिकाटी सोडली नाही. नेमस्तांनी त्यांना अनेक वेळा झटकले; पण तरीही टिळक त्यांना चिकटले. 'टिळकांना नवीन काँग्रेस काढण्याचे धैर्य नाही म्हणून ते पुन:पुन्हा आमच्याकडे येत आहेत,' असा आरोप नेमस्तांनी त्यांच्यावर केला. टिळक केवळ तेल्यातांबोळ्यांचे पुढारी आहेत, असा ठेवणीतला शेलका आहेरही त्यांनी टिळकांना दिला.

पण टिळकांची वृत्ती क्षणभरही विचलित झाली नाही. त्यांच्या डोळ्यांसमोर एकच ध्येय होते, देशहित! ते साधत असेल तर असल्या अर्वाच्य आरोपांचीही त्यांना पर्वा नव्हती!

परंतु मवाळांनी ते देशहित टिळकांना साधू दिले नाही. आज ना उद्या काँग्रेसमध्ये राष्ट्रीय पक्षाचे बहुमत होईल आणि नेमस्त पक्षांतील तरुण गट राष्ट्रीय पक्षाच्या नव्या विचारांशी सहमत होईल, असा विश्वास टिळकांना वाटत होता. तोपर्यंत थांबण्याची त्यांची तयारी होती. संयुक्त काँग्रेसचे आपले ध्येय लवकरच साध्य होईल, असा आशावाद त्यांना वाटत होता. ते ध्येय साकार होईपर्यंत थांबण्याची त्यांची तयारी होती; पण इकडे विधिघटना वेगळाच लेख लिहीत होती.

३० एप्रिल १९०८ रोजी मुझफरपूर येथे बॉम्ब उडाला. या प्रकारानंतर सरकारच्या दडपशाहीचे होमकुंड पेटले. या होमात पटापट आहुती पडू लागल्या. ब्रिटिश वर्तमानपत्रे पिसाळून ओरडू लागली. 'पायोनिअर', 'एशियन', 'इंग्लिशमन', 'स्टेट्समन' इत्यादी वर्तमानपत्रांच्या संपादकांची डोकी भडकली. त्या भरात ते वाटेल तेथे आग ओकू लागले. 'खुनास खून' हा न्याय ओरडून सांगू लागले; पण याचबरोबर सेशन जज्ज किंग्जफोर्ड यांनी सुशीलचंद्र सेन नावाच्या एका कोवळ्या पोराला फटक्यांची निर्दय शिक्षा दिली होती, ही गोष्ट ही वृत्तपत्रे

विसरली. सुरेंद्रनाथ बॅनर्जीसारख्या पुढाऱ्याचा केलेला उपमर्द ही वृत्तपत्रे विसरली. वंगभंगाच्या चळवळीच्या हेटाळणीची त्यांना आठवण राहिली नाही. बंगाली लोकांना नामर्द लेखले, हे त्यांच्या लक्षात राहिले नाही. युरोपिअन लोकांनी हिंदी स्त्रीपुरुषांवर केलेले अत्याचार ते विसरून गेले. फार कशाला, रशियातील राजकीय खुनांची त्या पत्रांनीच केलेली तरफदारी या वेळी मात्र त्यांच्या ध्यानात राहिली नाही. ती तरफदारी करताना 'पायोनिअर' या पत्राने म्हटले होते, 'अशा प्रकारचे खून हे जरी भयानक असले, तरी सशस्त्र अशा एकतंत्री राजसत्तेशी निःशस्त्र लोकांना टक्कर देण्याचा तोच एक मार्ग उपलब्ध आहे.' परंतु 'पायोनिअर' पत्राला या वेळी हा धर्म आठवला नाही. काही वृत्तपत्रांनी मात्र मान्य केले, की राजकीय खून सरकारच्या धोरणामुळेच घडला.

पण त्या धोरणाच्या परिणामाकडे लक्ष देण्याची हिंदुस्थान सरकारला आवश्यकता वाटली नाही. त्यांनी दडपशाहीचे नवे कायदे संमत करून घेतले आणि वृत्तपत्रांच्या व राजकीय चळवळींच्या मुसक्या बांधण्याचा उपक्रम सुरू केला. 'वंदेमातरम्' पत्राचे संपादक अरविंदबाबू यांच्यावर राजद्रोहाचा खटला उभारला. 'संध्या', 'युगांतर' यांच्या संपादकांवरही खटले भरले. 'संध्या'चे संपादक उपाध्याय यांनी खटल्याच्या कामकाजात भाग घेण्याचे नाकारले. सभांवर बंदी घालणारे हुकूम निघाले. नुसता बॉम्ब उडाला की जन्मठेपेची शिक्षा ठोठावली जाऊ लागली. याशिवाय १२४ अ आणि १५३ अ या कलमांखाली लोकांना पकडून भराभर शिक्षा दिल्या जाऊ लागल्या. गुन्ह्याचे व शिक्षेचे कसलेच प्रमाण नव्हते. लॉर्ड मोर्ले यांनी देखील या शिक्षांना 'भयानक', 'राक्षसी', 'अन्याय्य' इत्यादी शेलकी विशेषणे वापरली होती.

राष्ट्रीय पक्षाला दडपून टाकण्यासाठी सरकारने १९०८मध्ये वाटेल त्या मार्गांचा अवलंब केला. पुढाऱ्यांना भयानक शिक्षा तरी ठोठावल्या किंवा त्यांना स्थानबद्ध तरी करून ठेवले. शिक्षणसंस्थांना टाळी लावली. राष्ट्रीय शाळा व स्वदेशी दुकाने बंद करणे भाग पाडले. चळवळीत भाग घेणाऱ्यांच्या मालमत्ता भराभर जप्त केल्या जाऊ लागल्या. सार्वजनिक सभांवर गोळीबार करून त्या उधळल्या. वृत्तपत्रांवर आणि त्यांच्या संपादकांवर तर सरकारची विशेष संक्रांत होती. चळवळीचे आणि राजद्रोहाचे ते प्रमुख केंद्र आहे असे सरकारचे मत होते.

सरकारने असंख्य वृत्तपत्रे बंद करून त्यांच्या संपादकांवर खटले भरले. त्यांची यादी देणे अशक्य आहे; पण वानगीदाखल काही नावे दिली तरी पुरेसे आहे. 'इंडिया' पत्राचे श्रीनिवास अय्यंगार यांची पाच वर्षे काळ्या पाण्यावर पाठवणी झाली. 'स्वराज्य' पत्राच्या संपादकाने आणि मालकाने माफी मागितली म्हणून त्यांना फक्त नऊ महिने शिक्षा झाली. बंगालच्या वृत्तपत्रांचा उल्लेख वर

आलाच आहे. मध्यप्रदेशात 'हरिकिशोर' पत्राच्या संपादकांना पाच वर्षे सक्त मजुरीची शिक्षा झाली आणि त्यांनी पुन्हा काही उद्योग करू नयेत म्हणून त्यांचा छापखाना सरकारजमा झाला. संयुक्त प्रांतात 'उर्दू-ई-मोल्ला' या वृत्तपत्राच्या संपादकाला दोन वर्षे सक्तमजुरी आणि ५०० रुपये दंडाची शिक्षा ठोठावली; कारण काय तर या पत्राने ब्रिटिश सरकारच्या इजिप्तमधील शिक्षणविषयक धोरणावर लेख लिहिला. कशाचा काही संबंध आहे का? पण सरकारला संबंध नकोच होता. फक्त वृत्तपत्रे बंद करायची हे सरकारचे धोरण होते. याच वेळी होतीलाल वर्मा यांनी 'वंदे मातरम्' या पत्राला 'राजद्रोही संदेश' पाठविला, अशा आरोपावरून त्यांना सात वर्षे काळ्यापाण्यावर पाठविण्यात आले. महाराष्ट्रातील 'हिंद स्वराज्य', 'बिहारी', 'अरुणोदय', 'काळ', मराठी 'वंदे मातरम्' या पत्रांच्या संपादकांचीही तीच गत झाली.

हिंदुस्थान सरकारचे हे दडपशाहीचे धोरण त्या वेळचे भारतमंत्री लॉर्ड मोर्ले यांना आवडले नाही. व्हाइसरॉय लॉर्ड मिंटो यांना लिहिलेल्या खासगी पत्रात त्यांनी म्हटले होते, 'राजद्रोहासाठी सध्या ज्या अमर्याद शिक्षा दिल्या जात आहेत त्याकडे माझे पुरेपूर लक्ष आहे. त्या शिक्षा पाहून मला खरोखर एक प्रकारचा धाक वाटतो. साध्या दगडफेकीसाठी मुंबईत एक वर्षाची शिक्षा ठोठावल्याचे वृत्त आजच मी वाचले. ही खरोखर जुलमाची परमावधी म्हटली पाहिजे. तिन्रेवेल्ली-तुतिकोरिन येथील लोकांना दिलेल्या शिक्षाही अशाच अमर्याद आहेत. एकाला जन्मठेप आणि दुसऱ्याला दहा वर्षे शिक्षा, या शिक्षा टिकण्याजोग्या आहेत का? कोणत्याही कारणास्तव या भयानक गोष्टींचा मी पाठपुरावा करू शकणार नाही. म्हणून या चुकांकडे मी तुमचे लक्ष वेळीच वेधू इच्छितो. सुव्यवस्था ठेवली पाहिजे हे मलाही समजते; पण दडपशाही हा काही सुव्यवस्था टिकविण्याचा मार्ग खचित नव्हे. उलट बॉम्बसारख्या अत्याचारी मार्गाला ते निमंत्रण आहे.'

विधिघटना किती चमत्कारिक आहे पहा! ज्या वेळी लॉर्ड मोर्ले ब्रिटिश राज्यकर्त्यांना पत्र लिहून घरचा आहेर धाडीत होते त्या वेळी इकडे मुंबई हायकोर्टात टिळकांवरील राजद्रोहाचा खटला चालू होता, दिनांक १३ जुलै १९०८ रोजी!

वस्तुत: या खटल्याचे बीजारोपण सुरत काँग्रेसच्या वेळीच झाले असे म्हणायला हरकत नाही. सुरतेचा खरा लढा झाला राष्ट्रीय पक्ष आणि नेमस्त यांच्यात! पण त्या लढ्यात राष्ट्रीय पक्षाचे सरकारविरोधी प्रतिबिंब स्पष्ट उमटले. मुझफरपूर येथील बॉम्ब प्रकरण हे फक्त तात्कालिक कारण होते. त्याच्या पाठीशी मोठी कारण-परंपरा उभी होती. एखादी रासायनिक क्रिया हळूहळू पण निश्चितपणे घडत असते; पण तिचे परिणाम ती पूर्ण झाल्यावरच दिसतात.

त्याप्रमाणे राजकीय क्षेत्रात ही क्रिया हळूहळू पण निश्चितपणे घडत होती. टिळकांच्या अटकेने त्या क्रियेचा आविष्कार स्पष्ट झाला इतकेच. ढाक्याचे कलेक्टर ॲलन यांच्यावर गोळी झाडली गेली होती; पण तिचा काहीच उपयोग झाला नव्हता. मवाळांच्या दृष्टीने सुरत काँग्रेसला तो एक अपशकुन होता. मवाळ नेते त्या वेळी काळजीतच होते. सुरत काँग्रेस मोडल्यापासून सरकारी दडपशाही सुरू होणार याची भाकिते वर्तविली जात होती. स्वत: टिळकांनाही याची कल्पना होती. सुरत येथील अधिवेशन संपवून प्रतिनिधी परतले ते एक प्रकारची धास्ती मनात बाळगूनच! भावी संकटाच्या काळ्याकुट्ट छाया त्यांच्या अंत:करणावर पसरल्या होत्या.

मुझफरपूर येथील बॉम्ब प्रकरणामुळे सरकारला सुवर्णसंधी मिळाली. अशा प्रकारच्या संधीची सरकार वाटच बघत होते. बॉम्ब उडताच धरपकड, झडत्या, खटले, छळवाद यांचे सत्र सुरू झाले. या 'पवित्र कार्यास' मुंबई सरकारनेही हातभार लावला. देशात कुठेही काहीही झाले तरी टिळकच त्याला जबाबदार आहेत, अशी सरकारने आपली पक्की समजूत करून घेतली होती. अर्थात् टिळकांना अटक केली नाही, तर धरपकडीचे सत्र अपुरे राहील, असे सरकारला वाटले असल्यास नवल नाही.

सुरतेहून आल्यापासून टिळक सतत कार्यमग्न होते. त्यांची मद्यपानबंदीची चळवळ सरकारच्या चांगलीच डोळ्यांवर आली होती. या चळवळीचे क्षेत्र जसजसे वाढू लागले तसतसा सरकारचा जळफळाट वाढू लागला. जूनमध्ये बॉम्बे लेजिस्लेटिव्हची पुण्यात बैठक होती. त्या बैठकीत मुंबईचे गव्हर्नर सर जॉर्ज क्लार्क यांनी सूचक भाषण केले होते. ते म्हणाले होते, की जनतेवर वजन असलेले काही पुढारी जनतेत सरकारविरुद्ध द्वेष पसरवीत आहेत. त्यांचा हा अग्नीशी खेळ चालला आहे हे त्यांनी ओळखून असावे. त्यांच्याविरुद्ध कायद्याचे हत्यार उपसण्यास सरकार मुळीच मागे-पुढे पाहणार नाही.

सर जॉर्ज क्लार्क यांचे भाषण कोणाला उद्देशून होते हे स्पष्टच होते. हे भाषण झाल्यानंतर पुरता एक आठवडाही लोटला नाही. टिळकांना अटक झालीच!

टिळक पर्वातील मध्यान्ह

बंगालच्या फाळणीसंबंधी झालेली चळवळ १९०८ साली अगदी कळसाला पोचली होती. ३० एप्रिल १९०८ रोजी खुदिराम बोस नावाच्या तरुणाने त्या वेळचे सेशन जज्ज किंग्जफोर्ड यांच्या गाडीवर बॉम्ब फेकला; पण या बॉम्बस्फोटात केनेडी नावाच्या दोन इंग्रज स्त्रिया ठार झाल्या आणि राजकीय नेत्यांची शिकार साधण्यासाठी ब्रिटिश पत्रकारांना एक चांगली संधी मिळाली. द्वेषाचा व हिंसाचाराचा प्रचार केल्याबद्दल त्या पत्रकारांनी जहाल पक्षाला जबाबदार धरले. हा आरोप लादताना त्यांनी सत्यासत्याची यत्किंचितही चाड बाळगली नाही.

अलाहाबादच्या 'पायोनिअर'ने दि. ७ मेच्या अंकात लिहिले, 'हल्लीच्या चळवळीच्या पाठीशी वर्णद्वेषाच्या विचारांचे बळ आहे आणि सुशिक्षित वर्गाने त्या द्वेषाला चांगलेच खतपाणी घातले आहे.'

कलकत्त्याच्या 'स्टेटस्मन' पत्राने दि. ५ मेच्या अंकात स्पष्टपणे लिहिले होते, 'नवीन पंथाच्या पुढाऱ्यांनी इंग्लंडचा निष्कारण द्वेष करण्यास शिकविले. इतकेच नव्हे, तर देशासाठी अशी कृत्ये करण्याची ज्यांची सिद्धता असेल त्यांनी ती करण्याची आवश्यकता आहे अशीही त्यांनी गर्भित सूचना केली होती. घातपाती कृत्ये करण्याचा उपदेश करणारे हे प्रचारक जी भिक्षांदेहीची सनदशीर चळवळ आहे तिचा उपहास करीत असतात व अपायकारक अशा 'स्वावलंबनाचा' संदिग्ध स्वरूपात पुरस्कारही करीत असतात. याचा साहजिकच असा परिणाम झाला, की अनेक उत्साही माणसांची डोकी ठिकाणावर राहिली नाहीत.'

बॉम्बस्फोटात झालेल्या हत्येने अँग्लो-इंडियन पत्रकारांना चांगलाच हादरा बसला. काहींना तर प्रसंगावधानच राहिले नाही. मुझफरपूर येथे उडालेल्या एका बॉम्बमुळे कसा धोका निर्माण होतो याचे बहुतेक सर्वांनी अवास्तव वर्णन केले. 'पायोनिअर' पत्राची मजल तर फारच लांब गेली होती. त्या पत्राने लिहिले होते, 'ठराविक अशा शहरांतील सर्व दहशतवाद्यांना सरसहा अटकेत टाकावे आणि द्वाही फिरवावी की, पुन्हा असा गुन्हा घडला तर एका खुनासाठी दहा लोकांना

गोळ्या घालून ठार करण्यात येईल. अशा पद्धतीने बॉम्ब-हल्ल्याचे प्रकार लवकर बंद करता येतील.'

'एशियन' या पत्राने लिहिले होते, 'श्री. किंग्जफोर्ड यांना फार उत्तम संधी मिळाली आहे. आम्हाला वाटते की, अल्प अंतरावरून ते उत्तम नेमबाजी करू शकतात. त्यांनी एखादे मॉसर पिस्तूल जवळ बाळगावे आणि एखाद्याची चांगली शिकार करावी. अशी नामी संधी त्यांना लाभल्याबद्दल आम्ही त्यांचा खरोखर हेवा करतो. आपले पिस्तूल त्यांनी नेहमी जवळ बाळगावे आणि एखादा चमत्कारिक दिसणारा माणूस जर त्यांच्याजवळ आला किंवा त्यांच्या घराजवळ दिसला तर त्यांनी त्याच्यावर खुशाल गोळ्या झाडाव्यात. यात कोणत्याही तऱ्हेचा अन्याय होणार नाही.'

कलकत्त्याच्या 'इंग्लिशमन' पत्रात एका निनावी लेखकाने लिहिले होते, 'या चळवळ्या लोकांचा नायनाट करण्यासाठी अधिकाऱ्यांच्या हाती अगदी साध्या प्रकारचे व तत्परतेचे अधिकार देऊन ठेवावेत. त्यापैकी काही निवडक चळवळ्यांना भंग्यांकडून रस्त्यात फटके मारवले तर त्यांच्या चळवळीच्या प्रामाणिकपणाचे तेज नाहीसे होईल व भोळ्याभाबड्या लोकांना त्यांची खरी किंमत कळून ते त्यांच्या नादी लागणार नाहीत.'

टिळकांच्या नव्या पक्षावर हल्ला करण्यास सदैव टपून बसलेल्या 'टाइम्स ऑफ इंडिया' या पत्राने देखील या वाहत्या गटारगंगेत हात धुऊन घेतले. देशातील तरुणांची डोकी भडकवून देण्यास हिंदुस्थानातील वृत्तपत्रे व पुढारी जबाबदार आहेत, असा स्पष्ट आरोप 'टाइम्स'ने केला.

या घटना घडत असताना स्वस्थ बसून त्यांच्याकडे पाहत राहणे टिळकांना शक्य नव्हते. नव्या पक्षावर खोडसाळपणाने व दुष्टपणाने आरोप लादले जात होते, ही गोष्ट टिळकांना मुळीच सहन होण्यासारखी नव्हती. त्यांनी 'केसरी'त कडक लेख लिहून हा हल्ला परतवला. १२ मे १९०८ रोजी 'देशाचे दुर्दैव' या नावाचा लेख त्यांनी 'केसरी'त प्रसिद्ध केला. त्यात म्हटले होते, 'ज्या तरुण बंगाली गृहस्थांनी या गोष्टी केल्या ते काही चोराच्या किंवा बदमाशाच्या वर्गातले नव्हेत. बंगाल्यांतील तरुण पिढीचा गुप्त कट हा जरी रशियातील बंडखोर लोकांप्रमाणे अधिकाऱ्यांचा गुप्त खून करण्याकरीता झाला असला, तरी तो स्वार्थाकरीता नसून, अनियंत्रित आणि बलाढ्य अशा गोऱ्या अधिकारी वर्गाच्या एकमुखी सत्तेने उत्पन्न झालेल्या संतापामुळे झालेला आहे, हे त्यांनी दिलेल्या जबान्यांवरून स्पष्ट दिसते. मनुष्यमात्राच्या सहनशीलतेलाही काही मर्यादा आहे, ही गोष्ट अनियंत्रित सत्ता चालविणाऱ्या राज्यकर्त्यांनी नेहमी लक्षात ठेवली पाहिजे... एका देशाने दुसऱ्या देशावर राज्य करण्यात स्वार्थ हाच राज्यकर्त्यांचा

प्रधान हेतू असतो... राज्यकर्त्या अधिकाऱ्यांचा खून न होण्यास प्रजेने साहाय्य करावे हा प्रजेचा ज्याप्रमाणे धर्म आहे त्याप्रमाणेच राज्यपद्धती बेजबाबदार न ठेवता सध्याच्या कालमानाप्रमाणे लोकमताचा त्यात समावेश करणे हे राज्यकर्त्यांचेही कर्तव्य आहे... खरी राजनीती म्हटली म्हणजे अशा निकरावर किंवा थरावर या गोष्टी न येऊ देणे हीच होय.'

यानंतर दि. ९ जून १९०८ रोजी 'हे उपाय टिकाऊ नाहीत' हा दुसरा लेख 'केसरी'त प्रसिद्ध झाला. त्यात लिहिले होते, 'दडपशाहीचे भूत पाच-सहा वर्षांनी हिंदुस्थान सरकारच्या अंगात संचार करीत असते... आपल्या बुद्धीचा, आपल्या शरीराचा व आपल्या स्वार्थत्यागाचा उपयोग आपल्या देशाचे कल्याण करण्याच्या कामी माथेफिरूपणाशिवाय इतर दुसऱ्या कोणत्याही मार्गाने होणार नाही, अशी तीव्र निराशा झाल्यानंतर चळवळ करणारे तरुण माथेफिरू होतात. ज्या वेळी जागृत झालेल्या बुद्धिमंतांच्या इच्छा व महत्त्वाकांक्षा सर्व राष्ट्रभर पसरतात व सर्व राष्ट्राला खडबडून जागे करू लागतात, त्यावेळी ही जागृतीची क्रिया बंद पडल्याने ही निराशा कमी न होता अधिकच तीव्र होते, हे सरकारने विसरता कामा नये. जागृतीची क्रिया बंद पाडण्यासाठी वर्तमानपत्रांचा नवा कायदा सरकारने पास केला आहे. त्यामुळे निराशेचे स्वरूप अधिक भयंकर होऊन विचारी व शांत स्वभावाच्या लोकांतही माथेफिरू निर्माण होण्याचा संभव आहे. बॉम्बगोळे नाहीसे करण्यासाठी खरा व टिकाऊ उपाय म्हणजे स्वराज्याचे महत्त्वाचे हक्क देण्यास आरंभ करणे हा होय. दडपशाहीचे उपाय पाश्चिमात्य शास्त्रांच्या व हिंदुस्थानातील लोकांच्या सांप्रतच्या स्थितीत टिकाऊ होणे शक्य नाही.'

या दोन लेखांमुळे मुंबई प्रांतातीलच नव्हे; तर इतर प्रांतातील ब्रिटिश अधिकाऱ्यांमध्ये चिंतेचे वातावरण निर्माण झाले. यासंबंधी मध्यप्रदेशच्या गव्हर्नराने गृहखात्याचे एक सदस्य सर जॉन मॅकेंझी यांच्याशी पत्रव्यवहार करून त्यांना इशारा दिला होता. याच सुमाराला देशातील अनेक वृत्तपत्रांच्या संपादकांना अटक झाली होती आणि त्यांच्यावर खटले भरून त्यांना तुरुंगात टाकण्यात आले होते; पण टिळक हे देशातील सर्वांत लोकप्रिय नेते होते. त्यांच्यावर खटला भरताना थोडीही चूक झाली तर तिचे परिणाम भयंकर होतील याची सरकारला कल्पना होती. म्हणून सरकार काळजीपूर्वक पावले टाकीत होते.

मुंबईचे गव्हर्नर सर जॉर्ज क्लार्क (नंतरचे लॉर्ड सिडनहॅम) यांनी 'केसरी'तील दोन्ही लेखांचे भाषांतर करवून घेतले व लवकरच टिळकांवर इंडियन पिनल कोडच्या १२४-अ व १५३-अ या कलमांखाली फौजदारी खटला भरण्याचे त्यांनी ठरविले. २३ जून १९०८ रोजी टिळकांवर खटला भरण्यास मुंबई सरकारने मान्यता दिली. दुसऱ्या दिवशी प्रेसिडेन्सी मॅजिस्ट्रेट ॲस्टन यांच्यापुढे

फिर्याद दाखल करण्यात आली. फिर्यादीत लिहिले होते, 'दि. १२ मेच्या अंकात टिळकांनी 'देशाचे दुर्दैव' या मथळ्याखाली केसरीत अग्रलेख लिहिला आणि त्या योगाने सरकारविषयी लोकात द्वेष व तिरस्कार उत्पन्न केला. निदान तसा प्रयत्न केला. सरकारविषयी द्वेष किंवा तिरस्कार उत्पन्न करणे किंवा तसा प्रयत्न करणे हा राजद्रोहाचा गुन्हा होय. तरी १२४-अ व १५३-अ या कलमांखाली टिळकांची चौकशी होऊन त्यांना योग्य ती सजा देण्यात यावी.' लगेच टिळकांना त्या लेखाबद्दल अटक करण्यात आली.

'देशाचे दुर्दैव' या लेखावर वरील आरोप आधारलेला होता; परंतु एकाच लेखावर विसंबून राहण्याने फिर्यादी पक्षाला समाधान वाटेना. म्हणून 'हे उपाय टिकाऊ नाहीत' या दुसऱ्या लेखावरून पुन्हा आरोप करून टिळकांवर दुसरे पकड-वॉरंट काढण्यात आले. त्या वेळी टिळक अटकेतच होते.

मुंबईचे गव्हर्नर सर जॉर्ज क्लार्क, व्हाइसरॉय लॉर्ड मिंटो आणि भारतमंत्री मोर्ले यांची खलबते होऊन टिळकांवर खटला चालविण्याचे एकमताने ठरले. अर्थात् या बाबतीत हिंदुस्थानातील कोणाही व्यक्तीचा सल्ला घेतला गेला नाही; कारण इंग्रज सरकार व हिंदुस्थानातील अधिकारी यांच्यात एक प्रकारचा अविश्वास निर्माण झाला होता. टिळकांच्या संबंधात काही माहिती विचारायची असेल किंवा सल्ला घ्यायचा असेल, तर मुंबईच्या गव्हर्नरकडून कलकत्त्याला व्हाइसरॉयकडे खास दूत रवाना होत असे. याचा अर्थ इतकाच की पोस्ट व तार खात्यावरही सरकारचा विश्वास राहिला नव्हता. त्या वेळच्या ब्रिटिश अधिकाऱ्यांचे वर्तन गूढ आणि संशयी होते, असे त्या काळी मुंबईत नोकरीस असलेल्या एका पोलीस अधिकाऱ्याने वर्णन केले आहे. त्याने म्हटले आहे, 'मी अत्यंत बेचैन झालो होतो. मुंबईमधील सर्व युरोपिअन जनता काहीतरी कट करीत आहे असे मला सारखे वाटे.'

टिळकांसंबंधी घेतलेल्या निर्णयाबाबत गुप्तता राखली होती. तरीही ती बातमी बाहेर फुटलीच. टिळकांना आगामी संकटाची सूचनाही देण्यात आली होती. 'काळ' पत्राचे संपादक व टिळकांचे स्नेही प्रा. शिवरामपंत परांजपे यांच्यावर झालेल्या राजद्रोहाच्या खटल्यात त्यांच्या बचावाची व्यवस्था करण्यासाठी टिळक मुंबईला जाण्याच्या तयारीत होते. ते आगगाडीत बसत असताना त्यांचे स्नेही बापूसाहेब गांधी (यांचे महात्मा गांधींशी नाते नव्हते) यांनी हळूच टिळकांना सांगितले, 'मुंबईहून आल्यावर तुम्हाला अटक होणार असल्याचे मला समजले आहे. तरी आज मुंबईला न जाता उद्या जावे. म्हणजे घरी जाऊन सर्व व्यवस्था करण्यास ठीक पडेल.' यावर टिळकांनी काहीशा बेफिकिरीने पण हसत उत्तर दिले, 'घरी जाऊन काय फौजफाटा तयार करावयाचा आहे, की सैन्य जमवावयाचे

आहे की, हत्ती-घोडे शृंगारावयाचे आहेत, की किल्ल्यावर शत्रूचा हल्ला होणार आहे म्हणून चर खणावयाचे आहेत? सरकारने सर्व देश हा एक असा तुरुंगच बनविल्याने आपण सर्व आधीच तुरुंगात आहोत. त्यातून प्रत्यक्ष तुरुंगात जाणे म्हणजे एका मोठ्या दालनातून ते मला एका लहान दालनात कोंबणार एवढेच की नाही? यात तयारी ती काय करावयाची?'

आपल्या स्नेह्याची संकटाविषयीची ही बेफिकीर वृत्ती पाहून गांधी वकील थक्क झाले. मुंबईला पोचल्यावर टिळक नेहमीप्रमाणे सरदारगृहात गेले.

दि. २४ जूनला त्यांना मुंबईत प्रत्यक्ष अटक झाली त्याही दिवशी अशीच हकिगत घडली. टिळकांवर पकड-वॉरंट घेऊन पोलीस सुपरिंटेन्डेंट येण्यास दोन तास अवधी होता. तेव्हा यशवंतराव कुलकर्णी यांनी माहिती दिली, 'सिटी मॅजिस्ट्रेटने वॉरंटावर नुकतीच सही केली असून, टिळकांना केव्हा अटक होईल त्याचा नेम नाही. टिळक सरदारगृहात आल्यावर त्यांना ही बातमी मिळाली. त्या वेळी खेदाने ते म्हणाले, 'ज्या राष्ट्राला प्रतिकार करण्याचे सामर्थ्य नाही त्या दुर्बल राष्ट्राच्या पुढाऱ्याला असली बातमी कळून तरी काय उपयोग?'

नंतर त्यांनी थोडा वेळ विश्रांती घेतली. ते इतके थकले होते की या वाईट बातमीचा त्यांनी फारसा विचारही केला नाही. सुमारे तीन तासांनी पोलीस-अधिकारी आले. टिळकांनी त्यांचे मित्रासारखे स्वागत केले. आणि ते त्यांना विनोदाने म्हणाले, 'वॉरंटवर मॅजिस्ट्रेटची सही होऊन चार तास होऊन गेले व तेथून सरदारगृह हा पंधरा मिनिटांचाही रस्ता नाही. असे असता तुम्हाला वॉरंट बजावण्याला चार तास कसे लागतात? लवकर आला असता तर आज जामिनकीचा अर्ज तरी करण्याला फुरसत मिळाली असती; असो. आता जास्त वेळ घालविण्यात अर्थ नाही.'

ते उठले. डोक्यावर पगडी ठेवली, सुपारीची चांदीची डबी खिशात घातली आणि हातात काठी घेऊन पोलीस-अधिकाऱ्यांबरोबर ते चालू लागले. जणू एखाद्या लग्नाच्या पानसुपारीलाच ते निघाले होते. भवितव्याबद्दल त्यांना काहीच पर्वा नव्हती. ते शांत व निष्काळजी दिसत होते.

टिळकांना पोलिसांच्या कोठडीत ठेवण्यात आले. त्या ठिकाणी चोर, दरोडेखोर, खुनी आरोपीही ठेवलेले होते. या बाबतीत सरकारचा खोडसाळपणा जसा दिसून आला तसाच तो टिळकांवर उशिरा वॉरंट बजावण्याच्या बाबतीतही दिसून आला. टिळकांना जामिनावर सोडण्याची सरकारची इच्छा नव्हती. दुसऱ्या दिवशी टिळकांच्या वकिलाने जामिनाचा अर्ज दिला. तेव्हा प्रेसिडेन्सी मॅजिस्ट्रेट ॲस्टन यांनी तो नामंजूर केला. याच ॲस्टनसाहेबाने सहा वर्षांपूर्वी टिळकांच्या विरुद्ध द्वेषबुद्धीने ताई महाराजांचा खटला उभा केला होता.

दि. २ जुलै रोजी टिळकांच्या वतीने पुन्हा हायकोर्टात जामिनाचा अर्ज देण्यात आला; पण तो अर्जही नामंजूर झाला. न्या. दावर यांनी हा अर्ज नामंजूर केला, या गोष्टीला विशेष महत्त्व होते. टिळकांचे वकील महंमदअल्ली जिना यांनी १८९७ साली टिळकांवर झालेल्या खटल्याचा दाखला देऊन सांगितले, की इंडियन पिनल कोडच्या १२४-अ व १५३-अ या दोन कलमांखालीच १८९७ साली टिळकांवर खटला भरला होता; आणि त्या वेळी न्यायमूर्ती बद्रुद्दीन तय्यबजी यांनी टिळकांना जामिनावर मुक्त केले होते; परंतु या दाखल्याचा काही उपयोग झाला नाही. अखेरीस जिनांनी न्यायमूर्ती दावर यांना असेही सांगून पाहिले, की आरोपींवर खटला चालून तो दोषी आहे असे ठरेपर्यंत तो निरपराधी आहे असेच कोर्टाने समजून चालले पाहिजे, असे न्यायाचे मुख्य तत्त्व आहे.

परंतु या युक्तिवादाचाही कही उपयोग झाला नाही. १८९७च्या खटल्यात स्वत: दावर टिळकांच्यातर्फे वकील होते. त्या वेळी टिळकांनी जामिनावर सोडविण्यासाठी त्यांना जे मुद्दे पुढे केले होते तेच जिनांनी या वेळी कोर्टापुढे म्हणजे न्यायमूर्ति दावर यांच्यापुढे मांडले. पण १८९७ नंतर अकरा वर्षांचा काळ मध्यंतरी लोटला होता. १८९७मधील तरुण बॅरिस्टर दावर १९०८ साली स्वतंत्र बुद्धीचे राहिले नव्हते. ते नोकरशाहीचे एक घटक बनले होते. साम्राज्यातील राज्यपद्धतीत यंत्राचे चाक असावे तसे ते झाले होते. त्यांनी बेफिकिरीचा आव आणला असला तरी टिळकांचा जामीन नाकारताना त्यांची मन:स्थिती काय झाली होती हे सांगणे अवघड नव्हते. त्यांना दुसऱ्याच्या तंत्राने वागावे लागत होते किंवा ते तसे वागत होते हे उघड होते. जिनांच्या भाषणावर ते म्हणाले, 'न्यायमूर्ती तय्यबजी यांनी टिळकांच्या जामिनासंबंधी दिलेला निकाल मला माहीत आहे. त्याचप्रमाणे त्यापूर्वीची हकिगत आणि नंतर कोर्टापुढे झालेल्या उभय पक्षांच्या तक्रारीही मला माहीत आहेत. त्या बाबतीत मी काळजीपूर्वक विचार केला आहे. फक्त माझ्याच मनाचा विचार केल्यास, खटला चालण्यापूर्वी मी आरोपीला अटकेत ठेवले नसते, परंतु...'

आपल्या भाषणाचा समारोप करताना न्यायमूर्ती दावर म्हणाले, 'टिळकांना जामिनावर खुले करणे शहाणपणाचे होणार नाही. इतकेच नव्हे तर मी असे का करतो याची कारणे सांगणेही शहाणपणाचे होणार नाही. जामीन नाकारण्याचा निर्णय घेतल्याने मला खेद वाटतो; परंतु खटला चालण्यापूर्वी जामीन नाकारणे मला भाग पडत आहे.'

न्यायमूर्ती दावर हे वस्तुत: प्रामाणिक, सरळ मनाचे आणि चांगल्या स्वभावाचे गृहस्थ होते. त्यांच्यावर जर जामीन देण्याची जबाबदारी सोपविली असती तर

त्यांनी टिळकांचा जामिनकीचा अर्ज नामंजूर केला नसता; पण या खटल्याच्या बाबतीत मुंबईचे गव्हर्नर सर जॉर्ज क्लार्क आणि ब्रिटिश साम्राज्याची सारी यंत्रणा यांनी आतून सूत्रे हलविली होती.

जामिनकीच्या अर्जाच्या बाबतीत जे घडले तेच सबंध खटल्याचे काम चालविण्याच्या बाबतीत घडले. मुंबईच्या गव्हर्नर-इन्-कौन्सिलच्या खास मंजुरीने टिळकांवर हा खटला भरला होता म्हणून फिर्यादीच्या वतीने खास ज्यूरीची मागणी करण्यात आली. या मागणीला टिळकांचे वकील बॅ. जोसेफ बाप्टिस्टा यांनी विरोध केला. ते म्हणाले, की खास ज्यूरी नेमणे अपायकारक होईल. कायद्याच्या उदात्त तत्त्वाप्रमाणे मुख्यत्वे आरोपीच्या फायद्याकरीता ज्यूरी नेमले जातात; त्याची बाजू सुरक्षित राखण्यासाठी ज्यूरी असतात; पण आम्हाला ज्यूरींची आवश्यकता नाही. आम्ही कोर्टाकडे ज्यूरींची मागणी केली असती तर तिला मान्यता देणे सयुक्तिक झाले असते; पण न्यायाला ज्यूरींची मदत व्हावी म्हणून ते नेमायचे असतील तर ज्या भाषेत आक्षेपार्ह लेख लिहिले आहेत ती भाषा समजणारे ज्यूरीच नेमले जावेत!

टिळकांवरील खटला महत्त्वाचा असल्याने मुंबईतील उच्च दर्जाच्या नागरिकांतूनच ज्यूरींची निवड व्हावी, असा हुकूम न्यायमूर्ती दावर यांनी केला. अखेरीस सात इंग्रज व दोन हिंदी अशा नऊ जणांना ज्यूरी म्हणून नेमण्यात आले.

१३ जुलैला या खटल्यातील पुरावा घेण्यास प्रारंभ झाला. आपण लिहिलेल्या लेखांचा अर्थ आणि त्यांचा हेतू ज्यूरींना चांगल्या रीतीने समजावून देण्यासाठी टिळकांनी स्वत:च हा खटला चालविला. भाषांतरे बरोबर आहेत की नाही हे दाखविण्यासाठी त्यांनी प्रथम भाषांतरकारांची उलट तपासणी केली. मराठीचे इंग्रजीत भाषांतर करताना वापरलेले इंग्रजी शब्द आणि संज्ञा चुकीच्या व दिशाभूल करणाऱ्या, मूळ भाषेतील आशय योग्य प्रकारे व्यक्त करणाऱ्या नाहीत, हे सरकारी भाषांतरकारांनी कबूल केले. मुझफरपूर येथे उडालेल्या बॉम्बचा फायदा घेऊन 'टाइम्स ऑफ इंडिया', 'पायोनिअर', 'स्टेटस्मन', 'इंग्लिशमन' इत्यादी ब्रिटिश मालकीच्या वृत्तपत्रांनी सर्व प्रकारच्या राजकीय चळवळी दडपून टाकाव्या, अशा खोडसाळ सूचना केल्या होत्या. त्यांना उत्तर देण्यासाठी व त्या बाबतीत हिंदुस्थानचा दृष्टिकोन काय आहे हे स्पष्ट करण्यासाठी आपण हे लेख लिहिले, असे टिळकांनी जोरदार प्रतिपादन केले.

उलट तपासणी करताना तर सरकारी भाषांतरकाराची टिळकांनी खोडकीच जिरवली. शेवटी त्या साक्षीदाराने कबूल केले, की ज्या लेखांबद्दल खटला चालू आहे त्यांचे भाषांतर मी स्वत: केले नसून फक्त ते बरोबर असल्याचा शेरा दिला; पण मूळ लेखांशी ताडून पाहता असे दिसून येते की काही महत्त्वाचे शब्द

सरकारी भाषांतरात गाळले गेले आहेत.

लेखातील काही शब्द गाळले गेले आहेत असे जेव्हा साक्षीदाराने न्यायमूर्तींच्या प्रश्नाला उत्तर दिले तेव्हा लगेच टिळकांनी विचारले, 'जोशी यांनी हायकोर्टातील भाषांतराची खात्री दिली खरी; परंतु ते आता म्हणत आहेत, की भाषांतराची जोखीम त्यांच्यावर नाही. तरी हायकोर्टातील भाषांतरकार साक्षीला येणार आहेत काय?'

टिळकांच्या या प्रश्नावर ॲडव्होकेट जनरल यांनी उत्तर दिले, 'नाही! आम्ही त्यांना बोलावणार नाही.'

नंतर न्यायमूर्तींनी शांतपणे निकाल दिला, की त्यांना बोलावण्याची पद्धत नाही. हायकोर्टातील भाषांतर बरोबर आहे, असे सामान्यतः मानले जाते.

दुसऱ्या कोणत्याही देशात असे प्रकरण झाले असते, तर लोक प्रतिकार केल्यावाचून राहिले नसते. आरोपीने लिहिलेल्या लेखांच्या भाषांतरावर भयंकर गुन्ह्याखाली खटला उभारण्यात आला आहे आणि लेखांचे ते भाषांतर चुकीचे आहे असे तज्ज्ञांचे मत असतानाही ते बरोबर आहे असा निकाल न्यायमूर्ती देतात! हिंदुस्थानात कसा न्याय दिला जात असे त्याचा हा अजब नमुना होता.

या खटल्याच्या बाबतीत अगदी पहिल्यापासून अजब गोष्टी घडत गेल्या होत्या. त्या ध्यानी घेतल्या तर अधिकाऱ्यांच्या मनात नेमके कोणते विचार होते हे लक्षात येते. टिळकांच्या पुण्यातील निवासस्थानाची झडती घेण्यासाठी वॉरंट सुटले होते. त्यात त्यांच्या सिंहगडच्या बंगल्याचा उल्लेखही नव्हता; पण पोलीस अधिकारी टिळकांच्या कुटुंबीयांची किंवा कारभाऱ्यांची परवानगीही न घेता सिंहगडला गेले आणि बंगल्याचे कुलूप तोडून त्यांनी सरळ झडती घेतली. हे कृत्य करताना पोलिसांना काही वाटले नाही. त्यांनी झडती घेतली, पण गुन्ह्यासंबंधी आक्षेपार्ह असे झडतीत काहीही मिळू शकले नाही. त्यामुळे पोलिसांची निराशा झाली. नाही म्हणायला त्यांना एक पोस्टकार्ड सापडले. त्यात स्फोटक पदार्थांसंबंधीच्या दोन पुस्तकांची आणि त्यांच्या प्रकाशकांची नावे टिळकांनी लिहिली होती. ती नावे अशी:

1. The Hand-Book of Modern Explosive by Eissler.
2. Nitro-Explosives by P. Gerard Sanford.

टिळक बॉम्ब तयार करीत होते असे सिद्ध करण्यासाठी या पोस्टकार्डाचा त्यांच्याविरुद्ध उपयोग करण्यात आला; पण खरा प्रकार वेगळाच होता. सरकारने स्फोटक पदार्थांविषयीचा कायदा नुकताच संमत केला होता. त्या कायद्यातील कलमांवर दि. ११ जून १९०८च्या केसरीत टिळकांनी कडक टीका केली होती. त्यासाठी त्यांनी वरील पुस्तकांचे टिपण करून ठेवले होते.

झडतीत सापडलेल्या पोस्टकार्डाचा टिळकांच्या वतीने तसा खुलासा करण्यात आला; पण हा खुलासा मान्य करायची ॲडव्होकेट जनरलची तयारी नव्हती. त्यांनी असे सांगितले, की मुझफरपूर येथील बॉम्बच्या प्रकरणाबद्दल टिळकांनी लिहिलेल्या लेखांवरून हा खटला भरला आहे. त्यामुळे स्फोटक द्रव्यांविषयी विचार करण्यासाठी या पुस्तकांची जरुरी होती असे मानता येणार नाही; कारण त्या लेखात बॉम्बची तरफदारी केली आहे. ॲडव्होकेट जनरलने पुढे म्हटले होते, 'राजकीय सुधारणा करा, हक्क द्या नाही तर बॉम्ब टाकू अशी दहशत टिळकांच्या लेखातून निघते. *'देशाभिमानी राजद्रोह असा काही गुन्हा असेल, तर तो मी केला खरा. हक्क द्या, नाही तर बॉम्ब घ्या, असे मी लिहिणार! कारण मी संपादक आहे. आणि मी संपादक आहे म्हणून माझे हेतू शुद्ध आहेत!'* असा बहाणा टिळकांनी चालविला आहे; पण तो कोण चालू देणार? बॉम्बगोळे थोडक्यात व स्वस्तात करता येतात या गोष्टीच्या आनंदाने भारून गेल्याप्रमाणे लेखकाने लिहिले आहे. खुनी लोक देशाचे उपकारकर्ते आहेत असे टिळकांना वाटत असेल तर वाटो; पण ते आरोपाचे उत्तर नाही. पावलोपावली 'परकी' हा शब्द त्यांनी सरकारला लावला आहे. राज्याच्या चालत्या गाड्याला खीळ घाला म्हणजे तुमचे सर्व मनोरथ पूर्ण होतील असे टिळक या लेखात सुचवतात.'

सरकारी बाजू मांडताना ॲडव्होकेट जनरल असेही म्हणाले, की या लेखांचा रोख उघडपणे किंवा प्रच्छन्नपणे बॉम्बमुळे सरकारला दहशत बसविण्याचा होता हे जर सिद्ध झाले, तर आरोपीच्या कृत्यांचा विचार करण्यासाठी या कार्डाचा विचार न करून कसे चालेल? ही धमकी नाही तर काय आहे? टिळक शब्दांनी व लेखांतून बॉम्बचा निषेध करतात व असा निषेध करताना ते सरकारला बजावतात, की सरकारने सुधारणांविषयी हमी दिली नाही तर बॉम्बचा उपयोग असाच चालू राहणार. अशा माणसाने स्वत: लिहिलेले स्फोटक द्रव्यांविषयीचे कार्ड जेव्हा पुढे येते तेव्हा त्याच्यावरून काय अनुमान काढायचे ते तुमच्यावरच सोपवणे भाग आहे.

टिळकांनी न्यायासनासमोर सुमारे तेवीस तास भाषण केले. इंग्लंडमध्ये राजद्रोहासंबंधी काय समज आहे हे दाखवण्यासाठी त्यांनी इंग्लिश लॉ-रिपोर्टांतील अनेक उदाहरणे मांडली. महत्त्वाचे आधारही दिले. अखेरीस दि. २२ जुलै रोजी एक तासभर भाषण करून, त्यांनी आपले प्रदीर्घ भाषण संपविले. ज्यूरींतील सभ्य गृहस्थांना उद्देशून ते म्हणाले, 'विलायतेत वर्तमानपत्रांना जी सवलत मिळते तितकीच मी मागितली आहे व मला ती मिळाली पाहिजे. ज्यूरींतील जे इंग्रज लोक आहेत त्यांच्या देशात मतस्वातंत्र्याचा हा अधिकार पूर्वीच मिळाला

असून, त्याची अखंड परंपरा आजवर चालू आहे. हे स्वातंत्र्य इंग्रज लोकांनी झगडून मिळविले आहे. म्हणूनच त्याचा त्यांनी अभिमानच बाळगला पाहिजे. तो अभिमान बाळगावयाला मिळावा अशीच आमचीही हिंदुस्थानात इच्छा आहे. ती पूर्ण होण्याला इंग्रज लोकांनी आम्हाला मदत केली पाहिजे. उदार विचारांची सवलत मी मागतो ती स्वत: माझ्याकरीता नव्हे, तर माझ्या देशाकरीता! व्यक्तिश: माझे वय विचारात घेतले, तर मी आणखी किती दिवस जगणार! पण माझ्या देशाचे आयुष्य काही संपत आलेले नाही... माझ्याविषयी पुष्कळ लोकांची मने आधीच दूषित झालेली आहेत आणि मुंबईतील वर्तमानपत्रे माझ्या नावाचा कसा परामर्श घेतात हे आपण पहात असालच; पण ते या ठिकाणी विसरून जा. मी बोललो ते स्पष्ट बोललो, माझी भाषा ढोबळ व सडेतोड होती. तथापि, माझ्या भाषेला महत्त्व न देता त्यातील मुद्दे लक्षात घेऊन योग्य तो निकाल द्याल अशी मला आशा आहे. एखादी गोष्ट मनाला पटली तरी ती बोलून दाखविण्याला एक प्रकारचे धैर्य लागते, आणि हे धैर्य ईश्वराने तुम्हाला द्यावे अशी प्रार्थना आहे.'

पण टिळकांची ही प्रार्थना परमेश्वराने ऐकली नाही. त्यांचे भाषण पालथ्या घड्यावरील पाण्याप्रमाणे निरर्थक ठरले. न्यायमूर्तींनी ज्यूरींना उद्देशून भाषण करताना जरी नि:पक्षपातीपणाचा आव आणला असला तरी त्यांचे भाषण एकतर्फीच होते. ते म्हणाले, "ज्या बॉम्बनी खून पडतात त्या बॉम्बमध्ये देशभक्ती आहे असे आपण म्हणता का? आरोपी असे म्हणतात, की जेव्हा बंगाली लोकांनी राष्ट्रीय पुनरुज्जीवनासाठी पूर्णपणे योग्य व न्याय्य मार्गाचा अवलंब केला होता तेव्हा बंगाली लोकांच्या या राष्ट्रभक्तीने सरकार चिडले व काही मुसलमान गुंडांना त्यांच्यावर घालून त्यांच्या मालमत्तेची नासधूस करविली आणि त्यांच्या बायकांची अब्रू घ्यावयास लावली. हे आरोपींचे म्हणणे योग्य आहे का? बंगाली लोकांवर हल्ले करण्यास, त्यांची मालमत्ता लुटण्यास व त्यांच्या बायकांची अब्रू घेण्यास मुसलमानांस सरकारने चिथावणी दिली, असा टिळकांनी सरकारवर आरोप केला आहे की नाही, या प्रश्नाचे उत्तर तुम्हीच द्यावयाचे आहे.

'टिळक म्हणतात, माझा आवेश सत्यस्फूर्तीचा होता; पण तो तसा कितपत होता हे तुम्हीच ठरवा. बरे, विषय काय तर बॉम्बचे 'अत्याचार.' एरवी खून एकट्यादुकट्याचा तरी होतो; पण बॉम्बने दहापाच माणसे एकदम मरू शकतात. अशा वेळी टिळक ज्याला स्पष्टोक्ती म्हणतात ती खरोखर किती घातक किंवा निरुपद्रवी आहे हे तुम्हीच ठरवा. राज्याच्या चालत्या गाड्याला खीळ कोणी घालू पाहील तर काय परिणाम होतील? दोन निरपराधी स्त्रियांचे खून झाले आणि या कृत्याचे स्वरूप काय, तर म्हणे सरकारचे लक्ष प्रजेच्या मागण्यांकडे वेधण्यास ते

उपयोगी पडतील! दि. ९ जूनच्या लेखात लेखकाने निरनिराळ्या उपमा दिल्या; पण त्यात बॉम्बचेच सुरस वर्णन केले.'

न्यायमूर्तींचे भाषण संपले. ज्यूरींचे सभासद विचार करण्यासाठी खोलीत गेले. आरोपी दोषी आहेत हे ठरवायला त्यांना फक्त सव्वा तास लागला. ज्यूरींतील सात जणांनी टिळकांना दोषी ठरविले आणि दोघांनी निर्दोष ठरविले. न्यायमूर्तींच्या निकालाकडे आता सर्वांचे कान लागले. विचित्र योगायोग असा, की दुसऱ्या दिवशी टिळकांच्या वयाची ५२ वर्षे पूर्ण होत होती. त्यांच्या वाढदिवसानिमित्त न्यायमूर्ती त्यांना कोणता आहेर देतात याकडे सर्वांचे डोळे लागले होते. रात्र अंधारी होती. हवा पावसाळी होती. आकाश मेघव्याप्त होते. कोर्टातील गॅसच्या दिव्यांचा मंद प्रकाश भीषण वाटत होता. अंधार आणि मंद उजेड यांच्या चमत्कारिक मिश्रणामुळे एकंदर प्रसंगाला भीषणता प्राप्त झाली होती. त्या वातावरणात लपलेल्या कठोर भवितव्याची चाहूल लागत होती.

इतक्यात न्यायमूर्तींचा गंभीर आवाज ऐकू येऊ लागला. कानाचे प्राण बनवून लोक लक्षपूर्वक ऐकू लागले. न्यायमूर्तींच्या रूपाने कठोर भवितव्यता जणू टिळकांना विचारत होती, 'तुम्हाला काही सांगावयाचे असेल तर ते सांगण्याची हीच वेळ आहे.'

न्यायालयाच्या त्या भव्य, भीषण दिवाणखान्यात तेथील अंधूक प्रकाशातून हळूहळू सिंहनाद कानी पडू लागला. तेथे जमलेल्या असंख्य लोकांची एकदम तंद्री लागली. जणू त्या ठिकाणी न्यायालयाचा तो भव्य, भीषण दिवाणखाना नव्हता, न्यायपीठावर न्यायमूर्ती दावर बसले नव्हते, त्यांच्या शेजारी ज्यूरींतील सभासद नव्हते, सरकारी वकील नव्हते, काहीही नव्हते. एखाद्या वनात पहाटेपूर्वीचा काळोख पसरावा तसा सर्वत्र पसरला होता. आकाश मेघव्याप्त होते आणि त्या आकाशातून मेघांचा गडगडाट होत होता. दुसऱ्याच क्षणी त्या गडगडाटाला प्रतिसाद देण्यासाठी त्या वनातून वनराजाची घनगंभीर आरोळी ऐकू येऊ लागली आणि मग त्या आरोळीतून हळूहळू शब्द स्पष्ट होऊ लागले, 'ज्यूरीने मला दोषी ठरविले तर खुशाल ठरवो; पण मी निश्चयपूर्वक सांगतो, की मी गुन्हेगार नाही. लौकिक गोष्टींचे नियंत्रण करणारी अशी एक शक्ती न्यायपीठाहूनही वरिष्ठ आहे. कदाचित् ईश्वराची इच्छाच असेल की मला शिक्षा व्हावी आणि शिक्षा भोगल्यानेच मी अंगीकारलेल्या कार्याला उर्जितावस्था यावी!'

टिळकांनी न्यायासनासमोर उच्चारलेल्या वचनात सागराचे गांभीर्य, अमृताचे अमरत्व, नक्षत्रांचे पावित्र्य, गगनाचे अनंतत्व आणि सूर्याची ऐन मध्यान्हीची तेजस्विता, या साऱ्या गोष्टी प्रतिबिंबित झाल्या होत्या. सूर्यप्रसादाचे फळ हे सूर्यासारखे तेजस्वी व चंडप्रतापी असते याचा जगाला त्या दिवशी साक्षात्कार झाला.

मग न्यायमूर्ती टिळकांना उद्देशून बोलू लागले. ते म्हणाले, "तुम्हाला शिक्षा सांगणे हे आता माझे कर्तव्य आहे... तुम्ही जे लेख लिहिले त्या प्रकारचे घातक लेख हे राजकीय चळवळीतील न्यायाने उपयोगात आणण्यासारखे एक शस्त्र आहे असे तुम्ही म्हणता, तेव्हा तुमचे अंतरंग रोगट झाले आहे यात शंका कसली? तुमच्या लेखात राजद्रोह भरून उतू येत आहे. त्यात अत्याचाराचा उपदेश आहे. बॉम्बगोळे हे हिंदुस्थानात लोककल्याणाकरीताच जणू काही अवतरले आहेत अशा भावनेने तुम्ही त्यांचे स्वागत करता. यापरते एखादे कुजकट मन अधिक ते काय बोलेल किंवा लिहील? गेल्या दहा वर्षांत तुमचा सरकारविषयीचा द्वेष नाहीसा झाला नाही. दर आठवड्याला अत्याचाराला उत्तेजन देणारे लेख तुम्ही जाणूनबुजून लिहिता. तुम्ही म्हणता, की ते आयत्या वेळी लिहिले आहेत; परंतु दोन निरपराध इंग्रज बायांचा क्रूरपणाने व भ्याडपणाने खून झाल्यानंतर पंधरा दिवसांनी ते लेख लिहिले आहेत. राजकीय चळवळीत बॉम्ब हे जणू काय न्याय्य अस्त्र आहे, असे तुम्ही मानता. तुमच्यासारखे वर्तमानपत्रकर्ते हा ईश्वराने भूमीला दिलेला शापच होय... तुमचे वय व अन्य गोष्टी लक्षात घेऊन दोन गुन्ह्यांबद्दल मिळून सहा वर्षांची काळ्या पाण्याची शिक्षा मी तुम्हाला देतो. आणि तिसऱ्या आरोपाबद्दल फक्त एक हजार रुपये दंड करतो.'

ही शिक्षा ऐकून जनतेवर वज्राघात झाला; पण टिळक मात्र अगदी शांत दिसत होते. कोर्ट उठले. टिळकांना घेऊन पोलीसही चालू लागले. पोलिसांबरोबर मंद मंद पावले टाकीत टिळकही चालू लागले. कोठे कोणास ठाऊक!

शापभ्रष्ट न्यायदेवता

टिळकांवरील या ऐतिहासिक खटल्याचा निकाल दि. २२ जुलैला रात्री दहा वाजता लागला. टिळकांच्या शिक्षेविरुद्ध निदर्शने होणार अशी चिन्हे आधीपासूनच दिसत होती. ही निदर्शने टाळण्याच्या दृष्टीने पोलीस अधिकारी जे प्रयत्न करीत होते त्यात सहकार्य करायचे न्यायमूर्ती दावर यांनी ठरविले. पाऊस पडत असल्याने निकालपत्र वाचण्यास सुरुवात होईपर्यंत हायकोर्टाबाहेर जमलेली गर्दी लवकरच कमी होईल आणि निकाल जाहीर होईल तेव्हा शहरातले लोक झोपलेले असतील अशी अधिकाऱ्यांची अपेक्षा होती; पण त्याच रात्री निकाल जाहीर होणार, असे संध्याकाळी सात वाजता लोकांना समजले आणि तासाभरात हायकोर्टाच्या आसपास हजारो लोक जमले. निकाल ऐकल्याशिवाय परत यायचे नाही, हे त्यांनी ठरविले होते.

दहा वाजता शिक्षा सुनावली गेली. जमलेल्या कित्येक लोकांना रडू फुटले; पण टिळक मात्र शांत आणि धीरगंभीर होते. कोर्टाच्या मागच्या दारातून त्यांना बाहेर नेण्यात आले व तेथे तयार असलेल्या गाडीतून परस्पर स्टेशनवर नेण्यात आले. पाऊस कोसळत होता तरीही लोक आपल्या नेत्याच्या दर्शनासाठी तिष्ठत उभे होते; पण टिळकांना घेऊन साबरमतीकडे जाणारी खास रेल्वेगाडी मुंबई सोडून जाईपर्यंत त्यांना कोर्टाच्या मागच्या दाराने नेल्याची बातमी कोणालाही कळली नव्हती. नंतर दारुण निराशेने लोक घरोघरी परतले.

टिळकांना शिक्षा सुनावल्यानंतर त्यांना गुप्तपणे मुंबईहून साबरमतीच्या तुरुंगात नेण्यात आले. त्या वेळी त्यांच्याबरोबर अहमदाबाद स्टेशनपासून असलेल्या अहमदाबादच्या कलेक्टरने सरकारला कळविले की कैदी अगदी निराश झालेला दिसला आणि तो स्वत:शी काही तरी पुटपुटत होता; मात्र रस्त्यात त्याने काहीच त्रास दिला नाही. त्याने अगदी शांतपणे पोलिसांना सांगितले, की या शिक्षेमुळे दंगली होण्याची शक्यता आहे.

शिक्षेची बातमी जेव्हा पुण्याला पोचली तेव्हा सरोजिनी नायडू पुण्यात

गव्हर्नमेंट हाउसमध्ये होत्या. पुण्यातील त्या वेळच्या परिस्थितीचे वर्णन करताना त्यांनी लिहिले आहे, *'पेशव्यांची राजधानी असलेले जुने पुणे शहर दुःखाच्या गर्द छायेत बुडून गेले. मी राहत असलेल्या गव्हर्नमेंट हाउसच्या परिसरातही नेहमीचे आनंदी वातावरण लुप्त होऊन दुःखाची छाया पसरली. अधिकाऱ्यांच्या चेहऱ्यावर काळजी, शंका, भीती इत्यादी भावना स्पष्ट दिसत होत्या हे मला आताही आठवते. दंगे होणार की काय? कित्येक दिवस आधीपासून ठरविलेल्या एका समारंभासाठी गव्हर्नरने आता शहरात जाणे योग्य होईल की नाही? गव्हर्नमेंट हाउसमधील इतर मंडळींबरोबर मी शहरात गेले तेव्हा सर्व रस्त्यांवर शांतता पसरली होती. मला स्वप्नात असल्यासारखे वाटत होते. हिंदी जनतेच्या दुःखाबद्दल सहानुभूती बाळगणारा एक अधिकारी दुःखाचा निःश्वास टाकून हळूच म्हणाला, "हे घडले त्यापेक्षा माझा उजवा हात गमावला असता तरी बरे झाले असते, असे मला आता वाटत आहे."*

त्या दिवशी शाळा-कॉलेजांमध्ये विद्यार्थ्यांची उपस्थिती फारशी नव्हती. कोर्टकचेऱ्यांत आणि व्यापारी केंद्रात काम करणाऱ्यांचे लक्ष त्या दिवशी कामात लागत नव्हते. टिळक सुटून येईपर्यंत काही तरी नेम करण्याची प्रतिज्ञा काहींनी केली. दूरदूरच्या खेड्यांमध्ये ही धक्का देणारी बातमी काही वेळातच पसरली तेव्हा तेथील जनतेची प्रतिक्रियाही अशाच स्वरूपाची होती.

पण आपल्या लाडक्या नेत्याला एकाएकी नेण्यात आल्याचे कळताच लोकांच्या निराशेचे रूपांतर रागात झाले आणि त्या रागाच्या भरात ते दगडफेक करू लागले. एका युरोपिअन सार्जंटला दगडाचा मार लागून तो जखमी झाल्याने त्याला दवाखान्यात नेणे भाग पडले. खटल्याला प्रत्यक्ष सुरुवात होण्यापूर्वीच खटल्याचा निकाल काय लागणार याची अटकळ लोकांना होती. त्यामुळे टिळकांच्या शिक्षेची वार्ता ऐकण्यापूर्वीच कामगारांनी थोड्या प्रमाणावर संपाला सुरुवात केली होती. आणि प्रत्यक्ष शिक्षेची वार्ता कानी पडताच त्यांनी कडक हरताळ पाळण्याचा निश्चय केला. शिक्षेच्या प्रत्येक वर्षाला एक दिवस याप्रमाणे सहा दिवस हरताळ पाळण्याचे त्यांनी ठरविले होते. लोक अतिशय संतप्त झाले होते. खटल्याच्या निकालानंतर आठ दिवस सगळीकडे दंगली चालू होत्या. मुंबईच्या असंख्य कामगारांनीही संप पुकारून ब्रिटिश सत्तेविरुद्ध एक प्रकारचे बंडच पुकारले. त्यानंतर रशियाचे महान नेते व्लादिमीर लेनिन यांनी निरपवाद रीतीने जाहीर करून टाकले की हिंदुस्थानातील कामगारवर्गाची अस्मिता आता जागृत झालेली आहे.

शहरातील वातावरण कित्येक आठवडे तंग होते. पोलिसांना परिस्थिती काबूत ठेवणे अशक्य झाले तेव्हा त्यांच्या मदतीसाठी लष्कराला पाचारण केले.

इतके असामान्य धैर्य लोकांनी यापूर्वी कधीच दाखविले नव्हते. खटल्याची सुनावणी सुरू होण्याच्या आधीपासूनच सुरक्षिततेच्या दृष्टीने काळजी घेण्यात आली होती; पण त्या व्यवस्थेचा काहीच उपयोग झाला नाही. सुनावणीच्या दिवशी सकाळपासूनच कामगारांचे जथेच्या जथे हायकोर्टाकडे जात असलेले दिसत होते. सुनावणीच्या कामात जसजशी प्रगती होत होती तसतसे वातावरण अधिकच तंग होत होते. शहरातील पंच्याऐंशी गिरण्यांमध्ये सुमारे एक लाख कामगार होते. टिळकांच्याबद्दल त्यांना इतका आदर वाटत होता की टिळकांच्या अटकेच्या बातमीने त्यांच्यात संतापाची लाट उसळली. दि. १६ जुलै रोजी खटल्याचे कामकाज पाहण्यासाठी क्वीन आणि लक्ष्मीदास गिरण्यातील कामगारांनी संप पुकारला. या दोन गिरण्यांच्या कामगारांनी इतर गिरण्यांमध्ये जाऊन तेथे दंगल केली.

दि. १९ व २० जुलै रोजी सर्वच गिरण्यांच्या कामगारांनी संप पुकारला; पण कोठेही दंगली झाल्या नाहीत. दि. २३ रोजी जेव्हा टिळकांच्या शिक्षेचे वृत्त प्रसिद्ध झाले तेव्हा मात्र कामगारांचा संयम सुटला. आणि त्यांनी सहा दिवसांच्या हरताळाची घोषणा केली. रस्त्यावर शांतता होती; पण काही लोक कायदा आणि सुव्यवस्था प्रस्थापित करण्याच्या हेतूने रस्त्यातून हिंडत असता पोलिसांच्या गोळीबाराला बळी पडले, तेव्हा दंगली उसळल्या. संतप्त जमावांनी सरकारी मालमत्तेची नासधूस केली आणि मग त्यांच्यावर गोळ्यांचा वर्षाव झाला.

या गोळीबारासंबंधी पार्लमेन्टमध्ये दि. १ ऑगस्ट रोजी विचारलेल्या एका प्रश्नाला उत्तर देताना भारतमंत्र्यांनी सांगितले, की पोलीस आणि सैनिक यांनी सहा दिवस गोळीबार केला; त्यात चौदाजण ठार आणि तीसजण जखमी झाले. अनधिकृत वृत्तानुसार मृतांचा आकडा तीस आणि जखमींचा आकडा शंभर असल्याचे सांगण्यात आले होते.

कामगारांच्या सहा दिवसांच्या संपात दुकानदारही सामील झाले. जाहीर केलेली संपाची मुदत सहा दिवसांनंतर संपली; पण दुकानदार दुकाने उघडण्याच्या मन:स्थितीत नव्हते. कामगारांचीही तीच अवस्था होती.

मुंबईमध्ये जी परिस्थिती होती तीच परिस्थिती देशात इतरत्रही होती. अनेक शहरांमध्ये एक दिवसासाठी संपूर्ण व्यवहार बंद होते. शाळा आणि महाविद्यालये बंद होती. टिळकांच्या शिक्षेच्या निषेधार्थ ठिकठिकाणी जाहीर सभा झाल्या. काही शाळांतील गैरहजर विद्यार्थ्यांना दुसऱ्या दिवशी उभे राहण्याची शिक्षा झाली तर काहींना आठ आणे दंड झाला. टिळकांना लाभलेली अलौकिक लोकप्रियता सरकारच्याही नजरेतून सुटली नव्हती.

दि. १८ सप्टेंबर १९०८ रोजी लंडनला धाडलेल्या गुप्त खलित्यात सर जॉर्ज क्लार्क लिहितात, 'टिळकांना झालेल्या शिक्षेमुळे मुंबईत जे दंगेधोपे झाले,

गिरणीवाल्यांनी जे संप केले आणि कापडदुकाने, शेअरबाजार इत्यादी ठिकाणी जे हरताळ पडले त्यावरून टिळकांचे जनतेवर केवढे वजन होते याची कल्पना येऊ शकेल. त्यांचे सारे बेत पार पाडण्यास जर त्यांना पुरेसा अवधी लाभला असता, तर रशियातील घातपाती लोकांनी पुरस्कार केलेल्या मार्गांचा अवलंब करून त्यांनी सार्वत्रिक संप घडवून आणण्यात नक्की यश मिळविले असते.'

दि. २७ जुलै रोजी सर जॉर्ज क्लार्क यांनी व्हाइसरॉय लॉर्ड मिंटो यांना एक निमसरकारी पत्र पाठविले. त्या पत्रात सर जॉर्ज लिहितात, 'टिळकांच्या शिक्षेमुळे त्यांच्याविषयी सर्वत्र सहानुभूती निर्माण झाली आहे असे इकडे सामान्यत: लोकांना वाटत नाही. विशेषत: मुंबईत तरी अशी स्थिती आहे. तेथील परिस्थिती अजमावण्यासाठी काल मी येथे आलो; आणि तिसऱ्या प्रहरी प्रमुख अशा व्यापारी लोकांची व धंदेवाईक लोकांची खासगी सभा घेतली. मी त्यांच्यापुढे भाषण केले आणि हल्लीच्या अशांततेच्या वेळी त्यांचे कर्तव्य काय आहे, याची त्यांना स्पष्ट शब्दांत जाणीव करून दिली. नंतर मी काही व्यापाऱ्यांना खासगीरीत्याही भेटलो. त्यांच्याशी बोललो. मला असे वाटते, की टिळकांची किंमत कमी झाल्याने सर्वांना त्यांच्याविषयी सहानुभूती वाटत आहे.'

सर जॉर्ज क्लार्क यांनी निवडलेल्या व्यापाऱ्यांनी टिळकांची निंदा करावी असे सर जॉर्ज यांना वाटत होते; पण त्यांचा हा हेतू सिद्धीस गेला नाही. 'टिळकांची किंमत कमी झाल्याने सर्वांना त्यांच्याविषयी सहानुभूती वाटत आहे' हा सर जॉर्ज यांचा तर्क अजब आहे. 'आपले राजकीय हक्क काय आहेत याविषयी लोकजागृती करणे हे टिळकांचे प्रमुख कार्य होते. इंग्रजी राज्य चालू राहिल्यानेच व्यापाऱ्यांचा अफाट फायदा होणार होता. तरीही या श्रीमंत व्यापाऱ्यांनी आणि उद्योगपतींनी नकळत टिळकांबद्दल सहानुभूती व्यक्त केली होती; पण सर जॉर्ज यांना मात्र वाटत होते, की टिळकांचे वजन कमी झाल्याने सर्वांना त्यांच्याविषयी सहानुभूती वाटत होती. सर जॉर्ज यांचे हे तर्कशास्त्र अजबच म्हटले पाहिजे. वास्तविक साऱ्या व्यापाऱ्यांची सहानुभूती टिळकांना लाभली होती. एखाद्या पुढाऱ्याला यापेक्षा आणखी कोणत्या विजयाची अपेक्षा असणार? कोणत्याही समाजात श्रीमंत माणसांच्या डोक्यात नवीन कल्पना शिरणे कठीण असते; आणि विशेषत: त्यागाची कल्पना शिरणे तर अशक्यच! राजकीय स्वातंत्र्यासाठी टिळकांनी अढळ भूमिका स्वीकारली होती. त्यामुळे त्यांना झालेली सहा वर्षांची शिक्षा म्हणजे एक अग्निदिव्यच होते; पण टिळकांनी जी स्वातंत्र्याची ज्योत पेटविली होती तिच्यापुढे मुंबईच्या बड्या व्यापाऱ्यांचीही मात्रा चालणे अशक्य होते. यावरून उद्योगपतींवर टिळकांचे केवढे वजन होते हे सहज स्पष्ट होईल.

दि. २२ जुलैला टिळकांना शिक्षा झाली. त्या रात्री इतकी खळबळ उडाली

की राज्ययंत्रणेलासुद्धा हादरा बसला. मुंबई सरकारने सिमल्याला व्हाइसरॉयकडे तारेने कळविले, 'टिळकांना सहा वर्षे शिक्षा व हजार रुपये दंड;' पण अल्पावधीतच या संदेशात दुरुस्ती करून कळविण्यात आले, 'टिळकांना तुरुंगवासाची शिक्षा झाली त्याच्याऐवजी काळ्या पाण्याची शिक्षा झाली असे वाचावे.' यानंतर आणखी एक नमुनेदार तार हिंदुस्थान सरकारच्या गृहखात्याच्या सचिवाकडून मुंबई सरकारच्या न्यायखात्याच्या सचिवाकडे आली. या तारेत लिहिले होते, 'वर्तमानपत्रात अशी बातमी आहे की, टिळकांना इंडियन मरीनच्या मेयो बोटीत घालून अंदमानला पाठविले. ही गोष्ट खरी असल्यास, कोणत्याही प्रकारची आगाऊ माहिती हिंदुस्थान सरकारला न देता तुम्ही जी तजवीज (टिळकांच्या बाबतीत) केलीत, त्याला कारणे काय झाली ती इत्थंभूत जाणण्याची हिंदुस्थान सरकारची इच्छा आहे. तरी पूर्णपणे तपशीलवार कळवावी.' मुंबई सरकारने ताबडतोब तारेने उत्तर दिले, 'तुमचा क्रमांक २२० (पोलिटिकल). तुम्ही ज्या निवेदनासंबंधी लिहिता त्याला आधार नाही.'

टिळक आहेत तरी कोठे, याबद्दल सरकारवर प्रश्नांचा एकसारखा भडिमार सुरू होता. दुसऱ्या दिवशी हिंदुस्थान सरकारने पुन्हा मुंबई सरकारला तार केली, 'कालची तुमची तार पोचली. टिळक सध्या कोठे आहेत व काळ्या पाण्याची शिक्षा भोगण्यासंबंधी कशी व्यवस्था करण्याचे तुमच्या मनात आहे ते ताबडतोब तारेने कळवा. ज्या गोष्टीकडे हिंदुस्थानात व इंग्लंडात विशेष लक्ष वेधले जाते त्यासंबंधी काय तजविजी केल्या जातात त्या वेळोवेळी पूर्णपणे जाणून घेण्याची हिंदुस्थान सरकारची इच्छा आहे.'

मुंबईचे गव्हर्नर सर जॉर्ज क्लार्क यांनी व्हाइसरॉयला एक सविस्तर पत्र लिहून सर्व परिस्थितीची जाणीव दिली. त्यात त्यांनी लिहिले होते, 'टिळकांना हायकोर्टातून तडक अंदमानात काळ्या पाण्यावर पाठविण्याचे काम माझ्या हातून घडू शकेल अशी कल्पना करणारा एखादा माणूस सिमल्यात असावा याबद्दल मला खेद होतो. उघड उघड ती बाजारगप्प होती. आणि तिच्याचमुळे तर येथे दंगेधोपे झाले.'

या सर्व तारा, विचारणा, खुलासे, प्रतिखुलासे यांवरून असे स्पष्ट दिसते, की टिळकांबद्दल किंवा त्यांना झालेल्या जबर शिक्षेबद्दल काही प्रश्न निघाला की सरकार चिडून जात असे. भारतमंत्री लॉर्ड मोर्ले आणि सर जॉर्ज क्लार्क यांच्यात तर टिळकांवर खटला भरणे योग्य व शहाणपणाचे होईल की नाही याविषयी तीव्र स्वरूपाचा मतभेद झाला होता, असे त्या वेळच्या डायऱ्या व कागदपत्र यांवरून स्पष्ट दिसते.

टिळकांना शिक्षा झाल्यानंतर त्यांचे स्नेही दादासाहेब खापर्डे यांच्या लक्षात

आले की हिंदुस्थानात टिळकांच्या अपिलाला न्याय मिळणार नाही. तेव्हा या कामासाठी इंग्लंडला जावे, म्हणून त्यांनी दि. ६ ऑगस्टला धोंडोपंत विद्वांसांबरोबर टिळकांची तुरुंगात भेट घेतली आणि दि. १५ रोजी ते इंग्लंडकडे रवाना झाले. यानंतर दि. २० रोजी विद्वांस पुन्हा टिळकांना भेटले तेव्हा खापर्डे यांना देण्यासाठी टिळकांनी काही लेखी सूचना त्यांच्याजवळ दिल्या होत्या. त्या प्रिव्ही कौन्सिलकडे करायच्या अपिलासंबंधी होत्या. मुंबईच्या हायकोर्टात करायच्या अपिलासंबंधीच्या सूचनाही त्यांनी बाप्टिस्टा यांच्यासाठी दिल्या होत्या.

प्रिव्ही कौन्सिलच्या अपिलासाठी मुंबई हायकोर्टाकडे करायच्या अर्जावर टिळकांनी दि. ७ ऑगस्टला सही केली. हा अर्ज कोर्टाने दि. १२ला दाखल करून घेतल्यानंतर दि. २१ रोजी टिळकांनी आपले वकील बाप्टिस्टा यांना तार करून बोलावून घेतले. बाप्टिस्टा लगेच दि. २२ रोजी टिळकांना भेटले. त्या वेळची हकिगत त्यांनी पुढील शब्दांत सांगितली आहे, *'अपिलाच्या कामासाठी मी टिळकांना साबरमती तुरुंगात भेटलो तेव्हा त्यांच्या अंगावर कैद्याचे कपडे होते. तुरुंगाधिकाऱ्याने भेटीच्या खोलीत फक्त एक खुर्ची ठेवली होती. मी टिळकांना ही खुर्ची देताच ते उद्‌गारले की, छे, छे, मी बसत नाही; कारण त्यामुळे तुम्ही दोन अर्थांनी 'स्टॅन्डिंग कौन्सेल' ठराल. शेवटी आम्ही दोघेही खाली जमिनीवर बसलो. सहा वर्षांची शिक्षा भयंकर स्वरूपाची आहे अशा अर्थाचा उल्लेख अपिलाच्या अर्जात होता कामा नये, असा आग्रह टिळकांनी धरला.'*

टिळकांच्या शिक्षेचे वृत्त कळताच हिंदुस्थानातली सारी वर्तमानपत्रे रागाने पेटून उठली. न्यायमूर्तींच्या पक्षपाती धोरणाबद्दल सगळ्या वर्तमानपत्रांनी टीकेची झोड उठवली. विशेषत: मुंबई प्रांतातील वर्तमानपत्रांनी प्रखर टीकेचे अस्त्र सोडले आणि त्याचा व्हायचा तोच परिणाम त्यांना सहन करावा लागला. 'मराठा' आणि 'ज्ञानप्रकाश' या दोन वृत्तपत्रांच्या संपादकांना हायकोर्टात उभे करण्यात आले आणि त्यांनी माफी मागावी असे सांगण्यात आले. 'ज्ञानप्रकाश'च्या संपादकांनी माफी मागितली; पण 'मराठा' चे संपादक न. चिं. केळकर यांनी माफी मागण्याचे नाकारले. त्यांना १४ दिवस शिक्षा झाली आणि माफी मागेपर्यंत त्यांना पुढे शिक्षा होणार होती; पण चौदा दिवसांनी ते माफी मागून मोकळे झाले.

टिळकांचे एक प्रतिस्पर्धी सुरेन्द्रनाथ बॅनर्जी यांनीही कलकत्त्याच्या 'बंगाली' या वृत्तपत्रात या शिक्षेविषयी झणझणीत टीका केली होती. त्यात त्यांनी लिहिले होते, 'न्यायमूर्तींविषयी योग्य तो आदर व्यक्त करूनसुद्धा असे म्हणणे भाग आहे, की त्यांनी दिलेली शिक्षा राक्षसी स्वरूपाची आहे. हिंदुस्थानातील सर्व लोक आणि सुविचारी जनता तिला निंद्य म्हणून दोष लावतील.'

कलकत्त्याच्या 'अमृतबझार पत्रिके'ने स्पष्ट लिहिले होते, 'टिळकांचा खटला

इंग्लंडात चालला असता आणि ज्यूरींतील दोन सभासदांची मते त्यांच्या बाजूने पडली असती, तर न्यायाधीशाने ज्यूरींचे बहुमत ग्राह्य मानले नसते व पुन्हा पहिल्यापासून खटला चालविण्याचा हुकूम केला असता; आणि सर्व ज्यूरींचे एकमत झाल्यावाचून आरोपीला शिक्षा दिली नसती.'

ब्रिटनमधील सामान्य जनतेला आणि असंख्य वृत्तपत्रांनाही टिळकांवरील खटला चालविण्याच्या पद्धतीबद्दल आणि त्यांना झालेल्या जबर शिक्षेबद्दल चीड आली होती. सेवानिवृत्त आय.सी.एस. अधिकारी सर हेन्री कॉटन यांनी 'न्यू एज' या वृत्तपत्रात लिहिले होते, 'हिंदुस्थानात ज्या गोष्टी घडून येत आहेत त्यातील खरे इंगित काय आहे हे इंग्रजांना समजत नाही, म्हणून निराशा होते. इमर्सन याने शोध लावल्याप्रमाणे इंग्रजांच्या मेंदूला एक कप्पा आहे. एखादा इंजिनिअर वाफ बंद करण्याकरीता इंजिनचा कप्पा ज्याप्रमाणे बंद करतो त्याप्रमाणे इंग्रजही आपल्या मर्जीप्रमाणे आपल्या मेंदूचा कप्पा बंद करीत असतो.'

'दि टाइम्स' या वृत्तपत्रात हाईण्डमन यांनी आपल्या लेखात स्पष्ट आव्हान केले होते की, टिळकांच्या लेखात बॉम्ब फेकण्याला किंवा अत्याचाराला चिथावणी देणारे एक तरी वाक्य दाखवावे. हाईण्डमन हे समाजसत्तावादी विचारसरणीचे होते. याच पत्रात केरहार्डी यांनीही टिळकांच्या शिक्षेविरुद्ध सरकारवर कडक टीका केली होती. केरहार्डी हे पार्लमेन्टमधील मजूर पक्षाचे जनक होते.

इतर अनेक ब्रिटिश वृत्तपत्रांनीही टिळकांची बाजू घेऊन सरकारवर टीका केली होती. टिळकांच्या खटल्याची चौकशी आणि त्यांना दिलेली शिक्षा या गोष्टी ब्रिटिश न्यायाच्या नि:पक्षपातीपणाची विजयचिन्हे आहेत असे कोणीही मानणार नाही, अशा आशयाचे विचार 'दि इंडिया' या पत्राने मांडले होते. 'दि स्टार'नेही अशाच स्वरूपाचे विचार मांडले होते.

'मँचेस्टर गार्डियन' या पत्राने वाजवी टीका केली होती. या पत्राने लिहिले होते, 'टिळकांचा काटा कोणत्या ना कोणत्या तरी मार्गाने काढायचा निश्चय सरकारने केला होता, असा अर्थ हिंदुस्थानातील लोक टिळकांना ज्या प्रकारची शिक्षा झाली आहे त्यावरून काढतील. या खटल्याची आणि शिक्षेची स्मृती फार दिवस टिकून राहील. वर्णद्वेषाची कटुता नाहीशी करण्याच्या आणि परस्परांविषयी विश्वास निर्माण करण्याच्या कामी या शिक्षेच्या स्मृतीचा प्रतिबंध होणार आहे. परस्परांबद्दल विश्वास निर्माण झाल्यावाचून हिंदुस्थानात राज्य करणे हे केवळ अशक्य होऊन 'सुधारणा' निष्फळ होतील.'

टिळकांच्या शिक्षेचे परिणाम अनिष्ट होतील, असा इशारा अनेक ब्रिटिश वृत्तपत्रांनी आणि नेत्यांनी ब्रिटिश सरकार आणि हिंदुस्थान सरकार या दोघांनाही दिला होता. या विचारांचे नेतृत्व करणाऱ्या 'मॉर्निंग लीडर'ने म्हटले होते,

'टिळकांना झालेल्या शिक्षेचे हिंदुस्थानात काय परिणाम होतील हे ब्रिटनमध्ये फारच थोड्या लोकांना समजले आहे. हिंदुस्थानात सर्वत्र टिळकांबद्दल जनतेला अपार आदर आहे. ते नुसतेच स्वातंत्र्यासाठी झगडा करीत नाहीत तर एक थोर विचारवंत म्हणूनही त्यांची ख्याती आहे.'

लंडनच्या 'जस्टिस' पत्रात हाईण्डमन यांनी केलेली टीका सर्वात प्रखर होती. त्यांनी लिहिले होते, 'टिळकांना फर्मावण्यात आलेली शिक्षा म्हणजे न्यायाचा विकृत उपयोग आहे. हिंदुस्थानातील जनतेसाठी न्याय नाही हेच यावरून स्पष्ट होते.'

'लंडन टाइम्स'ने मात्र सरकारची बाजू उचलून टिळकांवर टीका करण्याचा आपला पायंडा सोडला नव्हता. टिळकांविरुद्ध केलेल्या फिर्यादीबद्दल सरकारने जे केले ते न्याय्य होते, असे मत त्या पत्राने व्यक्त केले होते.

'लंडन टाइम्स'च्या या मताबद्दल विशेष आश्चर्य वाटण्याचे कारण नाही; कारण गोखले यांची भूमिकाही अशीच होती. मोर्ले-मिंटो सुधारणांच्या संदर्भात गोखले त्या वेळी लंडनला गेले होते. टिळकांच्या शिक्षेविरुद्ध ब्रिटनमधील भारतीयांनी आयोजित केलेल्या निषेध सभेचे अध्यक्षपद स्वीकारावे अशी विनंती गोखले यांना करण्यात आली होती; पण या सभेला नुसते उपस्थित राहण्याचेही गोखले यांनी अमान्य केले. यामुळे ब्रिटनमधील भारतीय क्रांतिकारकांची माथी भडकली आणि त्यांनी गोखल्यांना ठार करण्याचे ठरविले; पण स्वातंत्र्यवीर सावरकर यांनी त्यांना या विचारापासून परावृत्त केले. गोखले आणि टिळक यांच्यात राजकीय मतभेद होते हे खरेच, पण गोखल्यांच्या नकाराचे कारण वेगळेच होते. ते 'मोर्ले-मिंटो' सुधारणा संबंधीच्या नाजूक कामगिरीवर गेले होते.

'मँचेस्टर गार्डियन' या उदारमतवादी पत्राने वर्तविलेले भविष्य पुढे तंतोतंत खरे ठरले. टिळकांच्या शिक्षेमुळे हिंदी प्रजा व गोरी नोकरशाही यांच्यात वंशविद्वेष निर्माण होऊन तो कालांतराने वाढत गेला. त्यामुळे परस्परांचे हृद्गत कळणे दुरापास्त होऊन बसले आणि अखेरीस ब्रिटिशांचे राज्य धोक्यात आले. ज्या नि:पक्षपाती न्यायालयावर ब्रिटिश राज्यसंस्था दीर्घकाल आधारलेली होती त्या न्यायालयावरील लोकांचा विश्वास उडाला. सरकारने टिळकांचा आपल्या मार्गातील काटा दूर केला आणि मोर्ले-मिंटो सुधारणांचा मार्ग मोकळा करून घेतला, असा उघड आरोप जनता सरकारवर करू लागली.

मोर्ले-मिंटो सुधारणा टिळकांना कधीच आशादायक वाटल्या नव्हत्या. १९०७च्या सप्टेंबरमध्ये सरकारने या सुधारणांविषयी तात्पुरत्या सूचना प्रसिद्ध केल्या होत्या. दि. ३ सप्टेंबर १९०७ रोजी 'केसरी'त लिहिलेल्या 'टोणग्याचे आचळ' या अग्रलेखात प्रारंभी हितोपदेशातील एक दाखला देऊन टिळकांनी या

सुधारणांवर कडक टीका केली होती. या लेखात त्यांनी लिहिले होते, *'बारा आठवड्यांपूर्वी 'भरवशाच्या म्हशीस टोणगा' झाल्याचे सांगून या टोणग्यास 'आचळ फुटून त्याची कालांतराने दुभती म्हैस बनेल या मनोराज्याच्या संकल्पात जर आम्ही गढून गेलो, तर आमच्यासारखे महामूर्ख या जगात कोणी नाहीत, असे म्हणावे लागेल,' असे आम्ही लिहिले होते. आमच्या लिहिण्याची पुरी प्रतीती हिंदुस्थान सरकारने बड्या नालायकांचे कौन्सिल आणि वरिष्ठ व प्रांतिक कायदेकौन्सिल यासंबंधाने प्रांतिक सरकारास पाठविलेले व विलायत सरकारने मंजूर केलेले जे पत्र प्रसिद्ध झाले आहे त्यावरून वाचकांच्या लक्षात येईल. तत्त्ववेत्ते आणि पंडित म्हणून नावाजलेले उदार पक्षातील मुत्सद्दी मोर्ले हे आम्हास जे काही काढून देणार होते त्याचा सर्व गड्डा आता बाहेर पडला आहे किंवा हिंदुस्थानच्या राज्यव्यवस्थेत होणाऱ्या सुधारणारूपी टोणग्याचे आचळ आता दिसू लागले आहे असे म्हटले तरी चालेल. बोलून चालून टोणग्याचेच आचळ, तेव्हा त्यात दूध सापडणे अशक्य हे सांगावयास नकोच... सरकारची बुद्धी सरकारच्या दृष्टीने ठीक आहे, पण आमच्या दृष्टीने ही सुधारणा नव्हे, निव्वळ पीछेहाट होय.'*

टिळकांचा हा लेख वृत्तपत्रसृष्टीतील एक लेणे मानला जाईल यात शंका नाही. या लेखातील विदारक टीकेने सरकारी 'सुधारणां'वर चांगलाच प्राणघातक टोला हाणला. सरकारला टिळकांची ही टीका चांगलीच झोंबली. अशा स्थितीत सरकारी अधिकाऱ्यांना टिळक 'भयंकर माणूस' दिसू लागले. दिवसेंदिवस टिळकांच्या पाठीमागील गुप्तचरांचा ससेमिरा वाढू लागला.

पण मोर्ले-मिंटो सुधारणा जेव्हा अमलात आल्या तेव्हा टिळकांची ही भूमिका पूर्णपणे समर्थनीय ठरली. या सुधारणा आल्यानंतर दोन वर्षांतच मवाळ पक्षाने आपल्या डोळ्यांवरील मोहपटल दूर झाल्याचे आणि आपली निराशा झाल्याचे मान्य केले. हिंदी लोकांना राज्यकारभार आपल्या हाती हवा होता; पण मोर्ले-मिंटो सुधारणांनी त्यांचे समाधान झाले नाही हे स्पष्ट झाले. या सुधारणांनी फक्त तोंडपाटिलकीला वाव दिला. प्रत्यक्ष हातात काहीच पडले नव्हते. साऱ्या राज्यकारभाराची जबाबदारी पूर्ववत् नोकरशाहीच्याच हातात राहिली.

पण मोर्ले-मिंटो सुधारणांबद्दलचे भाकीत खरे ठरले तेव्हा त्या भविष्याचा द्रष्टा मंडालेच्या कारावासात शिक्षा भोगत होता. त्या वेळी मात्र त्यांना जगाशी काही कर्तव्य उरले नव्हते. अखंड कार्यरत राहिल्यानंतर एखाद्या ब्रह्मर्षीने गिरिकुहरात जाऊन दीर्घकाल विश्रांती घ्यावी त्याप्रमाणे टिळकांचे ते विश्रांति-जीवन सुरू झाले होते आणि त्या विश्रांतीकालातूनच जगाला थक्क करून सोडणारा ग्रंथरूपी चमत्कार बाहेर पडला.

योगीराजाची सिद्धावस्था

शिक्षा झाल्यानंतर प्रथम काही दिवस टिळकांना साबरमतीच्या तुरुंगातच ठेवले होते; पण त्यांना मंडालेच्या तुरुंगात पाठविण्याचा निर्णय आधीच करण्यात आला होता. दि. १३ सप्टेंबरला सकाळी टिळकांना अत्यंत गुप्तपणे साबरमतीच्या तुरुंगातून हलविण्यात आले आणि तितक्याच गुप्तपणे त्यांना 'हार्डिंज' बोटीवर चढविण्यात आले.

मंडालेतील सेन्ट्रल जेलमधील टिळकांचे जीवन म्हणजे सहा वर्षांचा एकांतवासच होता. हिंदुस्थानातून काळ्या पाण्याच्या शिक्षेवर पाठविलेले कैदी, स्वयंपाकी, जेलर, डॉक्टर, सुपरिंटेंडेन्ट व कैद्याची परिस्थिती पाहण्यासाठी अधूनमधून तुरुंगाला भेट देणारे तपासनीस एवढ्याच माणसांचा टिळकांना थोडाफार सहवास घडत असे. त्यांना वर्तमानपत्रे किंवा मासिके देण्यास मनाई होती. प्रचलित राजकारणावरील एकही पुस्तक त्यांना दिले जात नसे. प्रत्येक महिन्यात त्यांना फक्त एकच पत्र दुसऱ्यांना पाठविता येत असे आणि दुसऱ्यांचे फक्त एक पत्र त्यांना मिळण्याची सवलत होती. दर तीन महिन्यांनी कोणालाही एकदाच त्यांना भेटण्याची परवानगी असे. यावरून त्यांना किती दारुण एकांतवासात सहा वर्षे काढावी लागली त्याची कल्पना येईल.

नेताजी सुभाषचंद्र बोस यांना नंतर मंडालेच्या तुरुंगात डांबून ठेवले होते. त्यांनी या तुरुंगातील जीवनाविषयी जे लिहून ठेवले आहे त्यावरून त्या तुरुंगातील कैद्यांच्या स्थितीविषयी थोडीफार कल्पना येऊ शकते; मात्र तुरुंगवासात कितीही हालअपेष्टा सहन कराव्या लागल्या असल्या तरी टिळकांनी कोठेही त्यांचा उल्लेख केलेला नाही. त्यांचे हाल कसे झाले असतील हे नेताजींनी लिहून ठेवले आहे त्यावरूनच कळते. नेताजी लिहितात -

'ज्या ठिकाणी लोकमान्य टिळकांना लाकडी पिंजऱ्यात ठेवले होते त्याच ठिकाणी आम्हाला ठेवले होते. मंडालेची हवा रोगट व बहुतेक न मानवणारी असा आम्हाला अनुभव आला. त्यामुळे लोकमान्यांना येथे अशा अवस्थेत

कित्येक वर्षे कशी काढावी लागली असतील याची आम्हाला पूर्ण कल्पना येते. उन्हाळ्यात ही जागा म्हणजे खरोखर एक आगीची भट्टीच होती. लाकडी कठड्यामुळे उष्णतेपासून व रखरखीत प्रकाशापासून संरक्षण होत नव्हते; आणि इमारतीवरील कौलांनी तर या त्रासात भर टाकली होती. उन्हाळ्यात वावटळी सुटत. उष्णता व धूळ एकत्र मिसळल्याने आमच्या शरीरांना फार त्रास होत असे. हिवाळ्यात थंडी कडक असे. थोडक्यात सांगायचे म्हणजे तुरुंगातल्या माणसांना सर्वस्वी पंचमहाभूतांच्या दयेवर अवलंबून रहावे लागे. उन्हाळा फार दिवस टिके. पराकोटीच्या उष्णतामानाने अंगाची लाही लाही होऊन जाई. माझ्या आयुष्यात इतक्या उष्णतेचा मला कधी अनुभव आला नाही. रुमाल भिजवून ते अंगाभोवती गुंडाळले, तर ते थोड्या वेळात वाळत असत. मध्यरात्रीपर्यंत हवेत उष्णतेची धग असे. जागा कोंडमाऱ्याची आणि हवा न येणारी असल्याने झोप लागणे अशक्य असे. आमच्यापैकी कोणी थंडीताप, घसा धरणे, पडसे किंवा इन्फ्ल्यूएंझा यांनी आजारी पडला नाही असे क्वचितच घडे. तेथील वातावरण इतके उदास वाटत असे की त्यामुळे कधी कधी ग्लानी येई. आणि अशा स्थितीत सतत बौद्धिक काम करणे जवळजवळ अशक्य होऊन जाई.'

टिळकांना जेव्हा शिक्षा झाली तेव्हा त्यांची प्रकृती ठीक नव्हती. ते मधुमेहाच्या विकाराने आजारी होते. त्यामुळे त्यांना कडक पथ्य पाळावे लागे; पण तरीही त्यांनी मंडाले येथे झालेल्या हालांचा नंतर कधीही उल्लेख केला नाही. उलट अशाही परिस्थितीत मंडाले येथील तुरुंगवासात त्यांनी जिवापाड बौद्धिक परिश्रम करून 'गीतारहस्य' हा बहुमोल ग्रंथ लिहिला.

टिळक सुटून पुण्याला परत आले. त्यानंतर त्यांनी दि. २३ जून १९१४ रोजी 'केसरी'ला एक मुलाखत दिली. काळ्या पाण्याची शिक्षा झाल्यानंतर त्यांना मंडाले येथे नेले तेव्हापासून परत येईपर्यंत ज्या हकिगती घडल्या त्या सर्व टिळकांनी या मुलाखतीत सांगितल्या; पण स्वतःच्या हालअपेष्टांबद्दल मात्र त्यांनी एक अक्षरही सांगितले नाही. टिळकांनी या मुलाखतीत सांगितले, 'न्यायाधीशांनी मला शिक्षा सुनावली तेव्हा मला कोणालाही भेटू दिले नाही. मला मोटारीत बसवून स्टेशनवर नेले आणि अगोदर मुद्दाम तयार ठेवलेल्या आगगाडीत मला बसविले. कोठे नेणार याबद्दल मला कोणी काही सांगितले नाही; आणि मीही पण विचारण्याची पर्वा केली नाही. दुसऱ्या दिवशी सकाळी आमची गाडी साबरमतीच्या तुरुंगाबाहेर थांबली. मला उतरून घेण्यासाठी अहमदाबादचे कलेक्टर आले होते. त्यांनी व पोलिसांनी मला खाली उतरून घेतले व तुरुंगात नेले.

'त्या ठिकाणी मला कैद्याचा पोषाख देण्यात आला. मला ज्या अर्थी सक्त-मजुरीची शिक्षा दिली होती त्या अर्थी माझ्या खाण्यापिण्याची व राहण्याची

व्यवस्था इतर सामान्य कैद्यांप्रमाणेच होती. मला ते अन्न मानवले नाही आणि दहा दिवसांत माझे वजन दहा पौंडांनी कमी झाले. त्यामुळे मी अन्नसत्याग्रह करतो की काय, अशी तुरुंगाधिकाऱ्यांना शंका आली असावी. म्हणून त्यांनी तीन दिवसपर्यंत माझ्यावर सक्त पहारा ठेवला; पण त्यांची शंका निराधार असल्याचे त्यांना लवकरच कळून आले. पुढे डॉक्टरांच्या सल्ल्याप्रमाणे मला दोन पौंड दूध व दोन औंस तूप रोज देऊ लागले. तसेच सकाळी पोळी व रात्री भात देऊ लागले. एक महिन्याने माझ्या वजनात थोडी सुधारणा झाली आणि तुरुंगाच्या अधिकाऱ्यांनी मला याच अन्नावर ठेवले. मला कसलेही काम देत नसत. तरीही सरासरीच्या मानाने माझे वजन अद्याप कमीच होते.

'माझी शिक्षा काळ्या पाण्याची असल्याने मला अहमदाबाद येथे फार दिवस ठेवणार नाहीत अशी माझी कल्पना होतीच. ती खरी ठरली; कारण ता. १३ सप्टेंबर १९०८ रोजी सकाळी आठ वाजता जेलरने माझ्या कोठडीच्या दरवाज्याचे कुलूप काढले व मला तुरुंगाच्या कचेरीत तो घेऊन गेला. तेथे मला आढळून आले की त्यांनी मला तुरुंगातून हलविण्याची सर्व व्यवस्था करून ठेवलेली आहे. तुरुंगाच्या भिंतीच्या बाहेर अगदी नजीकच आमच्याकरीता आगगाडी उभी होती; परंतु मला कोठे नेणार याचा कोणी सुगावा लागू दिला नाही. माझ्याकरीता स्वयंपाक करण्यासाठी एका गुजराती ब्राह्मण कैद्याची योजना केली होती; पण आम्ही कोठे जाणार याची वार्ता त्यालाही नव्हती. आमच्याबरोबर एक युरोपिअन अधिकारी व आठ मुसलमान शिपाई अशी नऊ पोलिसांची पार्टी होती; पण कोठे जायचे हे त्यांनाही माहीत नव्हते. त्यांनी मला तुरुंगाच्या बाहेर आणले, मला नेहमीचा पोषाख (धोतर, सदरा आणि पगडी) दिला. सक्तमजुरीच्या शिक्षेऐवजी माझी साधी शिक्षा केल्याचा सरकारचा निर्णय जेल सुपरिंटेंडेन्टला दोन-तीन दिवस आधी कळला असावा असे दिसते; पण त्याने ही गोष्ट मला कळविली नाही. मला मंडाले येथे पोचल्यावर ती कळून आली.

'जरी साबरमतीच्या तुरुंगातून बाहेर नेताना अत्यंत गुप्तपणा राखला होता तरी बडोद्याजवळ मियागाव स्टेशनवर गाडी थांबल्यावर 'टिळक महाराज की जय' अशा आरोळ्या बाहेर ऐकू आल्या. अर्थात् डब्याची दारे व खिडक्या बंद असल्याने मला लोक दिसू शकले नाहीत. आम्ही सकाळी सुमारे साडेसहा वाजता मुंबई बंदरावर येऊन दाखल झालो. आमच्यासाठी पोलीस अधिकारी तेथे हजर होतेच. त्यांनी एका स्टीम-लाँचमधून आम्हाला तडक लष्करी वाहतूक करणाऱ्या 'हार्डिज' बोटीवर नेले. येथेही बोटीच्या कप्तानाशिवाय बोट कोठे जाणार हे कोणालाही माहीत नव्हते. ही बोट फार मोठी होती; पण मला व माझ्या आचाऱ्याला, ज्या खोलीत शिक्षा झालेले खलाशी ठेवतात अशा लहानशा

गुदमरणाऱ्या खोलीत नेऊन ठेवले. त्या कोठडीत असह्य उष्णता असून कोंडमारा होई. फक्त सकाळी व संध्याकाळी युरोपिअन इन्स्पेक्टरच्या पहाऱ्यात एक तासभर बोटीवर हिंडण्याची परवानगी देत.

'हार्डिज' बोट प्रवासात कोठेही न थांबता नवव्या दिवशी रंगून बंदराला जाऊन दाखल झाली. माझ्या आगमनाची वार्ता तेथे अगोदरच कळली असावी असे दिसून आले; कारण बोटीच्या धक्क्यावर मी उतरताना सुमारे दोन हजार माणसे उपस्थित होती. तेथे आमच्यासाठी आगगाडी उभी होती. मी व आचारी पहारेकरी पोलिसांबरोबर आगगाडीत बसलो. आम्ही दुपारी तीन वाजता निघालो ते दुसऱ्या दिवशी सकाळी आठ वाजता मंडालेला पोचलो.

'मंडालेच्या किल्ल्यातील नैर्ऋत्य दिशेच्या कोपऱ्यात मंडालेचा तुरुंग बांधलेला आहे. तुरुंगात जेव्हा कॉलरा सुरू झाला तेव्हा फक्त दहा आठवडे मला मिकट्टिला येथे नेऊन ठेवले होते. त्याव्यतिरिक्त मला तुरुंगात कधीही बाहेर नेले नाही.

'माझी कोठडी दुसऱ्या मजल्यावर होती. ती वीस फूट लांब व बारा फूट रुंद होती. ही खोली व दुसरी मोठी खोली यांच्यामध्ये पडदी घातली होती व किल्ल्याचा इतर भाग व तुरुंग यांच्या दरम्यान एक विटांची भिंत होती. ही व्यवस्था मुद्दाम माझ्यासाठीच केलेली नव्हती हे मला मागाहून कळले. हा भाग युरोपिअन कैद्यांसाठी राखून ठेवला होता आणि जेव्हा मला मंडालेला न्यायचे ठरले तेव्हा ते पटांगण व कोठडी मला देण्यात आली. आमच्या खोलीच्या सभोवतालचे आवार एकशेतीस फूट लांब व पन्नास फूट रुंद होते. या जागेत मी एकटाच मोकळेपणाने फिरत असे; परंतु जेलर बरोबर असल्यावाचून तेथे आत कोणाला येण्याला परवानगी नव्हती. रात्रंदिवस दरवाज्यांना दांडगी कुलपे ठोकीत आणि रात्री माझ्या कोठडीलाही कुलूप घालीत. माझ्या शिक्षेची मुदत सरत आली तेव्हाच फक्त त्यांनी आवाराला कुलूप घालण्याचे बंद केले. मी ज्या कोठडीचे वर वर्णन केले ती एखाद्या लाकडी पिंजऱ्यासारखी होती. मंडालेच्या तुरुंगातील बराकी लाकडाच्याच बांधलेल्या होत्या. बराकीत लिहिण्यासाठी एक टेबल, एक खडबडीत खुर्ची, एक किंतानाची खुर्ची, एक लोखंडी पलंग आणि पुस्तकांसाठी दोन कपाटे असे सामान होते. माझ्याबरोबर गेलेल्या गुजराथी ब्राह्मण कैद्याची मुदत संपल्यामुळे एक महिन्याने तो परत गेला आणि त्याच्या जागी येरवड्याच्या तुरुंगातून कुलकर्णी या नावाचा ब्राह्मण कैदी आला. त्याला पाच वर्षांची शिक्षा झाली होती; परंतु त्याला दोन वर्षांची माफी मिळाली व माझ्या सुटकेपूर्वी त्याची घरी रवानगी करण्यात आली. नंतर उत्तर हिंदुस्थानातून एक ब्राह्मण कैदी आला व माझ्या मुदतीत तो माझ्याजवळ राहिला.

'अहमदबादला मला दूध व तूप देत असत, तसेच ते पुढेही देत राहिले. भात व पोळी यांच्याबरोबर मसुराची डाळही देत. काही आठवड्यांनी इन्स्पेक्टर जनरल ऑफ प्रिझन्स मला फळेही देऊ लागला; परंतु माझा मधुमेहाचा विकार जेव्हा बळावला तेव्हा माझ्या अन्नात महत्त्वाचा फरक झाला. ब्रह्मदेशातील तुरुंगाच्या नियमाप्रमाणे ज्या कैद्याला साधी शिक्षा झाली आहे त्याला त्याचा स्वत:चा पोषाख वापरू देतात आणि दुसरे कारण असे, की मी पहिल्या वर्गाचा गुन्हेगार असल्याने मी घरच्याप्रमाणे धोतर व सदरा वापरीत होतो. त्यांनी मला स्वयंपाकाची भांडी विकत घेण्याची परवानगी दिली होती, परंतु ती माझ्या स्वत:च्या खर्चाने. कालांतराने त्यांनी मला चहा, कॉफी आणि सुपारीही विकत घेण्याची परवानगी दिली.

'मला पुस्तके बाळगण्याची मुभा नसती तर माझी काय अवस्था झाली असती ते सांगवत नाही; कारण माझी कोठडी व पटांगण म्हणजेच माझे सारे जग बनले होते. पटांगणाबाहेरचे सगळे जगत् मला शून्य होते. पुस्तकांच्या बाबतीतही तीन निरनिराळे हुकूम झाले होते व कधी कधी परस्परविरोधी असेही हुकूम झाले. प्रथम मला हवी ती पुस्तके, तुरुंगाच्या अधिकाऱ्यांनी तपासून पाहिल्यानंतर देत असत. प्रचलित राजकारणावरील पुस्तक मिळत नसे हे सांगणे नकोच. हिंदुस्थानात अगर इंग्लंडमध्ये प्रसिद्ध झालेली कोणत्याही भाषेतील पुस्तके अगर वर्तमानपत्रे मला देण्याची परवानगी नसे. काही काळाने माझी सर्व पुस्तके माझ्या हवाली करण्याचा हुकूम रद्द करून त्याऐवजी मल चार पुस्तके बाळगण्याची परवानगी मिळाली; पण या हुकमाविरुद्ध ब्रह्मी सरकारकडे तक्रार केली, तेव्हा मी 'गीतारहस्य' लिहीत असल्याने मला हवी ती पुस्तके मिळू लागली. तथापि, प्रत्येक पुस्तक नीट तपासून त्यांची पाने मोजून, तो आकडा मुखपृष्ठाच्या शिरोभागी लिहीत व त्याखाली जेल-सुपरिंटेंडेन्ट आपली सही करीत असे. जेव्हा माझी सुटका झाली तेव्हा माझ्या संग्रहाला जवळजवळ चारशे पुस्तके होती. लिहिण्यासाठी मला जे कागद देत ते सुटे असे कधी देत नसत. त्यांच्या वह्या बांधून त्यांची पाने मोजून तो आकडा वह्यांवर टिपून ठेवीत. त्याचप्रमाणे मला लिहिण्यासाठी शाई कधीही देत नसत. फक्त शिसपेन्सिली देत; पण त्याही अगोदर टोक करून. याला फक्त एकच अपवाद असे. मी ज्या वेळी महिन्याने घरी पत्र पाठवीत असे तेव्हा सुटे कागद, शाई व टाक देत.

'भगवद्‌गीतेवर हल्ली जी भाष्ये व टीका उपलब्ध आहेत त्यात गीतेचे रहस्य सांगावे तसे सांगितलेले नाही, अशी शिक्षा होण्यापूर्वी माझी पुष्कळ वर्षे समजूत झालेली होती. पौर्वात्य व पाश्चिमात्य तत्त्वज्ञानाचा तुलनात्मक अभ्यास करून गीतेच्या अर्थाविषयी माझ्या कल्पनांना मूर्त स्वरूप मला द्यावयाचे होते.

हल्ली या विषयावर मी मराठीत एक ग्रंथ लिहिला आहे. मला तो लिहून काढण्यास चार-सहा महिने लागले; पण त्याच्या पूर्व-विचारात व पुढे सुधारणा करण्यात बराच काळ गेला. ग्रंथाचे हस्तलिखित सरकारच्या ताब्यात आहे. माझ्या सुटकेच्या वेळी मला ते दिले नाही. मंडालेची हवा अति उष्ण असल्याने लिहिण्याचे काम जसे हिवाळ्यात झाले तसे ते उन्हाळ्यात झाले नाही. हा ग्रंथ लिहिण्याशिवाय मी काही काळ फ्रेंच, जर्मन, पाली भाषांचा अभ्यास करण्यात घालविला. अर्थात् कोणाच्या मदतीवाचून स्वतःच शिकण्याचा हा यत्न होता हे सांगणे नकोच. गणितातील प्रमेये, ज्योतिषशास्त्र, तत्त्वज्ञान या विषयांच्या अभ्यासातही मी काही दिवस घालविले. इतर विषयांवरही अधूनमधून टिपणे केली. फ्रेंच भाषेपेक्षा जर्मन व पाली भाषा मला जास्त अवगत झाली.

'पुण्याहून मला महिन्याला एक पत्र येत असे व मी त्याला एक उत्तर पाठवीत असे. त्यात घरगुती गोष्टींव्यतिरिक्त असलेला सारा मजकूर कापून टाकीत. उत्तरादाखल मी लिहिलेल्या पत्रात अवांतर मजकूर लिहिण्याला मनाई असे. त्यात एखाद्या शब्दाबद्दल जरी शंका आली, तरी सुपरिंटेंडेन्ट मला सगळे पत्र पुन्हा लिहावयास लावी. या पत्रव्यवहाराशिवाय माझा बाहेरच्या जगाशी जास्त संबंध नव्हता. तीन महिन्यांतून एकदा बाहेरच्या माणसाची भेट घेण्यास मोकळीक होती; पण या सवलतीचा उपयोग घरच्या माणसांखेरीज मी दुसऱ्या कोणासाठीही केलेला नाही. एकदा मात्र फक्त माझे कायद्याचे सल्लागार, राघवय्या, दादासाहेब खापर्डे आणि रंगूनचे विजापूरकर यांनी माझी भेट घेतली होती. या भेटीत आमचे सर्व बोलणे जेलच्या सुपरिंटेंडेंन्टच्या समक्ष इंग्रजीत चालत असे. एकदा ब्रह्मदेशचा ले. गव्हर्नर तुरुंगाला भेट देण्यासाठी आला असताना तो मला भेटण्यासाठी आला व माझ्याबद्दल चौकशी केली. जर दुसरा एखादा अधिकारी किंवा इंग्रज तुरुंगाला भेट देण्यास आला, तर सुपरिंटेंडेंन्ट त्याला माझ्याकडे कधीही आणीत नसे. एकंदरीत मी माझी प्रकृती चांगली संभाळीत होतो. वर्षातून एक-दोन वेळा मला ताप येत असे; परंतु मोठे दुखणे कधीही आले नाही. माझा मधुमेहाचा विकार मात्र पूर्वीपेक्षा जास्त वाढला आहे. आणि पाच-सहा दात पडले आहेत; पण वयमानाप्रमाणे ते पडायचेच. ऐकूही कमी येऊ लागले आहे आणि दृष्टीवरही परिणाम झाला आहे. मला नीटसे दिसत नाही. 'कृतान्त-कटकामलध्वजजरा' अधिक फडकू लागली आहे. त्याचप्रमाणे काम करण्याचा पूर्वीचा उत्साह आणि धमक बरीच कमी झाली आहे आणि माझे वजनही थोडे घटले आहे. या गोष्टी सोडून दिल्या, तर माझ्या शरीरावर आणि मनावर फारसा परिणाम झालेला नाही. मग तुम्हाला काय दिसत असेल ते खरे!

'माझ्या शिक्षेची मुदत संपत आली असता मी आता सुटणार असे वाटू

लागले; आणि म्हणून मी आपली पुस्तके बांधली; आणि मे महिन्यात ती परत पाठवून दिली. जेलच्या नियमानुसार काळ्या पाण्यावर पाठविलेले कैदी शिक्षेची मुदत संपण्यापूर्वी दोन महिने अगोदर त्यांच्या प्रांतात पाठवून देण्याची पद्धत आहे. म्हणून सोमवार दि. ८ जून रोजी सकाळी जेल-सुपरिंटेंडेंन्ट माझ्या कोठडीत आला आणि माझ्या सामानाची बांधाबांध करण्यास त्याने सांगितले, तेव्हा पुढे काय होणार याचा मी अंदाज बांधला. त्याच दिवशी दुपारी एक वाजता मला मोटारीतून स्टेशनवर आणले. दोन वाजता मेल ट्रेन सुटली. तीत माझ्यासाठी एक निराळा भाग राखून ठेवला होता. गाडी स्टेशनवर येताच खिडक्या बंद करीत. माझी तांबडी पगडी होतीच; परंतु रंगून स्टेशनवर गाडी पोहचेपर्यंत त्यांनी मला साधी टोपी घालण्यास सांगितले आणि नंतर रुमाल बांधण्यास सांगितले. अशा तऱ्हेने रंगूनजवळील एका लहान स्टेशनवर आम्हाला आणले. त्या ठिकाणी रंगून गुप्त पोलीस खात्याचे पोलीस-कमिशनर आणि दुसरे अधिकारी होते. त्यांनी मला गाडीतून उतरून घेतले व मोटारीतून बंदरावर नेले. त्या वेळी पहाटेची वेळ असल्याने मला कोणी ओळखल्याचे दिसले नाही. शिवाय या वेळी माझ्या परत जाण्याची बातमी अगदी गुप्त ठेवण्यात आली होती. मुंबईहून आगाऊच रंगूनला आलेल्या गुप्त पोलीस खात्यातील अधिकाऱ्यांनीच ही तजवीज करून ठेवली होती, असे मला सांगण्यात आले. नंतर माझ्या सामानासह माझा आचारी आम्हाला येऊन मिळाला. आम्हाला बोटीत बसविले आणि आमचा घराकडील प्रवास 'मेयो' नावाच्या लष्करी बोटीतून सुरू झाला; पण ही बोट कलकत्त्याला जाणार किंवा मद्रासला अगर मुंबईला जाणार याविषयी मला एका शब्दानेही कोणी कळविले नाही. मीही त्याबद्दल चौकशी केली नाही; कारण मी घरी जात आहे याची मला खात्री होती. बोटीवर चढताक्षणीच मला पुण्याच्या पोलिसांचे चेहरे दिसले. या टोळीत पोलीस-इन्स्पेक्टर रिंग व सार्जंट जोन्स हे युरोपिअन अधिकारी होते. याशिवाय इन्स्पेक्टर सदावर्ते, जमादार मारुतीराव आणि कॉन्स्टेबल दाते हे हिंदी इसम होते. त्या पंचकाने मला ताब्यात घेतल्यावर रंगूनचे पोलीस परत गेले. चौकशीअंती मला असे समजले की ही पुण्याची पोलीसपार्टी तेथे आदल्या दिवशीच आली होती; परंतु त्यांना इकडे-तिकडे कोठेही जाऊ दिले नाही; आणि रात्र होण्यापूर्वीच त्यांना बोटीत नेऊन बसविले होते.

'सामान्यत: ही बोट चार-पाच दिवसांत मद्रासला पोचली. समुद्र शांत होता. शुक्रवारी किंवा शनिवारी आम्ही मद्रासला सहज पोचलो असतो; परंतु बोटीचा वेग मुद्दामच कमी केल्यामुळे आम्ही सोमवारी संध्याकाळी मद्रासला पोचलो. सरकारच्या योजनेप्रमाणे 'मेयो' बोटीची मद्रासला पोचण्याची ती तारीख निश्चित झाली होती. म्हणून त्या बोटीला समुद्रात दोन दिवस व्यर्थच घालवावे

लागले. सदावर्ते सोडून पोलीस-पार्टीतील सर्व लोक बोट लागल्याने आजारी झाले व पडून होते. मला बोट लागत नाही. त्या बोटीवर दुसरे कोणीही उतारू नव्हते. मद्रास बंदरावर पोचल्यावर मला मचव्यात घालून धक्क्यावर नेले व तेथून मोटारीत बसवून स्टेशनवर आणले. मेल गाडीच्या ब्रेकच्या डब्यामागे एक दुसऱ्या वर्गाचा डबा होता. त्यात मला बसविले. ताबडतोब सर्व दारे व खिडक्या लागल्या आणि गाडी सुरू झाली. स्टेशन आले, की खिडक्या बंद करण्याचे काम सगळा प्रवास संपेपर्यंत चालू होते. आम्हाला कोणत्या स्टेशनवर उतरायचे आहे हे या वेळीही मला कोणी सांगितले नाही. जेथे उतरायचे होते त्याच्या अगोदरच्या स्टेशनवर सांगितले, की आपल्याला हडपसर स्टेशनवर (जरी त्या ठिकाणी मेल गाडी थांबत नसली तरी) उतरायचे आहे. गाडी हडपसरला थांबल्याबरोबर पुण्याचे डि. पो. सुपरिंटेंडेन्ट यांनी मला आणि सदावर्ते यांस गाडीतून उतरून घेतले. लागलीच मि. गायडरही तेथे आले. स्टेशनच्या बाहेर दोन मोटारी तयार होत्या. त्यापैकी एकीत मी बसलो व आम्ही निघालो. मेल हडपसरला थांबली याबद्दल स्टेशन-मास्तरला आश्चर्य वाटले असे दिसले. आम्ही स्टेशनमधून बाहेर पडताना मला त्यांनी तिकीट मागितले आणि मी फक्त जवळच्या अधिकाऱ्याकडे बोट दाखविले.

'माझी शिक्षेची मुदत सरल्यामुळे माझी सुटका होणार हे निश्चित होते; पण मला अगदी गुप्तपणे आणि आगाऊ तजविजी करून पुण्यास आणले असल्याने हे पुढे काय करणार आहेत याविषयी मला खात्री नव्हती. मला महिनाभर येरवड्याला ठेवणार की काय, असा विचार माझ्या मनात आला; पण मी सुटून आल्याचे वर्तमान लोकांना कळल्यावाचून राहणार नाही आणि म्हणून मला सरकार बहुतकरून एकदम सोडून देईल असेही मला वाटले. जेव्हा येरवड्याच्या दिशेने आमची मोटार वळली नाही तेव्हा माझे सर्व संशय नाहीसे झाले आणि मंगळवार, ता. १६ जून रोजी मध्यरात्रीनंतर आम्ही गायकवाडवाड्यापाशी आलो. आम्ही मोटारीतून खाली उतरलो तेव्हा मि. गायडरने मला सांगितले, की सरकारने दयाळू होऊन माझी उरलेली शिक्षा (सुमारे एक महिना) माफ करून माझी बिनशर्त सुटका केली आहे. आता माझ्यावर कसलेही बंधन नाही. मी म्हणालो, 'मी सरकारचा आभारी आहे असे त्यांस कळवा.' माझ्याबरोबर पोलीस असल्यामुळे, आपल्या मालकाला दार उघडावे की नाही याविषयी रखवालदाराचे मन डळमळत होते; मात्र धोंडोपंत जागे झाल्यावर त्यांनी दार उघडले व नंतर मी आत गेलो.'

या मुलाखतीविषयी विशेष लक्षात ठेवण्याजोगी गोष्ट म्हणजे तुरुंगातील वागणुकीसंबंधी टिळकांनी सरकारबद्दल मुळीच कडवटपणा व्यक्त केला नव्हता.

त्यांना दीर्घकाळ बंदिवासात ठेवले याचा राजकीय चळवळीत फायदा करून घेण्याचा त्यांच्या स्नेही मंडळींचा हेतू होता; पण टिळकांनी वरीलप्रमाणे मनाची धारणा व्यक्त केल्याने त्यांना अचंबा वाटला. पंचम जॉर्जने १९११ साली दिल्लीला दरबार भरविला. त्या प्रसंगी ब्रिटिश सरकार टिळकांना बंधमुक्त करण्याचा गंभीरपणे विचार करीत असल्याची बातमी हिंदुस्थानात गुप्त राहिली नव्हती; परंतु या उदारपणाच्या विचाराला त्या वेळचे मुंबईचे गव्हर्नर लॉर्ड सिडनहॅम यांनी चांगलीच हरकत घेतली होती. त्यामुळे हिंदुस्थानच्या या महान नेत्याला आणखी तीन वर्षे मंडालेच्या तुरुंगात खितपत पडावे लागले. त्यानंतर १९१४च्या जूनमध्ये त्यांची सुटका झाली.

बराच काळ टिळकांच्या सहवासात असलेला आचारी कैदी व्ही. आर. कुलकर्णी काही वर्षांपूर्वी मरण पावला; पण टिळकांबरोबर त्याला तुरुंगातील जीवनाचा जो अनुभव आला त्याविषयी त्याने आपल्या आठवणी नमूद करून ठेवल्या आहेत. या आठवणींच्या टिपणात त्याने म्हटले आहे, 'टिळक सकाळी लवकर उठत आणि हातपाय धुतल्यानंतर डोळे मिटून आपल्या गादीवर ताठ असे ध्यानस्थ बसत. अशा स्थितीत ते सुमारे दीड तासपर्यंत बसत असत. कधी कधी ते संस्कृत श्लोक म्हणत. त्यांचा अर्थ प्रथम मला कळत नसे. थंडीच्या दिवसात मी त्यांच्यासाठी ऊन पाणी, अंग पुसण्याचा रुमाल आणि साबण यांची तयारी करून ठेवीत असे; पण त्यांना ते आवडत नसे. ते म्हणत, की माझ्याप्रमाणे तू एक कैदी आहेस. तू माझा नसता बडेजाव ठेवू नकोस. मला तो आवडत नाही आणि शिवाय अधिकारी त्याला हरकत घेतील. नंतर ते सकाळचा चहा घेऊन लागलीच अभ्यासाला सुरुवात करीत. नऊ वाजता स्नान करण्याचा त्यांचा परिपाठ असे. हिवाळा सोडून ते स्नानाला गार पाणी घेत. हिवाळ्यात मात्र ऊन पाण्याने स्नान करीत.

'एके दिवशी टिळक मला म्हणाले, येथे मला पुष्कळ वेळ मिळतो. पुण्यात मला जेवायलाही फुरसत मिळत नसे. मी एक गोष्ट सांगतो. आपण उभयता ब्राह्मण आहोत. गायत्रीचा जप केल्यावाचून आणि सूर्याला अर्घ्य दिल्यावाचून आपण जेवता कामा नये. तेव्हापासून आम्ही हा नियम सतत पाळला. जसजसा काळ लोटला तसतसे लोकमान्यांच्या खाद्यपदार्थांवरील निर्बंध बरेच सैल झाले. त्यांना कणिक, तांदूळ, मसूर आणि काही फळे देत. पुण्याहून पाठविलेले तूपही त्यांना देण्याची परवानगी होती; पण माझा शिधा त्यांच्या शिध्याप्रमाणे नव्हता. मला हलक्या जातीचा तांदूळ आणि घाणेरडी मसुराची डाळ देत. जेव्हा टिळकांना ही गोष्ट कळली तेव्हा ते मला म्हणाले, तुम्हाला दिलेले अन्न तुम्ही खाऊ नका. माझ्याकरीता तुम्ही स्वयंपाक कराल तेच अन्न खात जा. माझ्यासाठी अन्न उरावे

म्हणून लोकमान्य कमी जेवतात हे पाहून मी तर पेचात पडलो. एके दिवशी ते मला म्हणाले, 'त्या घाणेरड्या तांदळाचा भात तुम्ही खाऊ नका. खाल्लात तर आजारी पडाल. तो खाण्याची तुम्हाला काही गरज नाही. मला फळे, दूध आणि इतर जिनसा मिळतात. तुम्हाला मिळत नाहीत. मी सांगतो त्याप्रमाणे तुम्ही खाल्ले पाहिजे. शिल्लक राहिलेले तांदूळ व मसूर ते चिमण्यांना घालीत. त्या पाखरांना त्यांची इतकी सवय झाली होती की, ती पाखरे त्या कोठडीच्या भोवती घिरट्या घालीत, त्यांच्या टेबलावर येऊन बसत आणि जेवणाच्या वेळी तर ती त्यांच्या खांद्यावरही येऊन बसत. एके दिवशी जेल-सुपरिंटेंडेन्ट अचानक तेथे आला आणि लोकमान्यांच्या सभोवती जमलेल्या पाखरांचा थवा पाहून त्याला आश्चर्य वाटले. त्याने लोकमान्यांना आश्चर्याने प्रश्न केला, 'काय हो, तुम्हाला ही पाखरे भीत का नाहीत?' टिळकांनी उत्तर दिले, 'मला ते काही कळत नाही, पण मी त्यांना खात नाही आणि भीतीही दाखवित नाही. शक्य तर मी त्यांना खाऊ घालतो. चिमण्या तर गरीब पाखरे आहेत; पण नागासारख्या विषारी प्राण्याचाही मी द्वेष करीत नाही. आणि त्यामुळे तेही मला भीत नाहीत. ईश्वराने निर्माण केलेल्या कोणत्याही प्राण्याबद्दल माझ्या मनात यत्किंचितही द्वेषभाव नाही.' टिळकांचे बोलणे ऐकून तो युरोपिअन अधिकारी आपल्या जागी खिळल्यासारखा एक क्षणभर उभा राहिला आणि एक शब्दही न बोलता तेथून चालता झाला.'

टिळक चिमण्यांशी खेळत असत यावरून ॲसिसी येथील संत फ्रॅन्सिसची आठवण येते. तो दयाळूपणाने आत्मीयतेच्या भावनेने ईश्वरनिर्मित पाखरांवर व इतर प्राण्यांवर प्रेम करीत असे. जेल सुपरिंटेंडेन्टला काहीही वाटले असो; पण वरील हकिगतीवरून टिळकांच्या स्वभावाची एक अज्ञात बाजू प्रामुख्याने दिसून येते. त्यांचे पक्ष्यांवर तसेच इतर प्राण्यांवर असलेले प्रेम व मानवजातीवर असलेला उदात्त प्रेमभाव यात काळा-गोरा, पीत वर्ण किंवा पिंगट वर्ण यांच्याविरुद्ध द्वेषाला किंवा दुष्ट बुद्धीला जागाच नव्हती.

मंडालेच्या तुरुंगात जी वर्षे घालविली त्या काळातील पुष्कळ मनोरंजक व हृदयद्रावक अनुभव कुलकर्णी याने सांगितले आहेत. तो म्हणतो, 'टिळकांचे काळजी करण्यासारखे दुखणे म्हणजे मधुमेहाचे असे; पण त्याच्यावर त्यांनी कधीही औषध घेतले नाही. त्यांनी स्वत:च अनुभव घेऊन ठरवलेले पदार्थ ते खात. ज्या वेळी राग जोर करी तेव्हा चहात अगर कॉफीत मुळीच साखर घालीत नसत व फक्त तुपात परतलेली सातूची भाकरी खात. त्यांना ताक विशेष आवडे. त्यांचे जेवण मोजके असे. ते म्हणत, 'मी जगण्यासाठीच खातो. इतर माणसांसारखा खाण्यासाठी जगत नाही.' एकदा त्यांच्यासाठी मी मसुराची आमटी केली; पण तीत मीठ घालायचे विसरलो. कसलीही कुरकूर न करता ते जेवून

आपल्या अभ्यासाच्या खोलीत गेले. जेवताना मला आमटी अळणी लागली. आणि माझी चूक कळून आली व माझ्या निष्काळजीपणाबद्दल मी त्यांची क्षमा मागितली. ते नुसते हसले व म्हणाले, 'तुम्हाला खरं सांगू, आमटीत मीठ आहे की नाही इकडे मी लक्षच दिलं नाही. माझ्या बाबतीत तरी तुमचा निष्काळजीपणा झालेला नाही. अर्थात् क्षमा मागण्याचा प्रश्नच उद्भवत नाही.'

'संध्याकाळी सहा वाजता आमच्या कोठडीला कुलूप ठोकीत. त्यानंतर टिळक-महाराज मला ऐतिहासिक आणि धार्मिक गोष्टी सांगत. आणि कधी कधी विनोदी अशा गप्पा मारीत. तपशीलवार गोष्टी सांगण्याचे त्यांचे कौशल्य पाहून मला आश्चर्य वाटे; आणि त्यांच्या गोष्टी ऐकणे म्हणजे एक प्रकारची मेजवानीच आहे असे वाटे. मला त्या सर्वच गोष्टी आठवत नाहीत याबद्दल खेद वाटतो. (मी आपल्या अज्ञानाबद्दल व अशिक्षितपणाबद्दल किती तरी वेळ स्वत:ला दोष दिला असेल!)

'एके दिवशी ब्रह्मदेशाच्या गव्हर्नरने तुरुंगाची तपासणी करून ते टिळक महाराजांना भेटले. नेहमीप्रमाणे त्यांच्याबरोबर कलेक्टर, जेलर व दुसरे तुरुंगावरील अधिकारी होते. मीच टिळक आहे असे समजून त्या सर्वांनी आपल्या टोप्या काढून मलाच उद्देशून 'गुड मॉर्निंग' हे शब्द उच्चारले. मी त्यांना हिंदुस्थानी भाषेत म्हणालो, की टिळक महाराज आत आहेत. मला इंग्रजी समजत नाही. इतक्यात लोकमान्य खाली आले आणि गव्हर्नरने जेव्हा सांगितले, की तुमच्या आचाऱ्याला आम्ही थोर पुढारी समजलो, तेव्हा सर्वांमध्ये एकच हशा पिकला. नंतर ती सर्व मंडळी वर गेली. मी जर्मन भाषेचा अभ्यास करीत आहे, असे टिळक महाराजांनी त्यांना सांगितले तेव्हा गव्हर्नर खूष झालेला दिसला. तो त्यांना म्हणाला, 'माझी मुलगी जर्मन भाषेचे खास धडे घेत आहे. तेव्हा तिला काय येते याची चाचणी घेण्याची मेहेरबानी कराल काय?' टिळकांनी ते ताबडतोब कबूल केले; परंतु याचा तुरुंगावरील अधिकाऱ्यांवर चमत्कारिक परिणाम झाला. गव्हर्नरने राजकीय कैद्याशी इतकी सलगी केल्याचे त्यांना आवडले नाही. त्याच्या मुलीची प्रशंसा करून टिळक आपणासाठी काही विशेष सवलती मिळवतील असे त्यांना वाटले. टिळकांच्या अनुपम चारित्र्याबद्दल व सचोटीबद्दल त्यांना काय कल्पना असणार? ठरल्याप्रमाणे दुसऱ्या दिवशी आपल्या बापाबरोबर ती मुलगी आली. टिळकांनी तिची परीक्षा घेऊन तिच्या बापाला स्पष्टपणे सांगितले, की मुलीची जर्मन भाषेची तयारी जशी असावी तशी दिसत नाही. या गोष्टीचा तुरुंगावरील अधिकाऱ्यांवर विलक्षण परिणाम झाला. आणि त्यांची खात्री पटली की, टिळक हे सामान्य गुन्हेगारांप्रमाणे अशा परिस्थितीचा अवास्तव फायदा घेणारे नाहीत. तेव्हापासून त्यांचा टिळकांविषयीचा दृष्टिकोन बदलला; आणि ते

आजारी पडले असता किंवा कॉलऱ्याची अगर दुसऱ्या एखाद्या रोगाची साथ आली असता हे अधिकारी त्यांची विशेष काळजी घेऊ लागले.'

सामान्यत: मंडालेत टिळकांची प्रकृती चांगली होती. अगोदरच त्यांची प्रकृती धडधाकट होती. शिवाय नियमित सवयींचा त्यांना फार फायदा झाला. त्यामुळे वैद्यकीय मदत त्यांना क्वचितच लागत असे. कुलकर्णी मात्र वारंवार तापाने आजारी पडे. तो लिहितो, 'माझ्या आजारीपणात लोकमान्य माझ्या आईबापाप्रमाणे माझी शुश्रूषा करीत असत. त्यांनी मला तुरुंगातील दवाखान्यात कधीही धाडले नाही. माझ्या आजारात ते स्वत: स्वयंपाक करीत. प्रथम मला खायला घालीत आणि मग आपण जेवत. जेव्हा लोकमान्यांविषयी शेकडो आठवणी मनात येतात तेव्हा मी रडू लागतो. पुष्कळ वेळा मला पुरेल इतके अन्न राखून ठेवून ते उपाशी राहत. माझ्या बापापेक्षाही ते मला जवळचे वाटत होते.

'मला पाच वर्षांची शिक्षा झाली होती. तीन वर्षे पुरी झाल्यावर माझ्यासाठी त्यांनी विनंती-अर्ज केला आणि उरलेली दोन वर्षांची शिक्षा माफ करून घेतली. त्यांना सोडून जाण्याची मला मुळीच इच्छा नव्हती; परंतु मला त्यांनी घरी जाण्याचा फारच आग्रह केला.

'माझा जाण्याचा दिवस आला तेव्हा मी फारच बेचैन झालो; परंतु लोकमान्यांनी माझे समाधान करून मला आशीर्वाद दिला. आणि पुण्यास जाऊन आपल्या मंडळींना भेटण्याकरीता मला निरोप दिला. मी म्हणालो, 'मी तुमच्या येथून आलो असे मी जर त्यांना सांगितले, तर ते विश्वास ठेवतील का?' तेव्हा त्यांनी आपला पडलेला दात त्यांचे भाचे धोंडोपंत यांस नेऊन देण्यासाठी माझ्या हवाली केला.

'मला मंडालेहून पुणे येथील येरवड्याच्या तुरुंगात आणले आणि मला आगगाडीचे तिकीट काढून देऊन गाडीत बसविले व माझ्या गावाकडे रवाना केले. टिळकांच्या घरी न जाण्याबद्दल पोलीस अंमलदाराने मला सक्त ताकीद दिली होती. मी प्रथम माझ्या घरी गेलो आणि नंतर कोणाला न कळत पुण्यास आलो व धोंडोपंतांजवळ टिळकांचा पडलेला दात दिला. त्याच्या योगाने मी कोण हे त्यांनी लागलीच ओळखले. मी लोकमान्यांच्या पत्नींना भेटलो, त्यांना सर्व हकिगत निवेदन केली आणि मी आपल्या गावी परत गेलो.'

टिळकांच्या बऱ्याच स्नेह्यासोबत्यांनी त्यांच्याविषयीच्या आठवणी लिहून ठेवलेल्या आहेत; पण कुलकर्णी याने जी अगदी साधी व निर्दोष हकिगत लिहिली आहे तिने सर्वांवर मात केली आहे. टिळकांना स्वत:च्या मोठेपणाची बिलकूल जाणीव नव्हती; त्यांनी आल्या प्रसंगाला कुरकूर न करता तोंड दिले. या त्यांच्या स्वभावविशेषांचे कुलकर्णी याने ठळक वर्णन केले आहे. त्यांची वृत्ती उत्साही व आनंदी होती. तुरुंगातील हालअपेष्टांना ते मुळीच महत्त्व देत नसत.

जेव्हा बरोबरीच्या मंडळींच्या सहवासाला ते अंतरले तेव्हा त्यांनी नवीन भाषांचा अभ्यास सुरू केला, गीतेचा नवीन उत्कृष्ट अर्थ लावला.

प्रिव्ही कौन्सिलकडे अपिल करण्यासाठी इंग्लंडला गेलेले दादासाहेब खापर्डे यांचा मुक्काम तेथे बराच वाढला. टिळकांना न्याय मिळवून देण्यासाठी त्यांनी तेथे बरेच प्रयत्न केले; पण त्याचा काहीच उपयोग झाला नाही, तेव्हा त्यांनी १९१०च्या सप्टेंबरमध्ये इंग्लंड सोडले.

दि. २१ ऑक्टोबरला खापर्डे विजापूरकरांसह टिळकांना भेटायला मंडाले येथे गेले. याच सुमाराला तुरुंगाधिकारी कॅप्टन ग्रेग यांनी विद्वांसांचे एक पत्र न वाचता तसेच चुकून टिळकांना दिल्यामुळे कॅप्टन ग्रेग यांची बदली झाली होती. त्यांच्या जागी कॅप्टन तारापोर हे पारशी तुरुंगाधिकारी रुजू झाले होते.

खापर्डे आणि रंगूनचे एक वकील विजापूरकर मंडाले येथे गेले तेव्हा तारापोर हेच तुरुंगाधिकारी होते. त्यांच्या समक्षच टिळक-खापर्डे यांची भेट झाली. सुरुवातीला कोणीच काही बोलले नाही. मग दोघेही स्नेही आपले वय व प्रतिष्ठा विसरले आणि त्यांनी परस्परांना गाढ आलिंगन दिले. अश्रू आवरण्याचा निष्फळ प्रयत्न दोघांनीही केला; पण तो साधला नाही.

इकडच्या तिकडच्या गप्पा झाल्यावर खापर्डे यांनी टिळकांकडे हेतुपुरस्सर दुर्लक्ष केले आणि ते तुरुंगाधिकारी तारापोर यांच्याशीच गप्पा मारू लागले. आपण इंग्लंडमध्ये केलेले प्रयत्न, बाबा महाराज प्रकरणाची प्रगती, आपल्या मुलांचे शिक्षण, असल्या राजकारणरहित विषयांवर खापर्डे बोलत होते. त्यांच्या ओघवती भाषेच्या ओघात तुरुंगाधिकारी नकळत वाहून जात होता. त्यांच्या उच्च दर्जाच्या विनोदांवर तो खूष होत होता. संधी साधून खापर्डे राजकारणाकडे केव्हा वळले हे तुरुंगाधिकाऱ्याला कळलेच नाही आणि टिळकांना शिक्षा झाल्यापासूनच्या काळात घडलेल्या राजकीय घडामोडींची समग्र हकिगत खापर्डे यांनी सांगितली याचे भानही त्याला राहिले नाही. वास्तविक ही सारी माहिती टिळकांना तुरुंगात असताना सांगायची नव्हती. इतके दिवस हे नियम काटेकोरपणे पाळले गेले होते; पण खापर्डे यांच्या ओघवती भाषेत वाहून गेलेला तुरुंगाधिकारी आपला अधिकार विसरला आणि टिळकांना सहजगत्या सारी हकिगत कळली.

दुसऱ्या एका भेटीच्या वेळी खापर्डे यांनी टिळकांची कोठी पाहण्याची आपली इच्छा असल्याचे तारोपार यांना सांगितले. खापर्डे यांना नाराज करायचे तुरुंगाधिकाऱ्याच्या जिवावर आले. त्याने सांगितले, की तुरुंगाच्या नियमात हे बसत नाही; पण जे काही करणे शक्य होते ते त्याने खापर्डे यांच्यासाठी आनंदाने केले. त्याने त्यांना आपल्या कचेरीच्या वर असलेल्या छोट्या मनोऱ्यावर नेले. तेथून खापर्डे यांना खालचे तुरुंगातले दृश्य दिसत होते. आपल्या कोठडीकडे

भराभर चालत जात असलेल्या पाठमोऱ्या टिळकांचे दर्शन खापर्डे यांना तेथून झाले.

टिळकांनी धोंडोपंतांना मंडालेहून निदान साठ पत्रे धाडली. त्यात त्यांचा निरहंकारी आणि प्रेमळ स्वभाव स्पष्ट दिसतो. धोंडोपंतानी कोणती पुस्तके पाठवावीत यासंबंधीच्या सूचना या पत्रातून असत. तसेच स्नेह्याच्या प्रकृतीची आणि मुलांच्या व मुलींच्या अभ्यासाची चौकशी केलेली असे. बाबा महाराजांच्या मिळकतीची व्यवस्था आणि प्रिव्ही कौन्सिलला केलेल्या अपिलाबाबत वकिलांना सूचना असत. इतकेच नव्हे, तर मरण पावलेल्या स्नेह्यांच्या कुटुंबीयांबद्दल सहानुभूतीही ते न विसरता व्यक्त करीत. खासगी व्यवहाराची व्यवस्था अत्यंत शांत मनाने आणि समतोलपणे ते पत्रातून लावीत असत; पण त्यांच्या संग्रहातील पुस्तकांबद्दल मात्र ते अपत्यप्रेमाने लिहीत. आपल्या आवडत्या पुस्तकांची स्वत:पासून ताटातूट झाली याचे त्यांना फार दु:ख होत असे.

टिळकांनी आपल्या सहकाऱ्यांशी जो पत्रव्यवहार केला तो जवळजवळ अस्तित्वात नाही. सरकार टिळकांना ब्रिटिश राज्याचे कट्टर शत्रू मानीत असे. म्हणून सरकारी अधिकारी त्यांची पत्रे मधेच दडपून ठेवीत असत. इतकेच नव्हे, तर ज्यांच्याशी त्यांचा पत्रव्यवहार असे त्या व्यक्तींकडे संशयाने पाहिले जाई आणि गुप्त पोलिसांचा ससेमिरा त्यांच्यामागे लागे. आपल्या स्नेह्यांना पत्रांमुळे त्रास होऊ नये म्हणून गोखले यांच्याबरोबर टिळक महत्त्वाचे निरोप पाठवीत. कलकत्ता, मद्रास, लाहोर इत्यादी ठिकाणी गोखले हिंडत असत. त्यामुळे त्यांच्याबरोबर निरोप पाठविणे सोयीचे होई. तेव्हा पत्र पाठविण्याची गरज फारशी पडत नसे; पण पत्रे लिहिण्याचाच प्रसंग आला तर ती पत्रे जाळून टाकण्याबद्दल टिळक आपल्या स्नेह्यांना कळवीत. इतके असूनही टिळकांच्या आठवणी व आख्यायिका लिहिणारे टिळकांचे कट्टर अनुयायी श्री. स. वि. बापट यांनी त्यांची असंख्य पत्रे गोळा केली होती; पण ज्या घरात त्यांनी ती सुरक्षित ठेवली होती त्या घराला आग लागल्याने तीही पत्रे नष्ट झाली.

दि. २ मार्च १९११ रोजी पाठविलेल्या पत्रात टिळकांनी लिहिले होते, 'मी नुकतेच माझे गीतेवरील पुस्तक लिहून संपविले असून, त्याला 'गीतारहस्य' हे नाव दिले आहे. त्यात माझे स्वत:चे विचार स्पष्टपणे व्यक्त केले आहेत. ते बऱ्याच निराळ्या पद्धतीने लोकांपुढे मांडण्यात येणार आहेत. दैनंदिन जीवनातील नैतिक प्रश्नांचा उलगडा करण्याच्या कामी हिंदूंना धार्मिक तत्त्वज्ञानाचा कसा उपयोग होतो हे मी या पुस्तकात विशद केले आहे. काही अंशी माझी विचारसरणी ग्रीन याने नीतिशास्त्रावर लिहिलेल्या ग्रंथातील विचारसरणीला अनुसरून आहे; परंतु त्याच्या म्हणण्याप्रमाणे 'पुष्कळांचे पुष्कळ हित' किंवा 'मानवी प्रेरणा' हे नीतितत्त्वांचे मूळ आहे या त्याच्या म्हणण्याशी मात्र मी सहमत नाही. गीतारहस्यात

मी गीतेची पाश्चात्त्य तत्त्वज्ञानाशी तुलना करून, आमचे तत्त्वज्ञान त्यांच्या तत्त्वज्ञानापेक्षा कोणत्याही प्रकारे कमी प्रतीचे नाही, असे दर्शविले आहे. गेली वीस वर्षे मी गीतेवर विचार करीत होतो आणि आजपर्यंत ज्या विचारांना तोंड देण्याचे धाडस कोणीही केले नाही, त्या विचारासंबंधी ऊहापोह करण्याचा माझा हेतू आहे. अजून माझ्या विचारांच्या समर्थनार्थ काही पुस्तकातील आधार द्यावयाचे आहेत; पण ती पुस्तके आज मजजवळ नाहीत. माझी सुटका झाल्यावर मी ते काम करू शकेन.'

टिळकांचा कल जरी वेदान्ताकडे होता, तरी त्यांच्या पत्नी सौ. सत्यभामाबाई जेव्हा वारल्या तेव्हा दुःखाने त्यांचे मन खचले. हिंदुस्थानातील असंख्य लोकांना त्यांच्या पत्नीची माहितीही नव्हती. सत्यभामाबाईंनी सार्वजनिक चळवळीत कधीही भाग घेतला नाही. टिळकांबरोबर सार्वजनिक व्यासपीठावरही त्या कधी गेल्या नाहीत. स्त्रियांनी राजकारणात भाग घ्यावा आणि धोका पत्करावा, असे उत्तेजन टिळकांनी कधीही दिले नाही. त्यामुळे सत्यभामाबाईंचे जीवन जणू फक्त टिळकांसाठीच होते. टिळक जुन्या वळणात वाढलेले असल्याने त्यांच्या मताप्रमाणे स्त्रियांचे कार्यक्षेत्र म्हणजे घर आणि कुटुंबातील मंडळी एवढेच होते; पण सार्वजनिक कामासंबंधी माहिती करून घेऊन स्त्रियांनी त्याबद्दल आस्था बाळगावी, असेही टिळकांचे मत होते. सत्यभामाबाई धार्मिक वृत्तीच्या होत्या. त्यांना रामायण-महाभारत यांसारखी महाकाव्ये अवगत होती; पण त्यांना लिहिता-वाचता येत नसे. लग्न झाल्यानंतर टिळकांनी आपल्या पत्नीला शिकवायला सुरुवात केली; पण नंतर टिळक डेक्कन कॉलेजच्या वसतिगृहात रहायला गेल्यावर हा शिक्षणाचा प्रयोग बंद पडला. टिळकांना पत्नीच्या निधनाने जबरदस्त धक्का बसला. ही बातमी कळल्यावर दि. ८ जून १९१२ रोजी त्यांनी आपले भाचे धोंडोपंत विद्वांस यांना कळविले, 'तुमची तार पोचली. संकटे आली तर मी शांतपणाने सोशित असतो हे खरे; पण खरेच सांगतो, की या बातमीने मात्र मी अगदी हादरून गेलो. आपण हिंदू लोक. तेव्हा नवऱ्याच्या आधी बायको गेली हे व्हावे तसेच झाले असे कोणीही म्हणणार; पण तिच्या मरणकाळी मी जवळ नाही, इतकेच नव्हे तर बंदिवासात असावे याचेच फार दुःख वाटते; पण ते होणारच होते. भवितव्यतेला कोण काय करणार? हीच भीती मला राहून राहून वाटे आणि शेवटी तसेच घडलेही; पण माझे दुःखकारक उदासपणाचे विचार आणखी सांगून तम्हाला अधिक कष्टी करू इच्छित नाही. माझ्या जीविताचा एक भाग समाप्त झाला. दुसराही लवकरच समाप्त होईल असे वाटते. तिची उत्तरक्रिया यथासांग करावी. तिच्या इच्छेप्रमाणे अस्थी प्रयाग किंवा काशी येथे गंगेत टाकाव्या. तिच्या तोंडून अखेरच्या म्हणून इच्छा प्रकट झाल्या असतील त्या

शब्दशः अवश्य पाळाव्या. मुलांची प्रकृती व त्यांची विद्या यांच्यावर देखरेख ठेवण्याची जबाबदारी आता सर्व तुमच्यावर पडणार आहे. मी नसल्यामुळे मुलांना तिच्या मरणाचे दु:ख अधिकच झाले असेल. माझा म्हणून त्यांना निरोप सांगा, की या दु:खामुळे विद्येची हानी होऊ देऊ नका. त्यांच्याहूनही मी लहान होतो तेव्हा माझे वडील, मातु:श्री दोघेही निवर्तली. असल्या संकटामुळे मनुष्याने स्वावलंबनच अधिक शिकले पाहिजे. आपल्यावर आलेले मातृहानीचे संकट ईश्वरी अवकृपेने आले असे मुलांनी मानले, तर ईश्वर त्यांना दूर नाही. दु:ख करीत बसून कोणीही कालाचा दुरुपयोग करू नये.

'तिची काय चीजवस्तू असेल त्यांची यादी करा व त्या सर्व नीट कुलपात ठेवून द्या. त्यांचे काय करावयाचे हे मी सांगेन अथवा लिहीन. मुलांनाही आता अशा आणीबाणीच्या वेळी तुमच्याशिवाय दुसरा आधार नाही. म्हणून ईश्वराने तुम्हाला बळ द्यावे, याहून इतक्या दुरून मी तरी त्याला अधिक काय विनवणार?'

मंडाले येथील तपस्यामय जीवनातील हा व्यक्तिगत धक्का सोडल्यास टिळकांचा तो विजनवास निरामय अशा अवस्थेत व्यतीत झाला. देशभक्ताचे मन कोणत्याही परिस्थितीत समस्थितीतच राहिले पाहिजे, देशास चांगले दिवस येईपर्यंत हा तुरुंगवासच आहे असे समजून राहिले पाहिजे, असे तरुण देशभक्तांना उद्देशून टिळक नेहमी सांगत. ही उक्ती त्यांच्या स्वत:च्या बाबतीत अक्षरशः खरी ठरली. मानवी आयुष्यातील सर्व लौकिक कर्मे पार पाडून एखाद्या योगीराजाने जगापासून दूर, शांत ठिकाणी आयुष्यक्रम व्यतीत करावा त्याप्रमाणे टिळकांची मंडाले येथील कालक्रमणा होत होती. वस्तुतः काळ्या पाण्याची शिक्षा म्हणजे अंधकारमय जीवन; पण कृष्णवर्ण मेघातून सौदामिनीने आपले उज्ज्वल रूप प्रगट करावे त्याप्रमाणे टिळकांच्या त्या अंधकारमय जीवनातूनच जगाला तेजाचे दर्शन घडले. त्यांनी लौकिक कार्याचा त्याग केला; पण सारी संकटे अंगावर घेऊन गीतार्थाचे रहस्य उलगडून दाखविले.

ज्ञानेश्वरी लिहिल्यानंतर ज्ञानेश्वरांनीच म्हटले होते, 'सर्व पृथ्वी-गोल एक वेळ सुवर्णाचा करता येईल, चिंतामणीचे पर्वत निर्माण करता येतील, सातही सागर अमृताने सहज भरता येतील किंवा चांदण्याचे चंद्र बनविता येतील, कल्पतरूंची उद्याने लावणे कठीण नाही; पण गीतार्थाचे रहस्य कळणे कठीण आहे.'

पण मंडालेच्या कारागृहाच्या चार भिंतींत टिळकांनी ही अशक्य गोष्ट शक्य करून दाखविली. गीतार्थाचे रहस्य त्यांनी उकलले. ब्रह्मज्ञान व भक्ती यांची जोड घालून कर्मयोगाचे समर्थन करणे हाच गीतेचा मुख्य प्रतिपाद्य विषय आहे, हा नवा सिद्धान्त त्यांनी मांडला. लौकिकातून उठल्यानंतर अलौकिक अशा या महान् कृतीला जन्म देऊन टिळक पुन्हा लौकिकात यायला मंडालेहून निघाले होते.

विजनवासातून स्वगृहाकडे

दि. १७ जून १९१४. मध्यरात्रीची वेळ. शांततेचे पांघरूण लपेटून पुणे शहर निद्रेच्या अधीन झाले होते. रस्त्यांवरील दिवेही पेंगत होते. वास्तविक, त्या दिव्यांची काहीच गरज नव्हती; कारण नारायण पेठेच्या पूर्व-पश्चिम रस्त्यावर त्या वेळी चिटपाखरूही नव्हते. मंद दिव्यांच्या प्रकाशात काही छाया हललेल्या दिसल्या की, कुत्र्यांना जाग येई आणि त्यांच्या ओरडण्याची गस्त सुरू होई. बऱ्याच वेळाने हे ओरडणे थांबले की, जिकडेतिकडे पूर्वीपेक्षाही भयाण शांतता पसरे.

पण त्या दिवशी मात्र मध्यरात्रीच्या शांततेचा भंग एका मोटारीच्या आवाजाने केला. पोलिसांची भली मोठी लॉरी नारायण पेठेच्या उभ्या रस्त्यावरून धावत आली आणि गायकवाड वाड्यासमोर थांबली. तरी कोणालाही जाग आली नाही. गाडी थांबल्यावर दोन पोलीस अधिकारी खाली उतरले. त्यांच्यापैकी एकाने गाडीचा दरवाजा धरून एका व्यक्तीला खाली उतरण्यासाठी हात दिला. गायडर नावाच्या वरिष्ठ पोलीस अधिकाऱ्याने त्या व्यक्तीला सलामी देऊन सांगितले, "महाराज, तुमची उरलेली शिक्षा सरकारने कृपावंत होऊन कमी केली आहे आणि तुमची बिनशर्त मुक्तता केली आहे."

हे ऐकल्यावर त्या व्यक्तीने आपली मान किंचित खाली झुकवली आणि आपल्यातर्फे सरकारचे आभार मानण्यास त्या पोलीस अधिकाऱ्याला सांगून ती व्यक्ती मोठ्या दिमाखाने, पण मंद मंद पावले टाकीत घराच्या दिशेने चालू लागली.

मंडालेच्या प्रदीर्घ कारावासातून मुक्त होऊन लोकमान्य टिळक एवढ्या मध्यरात्री आपल्या घरी येतील याची कोणालाही कल्पना असणे शक्य नव्हते. देवडीवरच्या स्टुलावर पेंगत बसलेल्या रखवालदार भय्याला तरी कुठून ही कल्पना असणार? इतक्या मध्यरात्री दरवाज्यावर कोणी तरी थाप मारलेली ऐकून, त्याने बसल्या जागेवरूनच दरडावून 'कोण आहे?' असे विचारले; पण

प्रदीर्घ शिक्षा भोगून अचानक घरी आलेल्या टिळकांना भय्याचा तो कर्णकटू आवाजही मंजुळ वाटला असेल. त्यांनी भरल्या गळ्याने सांगितले, "मी बळवंतराव टिळक आलो आहे! दरवाजा उघड."

दीर्घ कालानंतर ती धीरगंभीर वाणी कानावर पडताच भय्या गोंधळून गेला. त्याला प्रथम खरेच वाटेना. त्याला वाटले असेल, टिळक आता या वेळी येणेच शक्य नाही. सरकारच्या गुप्तहेरांशिवाय त्या भलत्या वेळी कोण येणार? गुप्तहेरांचे धंदे त्या भय्यालाही माहीत झाले होते. टिळक सुटणार याची कसलीही गंधवार्ता नव्हती. त्यामुळे ही काही तरी फसवणूक असावी अशी त्याची कल्पना झाली. त्या मध्यरात्री टिळकांची सुटका होणार असल्याची बातमी सरकारने इतकी गुप्त ठेवली होती की, त्यांच्या घरीही ही बातमी कळवली नव्हती. इतकेच नव्हे, तर टिळकांना देखील आपल्या मुक्ततेबद्दल काही माहीत नव्हते. त्यामुळे दारावरचा रखवालदार गोंधळून गेला असल्यास नवल नाही. अखेर टिळकांच्या बरोबर असलेल्या पोलीस अधिकाऱ्याने पुढे येऊन दटावणीच्या सुरात दार उघडण्याला भय्याला सांगितले. त्यामुळे तर तो अधिकच गोंधळला. त्याने टिळकांचे भाचे धोंडोपंत विद्वांस यांना उठवून झालेला प्रकार सांगितला. अखेरीस वाड्याचे दरवाजे उघडले आणि सहा वर्षांच्या प्रदीर्घ कालावधीनंतर टिळकांनी पुन्हा आपल्या वाड्यात पाऊल टाकले.

टिळकांची मुक्तता झाली हे प्रथम कोणालाच खरे वाटेना; पण नंतर मात्र ही सुवार्ता इतरांना सांगण्यासाठी धावपळ सुरू झाली. ही वार्ता सांगण्यासाठी वाट फुटेल तिकडे लोक धावू लागले. आकाशातील मेघांनाही ही वार्ता ऐकाविशी वाटली; कारण इतका वेळ स्तब्ध असलेले मेघ आता बरसू लागले; पण लोकांना मात्र पावसाचे किंवा मध्यरात्रीचे भानही नव्हते. त्यांची धावपळ चालूच होती. जो तो दुसऱ्याला सांगत होता, 'लोकमान्य टिळक सुटले! खरंच सुटले!'

हळूहळू गायकवाडवाड्यात गर्दी जमू लागली. हाताला सापडतील ते पुष्पहार नाही तर फुले घेऊन लोक धावत सुटले. आपल्या थोर नेत्याच्या पायावर फूल ना फुलाची पाकळी तरी वाहण्यास जो तो उत्सुक झाला होता. प्रत्येकजण टिळकांच्या पायावर मस्तक ठेवीत होता आणि सापडेल त्या जागेवर बसत होता, मोठ्या आदराने आपल्या नेत्याला डोळ्यांत साठवून घेण्याचा प्रयत्न करीत होता. टिळकांना बघताच प्रत्येकाचे नेत्र आनंदाश्रूंनी भरून येत होते.

पहाट होत आली तसतसा लोकांचा लोंढा वाढतच चालला. पहाटेचे चार वाजल्यावर मात्र गर्दी ओसरली आणि टिळक झोपण्यासाठी आडवे झाले.

सहा वर्षांपूर्वी टिळकांना शिक्षा झाली तेव्हा त्यांच्या कुटुंबीयांचे सांत्वन करणारे संदेश ठिकठिकाणांहून आले; पण संकटात सापडलेल्या या कुटुंबाला

मदतीचा हात मात्र फारच थोड्या लोकांनी दिला. ८ सप्टेंबर १९०८ रोजी मुंबईमध्ये महिलांची एक सभा झाली. टिळकांच्या पत्नी सत्यभामाबाई यांना सहानुभूती दर्शविण्यासाठी ही सभा घेण्यात आली होती. सभेला सुमारे ७०० महिला उपस्थित होत्या. त्यात तीन-चार बुरखाधारी मुस्लिम स्त्रियादेखील होत्या. पंजाबमधील स्वदेशी चळवळीच्या नेत्या श्रीमती सरलादेवी यांच्या अध्यक्षतेखाली झालेल्या या सभेत सौ. सत्यभामाबाई यांना सहानुभूती दर्शवणारा ठराव संमत करण्यात आला होता.

या सहा वर्षांच्या काळात टिळकांच्या अनुपस्थितीत त्यांच्या कुटुंबावर अनेक संकटे कोसळली. या प्रसंगांमध्ये तात्यासाहेब केळकर आणि दाजीसाहेब खरे यांनी या कुटुंबाला विशेष मदत केली. टिळकांच्या अनुपस्थितीत 'केसरी'च्या खपावरही परिणाम होतो की काय, अशी धास्ती सर्वांना वाटत होती; पण तो धोका फारसा उद्भवला नाही. राजकीय चळवळीत मात्र जहालांचे महत्त्व साहजिकच कमी झाले.

टिळक मंडालेहून परत आल्यानंतर दुसऱ्या दिवशी त्यांच्या सुटकेची बातमी वाऱ्यासारखी जगभर पसरली. टिळकांच्या निवासस्थानी तर इतकी प्रचंड गर्दी जमली, की ती आवरणे पोलिसांना कठीण झाले. टिळकांची मुक्तता अचानक झाली असल्याने उत्साही लोकांना आवर घालण्यासाठी आधी काहीच व्यवस्था केलेली नव्हती. नंतर त्यांच्या घराजवळ दोन छोट्या पोलीस चौक्याच उभारण्यात आल्या. टिळकांचे दर्शन घेण्यासाठी गेलेल्या प्रत्येकाने आपले नाव पोलिसांकडे सांगणे जरूर होते. या नावांवरून असे दिसून आले की, टिळकांच्या असंख्य चाहत्यांमध्ये काही सरकारी नोकरही होते. त्यांच्या या 'कृत्याबद्दल' नंतर त्यांना समज देण्यात आली.

टिळकांच्या मुक्ततेची बातमी जाहीर होताच त्यांच्यावर शुभसंदेशपर पत्रांचा आणि तारांचा वर्षाव झाला. सकाळपासून गायकवाडवाड्याला लोकांचा वेढा पडला. त्या अफाट जनसागरातून 'टिळक महाराज की जय' या आरोळ्या ज्या सुरू झाल्या त्या बराच वेळ थांबेनात.

टिळकांच्या मुक्ततेबद्दल आनंद व्यक्त करण्यासाठी लंडनमध्ये हिंदी विद्यार्थ्यांची सभा झाली. वेस्ट हाउस, २१० हाय हॉलबोर्न येथे झालेल्या या सभेला असफअली आणि व्ही. व्ही. गिरी हेही उपस्थित होते.

टिळकांना शिक्षा झाली तेव्हा त्यांचे वय ५२ वर्षांचे होते. मंडालेच्या कारावासात अनेक हालअपेष्टा त्यांनी सहन केल्या. त्यातच पत्नीच्या निधनाची कौटुंबिक आपत्तीही त्यांच्यावर येऊन कोसळली. पत्नीवियोगाचा धक्का त्यांच्या मनाला विशेष जाणवला. मनाप्रमाणेच शरीरही बरेच खचले. मंडालेहून सुटका

झाली तेव्हा त्यांची प्रकृती बरीच खालावलेली दिसत होती.

परंतु दुर्दम्य आशावाद त्यांच्या अंत:करणात सदैव नांदत होता. शरीरप्रकृती खालावली असली, तरी मनाने ते अद्याप तरुण होते. त्यांची खालावलेली प्रकृती पाहून त्यांनी आता राजकारणातून निवृत्त व्हावे असा सल्ला त्यांच्या काही निकटवर्ती मित्रांनी व नातेवाइकांनी दिला. आपल्या आयुष्याची संध्याकाळ धार्मिक व तात्त्विक ग्रंथ लिहिण्यात व्यतीत करावी असा सल्लाही यांना देण्यात आला. असा सल्ला देणाऱ्या एका मित्राला ते एकदा म्हणाले, 'तुला खरं सांगू, पुस्तकांच्या गराड्यात बसून गणिताच्या एखाद्या कूट प्रश्नावर चिंतन करावं, किंवा पौर्वात्य व पाश्चिमात्य तत्त्वज्ञानाचा तुलनात्मक अभ्यास करून त्यावर ग्रंथनिष्पत्ती करावी, यासारखा परमानंद मला दुसऱ्या कोणत्याही गोष्टीत लाभणार नाही. जर माझा देश स्वतंत्र असता, तर एखाद्या कॉलेजात प्रोफेसर म्हणून विद्यार्थ्यांना शिकविण्यात मला केवढा आनंद वाटला असता! परंतु दुर्दैवानं माझा देश स्वतंत्र नाही; आणि म्हणून त्या देशाचं स्वातंत्र्य संपादन करणं हे मी माझं पहिलं कर्तव्य समजतो. या गडबडीतही मी वाचतो, लिहितो, नाही असं नाही; परंतु राजकारणातून थोडी विश्रांती मिळावी, मनाला थोडी करमणूक व्हावी याचसाठी मी हे लेखन-वाचन करतो. राजकारण हे माझ्या आयुष्याचं आता कर्तव्य होऊन बसलं आहे. कृपा करून त्या कर्तव्यापासून मला परावृत्त करू नका. राजकारणी पुरुष म्हणूनच मी शेवटचा श्वास घ्यावा अशी माझी नियती दिसते आणि त्या नियतीचा तो निर्णय मी बिनतक्रार मान्य केलेला आहे. तेव्हा कृपा करून माझ्या आयुष्याचा मार्ग मला मुकाट्यानं चालू द्या!''

शिक्षा भोगून आल्यानंतर टिळक बरेच बदलले असतील असे काही लोकांना वाटले. सरकारशी वागताना ते आता मवाळ धोरण स्वीकारतील, असाही काहींचा समज होता. ते आता यापुढे राजकारणात मुळीच शिरणार नाहीत, असाही काहींनी निर्वाळा दिला. वरिष्ठ सरकारी अधिकाऱ्यांची तर कल्पना होती की, मंडालेहून प्रदीर्घ कालानंतर आल्यावर, देशातील बहुतेक सारी जनता टिळकांना विसरली असेल, त्यांना आता अनुयायी मिळणे कठीण होईल आणि अशा रीतीने राजकारणात टिळकांची किंमत शून्यवत् होईल; परंतु टिळक सुटून आल्यानंतर सरकारी अधिकाऱ्यांनी जे दृश्य बघितले ते त्यांच्या अपेक्षेपेक्षा किती तरी वेगळे होते. टिळकांच्या मुक्ततेनंतर चक्षुर्वैसत्यम् दृश्य अवलोकन केलेल्या एका गृहस्थाने सांगितले, 'सूर्य हळूहळू अस्ताला जाऊ लागला. पूर्व क्षितिजाच्या कडेवर थोडासा तांबूस प्रकाश अद्यापही रेंगाळत होता. बाकी सारी धरित्री हळूहळू अंधाराचे आवरण आपल्या अंगावर ओढून घेत होती. पूर्व क्षितिजावरचा तो तांबूस वर्णही काही कालाने नाहीसा झाला. रात्र पडली.

रात्रीचा एकेक प्रहरही उलटू लागला; पण गायकवाड वाड्याभोवतालच्या गर्दीचा ओघ काही केल्या थांबेना. जनतेच्या उत्साहाला जणू उधाण आले होते!'

जनतेच्या या अपार उत्साहामुळे टिळकांना एका क्षणाचीही उसंत मिळेना. कोणालाही नाही म्हणणे अशक्य होते; पण लोकांना त्यांच्या दर्शनाला येऊ दिल्याने त्यांना होणारा त्रास संपेना. अखेरीस यातून मार्ग काढण्यासाठी टिळकांचा जाहीर सत्कार करण्याचे ठरले. दि. २० जूनला टिळकांच्या काही अनुयायांनी सार्वजनिक सभेच्या सभागृहात सत्कार घडवून आणला. दि. २३ जूनला गायकवाडवाड्यात सत्कार झाला. जनतेच्या उत्साहाला आणि आनंदाला सीमा राहिली नाही. देशाच्या कानाकोपऱ्यांतून हजारो लोक या समारंभासाठी पुण्यात येऊन दाखल झाले. पुण्याला एखाद्या क्षेत्राचे स्वरूप आले. आणि प्रत्यक्ष सत्कार-समारंभ सुरू होण्यापूर्वीच गायकवाडवाड्याचे पटांगण माणसांनी चौफेर फुलून गेले!

संध्याकाळ झाली. आकाशातून पर्जन्यधारा कोसळू लागल्या; पण एकही मनुष्य जागचा हलला नाही. जो तो आनंदात मग्न होऊन गेला होता. इतक्यात टिळक व्यासपीठावर चढताना दिसले. त्यांना बघून सगळ्यांच्या माना अभिवादनासाठी खाली लवल्या आणि मग टाळ्यांचा गगनभेदी कडकडाट झाला. टिळकांच्या गळ्यात पुष्पहार पडू लागताच सभेत एकदम शांतता पसरली. टिळकांच्या गळ्यात हार घातला जात असताना लोक स्तब्ध असत; पण गळ्यात हार पडला की टाळ्या वाजवून लोक त्यांच्या नावाचा जयजयकार करीत. टिळकांनी दिलेल्या एकेका लढ्याचे स्मरण होताच जमलेले लोक सद्‌गदित होत आणि त्यांचे नेत्र अश्रूंनी भरून येत. वृत्तपत्र कायद्याचा गळफास लावून सरकारने बंद केलेल्या वेगवेगळ्या वृत्तपत्रांच्या वतीने आणि कारावासात खितपत पडलेल्या अनेक देशभक्तांच्या नावांनी जेव्हा टिळकांच्या गळ्यात हार पडले तेव्हा जमलेल्या लोकांनी इतक्या मोठ्याने जयजयकार केला की, किती तरी वेळ तो थांबण्याचे चिन्ह दिसेना. मंडालेहून प्रदीर्घ कालानंतर परत आलेल्या टिळकांचे जनतेला विस्मरण झाले असेल ही सरकारची समजूत या आरोळ्यांनी पूर्णपणे खोटी ठरविली. लोकांच्या त्या प्रेमपूर्ण स्वागताने टिळक अक्षरश: भारावून गेले. इतकेच नव्हे, तर त्या तपस्वी महापुरुषाचा आपल्या मनावरील ताबा एक क्षणभर विचलित झाला. त्यांच्याही नेत्रात प्रेमाश्रू उभे राहिले.

त्या भरलेल्या नेत्रांनी व भारावलेल्या अंत:करणाने ते उत्तरादाखल भाषण करण्यासाठी उभे राहिले आणि आपले उर्वरित आयुष्य देशसेवेसाठीच व्यतीत करण्याचा निर्धार त्यांनी त्या विराट सभेत व्यक्त केला. ते म्हणाले, "सहा वर्षांच्या कालानंतर मी जेव्हा मायदेशी परतलो आणि सभोवतालच्या जगाकडे

दृष्टिक्षेप टाकला तेव्हा माझी स्थिती रिप व्हॅन विंकलसारखी झालेली मला दिसली. मी जगाला पार विसरून जावे आणि जगानेही मला विसरावे यासाठी सरकारने मला एकांतवासाची कडक शिक्षा दिली. माझे विस्मरण तुम्हाला झाले नाही हे पाहून मला होत असलेला आनंद व्यक्तविण्यास माझ्याजवळ शब्द नाहीत. तुमच्याशी झालेल्या सहा वर्षांच्या वियोगाने तुमच्याबद्दलचे माझे प्रेम यत्किंचितही कमी झालेले नाही ही गोष्ट लक्षात ठेवा. सहा वर्षांपूर्वी ज्या तऱ्हेने व ज्या नात्याने मी तुमची सेवा करीत होतो त्याच प्रकारची सेवा यापुढेही करण्याची माझी सिद्धता आहे. अर्थात् माझ्या मार्गाला मला काहीशी मुरड घालावी लागेल इतकेच!'

टिळकांनी केलेले हे छोटेसे पण ठाशीव स्वरूपाचे भाषण त्यांच्यासारख्या चारित्र्यसंपन्न महापुरुषाला साजेसे असेच होते. त्यांच्या या भाषणाने सरकारला चांगलाच हादरा बसला. सहा वर्षांनी शिक्षा भोगून आल्यानंतर टिळकांची वागणूक पुष्कळच मवाळ झालेली असेल आणि आता आपल्या राज्यात शांतता नांदू शकेल अशी सरकारची कल्पना होती, ती पार धुळीस मिळाली. जनतेने लोकमान्यांचा केलेला प्रचंड सत्कार पाहून सरकारचे डोळे दिपले, त्यांच्या आशा मालवल्या. शिक्षा भोगून आल्यानंतर टिळकांचे समाजातील मोठेपण संपुष्टात येईल अशी सरकारला खात्री होती; पण हा सरकारी हिशेब चुकला होता. टिळक पूर्वीपेक्षाही मोठे झाले होते. सरकारचा हा जुना शत्रु शिक्षेने हतप्रभ न होता पुन्हा नव्या जोमाने दंड थोपटून आपल्या प्रतिस्पर्ध्याशी दोन हात करण्यासाठी सिद्ध झाला होता. त्याचे हात पूर्वीपेक्षाही बळकट झाले होते, बाहू विस्फारले होते, खांदे उंचावले होते आणि अंत:करणात कधीही नव्हता एवढा दुर्दम्य उत्साह निर्माण झाला होता.

पण सरकारनेही आपल्या बाह्या सावरल्या. आपल्या शत्रूला पुन्हा टोला मारण्याची तयारी सुरू केली. टिळकांवर 'राजद्रोही' असा शिक्का सरकारने मारला आणि लोकांनी त्यांच्यापासून चार हात दूर राहावे असा आदेशही दिला. सरकारचा हा आदेश मोडणारा सरकारच्या अवकृपेस पात्र होईल असेही बजावण्यात आले. इतके करून सरकार थांबले नाही, तर टिळकांच्या वाड्याभोवती चौकी बसविण्यात आली आणि वाड्यात येणाऱ्याजाणाऱ्यांची नोंद होऊ लागली. त्याचबरोबर पुण्याच्या जिल्हाधिकाऱ्याने एक खास आज्ञा काढून राजद्रोहाची शिक्षा झालेल्या देशभक्तांची चित्रे सार्वजनिक जागी लावण्यास बंदी घातली. तसेच या देशभक्तांना किंवा त्यांच्या नातेवाइकांना सार्वजनिक ठिकाणी हार घालण्यास बंदी केली.

परिस्थितीच्या वाऱ्याने कालाची पाने भराभर उलटत होती. दिवसरात्रीचा

कधीही न संपणारा पाठशिवणीचा खेळ चालू होता. ऋतू पालटत होते. निसर्गाचे हे चक्र एकीकडे फिरत असताना राजकारणाची चक्रेही थांबली नव्हती. हिंदुस्थानात नवे व्हाइसरॉय आणि गव्हर्नर येत होते. सेवानिवृत्त झालेले परत जात होते. इंग्लंडच्या गादीवर जुना राजा जाऊन नवा पंचम जॉर्ज बादशहा स्थानापन्न झाला होता. बंगालची फाळणी रद्द झाली होती. कधीही न बदलणारी गोष्ट बदलली होती; परंतु सरकारचे टिळकांबद्दलचे धोरण मात्र काही केल्या बदलत नव्हते. हिंदुस्थानातील साऱ्या वृत्तपत्रांनी आणि जनतेने सरकारच्या या खुनशी वृत्तीचा वेळोवेळी निषेध केला होता; पण सरकारच्या धोरणात मुळीच बदल घडत नव्हता. अखेरीस पार्लमेन्टचे सभासद केरहार्डी यांनी भारतमंत्री क्र्यू यांच्याशी वारंवार चर्चा करून टिळकांचा प्रश्न धसाला लावला.

राजकारणाचे जुने धागे पकडून नव्या राजकारणाच्या मार्गाची वाटचाल करण्याची सिद्धता टिळक करीत असतानाच ऑगस्टमध्ये साऱ्या जगाला हादरवून सोडणारी घटना घडली. युरोपात महायुद्धाला सुरुवात झाली. या घटनेने एका रात्रीत हिंदुस्थानातील राजकारणाची दिशाच बदलून गेली. या युद्धाचा आघात हिंदुस्थानातील नोकरशाहीवरही झाल्याखेरीज राहिला नाही आणि टिळकांबद्दलचे धोरण बदलण्याची आवश्यकता सरकारला वाटू लागली. तशा सूचनाही टिळकांना मिळू लागल्या; परंतु या परिस्थितीतही टिळकांवर लादलेली बंधने दूर करण्यास सरकार तयार नव्हते. संकटाच्या काळातही आपल्या प्रतिष्ठेच्या खोट्या कल्पना सोडणे सरकारच्या जिवावर आले. या बाबतीत प्रथम टिळकांकडून काही तरी हालचाल व्हावी अशी सरकारची अपेक्षा होती. तिऱ्हाइतांमार्फत सरकारकडे तशा सूचनाही येऊ लागल्या; पण टिळक खरोखर जन्मत:च श्रेष्ठ होते. त्यांच्याजवळ प्रतिष्ठेच्या खोट्या कल्पना कधीच नव्हत्या. शिवाय त्यांची प्रतिष्ठा कधीच कमी झाली नव्हती. त्यामुळे सरकारप्रमाणे खोट्या प्रतिष्ठेला चिकटून राहण्याचे त्यांना काहीच कारण नव्हते. एका प्रसिद्धिपत्रकाद्वारे आपली राजनिष्ठा आणि ब्रिटिश सरकारबद्दलचे आपले धोरण व्यक्त करण्यास त्यांनी संमती दिली. याच्या बदल्यात त्यांच्यावर दि. २५ जून रोजी लादलेली सारी बंधने दूर करण्यास मुंबई सरकारनेही तयारी दर्शविली. टिळकांच्या वाड्यावर बसवलेली चौकी सरकारने लगेच उठविली.

त्यानंतर टिळकांनी आपले प्रसिद्धिपत्रक ठरल्याप्रमाणे प्रसिद्ध केले. या पत्रकात त्यांची कणखर वृत्ती जशी स्पष्ट होते तसाच त्यांचा दिलदारपणाही दृष्टोत्पत्तीस येतो. 'इंग्लंडची अडचण ही हिंदुस्थानची संधी होय' या जुन्या तत्त्वावरील त्यांचा विश्वास किंचितही कमी झालेला नव्हता; परंतु शत्रूच्या अडचणीचा लाभ कसा व केव्हा उठवायचा आणि त्या अडचणीचे रूपांतर

संधीत केव्हा करायचे हे त्यांना चांगले माहीत होते. आपल्या दहशतवादी मताबद्दल सरकारच्या मनात शंका राहू नये म्हणून टिळकांनी त्या पत्रकात आपले धोरण विशद करताना म्हटले होते, 'हिंदुस्थान देशाच्या वेगवेगळ्या भागांत जे दहशतवादी प्रकार घडले त्यांच्या मी केवळ विरुद्धच आहे असे नाही, तर अशा प्रकारांनी देशातील राजकीय विकासाला मोठाच अडसर निर्माण केला आहे असे माझे स्पष्ट मत आहे. त्या साऱ्या प्रकारांचा व्यक्तिश: विचार केला काय किंवा संघश: विचार केला काय, ते प्रकार केव्हाही त्याज्यच समजले पाहिजेत. या संकटाच्या वेळी हिंदुस्थानातील प्रत्येक माणसाने मग तो लहान असो वा मोठा असो, गरीब असो वा श्रीमंत असो, सरकारला अधिकात अधिक साहाय्य करण्याचे कर्तव्य बजावले पाहिजे.'

जर्मनीने वेळोवेळी दिलेली आश्वासने धाब्यावर बसवून लहान लहान राष्ट्रांशी केलेले सरहद्दीचे सारे निर्बंध झुगारून दिल्यामुळे जर्मन राष्ट्राविरुद्ध ब्रिटिश राष्ट्र युद्धाला उभे ठाकले आहे, या गोष्टीला टिळकांनी आपला पूर्ण पाठिंबा व्यक्त केला.

अशा तऱ्हेने इंग्लंड व मित्रराष्ट्रे यांना टिळकांनी आपला संपूर्ण पाठिंबा दिला खरा; पण हिंदुस्थानचा रास्त दावा मात्र त्यांनी कधीही दृष्टिआड केला नाही. राजनिष्ठेला कसलाही बाध न आणता हिंदुस्थानच्या स्वराज्याचा अधिकार मांडता येतो हे मत त्यांनी वारंवार स्पष्टपणे मांडले. ते म्हणत, 'आयर्लंडमधील होमरूल चळवळीचे प्रवर्तक जी गोष्ट त्यांच्या मायदेशी करू इच्छितात तीच गोष्ट हिंदुस्थानात प्रस्थापित करण्याचा आमचा विचार आहे.'

ज्या ब्रिटिश सरकारने त्यांच्याशी सातत्याने वैर मांडले होते, त्या ब्रिटिश सरकारला अडचणीच्या वेळी पाठिंबा देण्यात पण त्याचबरोबर आपल्या मातृभूमीचे रास्त हक्क दृष्टिआड न करण्यात टिळकांनी जो राजकारणी मुत्सद्दीपणा व चतुराई दाखविली होती तिला अन्यत्र तोड नाही. सरकारला दिलेल्या आश्वासनाप्रमाणे जनतेचा युद्धप्रयत्नांना पाठिंबा मिळविण्यासाठी टिळकांचे प्रयत्न लगेच सुरू झाले. त्यांच्या या प्रयत्नांबद्दल ब्रिटिशांची पक्षपाती वृत्तपत्रे गौरवाने लिहू लागली. टिळकांवर असलेली सारी बंधने दूर झाली; आणि टिळक व सरकार यांच्यात आता सहकार्याचा नवा मनु प्रस्थापित होणार अशी स्पष्ट चिन्हे दिसू लागली. राजनिष्ठेचे पत्रक प्रसिद्ध झाल्यावर टिळकांबद्दलच्या सरकारच्या धोरणात बराच फरक पडला याची स्वत: टिळकांनाही जाणीव होती. जनतेमध्ये सरकारच्या या धोरणाबद्दल आशा व समाधान दिसत होते.

परंतु काही टिळक पंथीयांना टिळकांच्या या मुत्सद्देगिरीचा अर्थ समजला नाही. हे लोक टिळकांच्या धोरणाला मवाळ लेखू लागले. ब्रिटिशांशी प्रत्येक

बाबतीत टिळकांचे कट्टर शत्रुत्व आहे असे सरकार मानीत होते यात आश्चर्य नव्हते; पण टिळकांचे अनेक अनुयायीही तसेच समजत होते. जो आपला मित्र नाही तो आपला शत्रू असे त्यांचे सरळ गणित होते. आणि 'शत्रूचा शत्रू तो आपला मित्र' असा त्यांचा स्पष्ट दावा होता. अशा लोकांना टिळकांच्या गूढ वागणुकीचा अर्थ समजणे शक्य नव्हते. राजनिष्ठेचे पत्रक जेव्हा टिळकांनी प्रसिद्ध केले तेव्हाच त्यांचा राजकीय अवतार समाप्त झाला असे हे लोक मानू लागले. ब्रिटिश सत्तेशी टिळकांनी उभा दावा मांडलेला होता, त्यामुळेच ते जनतेच्या आदराला पात्र झाले होते. त्याचमुळे ते देशातील एक समर्थ पुरुष ठरले होते आणि म्हणूनच नोकरशाहीने त्यांची धास्ती घेतली होती. टिळक राजनिष्ठ बनले आणि परकीय सत्तेशी त्यांनी हातमिळवणी केली, तर त्यांचा काय उपयोग, असे विचार एका गटात नांदत होते. राष्ट्रीयत्वाच्या, देशभक्तीच्या त्यांच्या व्याख्या वेगळ्या होत्या; पण टिळक कमकुवत मनाचे कधीच नव्हते. एखादी गोष्ट बहुजन समाजाला पटते म्हणून त्याच्यावर त्यांनी आपली राजकीय मते कधीच तयार केली नाहीत. सभोवतालच्या परिस्थितीचा त्यांनी साकल्याने विचार केला होता. त्या विचाराला त्यांनी आपल्या मनात दीर्घ काळ घोळवले होते आणि स्वच्छ, ठाम स्वरूप घेऊनच त्यांची मते तयार झाली होती. त्या विचारावर त्यांनी आपली राजकीय वागणूक आधारली होती. शत्रूच्या कोणत्या मर्मस्थानावर नेमका केव्हा हल्ला करायचा याबद्दलची सूक्ष्म दृष्टी आणि सखोल ज्ञान असणाऱ्या कुशल सेनानीची प्रज्ञा त्यांच्याजवळ होती. तसेच शत्रूसमोर केव्हा पड खायची व स्वस्थ बसायचे याचे अचूक अंतर्ज्ञानही त्यांना होते.

सरकारने टिळकांवर अधिकृत 'सार्वजनिक बहिष्कार' घातल्याने आणि त्यांच्यावर व त्यांच्याकडे येणाऱ्या लोकांवर निर्बंध लादल्याने त्यांना कोणाशीच राजकीय विचारांची देवघेव करता येईनाशी झाली होती. सरकारची करडी नजर त्यांच्या प्रत्येक हालचालीवर सतत असल्याने त्यांना बाहेर पडता येईना आणि राजकीय कार्यक्रमही आखता येईना. काही तरी हालचाल केल्याशिवाय राजकारणात कोणतीही संधी कधी प्राप्त होत नसते याची त्यांना पुरेपूर जाणीव होती. त्यामुळे आपल्या हालचालींवरील निर्बंध लवकर दूर करून घेण्याच्या प्रयत्नात ते होते. त्यांना हवी होती ती संधी महायुद्धाने आपोआपच प्राप्त करून दिली. या वेळी सरकारशी सहकार्य केले, तर सरकारच्या मनातील आपल्यासंबंधीचा अविश्वास दूर होईल आणि मैत्रीचे नाते जोडले जाऊन आपल्यावरील निर्बंध दूर होऊ शकतील, असा टिळकांचा अंदाज होता. त्यांनी प्रसिद्ध केलेले पत्रक हा त्यांच्या मुत्सद्देगिरीचा एक पवित्रा होता आणि त्यांच्या अपेक्षेप्रमाणे हा पवित्रा यशस्वी ठरलाही. शत्रूच्या अभेद्य किल्ल्यावर हल्ला करण्यासाठी मोक्याची जागा सापडताच

त्यांनी हल्ल्याची सिद्धता केली.

केवळ राजनिष्ठेचे पत्रक प्रसिद्ध करून टिळक थांबले नाहीत, तर सरकारबद्दल खरीखुरी सदिच्छा व्यक्त करण्यासाठी त्यांनी 'केसरी'तून लेख लिहिण्याचा धडाका सुरू केला. तरुणांनी सैन्यात शिरावे असा उपदेश ते त्या लेखातून करू लागले. सैनिकी शिक्षण व अनुभव घेण्यासाठी तरुणांना सुंदर संधी मिळाली आहे, ही चालत आलेली संधी तरुणांनी दवडू नये. देशाला स्वातंत्र्य प्राप्त झाल्यानंतर ते स्वातंत्र्य टिकविण्यासाठी या शिक्षणाचा चांगला उपयोग होईल हे त्यांनी तरुणांच्या निदर्शनास आणून दिले. सैनिकी खात्यातून भारतीय सुशिक्षित तरुणांना प्रवेश नाकारला जात असे, यावर टिळकांनी मंडालेला जाण्यापूर्वीही अनेक वेळा सरकारवर कठोर टीका केली होती. शस्त्रबंदीविरुद्धही त्यांनी बऱ्याच वेळा आपले टीकास्त्र सोडले होते. शस्त्रबंदीमुळे देशातील तरुण भित्रे आणि पौरुषहीन बनतील ही धास्ती त्यांनी आपल्या लेखांतून वारंवार व्यक्त केली होती. युरोपात सुरू झालेल्या महायुद्धाने देशातील तरुणांना आपले तेज दाखविण्याची आणि आपली पात्रता सिद्ध करण्याची चांगली संधी प्राप्त करून दिली आहे, असे टिळकांचे मत होते. नागरिकांचे सैन्य उभारून त्यात लोकांना भराभर प्रवेश द्यावा, अशी सूचना त्यांनी सरकारसमोर मांडली. या प्रश्नावर टिळक आणि मवाळ नेते यांच्यात एकमत होते; परंतु सरकारने प्रथम या बाबतीत टाळाटाळ केली आणि नंतर टिळकांची सूचना धुडकावून लावली. जीवनमरणाच्या लढ्यात इंग्लंड सापडलेले असताना इकडे ब्रिटिश नोकरशाही मात्र हिंदुस्थानातील नेत्यांना देऊ केलेला सहकार्याचा हात झिडकारून टाकीत होती. हे सहकार्य स्वीकारले तर हिंदुस्थानातील नेत्यांच्या राजकीय मागण्यांना एक प्रकारचे नैतिक अधिष्ठानच प्राप्त करून दिल्यासारखे होईल अशी भीती राज्यकर्त्यांना वाटत होती.

सरकारचे सैन्य-भरती अधिकारी गावोगाव फिरून लोकांची नावे सैन्यात दाखल करून घेत होते; पण ती अगदी दरिद्री आणि अडाणी लोकांची! ज्यांना दुपारच्या जेवणाची भ्रांत आहे अशांची! ज्यांना राजकारणाचा गंधही नाही अशा माणसांची सरकारला नावे हवी होती. सुशिक्षित लोकांची सैन्यात भरती करायची सरकारची इच्छा नव्हती. आणि राजकारणाबाबत जागृत झालेले लोक तर सरकारला वर्ज्यच होते. सरकारला हवे होते खालच्या थरातील लोक, केवळ बाजारबुणगे, अज्ञानी, दरिद्री, राजकारणात ज्यांना काहीही गम्य नाही असे!

सरकारच्या धोरणाबद्दल देशात सर्वत्र सारखी टीका होत होती. इंग्लंडच्या युद्धप्रयत्नात साहाय्य देण्यास हिंदुस्थान किती उत्सुक आहे हे त्या वेळचे इंग्लंडचे पंतप्रधान ॲस्क्विथ यांच्या कानावर गेले असते, तर इंग्लंडला सक्तीच्या

भरतीची आणि अमेरिकेच्या साहाय्याची आवश्यकताच पडली नसती. १९१६च्या डिसेंबरमध्ये लॉइड जॉर्ज इंग्लंडचे पंतप्रधान झाले, तेव्हा त्यांनी व्हाइसरॉय लॉर्ड चेम्सफोर्ड यांना हिंदुस्थानातील लोकांना विश्वासात घेऊन त्यांच्यात युद्ध-उत्साह निर्माण करण्याचा प्रयत्न करण्यास सांगितले; परंतु चेम्सफोर्ड यांना येथील जनतेबद्दल त्या दृष्टीने आपुलकी कधीच वाटली नाही. त्यांनी आपल्या अमदानीत घोडचुकांखेरीज काहीच केले नाही. त्यामुळे सरकारच्या युद्ध-प्रयत्नांबद्दल येथील जनता साशंक बनत चालली.

हिंदुस्थानच्या तीस कोटींइतक्या प्रचंड लोकसंख्येतून सरकारने केवळ सहा हजार सैनिकांची मागणी केली. ही मागणी विचित्र तर खरीच; शिवाय सरकारच्या मनोवृत्तीवर प्रकाश पाडणारीही होती. 'सहा सहस्त्र सैनिक काय मागता; वेळ पडली तर मी माझ्या देशातून सहा लाख सैनिक, नव्हे त्याहीपेक्षा अधिक सैनिक तुम्हाला सहज पुरवू शकेन,' असे आश्वासन टिळकांनी सरकारला दिले होते. लॉर्ड चेम्सफोर्ड यांचा हेतू टिळकांनी जाणला होता. हिंदुस्थानातील सैनिकांना मोठ्या संख्येने प्रवेश न देण्यामागे त्यांचा जो डाव होता तो टिळक ओळखून होते; पण तरीही टिळकांनी त्या बाबतीत आपल्याकडून कसलीही कसूर केली नाही. 'तरुणांनी सैन्यात शिरावे' असे आवाहन त्यांनी ठिकठिकाणी दौरे काढून केले. सरकारने येथील जनतेला विश्वासात घेतले नाही आणि उदारपणाचे धोरण दाखविले नाही, तर सैनिकीकरणाचा सरकारचा प्रचार लंगडा पडेल, हे त्यांनी सरकारच्या निदर्शनास आणले. राजकीय प्रगतीचे किंवा हिंदी लोकांना सैन्यात कमिशन देण्याचे कोणतेच आश्वासन सरकार देत नव्हते.

मुंबई येथे सैनिकीकरणावर भाषण करताना टिळक म्हणाले, 'जर माझे पांढरे झालेले केस नि माझे वय या गोष्टी सैन्यात शिरण्याच्या आड येत नसतील, तर सैन्यात शिरून माझा वाटा उचलण्याची माझी तयारी आहे. त्यांचे हे वाक्य ऐकताच सभेला आलेल्या असंख्य तरुणांच्या अंत:करणात उत्साहाचे वारे खेळू लागले. दक्षिण आफ्रिकेतून नुकत्याच मायदेशी परत आलेल्या ८५० तरुणांनी सैन्यात दाखल होण्याची आपली तयारी जागच्या जागीच दाखवली. महाराष्ट्रात ज्याप्रमाणे टिळक सैनिकीकरणाचा प्रचार करीत होते त्याप्रमाणे गुजरातमध्ये महात्मा गांधीही प्रचारासाठी दौरा करीत होते; पण हिंदुस्थानची मदत घेण्याची सरकारची इच्छाच नाही, असे त्याच्या प्रत्येक कृतीवरून वाटत होते.

नंतर भारत संरक्षण कायदा जारी झाला; पण या कायद्याने भारताचे रक्षण होण्याऐवजी भक्षण मात्र सुरू झाले. मुंबई येथे टिळकांचे सैनिकीकरणावर भाषण झाले. त्यापूर्वीच त्यांना पंजाबमध्ये येण्यास मनाई करणारा हुकूम पंजाब सरकारने

काढला होता. पंजाबचे गव्हर्नर सर मिचेल ओडवायर यांच्या पावलावर पाऊल टाकून दिल्लीच्या कमिशनरनेही असाच मनाई हुकूम काढला; पण या दोन्ही प्रांतांचा दौरा करायचा टिळकांचा तेव्हा विचारही नसल्याने हे हुकूम मूर्खपणाचेच होते, असे म्हटले पाहिजे. पंजाब सरकारने बिपिनचंद्र पाल यांनाही अशीच बंदी केली. मद्रास सरकार आणि ॲनी बेझंट व त्यांचे सहकारी यांच्यातील संघर्षामुळे जनतेत आधीच संताप निर्माण झाला होता. वरील मनाई हुकुमांमुळे आगीत तेल ओतले गेले; पण सरकारने टिळकांवर निर्बंध घातले तरी टिळकांनी मात्र हिंदी लोकांच्या सैन्य-प्रवेशाला प्रोत्साहन देण्याचे धोरण सोडले नाही.

राजकारणाबरोबरच इतर गोष्टींकडेही टिळकांचे लक्ष होते. जगन्नाथ महाराजांच्या मालमत्तेचा प्रश्न अद्याप सुटलेला नव्हता. पुण्याच्या कलेक्टरने जगन्नाथ महाराज यांना बोलावून सांगितले, की सरकार लवकरच त्यांची मालमत्ता त्यांच्या ताब्यात देणार आहे. सरकारच्या या बदललेल्या धोरणाचा फायदा घेण्याची सूचना टिळकांनी जगन्नाथ महाराजांना केली.

दि. २ फेब्रुवारी १९१६ रोजी अण्णासाहेब पटवर्धन निधन पावले. त्यांच्या मृत्यूचा टिळकांना फारच धक्का बसला. आपल्या वयाची किंवा प्रकृतीची पर्वा न करता टिळक अण्णासाहेबांच्या अंत्ययात्रेला उपस्थित होते. टिळक त्यांना आपले गुरू आणि मार्गदर्शक मानीत असत, याचे खूपजणांना आश्चर्य वाटे. याबाबत खुलासा करताना टिळक सांगत, 'क्रांतीच्या हेतूने अण्णासाहेबांचे निजामाच्या दिवाणाशी संबंध होते. ऐतिहासिक उदाहरण द्यायचे झाल्यास, सहा शतकांपूर्वीच्या विजयानगरच्या विद्यारण्याशी किंवा फ्रान्सच्या तेराव्या लुईच्या काळातील कार्डिनल रिशल्यु यांच्याशी अण्णासाहेबांची तुलना करता येईल, असेही टिळक सांगत असत. अण्णासाहेबांच्या निधनानंतर शोकसभांमध्ये आणि त्यांच्या स्मारकाच्या योजनेत टिळकांचे जवळजवळ दोन महिने गेले.

ब्रिटिशांच्या युद्ध-प्रयत्नांना हिंदुस्थानातील जनतेचे व्हावे तसे साह्य होत नव्हते म्हणून 'प्रेस ॲक्ट' रद्द करावा, अशी सूचना वृत्तपत्रांनी अनेक वेळा व्हाइसरॉयला केली होती. यासाठी एक शिष्टमंडळही धाडण्यात आले होते; पण त्यालाही वाटाण्याच्या अक्षता लावण्यात आल्या.

या निवेदनाच्या ओघात थोडे पुढे जाऊन एक हकिगत सांगितली पाहिजे. १९१८ सालच्या एप्रिल महिन्यात दिल्ली येथे एक युद्ध-बैठक घेण्यात आली. या बैठकीसाठी देशातील अनेक राजकीय पुढाऱ्यांना आमंत्रण होते. महात्मा गांधींनाही आमंत्रण होते; पण टिळकांना मात्र वगळण्यात आले होते! दिल्लीच्या बैठकीत याबद्दल विचारणा करण्यात आली. यानंतर मुंबईचे गव्हर्नर लॉर्ड विलिंग्डन यांनी विचारविनिमय करण्यासाठी काही पुढाऱ्यांना मुंबईला बोलावले!

तेव्हा मात्र टिळकांना बोलावणे भाग पडले.

मुंबई येथे झालेल्या या बैठकीसंबंधीची एक मनोरंजक आठवण बेळगावचे गंगाधरराव देशपांडे यांनी लिहून ठेवली आहे. बैठकीबाबत विचारविनिमय करण्यासाठी टिळकांनी गांधींना बैठकीच्या आदल्या दिवशी आपल्या निवासस्थानी बोलावले होते. दुसऱ्या दिवशीच बैठकीत टिळक जे भाषण करणार होते त्याची प्रत त्यांनी गांधींना दाखविली आणि त्या भाषणात केलेल्या सूचनांना गांधी पाठिंबा देतील काय, असे विचारले. या भाषणात त्यांनी सरकारच्या सैनिकीकरणाला पाठिंबा दर्शविला होता; पण त्याचबरोबर युद्ध संपल्यानंतर सरकारने स्वराज्याची घोषणा करावी अशी मागणीही केली होती. ब्रिटिश सरकारवर या वेळी कोणतीही अट न लादता बिनशर्त पाठिंबा द्यावा असे गांधींचे मत होते. त्यामुळे टिळकांच्या सशर्त पाठिंब्याला आपला पाठिंबा देण्याचे त्यांनी स्पष्टपणे नाकारले. या प्रश्नावर उभय नेत्यांमध्ये बरीच चर्चा झाली; पण त्यांचे मतैक्य मात्र झाले नाही. ही चर्चा संपल्यावर गांधी जाण्यास निघाले तेव्हा त्यांना पोचविण्यासाठी टिळक लिफ्टपर्यंत गेले. जाताना टिळकांनी आपला हात गांधींच्या खांद्यावर ठेवला आणि ते म्हणाले, ''काही हरकत नाही. तुम्ही माझ्या धोरणाला पाठिंबा द्यावा अशी सक्ती मी तुमच्यावर करीत नाही; परंतु माझी खात्री आहे की, मी जितकं सोसलं आहे तितकं तुम्ही सोसाल आणि तुम्हाला एकदा नोकरशाहीची नेमकी नाडी कळली की तुम्हीही माझ्या निर्णयाला येऊन दाखल व्हाल.'

टिळकांचे बोलणे ऐकताच गांधी त्यांच्याकडे वळून पाहत शांतपणे म्हणाले, 'टिळक महाराज, मला तुमच्याशी सहमत होता येत नाही याबद्दल फार वाईट वाटतं; परंतु आता मात्र एक गोष्ट मी ठरवली आहे. उद्याच्या बैठकीत काहीच न बोलण्याचा निर्णय मी घेतला आहे.'

त्यानंतर गांधी तडक घरी गेले आणि त्यांनी आपला निर्णय गव्हर्नरला कळविला. दुसऱ्या दिवशी बैठक सुरू झाली तेव्हा बैठकीत बोलणाऱ्या नेत्यांच्या यादीत गांधींचे नाव तांबड्या पेन्सिलने खोडलेले आढळले. या गोष्टीकडे प्रत्येकाचे लक्ष गेले. याबद्दल बरीच चर्चाही झाली. टिळकांना गांधींचे हे मौन फारच महत्त्वाचे वाटले. एका दृष्टीने त्यांच्या भाषणापेक्षाही त्यांचे मौन अधिक प्रभावी ठरले.

बैठक सुरू झाली तेव्हा हिंदुस्थानातील लोकांनी सैन्यात दाखल व्हावे यासंबंधीच्या सरकारी प्रस्तावाला टिळकांनी पाठिंबा दिला; पण पाठिंबा दर्शविताना टिळक म्हणाले की, देशाला स्वराज्य मिळण्याचे वचन देण्यात आले तर लोकांचा उत्साह वाढून सैन्यात शिरण्यासाठी ते मोठ्या संख्येने पुढे येतील. 'स्वराज्य' हा शब्द टिळकांच्या तोंडून ऐकताच एखादी लाल चिंधी बघून

एखाद्या बैलाने बिथरावे तसे लॉर्ड विलिंग्डन बिथरले. आणि त्यांनी टिळकांना पुढे न बोलता खाली बसण्याचा हुकूम दिला. टिळकांच्या जागी एखादा कमकुवत मनाचा नेता असता, तर त्याच्या मनाचा तोल पार सुटला असता; पण टिळक स्थितप्रज्ञ होते. लॉर्ड विलिंग्डन यांच्या त्या असभ्य वर्तणुकीचा त्यांनी कडक शब्दांत निषेध केला. त्या युद्ध-बैठकीचे मामुली स्वरूप त्यांनी उघड केले. लॉर्ड विलिंग्डन यांचा राग येण्याऐवजी आपल्याला त्यांची कीव वाटते हे त्यांनी आपल्या बोलण्यावरून स्पष्ट केले. त्यांनी लॉर्ड विलिंग्डन यांना स्वच्छ शब्दांत सांगितले, की या बैठकीत जर आपल्याला स्पष्ट मतप्रदर्शन करू दिले नाही तर सभेतून चालते होण्यावाचून आपल्याला दुसरे गत्यंतरच नाही. टिळकांनी जेव्हा सभात्याग केला तेव्हा त्यांच्या पाठोपाठ गांधी, हॉर्निमन, बमनजी, जमनादास द्वारकादास, तात्यासाहेब केळकर आदी नेतेही बाहेर पडले.

टिळकांनी या युद्धप्रसंगी देऊ केलेल्या खऱ्याखुऱ्या साह्याचा हात झिडकारण्यात ब्रिटिश राज्यकर्त्यांचे अज्ञानच स्पष्ट झाले. हिंदुस्थानातील राजनैतिक क्षेत्रातील वारे त्यांना समजले नाहीत असाच त्याचा अर्थ होता. ब्रिटन आणि हिंदुस्थान यांच्या दरम्यान प्रस्थापित होणाऱ्या संबंधांचे महत्त्व टिळकांना चांगले समजले होते; पण ब्रिटिश नोकरशाहीला मात्र ते समजले नव्हते. निदान काही काळ तरी हिंदुस्थानचे संबंध ब्रिटनशी निगडित राहणार आहेत ही राजकारणातील वस्तुस्थिती टिळकांनी दृष्टिआड केली नव्हती.

युरोपमध्ये जे युद्ध सुरू झाले होते त्यात लोकशाही का झोटिंगशाही या वादाचा निर्णय लागणार होता. या युद्धात जर्मनीचा जय झाला असता, तर जिकडे-तिकडे सैन्याचे व हुकूमशाहीचे राज्य सुरू झाले असते, याची टिळकांना जाणीव होती. या प्रश्नावर प्रदीर्घ विचार करूनच त्यांनी आपली मते बनविली होती.

मुंबईच्या बैठकीत टिळकांच्या बाबतीत जो अनुचित प्रकार घडला त्याचे सर्वांना दुःख झाले. या प्रकारच्या निषेधार्थ दि. १६ जूनला एक जाहीर सभा घेण्याचे ठरले. सभेच्या अध्यक्षस्थानी गांधी होते. आपल्या भाषणात ते म्हणाले, "मी लॉर्ड विलिंग्डन यांच्या त्या वर्तनाचा कडक निषेध करतो. श्री. केळकरांना सरकारच्या वतीने जी आश्वासने देण्यात आली होती त्यानुसारच लो. टिळक त्या बैठकीत भाषण करीत होते. त्यांच्या भाषणाला मधेच अडथळा आणणे ही गोष्ट सभ्यतेला धरून तर नव्हतीच; पण न्याय्यही नव्हती. लो. टिळकांच्या या अपमानाचे दूरगामी परिणाम सरकारच्या या युद्ध-प्रयत्नांना जाणवल्याशिवाय राहणार नाहीत."

बॅ. जिनांनीही सभेत भाषण करून सरकारचा कडक शब्दांत निषेध केला.

ते म्हणाले, "सरकारला जनतेच्या सहकार्याची खरोखरच जरूर आहे किंवा काय याबद्दल मला शंका वाटते."

या सभेत टिळकांनीसुद्धा फार परिणामकारक भाषण केले. सैनिकीकरणाला आपला खरोखरच पाठिंबा आहे, हे दर्शविण्यासाठी आपण गांधींकडे पन्नास हजार रुपये पाठवीत आहोत, अशी घोषणा त्यांनी केली. ते म्हणाले, "आमच्या प्रामाणिकपणाबद्दल सरकारच्या मनात शंका आहे; परंतु मी विचारतो, ते सरकार तरी प्रामाणिक आहे का? त्यांचा अप्रामाणिकपणा सिद्ध करायला माझ्याजवळ भरपूर पुरावा आहे. आपल्या गळ्याभोवतीचे दास्यबंध अधिक पक्के करण्याकरीता कोणी त्यांना साह्य देईल का, असा प्रश्न मी विचारतो. जर आमच्या तरुणांना कमिशने व अधिकाराच्या जागा देण्याची सरकारची सिद्धता असेल, तर मी त्यांना पाच हजार तरुण सैन्यात शिरण्यासाठी मिळवून देतो; आणि ही संख्या माझ्या हातून जर पुरी झाली नाही, तर या संकल्पित संख्येला जितके सैनिक कमी पडतील त्या प्रत्येकाच्या मागे १०० रुपये भुर्दंड भरण्यास मी तयार आहे. माझ्या वचनाचा बयाणा म्हणून गांधीजींकडे मी पन्नास हजार रुपयांची हुंडी पाठवीत आहे."

आणि दुसऱ्या दिवशी खरोखरच त्यांनी ती रक्कम गांधींकडे पाठवून दिली. टिळकांचे हे आश्वासन ऐकून सरकार चकित होऊन गेले; पण टिळकांचे सहकार्य मात्र सरकारने स्वीकारले नाही.

राजकीय रिंगण पुन्हा रंगू लागले

सैनिकीकरणाचा प्रचार एकीकडे करीत असतानाच टिळक दुसरीकडे काँग्रेसमध्ये समझोता घडवून आणण्याचा प्रयत्न करीत होते. सहा वर्षांचा प्रदीर्घ कारावास भोगून मंडालेहून परत आल्यावर त्यांना राजकारणाच्या आघाडीवर सर्वत्र सामसूम असल्याचे आढळले. टिळकांना शिक्षा झाल्यानंतर सुरवातीच्या काळात अनेक गुप्त संघटना स्थापन करण्यात आल्या होत्या. ब्रिटिश सत्ताधाऱ्यांशी झगडा देण्यासाठी हिंदुस्थानात आणि हिंदुस्थानाबाहेरही प्रयत्न सुरू झाले होते. इंग्लंडमधील हिंदी क्रांतिकारकांचे एक अध्वर्यु श्यामजी कृष्णवर्मा यांनी टिळकांना शिक्षा झाल्यानंतर 'इंडियन सोशालॉजिस्ट' हे पत्र सुरू करून, ब्रिटिश सत्तेविरुद्ध प्रचार सुरू केला. इतर अनेक देशांतही भारतीय क्रांतिकारक कार्य करीत होतेच.

हिंदुस्थानात अनेकांना टिळकांचे अनुयायी असल्याच्या संशयावरून अटक झाली होती. तरीही गुप्त संघटनांचे कार्य चालूच होते. पंजाबमध्ये होशियारपूर येथे टिळकांच्या एका अनुयायाने एक वृत्तपत्र सुरू केले. टिळकांच्या तत्त्वज्ञानाचा प्रचार करण्याच्या उद्देशाने सुरू केलेल्या या पत्राचे नाव 'टिळक' असेच होते. या पत्राचा पहिला अंक १९०९च्या एप्रिलमध्ये प्रसिद्ध झाला आणि त्याच वर्षाच्या जूनमध्ये सरकारच्या दडपणामुळे ते पत्र बंद पडले.

टिळकांच्या नावाने अनेक संघटना अनेक ठिकाणी स्थापन झाल्या. त्यांची भाषणे आणि लेख विविध भाषांत अनुवादित होऊन प्रसिद्ध झाले. पंजाबमध्ये सुफी अम्बाप्रसाद यांनी ही भाषणे व लेख उर्दूतून प्रसिद्ध केली आणि त्याबद्दल त्यांना शिक्षाही भोगावी लागली.

पण एकंदरीत राजकीय क्षेत्रात विशेष प्रगती होत नव्हती. काँग्रेसच्या अधिवेशनात ब्रिटिश सत्तेला विरोध करणे आता जवळजवळ बंदच झाले होते. उलट ब्रिटिश सत्ताधाऱ्यांवर निष्ठा व्यक्त करण्यावरच अधिकाधिक भर देण्यात येऊ लागला.

१९०९च्या जुलैमध्ये पुण्यात भाषण करताना गोखले यांनी ब्रिटिश सरकारला

सहकार्य देण्याचे आवाहन जनतेला केले. ते म्हणाले, की एकूण परिस्थितीचा आणि अडचणीचा विचार केला असता, ब्रिटनने हिंदुस्थानचे भले केले आहे असे म्हणावे लागेल. शिवाय काही काळ तरी ब्रिटिश सत्तेला दुसरा पर्याय नाही म्हणून ब्रिटिश सत्ताधाऱ्यांशी सहकार्य केले पाहिजे. टिळकांचे कार्य पुसून टाकण्याचे हे प्रयत्न होते. १९०९च्या काँग्रेस अधिवेशनात टिळकांच्या नावाचा नुसता उल्लेखही झाला नाही. १९०८ सालच्या डिसेंबरमध्ये काँग्रेसमधील जहालांची बैठक नागपूर येथे भरणार होती; पण त्याच वेळी नागपूरमध्ये जमावबंदी जारी करून ही सभा भरविणे अशक्य केले. जहाल पक्षाच्या काही नेत्यांची धरपकड झाली आणि त्यांच्यावर खटला देखील न चालविता त्यांना हद्दपार करण्यात आले. टिळकांचे अनुयायी अरविंद घोष ब्रिटिश राज्याच्या बाहेर गेले आणि त्यांनी अध्यात्माचा अभ्यास सुरू केला. दुसरे अनुयायी बिपिनचंद्र पाल युरोपच्या दौऱ्यावर निघून गेले. अशा तऱ्हेने टिळकांचा जहाल गट जवळजवळ नामशेष झाला.

त्यामुळेच टिळक कारावास भोगून परत आले तेव्हा राजकीय परिस्थिती अतिशय निराशाजनक असल्याचे त्यांना आढळून आले. राजकीय आणि आर्थिक बहिष्काराला व्यावहारिक राजकारणात काहीच अर्थ उरला नव्हता. राष्ट्रीय शिक्षणसंस्था ओस पडल्या होत्या. स्वदेशप्रेमी समित्या सरकारने बंद पाडल्या होत्या. खासगी लवादमंडळे नामशेष झाली होती. देशात सर्वत्र दडपशाहीचे सत्र सुरू होते. त्यामुळे राजकीय चळवळी भूमिगत होऊन दहशतवादाने डोके वर काढले होते. क्रांतिकारकांची सर्वत्र पारध होत होती. लोकप्रिय राजकीय नेते एक तर कारावासात होते किंवा त्यांना विजनवास पत्करावा लागला होता. काँग्रेसचा उत्साह शून्यावर जाऊन पोचला होता. काँग्रेसच्या बैठकी होत; पण त्यात मवाळ नेत्यांच्या खिन्नतेचेच प्रदर्शन अधिक होई. वृत्तपत्रांवरील निर्बंधांमुळे लेखनस्वातंत्र्य संपुष्टात आले होते. राष्ट्रीय वाङ्मयावर सरकारच्या जप्तीचा वरवंटा फिरत होता. विशेषत: ज्या वाङ्मयामध्ये टिळकांचे गुणगान असे किंवा त्यांच्या तत्त्वज्ञानाचा प्रचार असे, अशा वाङ्मयाला बंदी होती.

अरविंद घोष यांनी त्या वेळच्या राजकीय परिस्थितीचे वर्णन करताना लिहिले होते, 'इथूनतिथून सारा देश गांगरून गेल्यामुळे अगदी स्तब्ध बसला होता. कोणत्या मार्गाने जायचे हे कुणालाच समजत नव्हते. देशातील कानाकोपऱ्यांतून एकच प्रश्न विचारला जात होता, आम्ही आता काय करावे? आम्हाला करण्याजोगे काय आहे?'

मुक्ततेनंतर टिळकांना भेटायला गेलेल्या प्रत्येक नेत्याच्या चेहऱ्यावर हाच प्रश्न स्पष्ट दिसत होता. खचलेल्या देशाला थोडी चेतना देण्यासाठी टिळकांनी

एखाद्या तात्पुरत्या कार्यक्रमाची आखणी करायचे ठरविले. त्यांनी आपल्या निवडक अनुयायांना बोलावून एका कार्यक्रमाची स्थूलमानाने आखणी केली. या कार्यक्रमाचे स्वरूप पुढीलप्रमाणे होते - काँग्रेसमध्ये समझोता घडवून आणणे, राष्ट्रीय पक्षाचे पुनरुज्जीवन व नीट जुळवाजुळव करणे आणि होमरूल चळवळीला प्रारंभ करणे. तसेच टिळकांनी मंडालेमध्ये लिहिलेल्या 'गीतारहस्य' या ग्रंथात काही किरकोळ दुरुस्त्या करून त्या ग्रंथाचे प्रकाशन करण्याचे कामही त्यांनी हाती घेतले.

मंडालेच्या तुरुंगात टिळकांनी लिहिलेल्या 'गीतारहस्या'च्या हस्तलिखिताच्या वह्या आपल्याला मिळाव्यात अशी विनंती टिळकांनी गायडर यांना केली होती. या हस्तलिखिताच्या एकूण नऊ वह्या सरकारच्या ताब्यात होत्या. त्या टिळकांना दोन महिन्यांनी परत मिळाल्या. दरम्यानच्या काळात सरकार हे हस्तलिखित दडपून टाकील अशी धास्ती टिळकांच्या कित्येक चाहत्यांनी त्यांच्याजवळ व्यक्त केली होती. या चाहत्यांना टिळकांनी सांगून टाकले, की सरकारने जर हस्तलिखित परत केले नाही तर आपण सिंहगडला जाऊन प्रत्येक शब्द न् शब्द पुन्हा लिहून काढू. हे हस्तलिखित सरकारने महामहोपाध्याय वासुदेवशास्त्री अभ्यंकर यांच्याकडे परीक्षणासाठी पाठविले होते, अशी बऱ्याच जणांची समजूत होती.

टिळकांचे बरेच दिवस गीतारहस्याच्या प्रकाशनाच्या व्यवस्थेत गेले होते. १९१५च्या जूनमध्ये गीतारहस्याची पहिली आवृत्ती बाहेर पडली; आणि सहा हजार प्रती चुटकीसरशी खपल्या. सतत येणाऱ्या मागणीनुसार पुरवठा करण्यासाठी पुस्तक पुन्हा छापण्यात आले आणि सप्टेंबरपर्यंत ते बाजारात आले. त्या वेळेपासून आजतागायत या पुस्तकाच्या कित्येक मराठी आवृत्त्या खपल्या. शिवाय त्यांचे इंग्रजी, हिंदी, बंगाली, गुजराती, कानडी, तेलुगू, तमिळ इत्यादी भाषांतून भाषांतर झाले आहे. मराठी वाङ्मयात १९१५ ते १९२५ हा दहा वर्षांचा काळ म्हणजे गीतारहस्य-युग होते असे म्हटले, तर अतिशयोक्ती होणार नाही.

दि. २७ एप्रिल १९१६ रोजी टिळक बेळगावला अधिवेशनासाठी गेले. बेळगाव स्टेशनवर झालेले त्यांचे भव्य स्वागत, त्यानंतरची मिरवणूक आणि अधिवेशनाला झालेली प्रतिनिधींची गर्दी यावरून जनतेचा उत्साह स्पष्ट दिसत होता. या सभेत दहा-बारा ठराव संमत झाले. ते तयार करण्याची कामगिरी केळकरांनी बजावली होती. टिळकांनी इंग्रजीतून भाषण केले.

याबरोबरच सर व्हॅलेन्टाईन चिरोल यांच्याविरुद्ध दावा लावण्यासाठी ते पुराव्याची जुळवाजुळव करू लागले. 'दि इंडियन अन्रेस्ट' या आपल्या ग्रंथात चिरोल यांनी टिळकांची बदनामी करणारा मजकूर लिहिला होता. चिरोल यांच्यावर

फिर्याद दाखल करण्याचा निर्णय टिळकांनी तेव्हाच केला होता.

१९०८ साली काँग्रेसमध्ये फूट पडून दोन तट झाले. या दोन्ही पक्षांना एकत्र आणण्याचे प्रयत्न देशात एकसारखे सुरूच होते. काँग्रेसचे एक संस्थापक सर विल्यम वेडरबर्न यांनी असाच एक निकराचा प्रयत्न १९१० साली केला होता; पण तो प्रयत्न फसला. त्यानंतरही त्या दिशेने अनेक प्रयत्न झाले. दोन्ही पक्षांना एकत्र आणून त्यांच्यात समझोता घडविण्यासाठी दोन्ही पक्षांच्या काही धुरीणांकडून सूचना येतच होत्या; परंतु मवाळ पक्षाच्या नेत्यांनी, विशेषत: मुंबईच्या मवाळ गटाने या प्रयत्नांकडे पाठ फिरविली. त्या वेळी काँग्रेसमध्ये मवाळ नेत्यांचे वर्चस्व होते. त्यामुळे त्यांनी नव्या पक्षाला चार हात दूर ठेवले. टिळकांच्या मुक्ततेनंतर पक्षात एकी प्रस्थापित करण्याचे काम ते नक्कीच करतील, असे सर्वांना वाटू लागले. त्याच वेळी थिऑसॉफिस्ट सोसायटीच्या अध्यक्ष ॲनी बेझंट या हिंदुस्थानच्या राजकारणात आस्थेने लक्ष घालू लागल्या होत्या. त्यांच्या थिऑसॉफिकल सोसायटीला आंतरराष्ट्रीय महत्त्व प्राप्त झाले होते. टिळकांचे नवे धोरण ध्यानी घेऊन या बाई गोखले, मेहता यांच्याकडे अनेक वेळा गेल्या आणि त्यांनी मवाळ पक्षाचे नेते व राष्ट्रीय पक्षाचे नेते यांच्यात समझोता निर्माण करण्याचा प्रयत्न केला; पण त्यात त्यांना यश आले नाही. टिळकांच्या अनुपस्थितीत मवाळ नेत्यांनी काँग्रेसचे स्वरूप इतके मर्यादित केले होते की, त्यामुळे त्यांच्या अटी स्वीकारल्याविना काँग्रेसचे प्रतिनिधी बनणे अशक्य होऊन गेले होते. त्यांनी आपली घटना अगदी ठाशीव बनविली होती. त्या घटनेचा पल्ला अल्प होता. त्यामुळे काँग्रेसचे राष्ट्रीय स्वरूप पार नामशेष होऊन गेले आणि ती संस्था दरवर्षी संमेलने भरविणाऱ्या एखाद्या सार्वजनिक-सामाजिक संस्थेसारखी बनली. ती देखील तरुणांची संस्था नव्हे, तर केवळ वृद्धांची! दर वर्षी भरणाऱ्या अधिवेशनातून तीच तीच ठराविक भाषणे होऊ लागली. काही प्रसंगी सरकारच्या एखाद्या कृतीचा त्यांना रागही येत असे; पण तो व्यक्त करण्याची त्यांची तऱ्हा अजब होती. त्यांच्या संतापाचा पारा फारच वर चढला म्हणजे ते सरकारला काकुळतीने बजावीत असत, 'सरकारने अशी गोष्ट पुन्हा करू नये' आणि राग येण्याजोगा एखादा खासच प्रसंग असेल, तर ते सरकारचा निषेध करीत इतकेच! पण निषेधाच्या पलीकडे त्यांची मजल कधी जात नसे. रागाचा पारा फार वर चढू नये याची काळजी पक्षातील वडीलधारी मंडळी घेत असत.

१९०८ व १९०९ या दोन वर्षांत हिंदुस्थानातील ब्रिटिशांच्या दडपशाहीने कमाल मर्यादा गाठली. त्यांच्या दडपशाहीला कसलाही धरबंध राहिला नाही. त्याच काळात टिळकांना दीर्घ मुदतीची शिक्षा झाली. आणखी कित्येकांना

काळ्या पाण्यावर धाडण्यात आले. जाहीर सभांवर निर्घृण हल्ले करून, पोलिसांनी त्या उधळून लावल्या. वृत्तपत्रांकडून मोठमोठ्या रकमांचे जामीन मागण्यात आले. कित्येक वृत्तपत्रांच्या संपादकांना व प्रकाशकांना अटकेत टाकून, त्यांच्या कचेऱ्यांना कुलपे ठोकण्यात आली. थोडक्यात, नागरिकांच्या सार्वजनिक जीवनाला ब्रिटिशांनी गळफास लावून ते निष्प्राण करून टाकले; परंतु त्याविरुद्ध मवाळ नेत्यांनी एक शब्दही उच्चारला नाही. १९०८ साली मद्रास येथे काँग्रेसच्या अधिवेशनात सरकारच्या या जुलमी कारभाराबद्दल काही ठराव संमत करण्यात आले; पण त्यांचे स्वरूप पाहिल्यानंतर मेहता-गोखले यांना काही राजकीय आकांक्षा होती की नाही, अशीच शंका यावी! त्या प्रस्तावात सरकारची याचना असे, करुणा भाकलेली असे. सरकारने असे करावे, तसे करावे अशी काही विद्यर्थी, पण अगदी मिळमिळीत वाक्येही असत. आणि फार तर एखादी उत्कट इच्छा अगदी अंत:करणापासून व्यक्त केलेली असे. त्या सहा वर्षांत काँग्रेसचा अगतिकपणा किती खालच्या पातळीवर पोचला होता हे या प्रस्तावांवरून स्पष्ट दिसते. या खालच्या दर्जावरून काँग्रेसला वर ओढून तिला प्रतिष्ठा व श्रेष्ठ दर्जा प्राप्त करून देण्याचे बिकट काम टिळकांना करायचे होते. त्यासाठी काँग्रेसमध्ये शिरकाव करून घेण्याचे आटोकाट प्रयत्न करण्याचे त्यांनी ठरविले.

बेझंटबाईंचे व्यक्तिमत्त्व अत्यंत प्रभावी होते. त्यांच्या अंगी अमाप उत्साह होता आणि त्यांची वृत्ती झुंजार होती. त्यांना या परिस्थितीत स्वस्थ बसवेना. राष्ट्रीय पक्षाचा पुन्हा काँग्रेसमध्ये समावेश व्हावा यासाठी त्यांनी बरेच प्रयत्न केले. राष्ट्रीय पक्षाच्या अनुपस्थितीत दिवसेंदिवस काँग्रेस दुर्बल होत होती आणि राजकारणापासून दूर दूर चालली होती. मद्रास येथील अधिवेशनापूर्वी तीन आठवडे बेझंटबाई सुब्बाराव यांच्याबरोबर पुण्यात येऊन पोचल्या. त्यांनी तडक टिळकांकडे जाऊन त्यांची मुलाखत घेतली. आपल्या काँग्रेस प्रवेशाआड काँग्रेसचे ध्येय-धोरण येत नाही, असे टिळकांनी बेझंटबाईंना सांगितले. ते म्हणाले, "माझ्यासमोर काँग्रेसच्या ध्येय-धोरणाचा प्रश्न मुळीच नाही. ते ध्येय-धोरण मवाळांनीच काही मुक्रर केलेले नाही; आणि सुरतेच्या काँग्रेसमध्ये आम्ही जर त्यांना विरोध केला नसता, तर त्या ध्येय-धोरणाला त्यांनी केव्हाच तिलांजली दिली असती. मवाळांना राज्यकारभारातील सुधारणा फक्त हव्यात. राज्यकारभाराची खांदेपालट त्यांना नको आहे. आम्हीच त्यांच्यावर काही ध्येये लादली आहेत. माझ्यासमोर महत्त्वाचा प्रश्न आहे तो काँग्रेसच्या प्रतिनिधींच्या निवडीसंबंधीचा आहे. केवळ मवाळांच्या कमिट्यांची त्यावर हुकमत असावी हे मला मान्य नाही. जर या मुद्द्यावर नमते घेण्याची त्यांची तयारी असेल आणि निवडणुकीचे दरवाजे सर्वांना खुले ठेवण्याची जर त्यांची सिद्धता असेल, तर आम्ही सर्व

पक्षांना या वर्षीच्या काँग्रेसला निमंत्रण देऊ.''

मवाळांना निवडणुकीची सूत्रे आपल्या कमिट्यांच्या स्वाधीन ठेवून राष्ट्रीय पक्षाला काँग्रेसचे दरवाजे बंद केले. यासंबंधी दादासाहेब खापर्डे यांना लिहिलेल्या पत्रात टिळक म्हणतात,'आमचे प्रतिनिधी निवडण्याचा संपूर्ण अधिकार आमच्या हाती हवा. त्यावर इतर पक्षांची हुकमत चालू नये. हाच तर प्रश्न महत्त्वाचा, असे मी बेझंटबाईंना स्पष्टपणे सांगितले. मी इंग्लंडची त्या बाबतीतील वहिवाटही त्यांच्या नजरेस आणली. एखाद्या लिबरल पक्षाच्या प्रतिनिधीची निवड काँझर्वेटिव्ह मतदारांकडून कधीच होत नाही किंवा काँझर्वेटिव्ह पक्षाचा उमेदवार लिबरल पक्षाकडूनही निवडला जात नाही. बेझंटबाईंना माझा मुद्दा पटला. हा न्याय्य अधिकार आम्हाला मिळाला पाहिजे, असे त्यांनी बोलूनही दाखविले. विषयनियामक समितीवर जर त्यांची निवड झाली, तर पुढील वर्षी हा अधिकार आम्हाला प्राप्त करून देण्याची त्या खटपटही करणार आहेत. एकंदर आमच्या मुलाखतीचा मथितार्थ हाच की, या वर्षी त्या बाबतीत काहीही घडू शकणार नाही; कारण मेहतांच्या विरोधाला उभे राहण्याची कुणाचीच इच्छा दिसत नाही.'

बेझंटबाई आणि सुब्बाराव यांनी या मुद्द्यावर गोखले यांचीही मुलाखत घेतली. गोखले यांनी समझोत्याला तयारी दर्शविली. इतकेच नव्हे, तर मद्रास काँग्रेसमध्ये बेझंटबाई या विषयावर जो प्रस्ताव मांडणार होत्या त्याचा मसुदाही गोखले यांनी तयार केला. या प्रस्तावाबाबत मेहता यांचे मत अजमावण्यासाठी बेझंटबाईंनी त्यांची भेट घ्यावी आणि या मुद्द्यापुरता निर्णय करावा, असे गोखले यांनी सुचविले. मेहतांच्या भेटीत या सगळ्याच वाटाघाटी फिसकटतील याची जाणीव बेझंटबाईंना होती. तरीही त्यांनी मेहता यांची भेट घेण्यासाठी सुब्बाराव यांना मुंबईला पाठविले; पण टिळकांनी अंदाज केल्याप्रमाणे तो 'मुंबईचा सिंह' बिचाऱ्या सुब्बाराव यांच्यावर गुरगुरला. त्यांचे म्हणणेही मेहतांनी धड ऐकून घेतले नाही. सुब्बाराव हात हलवीत पुण्याला परतले आणि झाला प्रकार त्यांनी टिळक-गोखले यांना सांगितला. ती हकिगत ऐकून टिळक पक्षाची न्याय्य बाजू बेझंटबाईंच्या स्पष्टपणे निदर्शनास आली. काँग्रेसच्या घटनेच्या २०व्या कलमात आवश्यक तो फरक घडवून आणून, राष्ट्रीय पक्षाचे प्रतिनिधी निवडण्याचा अधिकार त्या पक्षाला मिळवून देण्यासाठी विषयनियामक समितीत आपण समझोत्याचा प्रस्ताव मांडू, असे आश्वासन त्यांनी टिळकांना दिले.

या बाबतीत गोखल्यांनी मात्र आपला शब्द पाळला नाही. मग त्यांनी मेहतांच्या विरोधामुळे माघार घेतली, की टिळक काँग्रेसमध्ये आल्यावर आपले वर्चस्व कमी होईल अशा धास्तीने ते गप्प बसले हे सांगणे कठीण आहे; मात्र काँग्रेसचे अध्यक्ष भूपेंद्रनाथ बसू यांना त्यांनी या बाबतीत खासगी पत्र पाठविले

ते योग्य नव्हते. त्यामुळे समझोत्याची शक्यताही संपुष्टात आली. टिळक काँग्रेसमध्ये आल्यावर ते आपले बहिष्काराचे धोरण पुढे चालू करतील, असा आरोप त्यांनी पत्रात केला आणि हा आरोप करताना त्या आशयाचे वाक्य त्यांनी खुद्द टिळकांच्याच तोंडी घातले होते. गोखले यांनी पत्रात पुढील आशयाचा मजकूर लिहिला होता, 'काँग्रेसमधून फुटून बाहेर पडलेल्या लोकांना काही सवलती देऊन जर आपण आत घेतले, तर अन्य राजकीय धोरणाचा अवलंब करण्याऐवजी ते आमच्याशी हातमिळवणी करून काँग्रेसचे सध्याचे धोरण पुढे चालवतील, अशी मला कोण आशा होती! पण ती माझी आशा आता पार धुळीला मिळाली आहे.' टिळकांनी श्री. सुब्बाराव यांना स्पष्ट नि निःसंदिग्ध स्वरूपात सांगितले, की काँग्रेसचे सध्याचे साम्राज्यांतर्गत स्वराज्या-बाबतचे ध्येय जरी त्यांना मान्य असले, तरी काँग्रेसचे सरकारशी शक्य तितके मिळते घेण्याचे व अगदी आवश्यक तेथेच विरोध करण्याचे धोरण मात्र टिळकांना मुळीच मान्य नाही. त्याऐवजी सरकारला घटनात्मक विरोध करण्यावर त्यांचा भर आहे. थोडक्यात त्यांना आयरिश पद्धतीच्या विरोधाचे धोरण अभिप्रेत आहे. उलट सरकारच्या अधिकात अधिक जागा पटकावून सरकारी कारभारात शिरण्याचा आपला आटोकाट प्रयत्न आहे. विधिमंडळे, नगरपालिका, लोकलबोर्ड, पब्लिक सर्व्हिस आदी सरकारी खात्यातील अधिकात अधिक जागा पटकावण्याचे आपले धोरण आहे. टिळकांना येथील सरकारसमोर व ब्रिटिश जनतेसमोर फक्त एकच मागणी मांडायची आहे. ती म्हणजे हिंदुस्थानचे स्वराज्य! आणि ती त्यांची मागणी पुरी होईपर्यंत विधिमंडळे, स्थानिक स्वराज्यसंस्था यांच्या कारभाराशी आपणास काही एक कर्तव्य नाही अशीच शिकवण ते येथील जनतेला देत राहणार आहेत. कायद्याच्या चौकटीत राहून सरकारची सर्वतोपरी अडवणूक केली, तर सरकारची सारी यंत्रणा बंद पडेल आणि मग सरकारचा कारभार सशर्त आपल्या हाती घेता येईल अशी त्यांची मनीषा आहे. थोडक्यात त्यांच्या कार्यक्रमाची दिशा अशी आहे आणि काँग्रेसमध्ये जर त्यांना व त्यांच्या अनुयायांना प्रवेश मिळाला, तर काँग्रेसतर्फे हे सारे आपण घडवून आणू आणि काँग्रेस-प्रवेश जर शक्य झाला नाही, तर 'नॅशनल-लीग' नावाचा नवा पक्ष स्थापून आपण ती गोष्ट अमलात आणू, अशी भाषा त्यांच्या तोंडून ऐकू येते.'

गोखले यांचे हे पत्र अर्थात गुप्त स्वरूपाचे होते. पण ते जेव्हा बसू यांच्या हाती पडले तेव्हा त्यांचे गुप्त स्वरूप नाहीसे होऊन ते चव्हाट्यावर आले. मग त्या पत्राने मतभेदाचे एकच वादळ उठवून दिले. या बाबतीत सुब्बाराव यांनी नुकतीच मध्यस्थी केली होती. पण ती करीत असताना टिळकांच्या साऱ्या बोलण्याची टिपणे घेण्याची काळजी त्यांनी घेतली होती. इतकेच नव्हे, तर

टिळकांपुढे ती टिपणे ठेवून त्यांनी ती दुरुस्त करून घेतली होती. आणि गोखले यांनाही ती दाखविली होती. त्यामुळे गोखले यांच्या पत्रातील विपर्यस्त मजकुरावर त्यांनी नेमके बोट ठेवले. गोखले यांचे खाजगी पत्र जेव्हा प्रसिद्ध झाले तेव्हा सुब्बाराव यांनी एक पत्रक प्रसिद्ध केले. त्यात त्यांनी म्हटले होते, 'सर्वसाधारणपणे सरकारला कायदेशीर विरोध करण्याचे राष्ट्रीय पक्षाचे व्रत आहे; आणि सरकारशी सहकार्य करण्याचे मवाळांचे धोरण आहे. या बाबतीत उभय पक्षांच्या कल्पना जरी समान असल्या, तरी ध्येयप्राप्तिप्रीत्यर्थ अनुसरायचे मार्ग मात्र भिन्न आहेत.'

सुब्बाराव यांचे हे पत्रक बेझंटबाईंनी 'न्यू इंडिया' या पत्रात दि. ८ फेब्रुवारी १९१५ला प्रसिद्ध केले होते. त्यात सुब्बाराव यांनी आणखी काही गोष्टींवर प्रकाश पाडला आहे. मेहता वगैरे मुंबईच्या मवाळ नेत्यांचा बेझंटबाईंच्या प्रस्तावालाच कडक विरोध होता. टिळक व त्यांचे अनुयायी काँग्रेसमध्ये शिरले, तर काँग्रेसला धोका निर्माण होईल, अशी भीती त्यांना वाटत असल्याचे सुब्बाराव यांनी आपल्या पत्रकात लिहिले होते.

गोखले यांच्या त्या पत्राने आणि 'टिळक सरकारवर बहिष्कार घालण्याच्या मताचे आहेत' या त्यांच्या आरोपाने अधिवेशनात फारच खळबळ उडाली. बेझंटबाईंनी नुकतीच टिळकांशी बोलणी केली होती. त्यामुळे गोखले यांच्या त्या आरोपात त्यांना तथ्य दिसेना. त्यांनी लगेच टिळकांना पुढील आशयाची तार केली, 'उपसूचना मांडली. चर्चा स्थगित झाली. सरकारवर बहिष्कार टाकण्याच्या मताचे तुम्ही आहात असे विरोधी पक्ष म्हणतो. तुम्ही तसे नाही असे माझे मत आहे. कोणती गोष्ट खरी ते तारेने कळवा.' टिळकांनीही लगेच या तारेला उत्तर धाडले, 'सरकारवर बहिष्कार घालावा हे मत मी कधीच प्रतिपादन केले नाही. राष्ट्रीय पक्षातील प्रमुख लोकांनी स्थानिक स्वराज्य, विधिमंडळे आदी ठिकाणी कामे केली आहेत आणि मी त्यांना खासगी व सार्वजनिकरीत्या पाठिंबाही दिलेला आहे.'

दुसऱ्या दिवशी विषयनियामक समितीची बैठक जेव्हा पुन्हा सुरू झाली तेव्हा बेझंटबाईंनी टिळकांची ही तार वाचून दाखविली. तेव्हा काँग्रेसचे अध्यक्ष बसू यांनी टिळकांवर केलेल्या निराधार आरोपांबद्दल माफी मागितली; परंतु बेझंटबाईंचा प्रस्ताव हाणून पाडण्यासाठी मवाळांची खटपट चालूच होती. प्रतिनिधींच्या निवडीबाबतचे काँग्रेसच्या घटनेतील २०वे कलम बदलण्यात आले नाहीच; मात्र त्यावर विचार करून पुढील वर्षी अहवाल सादर करण्यासाठी फक्त एक समिती नेमली आणि आजचा प्रश्न उद्यावर ढकलला.

या नियुक्त केलेल्या समितीने मात्र बेझंटबाईंच्या उपसूचनेशी मिळताजुळता असा आपला निर्णय दिला. ३१ डिसेंबर १९१५ या दिवसापर्यंत दोन वर्षे पूर्ण

होतील अशा बेताने, ज्या ज्या संस्थांच्या वतीने जाहीर सभा घेतल्या आहेत, अशा संस्थांना काँग्रेसचे प्रतिनिधी नेमण्याचा अधिकार असावा असे मान्य करण्यात आले. मवाळांच्या समित्यांवर अवलंबून राहावे न लागता आपले प्रतिनिधी निवडण्याचा अधिकार असावा ही तर टिळकांची प्रमुख मागणी होती. ती मान्य झाल्याने आता १९१६ साली काँग्रेसच्या अधिवेशनाला जायचे टिळकांनी व त्यांच्या अनुयायांनी ठरविले. नऊ वर्षांनंतर पुन्हा हा योग येत होता.

दरम्यानच्या काळात दि. १९ फेब्रुवारी १९१५ रोजी पहाटे गोखले त्यांच्या पुण्यातील निवासस्थानी निधन पावले. या वेळी टिळक सिंहगडावर गीतारहस्याच्या हस्तलिखितावर अखेरचा हात फिरवीत होते. गोखले यांच्या निधनाचे वृत्त कळताच ते लगेच पुण्याला आले. गोखले यांच्या अंत्ययात्रेला ते उपस्थित होते. त्यांच्या कित्येक अनुयायांची समजूत होती की, केवळ उपचार म्हणून त्यांनी अंत्ययात्रेत भाग घेतला; पण स्मशानभूमीवर टिळकांनी गोखले यांच्या कार्याबद्दल आणि आपल्याला त्यांच्याबद्दल काय वाटते, हे इतक्या भावपूर्ण भाषेत सांगितल्याने सर्वांचा गैरसमज दूर झाला.

दि. ५ नोव्हेंबर १९१५ रोजी म्हणजे त्या वर्षीच्या अधिवेशनाला जेमतेम दीड-पावणेदोन महिने राहिलेले असताना, सर फिरोजशहा मेहता निधन पावले. त्यांच्या निधनामुळे राष्ट्रीय पक्षाच्या नेत्यांच्या काँग्रेस प्रवेशाला विरोधच उरला नाही.

राजकीय कारकिर्दीचा सुवर्णकळस

टिळकांच्या कारकिर्दीत १९१६ हे साल फार महत्त्वाचे होते. या वर्षात अनेक महत्त्वाच्या घटना घडल्या. होमरूल लीगची स्थापना वर्षाच्या प्रारंभी होऊन तिला विलक्षण यश मिळाले. टिळकांवरील राजद्रोहाच्या दुसऱ्या खटल्यात त्यांची बाजू कायद्याच्या दृष्टीने न्याय्य ठरली. याच वर्षी टिळकांच्या ६१व्या वाढदिवसानिमित्त जनतेकडून त्यांना थैली अर्पण करण्यात आली. या वर्षाच्या उत्तरार्धात लखनौ येथे भरलेल्या काँग्रेसच्या अधिवेशनात तर टिळकांच्याच नव्हे, तर काँग्रेसच्या कारकिर्दीचाही कळस झाला. त्याच्या आदल्या वर्षी मद्रास येथे भरलेल्या अधिवेशनाला फक्त दोनशेच प्रतिनिधी उपस्थित होते.

राजकारणात कधीही मिळतेजुळते न घेण्याबद्दल टिळकांची पूर्वी ख्याती होती; पण तेच टिळक आता विधायक कार्य करणारे आणि कसलीही तडजोड घडवून आणणारे मुत्सद्दी बनले होते. जहाल भाषणे करण्याचा आणि प्रतिपक्षावर दोषारोप करण्याचा काळ आता संपला होता. तडजोड आणि प्रतियोगी सहकार्य यांचा काळ सुरू झाला होता. लखनौ काँग्रेसमध्ये तर टिळकांनी सर्वांवर ताण केली होती. हिंदुस्थानातील राजकीय उत्क्रांतीचा एक महत्त्वाचा टप्पा या अधिवेशनाने गाठला.

१९०७मध्ये सुरत येथील अधिवेशनात काँग्रेसमध्ये दोन तट पडल्यापासून १९१६ सालच्या लखनौ अधिवेशनापर्यंत ही संघटना सर्वस्वी मवाळांच्या ताब्यात गेली होती. मवाळ नेते दरवर्षी एखाद्या ठिकाणी एकत्र जमून त्यांच्या पूर्वापार पद्धतीनुसार मिळमिळीत ठराव संमत करीत. त्यांची भिस्त सनदशीर मार्गांवर होती. १९१६पर्यंतच्या काँग्रेसच्या कार्याचा आढावा घेतला, तर त्या कार्यापासून काहीही निष्पन्न झाले नाही असे म्हणावे लागेल. हिंदी जनतेच्या परिस्थितीत विशेष सुधारणा घडवून आणण्यास काँग्रेस असमर्थ ठरली. कौन्सिलचे कायदे होते तसेच राहिले होते. त्यात काहीच सुधारणा झाली नव्हती. संयुक्त प्रांतात आणि पंजाबमध्ये कार्यकारी कौन्सिल तयार झाली नव्हती. प्रेस ॲक्ट

अजूनही रद्द झाला नसल्याने राष्ट्रीय वृत्तपत्रांची मुस्कटदाबी चालूच होती आणि जहाल पत्रकारांना जबर शिक्षा ठोठावल्या जात होत्या. हत्यारांच्या कायद्यात काही सुधारणा नव्हती. थोडक्यात, काँग्रेसच्या मिळमिळीत ठरावाचा काही उपयोग झाला नाही. फक्त एकच अपवाद होता. ब्रिटिश वसाहतींना कराराने मजूर पुरविण्याची पद्धत सुमारे पंचाहत्तर वर्षे चालू होती, ती मात्र बंद करण्यात आली होती; पण दक्षिण आफ्रिकेत हिंदी लोकांना अपमानास्पद वागणूक मिळत होती, तिकडे मात्र हिंदुस्थान सरकारने यत्किंचितही लक्ष पुरविले नव्हते. १९१६पर्यंतच्या काँग्रेसच्या कार्याचा आढावा असा निराशाजनक होता.

परंतु लखनौ काँग्रेसच्या अधिवेशनानंतर सर्वच गाडे बदलले. यापुढे काँग्रेस ही नुसतीच विचारविनिमय करणारी संघटना उरली नाही. तिच्या कार्याला व्यवस्थित स्वरूप येऊ लागले. हक्क व जबाबदाऱ्या यांची जाणीव लोकांना व्हावी यासाठी काँग्रेसचे कार्यकर्ते आपला सगळा वेळ आता खर्च करू लागले.

लखनौचे अधिवेशन दि. २८ डिसेंबर रोजी सुरू होणार होते. अधिवेशनासाठी टिळक दि.२६ला खास गाडीतून मुंबईहून निघाले. त्यांच्याबरोबर तीनशे प्रतिनिधी होते. टिळकांची खास व्यवस्था त्यांचे अनुयायी डॉ. डी. डी. साठे व वेलकर यांनी ठेवली होती. मुंबई ते लखनौ या प्रवासात ठिकठिकाणी टिळकांचे सत्कार झाले, त्यांना हार घालण्यात आले आणि जनतेने ठिकठिकाणी त्यांचा जयजयकार केला. या साऱ्यांचे विस्तृत वर्णन वर्तमानपत्रांच्या वार्ताहरांनी केले होते. आठ वर्षांपूर्वी टिळकांना विद्वत्तेमुळे मान मिळे. सच्चारित्र्यामुळे त्यांच्याबद्दल लोकांना आदर वाटे आणि धैर्याबद्दल त्यांची प्रशंसा होत असे; पण आता ते राष्ट्रीय स्वातंत्र्याचे प्रतीक बनले होते. त्यामुळे त्यांचे दर्शन घेण्याच्या इच्छेने हजारो लहान-थोर स्त्री-पुरुष पाऊस पडत असतानाही थंडीत त्यांच्या खास गाडीची वाट पाहत उभे राहत होते. देशासाठी त्यांनी दीर्घकाल भोगलेल्या हालअपेष्टांमुळे देशात त्यांचा दर्जा उंचावला होता. देशाचे एकमेव मार्गदर्शक व थोर तत्त्वज्ञ अशी त्यांची ख्याती झाली होती.

खास गाडी लखनौला पोचली तेव्हा स्टेशनवर शहरातील नेते आणि हजारो स्त्री-पुरुष टिळकांच्या स्वागतासाठी उपस्थित होते. लोकांचा उत्साह अमर्याद होता. त्यांनी टिळकांच्या गाडीभोवती गराडा घातला. त्यांच्यावर पुष्पवृष्टी केली. पुष्पगुच्छ आणि पुष्पहार तर किती अर्पण करण्यात आले त्यांना गणतीच नाही. नंतर टिळकांना दुसऱ्या गाडीत बसवून त्यांची मिरवणूक काढण्यात आली. ती गाडी लोकांनी रस्त्यातून ओढीत नेली. 'स्वराज्य हा माझा जन्मसिद्ध हक्क आहे आणि तो मी मिळवीनच' हे ब्रीदवाक्य मोठ्याने म्हणत असंख्य लोक जात होते. चेदीलाल धर्मशाळेपर्यंत मिरवणूक पोचण्याला पुरे तीन तास लागले. अधिवेशन

चालू असताना टिळकांचा मुक्काम या धर्मशाळेत होता. ही इमारत हवेशीर आणि सुंदर होती. मध्यभागी एक मोठा चौक होता. टिळकांच्या वास्तव्यामुळे या जागेला एखाद्या तीर्थक्षेत्राचे स्वरूप प्राप्त झाले होते.

अधिवेशन दि.२८ला सुरू झाले. काँग्रेसच्या मंडपात टिळकांचा जो आदरसत्कार झाला तो अवर्णनीय होता. टिळक व्यासपीठावर येताच सर्वत्र आनंद आणि समाधान नांदू लागले.

स्वराज्याच्या मुख्य ठरावावर भाषण करण्यासाठी टिळक उभे राहिले तेव्हा टाळ्यांचा व जयजयकाराचा गगनभेदी गजर झाला. टिळक म्हणाले, "तुम्ही माझा सन्मान केलात त्याने मी अगदी भारावून गेलो आहे. त्याबद्दल मी आपला अत्यंत आभारी आहे; परंतु तुम्ही जो सन्मान केलात तो व्यक्तिगत नसून, आजपावेतो मी ज्या तत्त्वांबद्दल झगडलो त्या तत्त्वांचा आहे, असे मी समजतो. ज्या ठरावाला मी दुजोरा देत आहे त्यात या तत्त्वांचा समावेश झालेला आहे. तो ठराव स्वराज्यासंबंधी आहे."

या ठरावाचे विवरण करताना ते म्हणाले, "स्वराज्य या शब्दाचा अत्यंत काटेकोर अर्थ घेतला तर, त्या दृष्टीने कदाचित् हे स्वराज्य नसेल; परंतु स्वदेशी व बहिष्कार यापेक्षा हे चांगले आहे. गेल्या तीस वर्षांत काँग्रेसने पास केलेल्या ठरावांचा हा निष्कर्ष आहे. त्याच्या योगाने आपणा सर्वजणांस निश्चयाने व जबाबदारी अंगावर घेऊन, कार्याचा प्रारंभ करण्यास साहाय्य होईल. यापुढे या सर्व तीस ठरावांवर आपली शक्ती खर्च करणे आपणास परवडणार नाही. पब्लिक सर्व्हिसचा ठराव, हत्याराच्या कायद्यासंबंधीचा ठराव आणि इतर किरकोळ ठराव हे वरील तीस ठरावांपैकी आहेत. या ठरावांच्या सर्व बाबी स्वराज्याच्या ठरावाच्या अंगभूत अशा आहेत. म्हणून तुमच्यापैकी प्रत्येकाने कळकळ बाळगून हा 'स्वराज्या'चा एकच ठराव संमत करावा, असे तुम्हाला माझे सांगणे आहे."

मध्यवर्ती व प्रांतिक कौन्सिलात मुसलमानांना किती प्रतिनिधी निवडून देण्याचा हक्क असावा, या प्रश्नावर टिळकांनी औदार्य दाखविले. ते म्हणाले, "लोक असे बोलतात, की आपण हिंदूंनी मुसलमान बंधूंपुढे फारच नमते घेतले. मी हिंदुस्थानातील सर्व हिंदू समाजाचा प्रतिनिधी आहे, याची मला जाणीव आहे. त्यांच्याप्रमाणे मीही म्हणतो, की मुसलमानांच्या बाबतीत इतके नमते धोरण पत्करण्याची आवश्यकता नव्हती. तथापि, स्वराज्याचे हक्क निव्वळ मुसलमानांनाच दिले तरी मला त्याबद्दल काही वाटणार नाही. ते रजपुतांना दिले तरी चालेल. सुशिक्षित वर्गापेक्षा अगदी खालच्या वर्गातील माणसे योग्य आहेत, असे समजून त्यांना जरी हे हक्क दिले, तरी मला त्याची काळजी नाही; कारण मग फक्त झगडा राहील तो दोन जमातींमध्ये राहील. हल्लीच्या तिरंगी झगड्याप्रमाणे त्या

झगड्याचे स्वरूप राहणार नाही. आपण जेव्हा त्रयस्थाबरोबर झगडतो तेव्हा आपण एक होऊनच झगडत असतो, ही गोष्ट अत्यंत महत्त्वाची आहे. त्या वेळी आपण वंशाने एक, धर्माने एक व राजकारणात तत्त्वाने एक असतो; आपली एकी असते. आजकाल हीच गोष्ट अत्यंत महत्त्वाची आहे.'

या अधिवेशनात जातिनिहाय प्रतिनिधित्वाच्या ठरावातील भाग संमत झाला याचे कारण महान व्यक्तिमत्व असलेले टिळक या अधिवेशनाला उपस्थित होते. टिळक अधिवेशनाला गेले नसते, तर हा भाग संमत झाला नसता, हे उघड होते.

मुसलमानांना निराळा मतदानाचा हक्क देणे धोक्याचे आहे, यावर प्रथम सर्वांचे एकमत होते आणि या तत्त्वाचा अंगीकार केल्यानंतरही मुसलमानांना किती प्रमाणात तो हक्क द्यावा, हा नाजूक प्रश्न शिल्लक राहतोच. मुसलमानांना निराळा हक्क देण्यास संयुक्त प्रांताची मुळीच तयारी नव्हती. या प्रश्नावर कडाक्याचा वाद झाला. शेवटी विशिष्ट परिस्थितीचा विचार करता, खास सवलत म्हणून मुसलमानांना निराळ्या मतदानाचा हक्क द्यावा असे ठरले. पन्नास टक्के मतदानाचा हक्क मिळावा अशी मुसलमानांची मागणी होती; पण ती कोणालाच मान्य नव्हती. शेवटी हिंदू-मुसलमान गटांचे पुढारी अनुक्रमे पंडित मदनमोहन मालवीय आणि महंमदअली जिना यांच्यावरील आपले वजन खर्च करून टिळकांनी सांगितले, 'आपापसात समजूतदारपणाने या योजनेचा विचार केला पाहिजे. किरकोळ तपशिलासाठी योजना फेटाळून लावू नका. सरकारकडे स्वराज्याची मागणी एकमुखाने केली पाहिजे हे सर्वांना मान्य आहे. अशा आणीबाणीच्या वेळी हिंदुस्थानातील सुशिक्षित लोकांना हा समेट घडविता येऊ नये, ही लाजिरवाणी गोष्ट आहे.' टिळकांचे हे आवाहन वाया गेले नाही. त्यांच्या प्रखर देशभक्तीचा इतरांवर परिणाम झाला आणि त्यांनी दिलेला निकाल हिंदू व मुसलमान यांच्या नेत्यांनी मान्य केला.

लखनौ येथे टिळकांनी केलेली हिंदू-मुसलमानांची एकी ही त्यांच्या कारकिर्दीतील अत्यंत महत्त्वाची घटना मानली जाते. त्यांच्या मुत्सद्देगिरीचा परमोच्च बिंदू या घटनेमुळे गाठला गेला. यामुळे हिंदूंचे काही नेते नाराज झाले हे खरे; पण मुसलमानांची अंत:करणे टिळकांनी जिंकली हेही खरे. दि. ३१ डिसेंबरला मुस्लिम लीगच्या अधिवेशनाला टिळक उपस्थित राहिले तेव्हा याचे स्पष्ट प्रत्यंतर आले. या अधिवेशनात टिळकांचे अत्यंत प्रेमाने स्वागत करण्यात आले. त्यांचा प्रचंड जयजयकार झाला. पुढे गांधींचा उजवा हात बनलेले डॉ. अन्सारी या अधिवेशनाला उपस्थित होते. हिंदू-मुसलमानांचे ऐक्य घडल्याचा प्रसंग त्यांनी प्रत्यक्ष पाहिला होता. त्याचे वर्णन करताना त्यांनी लिहिले आहे, 'मुसलमानांची

मने वळवून त्यांना लखनौ करार मान्य करायला भाग पाडण्यास टिळकांनी दर्शविलेले मनाचे औदार्यच कारणीभूत झाले हे निर्विवाद आहे. हा करार ज्या ठरावात होता त्यावर टिळकांनी प्रारंभी खुल्या अधिवेशनात जे भाषण केले त्यात ते म्हणाले, 'काही लोक असे म्हणतात, की आम्ही आमच्या मुस्लिम बांधवांना फार दिले. मी हिंदुस्थानातील हिंदूंचा पुढारी आहे अशी मला जाणीव आहे. असे असूनही मी म्हणतो, की त्यांना आम्ही अधिक देऊ शकलो नाही.' त्यातच अल्पसंख्य लोकांत विश्वास निर्माण करण्याचे रहस्य आहे. हिंदूंची सत्ता प्रस्थापित करण्याचा टिळकांचा मुळीच विचार नव्हता. काही लोक तसे म्हणतात, पण ही त्यांची चूक आहे. हिंदुस्थानातील सर्व लोकांनी एक होऊन स्वातंत्र्याचा लढा लढवावा, असे टिळकांचे स्पष्ट मत होते.'

लखनौ काँग्रेसने हिंदू व मुसलमान आणि मवाळ व जहाल यांच्यातील मतभेदांना मूठमाती दिली. विशेष म्हणजे तेव्हापासून राष्ट्रीयत्वाच्या भावनेने स्वराज्याची मागणी करण्यास खरा प्रारंभ झाला. देशाच्या राजकारणाला एक निराळे वळण लागले.

जहाल गटांचे कार्यकर्ते मवाळ कार्यकर्त्यांपेक्षा अधिक संख्येने उपस्थित होते. त्यामुळे एक संस्करणीय घटना या अधिवेशनात घडली. विषयनियामक समितीसाठी प्रांतनिहाय सभासद निवडण्याचे काम चालू होते. मुंबई प्रांतातून कोणीतरी गांधींचे नाव सुचविले. आणि जहालांपैकी एकाने आपल्या सहकाऱ्याचे नाव सुचवले. निवडणूक झाली. त्यात गांधींचा पराभव झाला; पण टिळक ताबडतोब उभे राहिले आणि गांधी निवडून आल्याचे त्यांनी जाहीर केले. त्याबरोबर त्यांच्या अनुयायांनीही त्यांच्या आवाजात आपला आवाज मिसळून दिला.

लखनौला हा एक चमत्कारच घडून आला, असे स्वत: टिळकांनाही वाटले. या विषयावर ते 'केसरी'त लिहितात, 'शुक्रवार ता. २९ डिसेंबर १९१६ हा दिवस हिंदी राष्ट्राच्या इतिहासात निदान ब्रिटिश रियासतीच्या इतिहासात सुवर्णाक्षरांनी लिहून ठेवण्याजोगा उगवला यात शंकाच नाही; कारण त्या दिवशी आम्ही वर म्हटल्याप्रमाणे हिंदी स्वराज्याचे निशाण लखनौ येथे गोमती नदीच्या तीरावर रोवले गेले! जुन्या काळचे ऐतिहासिक प्रसंग आठवून व केवळ कल्पनेने त्यांचे भडक रंगाचे चित्र बनवून अद्‌भुत रस आळवीत बसणारे कवी पुष्कळ भेटतात किंवा भविष्यवादाची चटक लागलेली असल्यामुळे पुढे कधी काळी येणाऱ्या सुवर्णयुगाचाच अद्‌भुतपणा ज्यांना पटू शकतो असेही लोक आढळून येतात; पण वर्तमानकाळी, किंबहुना प्रत्यक्ष डोळ्यांपुढे घडणाऱ्या गोष्टींचा अद्‌भुतपणा पटून त्यांचे स्वारस्य घेण्याला जी सहृदयता लागते ती

काही विशेष व दुर्मिळच होय. असली लोकोत्तर रसिकता ज्या थोड्या लोकांना ईश्वराने दिली असेल त्यांनाच लखनौ येथील राष्ट्रीय सभेच्या मंडपात स्वराज्याच्या मागणीविषयी जो ठराव गेल्या शुक्रवारी मंजूर करण्यात आला त्याचे महत्त्व कळून येईल... जातिभेद, मतवैचित्र्य, व्यक्तिद्वेष वगैरे राष्ट्रीय कार्योच्छेदक पिशाचांनीही गोमतीच्या प्रवाहात गती घेतली व नवीन शुभ देह धारण करून मंगल आशीर्वादच दिला... आपले राजकीय हृद्‌गत हुडकून काढण्याला व त्याला समर्पक अशा शब्दांचे रूप देण्याला राष्ट्राला पाचपन्नास वर्षे लागली खरी; पण ते हृद्‌गत त्याचे त्याला आता कळून आले आणि गेल्या शुक्रवारी सर्व राष्ट्राने एकमुखाने त्याचा एवढा मोठा उच्चार केला की, त्याचा आवाज जगभर पसरला... सरकार आजपर्यंत हिंदी लोकांतील दुफळीमुळे स्वराज्यवाद्यांची कीव करीत असे; पण आता ह्या कामी निराश्रित म्हणून स्वत: सरकारचीच कीव आम्हाला यापुढे करावी लागणार! राष्ट्रीय सभेच्या जन्मापासून हिंदू आणि मुसलमानांमध्ये फूट पडण्यास सुरुवात झाली व गेल्या दहा वर्षांत खुद्द हिंदू लोकांना, त्यातल्या त्यात अधिक नेमस्त असणाऱ्या लोकांस हाती धरून फूट पाडण्याचा प्रयत्न अनेक व्यक्तींनी बरेच दिवसपर्यंत यशस्वी रीतीने केला; पण काळच उलटला म्हणजे उलट्यांचे सुलटे होण्यास वेळ लागत नाही व तीच गोष्ट हिंदू-मुसलमान आणि नेमस्त-जहाल हे दोन मोठे पक्षभेद अवघ्या चार-पाच वर्षांत नाहीसे होण्याच्या कामीही दिसून आली. हिंदू आणि मुसलमानांचे वैर एका अर्थाने अनेक शतकांचे असे म्हणण्यास हरकत नाही, आणि मवाळ-जहाल हा भेद जरी अगदी अलीकडचा असला, तरी पक्षभेदाच्या दृष्टीने पाहता तो हिंदू आणि मुसलमानांच्या वैराइतकाच, किंबहुना अधिक घातक होऊन राहिला होता, हे काही खोटे नाही; पण हे पक्षभेद उगवत्या राष्ट्रीय बुद्धीच्या तेजामुळे वितळून गेले. शेवटच्या मुसलमान नवाबाच्या राजधानीत मुसलमान व हिंदू, रयत व रइस एकाच व्यासपीठावर बसून त्यांनी प्रत्यक्ष स्वराज्याची ताबडतोब मागणी केली. त्या अर्थी ब्युरॉक्रसीची सद्दी आता संपली असे तिने खास समजावे. हा इशारा आम्ही बेलाशक देऊ शकतो.'

सरकारलाही लखनौ काँग्रेसबद्दल विचार करणे भाग पडले. १९१७-१८च्या 'टाइम्स'च्या वार्षिक अंकात या काँग्रेसचे वर्णन केले आहे. त्यात म्हटले आहे, 'काँग्रेसचे अधिवेशन सुरू झाले. ज्याला सामान्यत: जहाल पक्ष म्हणतात, आणि ॲनी बेझंट व टिळक ज्या पक्षाचे पुढारी होते त्या राष्ट्रीय पक्षाच्या डाव्या गटाचे बहुमत काँग्रेसमध्ये स्पष्ट दिसून येत होते.'

यामुळे काँग्रेसच्या मागणीकडे लक्ष देऊन टिळकांसारख्या राष्ट्रीय पुढाऱ्याचे म्हणणे आपण आता ऐकून घेतले पाहिजे हे सरकारला पटले. इतके दिवस

सरकारचे धोरण याच्या अगदी उलट होते.

युद्धामुळे स्वराज्याच्या मागणीला प्रत्यक्ष प्रारंभ झाला नव्हता हे खरे! पण त्या मागणीला आता नवे महत्त्व आणि निकड निर्माण झाली होती. त्या मागणीचे पूर्वी कधीही न दिसलेले असे निश्चित स्वरूप आता दिसू लागले. हिंदुस्थानातील लोकांना आता परकी सत्तेची सवय झाली होती. सर फिरोजशहा मेहता, सर सुरेंद्रनाथ बॅनर्जी आणि मुधोळकर यांच्यासारख्या नेत्यांना इंग्रजांच्या राज्याचे दुष्परिणाम दिसण्याऐवजी फायदेच दिसत होते; पण परकी राज्य किती अनर्थकारक व अपमानास्पद आहे आणि स्वराज्याचा अर्थ व किंमत काय आहे याची जाणीव आता युद्धामुळे झाली होती. जर्मनीने युद्धात इंग्लंडवर विजय मिळविला तर पुढे कसे होईल, याचा खल हिंदुस्थानात सतत चालू असे. यासंबंधात ब्रिटिश मुत्सद्दी जे चित्र रंगवीत ते इतके भयंकर होते की, असे संकट टाळण्यासाठी कसलाही स्वार्थत्याग कमीच पडेल! ब्रिटिश मुत्सद्दी असे भासवीत होते की, हे युद्ध आपण लोकराज्यासाठी व जग सुरक्षित राहवे म्हणून करीत आहोत. दोस्त राष्ट्रांविषयी सहानुभूती वाटून त्यांना पाठिंबा मिळावा यासाठी हे त्यांचे प्रयत्न होते. त्यांनी अशीही ग्वाही दिली की, यापुढे कोणत्याही लहान किंवा मोठ्या राष्ट्राला स्वयंनिर्णयाचा हक्क दिला जाईल; आणि अत्यंत लहान व दुर्बल अशा राष्ट्राला मान्य नसलेल्या राज्यपद्धतीखाली राहण्याची सक्ती केली जाणार नाही. टिळकांनी या जाहीरनाम्यांचा उपयोग स्वराज्याची मागणी निकराने करण्याकडे केला.

होमरूल लीगची चळवळही जोरात चालू होती. मद्रास इलाख्यात ॲनी बेझंट यांच्या नेतृत्वाखाली आणि मुंबई इलाख्यात टिळकांच्या नेतृत्वाखाली चळवळीचे काम जोरात चालले होते. युद्धाला शक्य तितकी मदत करण्याची दोन्ही नेत्यांची इच्छा होती. युद्धाच्या निमित्ताने हिंदुस्थानला स्वातंत्र्य मिळविण्याची संधी प्राप्त झाली आहे, ती गमावता कामा नये, असे दोघाही नेत्यांचे मत होते. युद्धाविषयी विचारविनिमय करण्यासाठी जेव्हा जेव्हा टिळकांना अगर त्यांच्या अनुयायांना आमंत्रण असे तेव्हा तेव्हा ते स्वराज्य आणि समान दर्जाच्या अटी युद्धाच्या मदतीला जोडीत. ते म्हणत, की लोकांना जर युद्ध करा म्हणून सांगायचे असेल, तर त्यांना लाकूडतोड्यासारखे किंवा पाणक्यासारखे वागवून चालणार नाही. हिंदी लोकांना सैन्यात, संरक्षक-दलात आणि राखीव सैन्यात ब्रिटिशांच्या बरोबरीने हक्क मिळाले पाहिजेत, त्यांना किंग्ज कमिशन मिळाले पाहिजे, त्यांना बिनलष्करी जागांवरही नेमले पाहिजे आणि अत्यंत महत्त्वाची गोष्ट म्हणजे युद्ध संपल्यानंतर ब्रिटिशांनी आपल्या देशाला निघून गेले पाहिजे इत्यादी अटींचा टिळक निर्भयपणे उच्चार करीत असत.

टिळकांच्या होमरूल लीगबद्दल इंग्लंडमध्ये उत्सुकता निर्माण झाली होती. लंडनमध्येही हिंदुस्थानसाठी होमरूल लीगची स्थापना झाली. लीगचा कोणत्याही पक्षाशी संबंध नव्हता; पण कोणत्याही पक्षाबरोबर काम करण्याची तयारी होती. सदस्यांकडून वर्गणी जमवून लीगच्या शाखा किंवा केंद्रे स्थापन करण्याचा निर्णय करण्यात आला. होमरूलचा प्रचार करण्यासाठी इंग्लंडमध्ये नियमितपणे सभा घेतल्या जात. हिंदुस्थानला काय पाहिजे ते लोकांना कळावे म्हणून पत्रके छापून वाटली जात. या चळवळीवर 'टाइम्स' या पत्राने प्रखर हल्ला चढविला होता; पण 'जस्टिस'ने मात्र तिचे स्वागत केले.

लीगच्या स्थापनेचा निर्णय झाल्यानंतर पाच-सहा आठवड्यांतच टिळकांनी कामाला सुरुवात केली. हिंदुस्थानात अधिक चांगला राज्यकारभार होण्यासाठी एक विधेयक तयार करण्याचे काम ते बाप्टिस्टा यांच्या मदतीने करीत होते. विविध प्रांतांत या विधेयकाला लोकांचा पाठिंबा मिळाल्यानंतर संसदेत मांडण्यासाठी ते इंग्लंडला पाठवून देण्याचा टिळकांचा विचार होता.

१९१७ सालच्या प्रारंभापासूनच देशभर अद्वितीय अशा चळवळीला सुरुवात झाली. टिळकांची प्रकृती विशेष चांगली नव्हती तरीही त्यांनी आपला स्वराज्याचा संदेश देशाच्या एका टोकापासून दुसऱ्या टोकापर्यंत नेऊन पोचविला. ॲनी बेझंटही टिळकांच्या बरोबरीने काम करीत होत्या. मोतिलाल नेहरू, तेजबहादूर सप्रू, ईश्वरशरण यांच्यासारखे अनेक ज्येष्ठ कॉंग्रेस नेते बेझंटबाईंना मदत करू लागले. लीगची स्थापना झाल्यानंतर थोड्याच दिवसात मुंबई, कानपूर, अलाहाबाद, बनारस, मदनपल्ली, कुंभकोणम्, अड्यार, मदुराई, कालिकत, मद्रास, अहमदनगर आदी ठिकाणी तिच्या शाखा स्थापन झाल्या. टिळकांनीही ठिकठिकाणी दौरे केले. कानपूर, कलकत्ता, अमरावती, यवतमाळ, कारंजा वगैरे अनेक ठिकाणी भरलेल्या प्रचंड सभांत टिळकांची भाषणे झाली. 'स्वराज्य हा माझा जन्मसिद्ध हक्क आहे व तो मी मिळविणारच!' या महामंत्राचा उच्चार त्यांनी ठिकठिकाणी केला.

या मागणीला जसजसा जोर चढला तसतसे हिंदुस्थानच्या स्वराज्याच्या मागणीचे क्षेत्र त्यांनी वाढविले. कानपूर येथे टिळकांनी सांगितले, "आम्हाला साम्राज्यात मुले म्हणून राहता आले तरच आम्हाला साम्राज्य पाहिजे. आम्हाला साम्राज्यात नोकर, भारवाहक, असे राहावयाचे नाही. मेंढ्यांच्या कळपात वाढलेल्या वाघाच्या पिल्लाला पाण्यात प्रतिबिंब दिसताच आपल्या स्वरूपाची ओळख पटली. हिंदी लोकांनाही वसाहतीचे साम्राज्य पाहून आपले खरे स्वरूप कळून येऊ लागले आहे. जपानी लोकही आशिया खंडातच राहणारे होत, त्यांना स्वराज्य असावे आणि आम्हाला का नसावे? शेवटी ज्या लोकांना इतर काही

प्रयत्न करता येत नसेल त्यांनी निदान स्वराज्यप्राप्तीकरीता ईश्वराजवळ प्रार्थना करावी.'

१९१७च्या मे महिन्यात होमरूल लीगच्या वार्षिक अधिवेशनासाठी टिळक नाशिकला गेले. अधिवेशनात जो अहवाल सादर करण्यात आला त्यावरून टिळकांच्या प्रचंड व योजनाबद्ध कार्याची कल्पना येते. एका वर्षात होमरूल लीगने १४,२१८ सभासद नोंदले. वर्गणीचे नऊ हजार रुपये आणि देणगीदाखल सहा हजार रुपये जमा झाले. मुख्य कचेरीने पाच हजार पत्रे पाठविली आणि तितकीच उत्तरे आली. होमरूल लीगने सहा मराठी व दोन इंग्रजी पुस्तके छापून त्यात स्वराज्याच्या मागणीचे स्पष्टीकरण केले. टिळकांच्या व्याख्यानांच्या पाऊण लाख छापील प्रती वाटल्या. गुजराती आणि कानडी भाषेतही ती प्रसिद्ध झाली.

होमरूल लीगच्या सभेत बोलताना टिळक म्हणाले, "लखनौच्या काँग्रेसला पुष्कळ होमरूलर आले म्हणून तेथे स्वराज्याचा ठराव मंजूर होण्यास जोर आला. काँग्रेस आपल्या ठरावाची अंमलबजावणी स्वत: कोणत्याही रीतीने करीत नाही. बरे, ते न झाले आणि आम्हाला काँग्रेसने ममत्वाने वागविले तर आमचे कामही त्यांचेच आहे. पुढील सालात पन्नास हजार सभासद व तितकेच रुपये मिळविले पाहिजेत. इंग्लंडातही काम पुष्कळ करावयाचे आहे. वसाहतींच्या बरोबरीने बसू म्हणतो; पण वसाहतींची संघटना व स्वार्थत्याग आमच्याजवळ आहे कोठे? विलायतेत आपली एक-दोन माणसे कायमची ठेवली पाहिजेत. त्याला खर्च बराच येणार. त्याची व्यवस्था झाली पाहिजे."

मुंबई व मद्रास येथील होमरूल लीगच्या चळवळीमुळे त्या दोन प्रांतांच्या सरकारांना चांगलाच हादरा बसला. ही नवीन चळवळ दडपून टाकण्यासाठी त्यांनी टिळक व बेझंट यांच्यावर निर्बंध घातले. होमरूल लीगच्या सभांमध्ये टिळकांनी केलेल्या काही भाषणांबद्दल त्यांच्याविरुद्ध दावा दाखल करण्यात आला; पण ही चळवळ न्याय्य व कायदेशीर असल्याचा निकाल मुंबई हायकोर्टाने दिला. होमरूलच्या सभांना शाळेतील व कॉलेजातील विद्यार्थ्यांनी जाऊ नये असा इशारा सरकारने एका पत्रकाद्वारे दिला. विविध प्रांतांच्या गव्हर्नरांनी या चळवळीचा निषेध करून पुढाऱ्यांना ताकीद दिली. मद्रास सरकारने तर याहीपुढे जाऊन ॲनी बेझंट व त्यांचे दोन सहकारी वाडिया व अरुंडेल यांना अटकेत ठेवण्याचा हुकूम सोडला. होमरूल चळवळीविरुद्ध चळवळ करण्यास सरकारने ब्राह्मणेतरांना मदत केली. मद्रास इलाख्यात जातीयतेच्या ज्वाला भडकाविण्यासाठी उत्तेजन दिले.

ॲनी बेझंट यांना अटकेत ठेवल्यामुळे देशाच्या एका टोकापासून दुसऱ्या टोकापर्यंत सर्वत्र सरकारविरुद्ध संतापाचे वादळ उठले. सर्व ठिकाणी निषेधाच्या

सभा झाल्या. या वेळेपर्यंत होमरूल लीगपासून अलिप्त असलेले सुरेन्द्रनाथ बॅनर्जी, अली, जिना आदी कार्यकर्ते गटागटाने चळवळीत सामील झाले. त्यांनी महत्त्वाच्या जागाही स्वीकारल्या.

जुलैमध्ये भरलेल्या ऑल इंडिया काँग्रेसच्या सभेत सरकारच्या दडपशाहीला उत्तर म्हणून सरकारशी असहकार पुकारावा असे टिळकांनी सुचविले; परंतु हा प्रश्न प्रांतिक काँग्रेस समितीपुढे पाठवावा, असे मवाळ नेत्यांनी सुचविले. म्हणून तो ताबडतोब अमलात आणावा, असा आग्रह टिळकांनी धरला नाही; मात्र ॲनी बेझंट यांनी हिंदुस्थानसाठी केलेल्या कार्याचे महत्त्व जाणून त्यांना पुढील अधिवेशनाच्या अध्यक्ष निवडाव्या. (मग त्या वेळी त्यांची सुटका झालेली असो वा नसो), अशी सूचना टिळकांनी सभेपुढे मांडली. ही सूचना बऱ्याच नेमस्तांना आवडली नाही. तरी निरनिराळ्या प्रांतिक काँग्रेस समित्यांनी ही सूचना उचलून धरली आणि १९१७च्या अधिवेशनाच्या अध्यक्षपदी ॲनी बेझंट यांची निवड करण्याची शिफारस केली. टिळकांच्या सूचनेला मान्यता मिळाली, हा त्यांच्या पक्षाने नेमस्तांवर मिळविलेला आणखी एक विजय! नेमस्त मात्र अजूनही सुरतेची भाषा बोलत होते. 'उघड रीतीने सरकारविषयी तिरस्कार दाखवू नका. नाही तर सरकार आपल्या चळवळीच्या नरडीला नख लावून ती दाबून टाकील,' ही त्यांच्या मनातली भीती अद्यापि साफ गेली नव्हती. ॲनी बेझंट यांची निवडणूक म्हणजे हिंदुस्थानने भीक मागण्याचे धोरण कायमचे सोडून दिल्याचे चिन्ह होते. हिंदुस्थानला आता आपले महत्त्व कळून आले होते. त्याने स्वातंत्र्यासाठी लढा देण्याचा निश्चय केला होता. धैर्याने युद्धाला दिलेले ते आव्हान होते. त्या आव्हानाच्या प्रतिकारार्थ जितक्या वाईट गोष्टी करणे सरकारला शक्य होते तितक्या सरकारने केल्या. हिंदी लोकांच्या स्वातंत्र्यप्राप्तीच्या दृढ निश्चयापुढे आपल्या दडपशाहीची ताकद सरकारने अजमावून पाहिली. हिंदुस्थानातील राजकीय वातावरण इतके प्रक्षुब्ध झाले होते की, ब्रिटिश सरकारचेही त्याकडे पुरते लक्ष वेधले.

इतिहासाची पुनरावृत्ती

१९१८च्या सप्टेंबर महिन्यात टिळकांना इंग्लंडला जाण्याची परवानगी मिळाली. दादासाहेब करंदीकर, वासुदेवराव जोशी आणि गणपतराव नामजोशी यांच्यासह ते १९ सप्टेंबर रोजी बोटीने निघून दि. ३० ऑक्टोबरला लंडनला पोचले.

त्यापूर्वी मार्च महिन्यात इंग्लंडच्या मार्गावर असताना टिळकांना कोलंबोहून परत यावे लागले होते आणि इंग्लंडला जाण्याचा बेत बेमुदत स्थगित करावा लागला होता. सप्टेंबरमध्ये सरकारने आपला विचार बदलला. टिळकांना कळविण्यात आले की, त्यांनी सार्वजनिक व्याख्याने न देण्याची अट मान्य केल्यास, त्यांना इंग्लंडला जाण्याला परवानगी मिळेल. टिळकांनी सर व्हॅलेन्टाईन चिरोल यांच्यावर अब्रूनुकसानीचा दावा दाखल केला होता त्या कामाव्यतिरिक्त त्यांनी इंग्लंडमध्ये कोणत्याही चळवळी करू नयेत, अशी सरकारची इच्छा होती; पण इंग्लंडमध्ये गेल्यावर टिळक तेथील जनतेचे मत हिंदुस्थानच्या मागण्यांना अनुकूल करून घेतील हे सरकार जाणून होते. टिळकांना अटी घालण्याने त्यांच्या मार्गात अडचणी निर्माण होणार होत्या. इतकेच नव्हे, तर या निर्बंधामुळे टिळक हे भयंकर गृहस्थ आहेत असे उच्चरवाने पुकारण्यासारखे होते. ब्रिटिश ज्यूरींचे मत त्यांच्याविरुद्ध कलुषित करण्याचा हा उघड प्रयत्न होता. एप्रिल महिन्यात 'सिडिशन कमिटी'चा अहवाल मुद्दाम प्रसिद्ध करण्यात आला. या अहवालाला इंग्लंडमध्ये आणि हिंदुस्थानात सर्वत्र भरपूर प्रसिद्धी देण्यात आली. ब्रिटिश जनतेचे मन टिळकांविषयी कलुषित करण्याचाच हाही एक प्रकार होता. १८९७मध्ये रँडचा खून झाला त्या घटनेपासून अहवालाचा प्रारंभ झाला. त्यात म्हटले होते, की पश्चिम हिंदुस्थानात गणपती उत्सव व मुसलमानी राजांविरुद्ध ज्याने दक्षिणेतील लोकांची एकी केली, त्या शिवाजीचा उत्सव, या दोन उत्सवांचा प्रसार झाला. त्यात क्रांतिकारक चळवळींची चिन्हे प्रथम दृष्टोत्पत्तीस आली.

दि. २३ मार्च १९१६ रोजी रात्री टिळक मुंबईला जाणार होते. तिथून परस्पर मद्रासमार्गे कोलंबोला जाऊन इंग्लंडकडे प्रयाण करणार होते. टिळकांना

निरोप देण्यासाठी रात्री आठ वाजल्यापासूनच गायकवाडवाड्याजवळ गर्दी झाली होती. रात्री १० वाजता टिळक निघाले तेव्हा त्यांना पोचविण्यासाठी आलेले लोकही मिरवणुकीने स्टेशनपर्यंत गेले. त्या रात्री निम्मे पुणे शहर जागेच होते. स्टेशनवर तर प्रचंड गर्दी झाली होती. जनतेच्या या उत्साहामुळे आणि प्रेमामुळे टिळक इतके इतके भारावून गेले की, त्यांच्या डोळ्यांतून अश्रूधारा वाहू लागल्या.

मुंबईमध्ये ठिकठिकाणी टिळकांची भाषणे झाली. टिळकांना बऱ्याच ठिकाणी निधी अर्पण करण्यात आला. मद्रासकडे जातानाही त्यांना बऱ्याच ठिकाणी निधी आणि इतर मौल्यवान वस्तू अर्पण करण्यात आल्या.

प्लेगच्या वेळेच्या काराभाराविषयी टिळकांनी सुरुवातीपासून 'केसरी'त लिहिलेले लेख, त्यांच्यावरील पहिला व दुसरा राजद्रोहाचा खटला, नाशिक-कटाचा खटला, जॅक्सनचा खून, स्वदेशीची चळवळ इत्यादींचा उल्लेख होता. शेवटी असा निष्कर्ष काढला होता की, पश्चिम हिंदुस्थानचा विचार केला असता तेथील सर्व कारस्थाने ब्राह्मणांची, विशेषत: चित्पावन ब्राह्मणांची होती.

या अहवालात पुढे म्हटले होते, 'चापेकर व त्यांचे सहकारी सनातनी वृत्तीचे होते आणि कदाचित् ते मुसलमान व ब्रिटिश यांच्याही विरुद्ध असावेत. त्यांचा काही विशिष्ट राजकीय हेतू नसावा; पण ब्रिटिशांच्या विरुद्ध आपला द्वेष व्यक्त करण्यासाठी किंवा त्यांना वाटत असलेल्या दडपशाही करणाऱ्यांना शासन करण्यासाठी कोणतेही अत्याचार करण्याचे त्यांच्या अंगी धाडस होते.

'त्यांचा मुख्य गुन्हा म्हणजे रँडचा खून, तो अशा वेळी घडून आला की, त्या वेळी दक्षिणेतील अत्यंत प्रमुख असे वर्तमानपत्रकर्ते टिळक हे आपल्या देशबांधवांना स्वातंत्र्य मिळविण्याबद्दल आणि पिनल कोडच्या मर्यादा झुगारून देण्याबद्दल आपल्या लेखातून चिथावणी देत होते.

'या व अशाच प्रकारच्या कारणांमुळे नाशिक येथील सावरकरांचा कट व इतर लहानसहान कट याच भागातून निर्माण झाले होते. धार्मिक व वंशविषयक भावना उद्दीप्त करून चिथावणी देण्याच्या कामी पुण्यातील चित्पावन ब्राह्मणांनी ब्रिटिशांविरुद्ध वर्तमानपत्रांत लिहिलेले लेख प्रथम कारणीभूत झाले असे दर्शविता येईल. अशा लेखांचा त्या वेळच्या समाजाच्या भावनाप्रधान तरुणांवर परिणाम होऊन, घातपाती कृत्यांनी परकीय राज्य उलथून पाडण्याची कल्पना त्यांच्या मनात रुजली नसती, तर ते एक आश्चर्यच म्हणावे लागेल. पुण्याच्या जहाल पक्षाचे पुढारी टिळक होते.'

अशा प्रकारे टिळकांविषयी ब्रिटिश जनतेची मने पद्धतशीरपणे कलुषित करून नंतर सरकारने त्यांना इंग्लंडला जाण्याची परवानगी दिली. इकडे आड व तिकडे विहीर असा पेच टिळकांसमोर उभा होता. सरकारने घातलेले निर्बंध न

पत्करून इंग्लंडला जायचे टाळावे, तर चिरोल आणि त्यांचे मदतनीस यांनी त्यांच्यावर भित्रेपणाचा आरोप केला असता. टिळकांनी स्वत:च चिरोलवर केलेल्या दाव्याच्या परिणामांना ते भीत आहेत असा निष्कर्ष निघाला असता. तर सरकारने घातलेले निर्बंध स्वीकारून इंग्लंडला जाणे म्हणजे सरकारने त्यांच्यासाठी तयार करून ठेवलेल्या जाळ्यात जाऊन पडण्यासारखे होते. सरकारने घातलेले निर्बंध मान्य करून, इंग्लंडला जाऊ नये असे टिळकांच्या पुष्कळ स्नेह्यांनी त्यांना सांगितले होते. चिरोलवरील खटल्याचा निकाल काय व्हायचा तो होईल; पण ब्रिटनच्या लोकशाही न्यायावर आणि स्वत:च्या सदसद्‌विवेक बुद्धीवर भरवसा ठेवून टिळकांनी इंग्लंडला जाण्याचा निश्चय केला. त्यांनी सरकारला कळविले, 'तुम्ही माझ्यावर घातलेल्या बंधनांचा निषेध करून मी ती पत्करीत आहे. इंग्लंडला गेल्यावर त्या बंधनांसंबंधीचा तुमचा हुकूम रद्द व्हावा म्हणून मी अवश्य प्रयत्न करीन.'

अब्रूनुकसानीचा दावा गुंतागुंतीचा होता. १९१० साली मॅकमिलन आणि कंपनीने 'इंडियन अन्‌रेस्ट' हे पुस्तक प्रसिद्ध केले. त्यात सर व्हॅलेन्टाईन चिरोल यांनी टिळकांची बदनामी करणारी काही भरमसाट विधाने केली होती. हे पुस्तक प्रसिद्ध झाले तेव्हा टिळक मंडाले येथे कारावासात होते. तेथून सुटून आल्यानंतर १९१५ साली त्यांनी लंडनच्या कोर्टात चिरोल यांच्याविरुद्ध दावा दाखल केला.

'दि टाइम्स' या वृत्तपत्राच्या 'इंपीरिअल अ‍ॅण्ड फॉरिन' खात्याचे डायरेक्टर असताना सर व्हॅलेन्टाईन चिरोल १९१० साली हिंदुस्थानात आले होते. हिंदुस्थानात राजकीय चळवळीची किती वाढ झाली आहे हे पाहण्यासाठी त्यांचा हा दौरा होता. त्यांनी माहिती गोळा करून 'टाइम्स'मध्ये लेखमाला लिहिली आणि नंतर त्यांनी 'इंडियन अन्‌रेस्ट' या नावाखाली ते लेख पुस्तकरूपाने प्रसिद्ध केले.

चिरोल यांना या चौकशीच्या प्रारंभीच असे दिसून आले की, हिंदुस्थानात नुकतेच झालेले राजकीय वादळ शांत झाले आहे; पण ही शांतता वादळापूर्वीची होती का? लॉर्ड मोर्ले आणि लॉर्ड मिंटो यांच्या दडपशाहीच्या आणि सवलती देण्याच्या संमिश्र धोरणाने माजलेला गोंधळ कमी झाला होता का? त्यांनी सौम्य व सनदशीर प्रगतीसाठी नेमस्तांची मने आपल्याकडे वळवून घेतली होती का? हे प्रश्न चिरोल यांनी स्वत:ला वारंवार विचारले. अत्यंत परिश्रम करून त्यांनी आपले पुस्तक प्रसिद्ध केले. त्यात त्यांनी असा निष्कर्ष काढला होता की, हिंदुस्थानात फारशी अस्वस्थता नाही. जी थोडीबहुत असेल ती महाराष्ट्राच्या काही जिल्ह्यांत, मध्य प्रांत, बंगाल व पंजाब येथे होती. जहाल वर्तमानपत्रांच्या फायली आणि गुप्त पोलीस खात्याने टिळकांविरुद्ध व जहाल पक्षाच्या इतर

नेत्यांविरुद्ध केलेले रिपोर्ट यावरून चिरोल यांनी आपले अंतिम आडाखे बांधले होते. प्रांतिक सरकारांनी आपल्या गुप्त फायली चिरोल यांच्या स्वाधीन केल्या होत्या.

सरकारच्या दडपशाहीचे समर्थन करण्याचे महत्त्वाचे काम चिरोल यांनी केले. ते म्हणतात, '१९१०मध्ये 'इंडियन अन्‌रेस्ट' हे पुस्तक लिहिताना टिळकांच्या बाबतीत सर जॉर्ज क्लार्क यांनी माझ्या दिमतीस दिलेल्या सरकारी माहितीचा मी फार उपयोग केला आहे. ज्या माणसाने ब्रिटिश राज्याची बदनामी करण्यासाठी आणि ते राज्य पोखरून काढण्यासाठी आपल्या महान सामर्थ्याचा दुरुपयोग केला त्या माणसाचे राजकारणातील डावपेच व उद्देश काय होते हे इंग्लिश वाचकांना समजण्यासाठी मी हा यत्न करीत आहे. ही एक प्रकारची समाजसेवाच मी करीत आहे, म्हणून सार्वजनिक हिताच्या दृष्टीने शक्य तितकी जास्त मदत मला मिळाली पाहिजे, असे सर जॉर्ज क्लार्क यांना वाटत होते.'

ही मदत येथेच संपली नाही, तर नंतर चिरोल यांच्या बचावाची तयारी करताना आणि दावा चालवितानाही ती चालूच होती. टिळकांनी चिरोलवर दावा दाखल केला असला तरी जणू आपल्यावरच हा दावा दाखल केला आहे अशा समजुतीने सर्व साधनांनिशी हिंदुस्थान सरकारच हा दावा लढत होते. ताई महाराजांच्या खटल्यात ज्याप्रमाणे सरकार ताई महाराजांशी एकरूप झाले होते त्याचप्रमाणे याही खटल्यात ते चिरोलशी एकरूप झाले होते. या दाव्यात इतिहासाची पुनरावृत्ती होत होती.

या दाव्यात कोर्टापुढे प्रचंड पुरावा आला. लांबलचक व कंटाळवाणी उलट तपासणी झाली, त्यात शिरण्याचे कारण नाही. मुंबई व लंडन येथे मिळालेल्या उत्कृष्ट सल्ल्यानुसार टिळकांनी हा दावा चिरोल आणि प्रकाशक यांच्यावर दाखल केला होता इतके सांगितले म्हणजे पुरेसे आहे. अब्रूनुकसानीचा हा दावा होता. आक्षेपार्ह मजकूर छापू नये अशी ताकीद चिरोल यांना व त्यांच्या प्रकाशकाला द्यावी, असे या दाव्यात म्हटले होते. हा दावा तीन वर्षे पडून राहिला याचे कारण काही अंशी युद्ध हे होते. नंतर तो किंग्ज बेंच डिव्हिजनमध्ये न्यायमूर्ती डार्लिंग आणि स्पेशल ज्यूरी यांच्यापुढे चौकशीस निघाला. वादीच्या बाजूने सर जॉन सायमन आणि ई. एफ. स्पेन्स हे वकील काम चालवीत होते. प्रतिवादीतर्फे सर एडवर्ड कार्सन, सर एलिस ह्यूम विल्यम्स आणि युस्टेस हिल्स हे वकील होते.

'इंडियन अन्‌रेस्ट' या पुस्तकात निरनिराळ्या सहा प्रकारांनी आपली बदनामी केली, असे टिळकांनी दाव्यात म्हटले होते. वास्तविक, टिळकांनी कोणतीही गोरक्षण संस्था स्थापन केली नव्हती आणि तिला वर्गणीही दिली नव्हती; पण मुसलमानांना चिडवण्यासाठी टिळकांनी अशा संस्था सुरू केल्या, असा आरोप

चिरोल यांनी त्यांच्यावर केला होता. टिळकांनी तालमींची स्थापनाही केली नव्हती; पण ब्रिटिश राज्याविरुद्ध लढायला लोकांना स्फूर्ती मिळावी म्हणून टिळकांनी तालमी स्थापन केल्या, असा आरोपही चिरोल यांनी केला होता. 'स्वराज्यासाठी पैसा गोळा करणाऱ्या तरुण दरोडेखोरांच्या संस्था' असे या तालमींचे त्यांनी वर्णन केले होते. चिरोल यांच्या मते १९१० साली ताई महाराज खटल्यात हायकोर्टाने जो निकाल दिला त्यामुळे टिळकांच्या खासगी व्यवहारातील कीर्तीला कलंक लागला होता.

टिळकांसंबंधी चिरोल यांनी केलेल्या विधानात रँड, आयर्स्ट आणि जॅक्सन यांच्या खुनांना अनुलक्षून केलेली विधाने तर अत्यंत बदनामीकारक होती. त्यात म्हटले होते, 'लोकांच्या मनात कमालीची चीड उत्पन्न व्हावी यासाठी गुप्त चळवळी करून आणि वर्तमानपत्रात माथेफिरूपणाने लेख लिहून त्यांना जे जे करणे शक्य होते ते ते त्यांनी केले... आणि त्यामुळे अनिवार्य अशा गोष्टी घडून आल्या. १८९७ मधील ता. २२ जून रोजी रँड व ले. आयर्स्ट यांना एका तरुण चित्पावन ब्राह्मणाने गोळ्या घालून ठार केले. अर्थात् या गुन्ह्याचा प्रत्यक्ष संबंध टिळकांशी जोडण्यात आला नाही.' (इंडियन अन्‌रेस्ट, पान ४८)

'तू खून का केलास?' असे मॅजिस्ट्रेटने कान्हेरे यास विचारले असता त्याने सांगितले, "केसरी, राष्ट्रमत आणि काळ या वर्तमानपत्रांत दडपशाहीची पुष्कळ उदाहरणे मी वाचली. साहेबलोकांना ठार केल्याने आम्हाला न्याय मिळेल असे मला वाटले. माझ्यावर किंवा माझ्या ओळखीच्या कोणाही इसमावर अन्याय झालेला नाही. जॅक्सनचा खून केल्याबद्दल आता मला वाईट वाटत आहे. मी एका सद्‌गृहस्थाला निष्कारण मारले.'

'या कबुलीजबाबातील भयंकर मनोविकारांचा विश्वासार्ह आविष्कार यापेक्षा जास्त शब्दांनी व्यक्त करणे शक्य आहे का? कान्हेरे यांनी सांगितलेली तिन्ही वर्तमानपत्रे टिळकांची मते प्रतिपादन करणारी होती. टिळकांच्या वर्तमानपत्रांनी हळूहळू पण चिकाटीने कान्हेऱ्याच्या कानात अत्याचाराचे एकसारखे विष ओतल्याने त्याने हे माथेफिरूपणाचे कृत्य केले. नाही तर त्याला स्वत:चे असे काहीही कारण नव्हते. जरी या चांगल्या माणसाचा खून कान्हेऱ्याच्या हातून झाला, तरी वस्तुत: त्याची जबाबदारी टिळकांवर पडत नाही का? पुण्यात १८९७ साली झालेल्या खुनांचीच केवळ ही पुनरावत्ती होती.' (इंडियन अन्‌रेस्ट, पान ६२)

टिळकांची बदनामी करणारे असे हे वरील आशयाचे उतारे आहेत, असे टिळकांच्या वकिलांनी कोर्टाच्या निदर्शनास आणले.

नेहमीप्रमाणे अंधूक प्रकाश असलेल्या ब्रिटिश कोर्टात दि. २९ जानेवारी १९१९ रोजी दाव्याच्या कामकाजाला प्रारंभ झाला. त्या वेळी थंडी असूनही

लोकांची कोर्टात गर्दी होती. टिळकांचे वकील सर जॉन सायमन यांची शरीरयष्टी उंच व सडपातळ होती आणि ते चाळिशीच्या घरात होते. राजकारणात उदारमतवादी म्हणून त्यांची ख्याती होती. त्यांची वागणूक अत्यंत सभ्यपणाची असे आणि त्याहीपेक्षा कायद्यातील त्यांची बुद्धी कुशाग्र, असामान्य होती. कोर्टापुढे त्यांचे भाषण सतत सात तास चालले होते.

नंतर टिळक जबाब देण्यासाठी साक्षीदाराच्या पिंजऱ्यात गेले. स्पेन्स यांनी त्यांचा प्राथमिक जबाब घेतला. नंतर सर एडवर्ड कार्सन यांनी टिळकांची उलट तपासणी करण्यास सुरुवात केली. ती अडीच दिवस म्हणजे जवळजवळ पंधरा तास चालली होती. कार्सनसारख्या उग्र, निर्दय आणि बेमुर्वतखोर वकिलाला तोंड देणे हे एक प्रकारचे दिव्यच होते. टिळकांनी भोगलेल्या आपत्तींमुळे त्यांची प्रकृती आधीच नाजूक झाली होती. त्यांची नजर कमी झाली होती. त्यांना ऐकूही कमी येत होते. अशा स्थितीत कार्सनची उलटतपासणी म्हणजे एक कसोटीचाच प्रसंग होता. तरीही तो ताण टिळकांनी चांगल्या प्रकारे सहन केला. कार्सन यांनी विचारल्यापेक्षाही मधून मधून त्यांनी अधिक माहिती सांगितली.

हिंदुस्थानातील ब्रिटिश सरकार आणि ब्रिटिश अधिकारी हे एकच आहेत, असे टिळकांकडून वदवून घेण्याचा कार्सन यांनी प्रयत्न केला. आपल्या पद्धतीप्रमाणे त्यांनी टिळकांना दरडावून विचारले, "पण सरकारला अधिकारी लागतातच. सरकारला अमूर्त असे अस्तित्व असत नाही?" या प्रश्नाचे टिळकांनी लागलीच उत्तर दिले, "घराला खोल्या असतात; पण एखादी खोली म्हणजे घर नव्हे." दुसऱ्या प्रसंगी कार्सन यांनी विचारले, "बंगालची फाळणी होऊन दोन भौगोलिक विभाग झाले. त्यामुळेच बॉम्ब तयार करून ते उडविले, या तुमच्या म्हणण्यावर आम्ही विश्वास ठेवून चालावे असे तुमचे म्हणणे आहे का?" टिळकांनी उत्तर दिले, "होय, अलबत! आयर्लंड आणि अल्स्टर यांच्या बाबतीत अशी गोष्ट घडून आली नाही का?" यावर कार्सन यांनी ओरडून म्हटले, "अल्टरची गोष्ट राहू द्या. अल्स्टर आपली काळजी करील. या दाव्यात वैयक्तिक गोष्टी पुढे आणण्याने तुम्हाला काही फायदा होणार नाही." यावरून कार्सन किती अस्वस्थ झाले होते हे दिसून येते; पण टिळकांनी त्यांच्या वर्मी तडाखा देऊन म्हटले, "या दाव्यात मी काही वैयक्तिक गोष्टी आणीत नाही; लेखातच आयर्लंडचा उल्लेख आलेला आहे."

संसद सदस्य आणि सुप्रीम कोर्टाचे जुने ॲडव्होकेट दिवाण चमनलाल यांनी कार्सन आणि टिळक यांच्या दरम्यान उडालेला खटका समक्ष पाहिला होता. त्यासंबंधी ते लिहितात, "आयरिश म्हणून कार्सन भडकले. एवढा मोठा कायदेपंडित, पण एखाद्या हट्टी मुलाप्रमाणे त्याचे देहभान सुटले!"

चिरोलतर्फेचा आपला बचाव कमकुवत आहे याची कार्सन यांना जाणीव झालेली होती. म्हणून त्यांनी बदनामीचा आरोप नजरेआड करून आपला सर्व भर टिळकांवर झालेल्या दोन राजद्रोहांच्या खटल्यांवर दिला. पुण्यातील आणि नाशिक येथील खुनांना टिळकांचे लेख कारणीभूत झाले होते, असा आरोप चिरोल यांनी केला होता. आणि टिळकांचे राजद्रोहात्मक लेख आणि राजकीय खून यांचा कार्सन यांनी कार्यकारण संबंध जोडला होता.

टिळकांनी राजद्रोहात्मक लेख लिहिले असे चिरोल यांनी आपल्या पुस्तकात म्हटले होते; पण त्याबद्दल टिळकांनी तक्रारच केली नव्हती, असे सर जॉन सायमन यांनी कोर्टाच्या निदर्शनास आणले. त्यांनी तक्रार केली, 'काही झाले तरी पहिल्या खटल्यात (१८९७ साली चापेकर बंधूंनी रँडचा खून केला तेव्हा) फिर्यादी पक्षाने आणि न्यायाधीशाने, रँडच्या खुनाची जबाबदारी टिळकांवर पडत नाही, असे स्पष्टपणे व काळजीपूर्वक म्हटले आहे. रँडच्या खुनासंबंधी हे म्हणणे जितके खरे आहे तितकेच ते जॅक्सनच्या खुनाच्या बाबतीतही खरे आहे. जॅक्सनचा खून नाशिक येथे १९०९ साली झाला. 'केसरी'मध्ये जॅक्सनचा उल्लेखही आला नव्हता. इतकेच नाही तर जॅक्सनचा खून झाला त्या वेळी टिळक नाशिक येथून १५०० मैल अंतरावर मंडाले येथे कारावासात होते.'

सर जॉन यांनी या गोष्टी ज्यूरीच्या नजरेस वरचेवर आणल्या आणि आपल्या प्रतिस्पर्ध्याने प्रतिवादीच्या बचावासाठी केलेले लांबसडक भाषण खोडून काढण्याचा प्रयत्न केला; पण कार्सन यांनी विकारवश होऊन ज्यूरीला सांगितले, की या दाव्यात न्यायाकडे लक्ष देण्यापेक्षा साम्राज्याच्या हिताकडे लक्ष द्यावे. कार्सन यांच्या या आवाहनापुढे सर जॉन सायमन यांचे तर्कशास्त्र आणि शहाणपण या गोष्टी निरुपयोगी ठरल्या.

ज्यूरीला उद्देशून केलेल्या भाषणात कार्सन म्हणाले, "प्रत्येक राष्ट्रात पाहता चळवळे लोक अशाच गोष्टी करीत आले आहेत; पण मी आपणाला असे विचारतो, की अशा एखाद्या चळवळ्या मनुष्याने किरकोळ विधानांनी बेअब्रू झाली, असा कांगावा करून कोर्टात नुकसानभरपाई मागितल्याचे उदाहरण आपणाला माहीत आहे काय? टिळकांची नुकसानभरपाई योग्य रीतीने ज्याने होईल इतके हलके नाणे जगात आहे असे वाटत नाही! आपण त्यांच्यातर्फे निकाल देऊन जगाला असे जाहीर करणार काय की, टिळकांचे कार्य बरोबर होते? टिळकांची अब्रू हिंदुस्थानात किती आहे हे तिकडील एखाद्या कोर्टात ही फिर्याद झाली असती, तर त्यांना कळून आले असते. आमच्या इकडेही एखादा मोठा मनुष्य बेअब्रूची फिर्याद करतो; पण त्याचा सगळा जन्म सामान्य रीतीने प्रतिष्ठेने गेलेला असतो; आणि एखाद्या विधानाने त्याच्या अब्रूला जखम होण्यासारखी

असते म्हणून! टिळकांच्या अंगावर अशा रीतीने जखम होण्याला जागाच शिल्लक नाही... म्हणे मी गोरक्षणाची चळवळ स्वत: सुरू केली नाही; पण म्हणून काय झाले? त्या चळवळीचा फायदा घेऊन मुसलमान व सरकार यांच्याविरुद्ध द्वेष उत्पन्न केलाच की नाही? सरकार मुसलमानांच्या बाबतीत पक्षपात करते, असे सांगून टिळकांनी दोघांच्याही विरुद्ध द्वेष पसरविला व दंगे झाले, त्याचे कारणही तेच... स्वदेशी चळवळीचीही तीच गोष्ट. प्लेगचे उपाय अप्रिय होते म्हणतात; पण त्या अप्रियतेचा फायदा टिळकांनी घेतला आहे इतकेच ह्या पुस्तकात म्हटले आहे. त्यांनी लिहिले त्यापेक्षा अधिक कडक लेख लिहिणे शक्य तरी होते काय? टिळकांचे लेख वाचून त्यांची बुद्धिमत्ता, विचारशक्ती यांचे कौतुक वाटते; पण वाईट इतकेच वाटते की, त्याचा त्यांनी देशाच्या हितासाठी उपयोग केला नाही. टिळक तुरुंगात गेल्यावर जे झाले ते सर्व परस्पर झाले. त्याकरीता त्यांना जबाबदार धरू नका, असे सायमन साहेब म्हणतात; पण तसे म्हणून कसे चालेल? विषवृक्ष लावला म्हणजे मुळापासून फळापर्यंत एकच झाड! तात्पर्य, हा सर्व मायावीपणाचा खेळ आहे. १८९३ पासून १९१८ पर्यंत टिळकांचे एकंदर चरित्र लक्षात आणा आणि काय द्यावयाचा तो निकाल द्या.'

कार्सन हे प्रतिवादीचे वकील होते. त्यामुळे त्यांच्या या भाषणाबद्दल फारसे नवल वाटत नाही. दाव्याची हकिगत सांगताना ते प्रतिवादीच्या बाजूनेच बोलणार ही गोष्ट अपेक्षितच होती; पण न्यायमूर्तींची गोष्ट वेगळी होती. तरीही न्यायमूर्ती डार्लिंग यांनी दाव्याचा समारोप करताना टिळकांविषयी गरळ ओकलेच. ते आपल्या भाषणात म्हणाले, "हा खटला बेअब्रूचा आहे. अब्रू ही कोणालाही आपल्या मुलाइतकी किंबहुना अधिक प्रिय असते. एखादा वाईट मनुष्य असला व त्याच्यासंबंधाने खोटी विधाने केली, तरी ती त्याची बेअब्रू होय. वाईट मनुष्यालाही अब्रू असते. आता टिळकांच्या अब्रूसंबंधाने पहिली गोष्ट ही की त्यांना दोन वेळा राजद्रोहाची शिक्षा झाली आहे. आणि मला कोणी राजद्रोही म्हटले, तरी माझी बेअब्रू झाली, अशी मी तक्रार करणार नाही, असे स्वत: टिळकांनीच सांगितले आहे; पण राजद्रोह हा काही लहान गुन्हा नाही. Treasonच्या खालोखाल तो वाईट गुन्हा आहे. Treason म्हणजे राजाविरुद्ध बेइमानी करणे किंवा हत्यार उचलणे. Treasonमध्ये राजद्रोही मनुष्याने प्रत्यक्ष काही कृत्य केले असे दाखवावे लागते; पण हिंदुस्थानात म्हणजे जेथे अस्वस्थतेचा बुजबुजाट झाला आहे तेथे बॉम्ब पडले हे राजद्रोहाचेच प्रत्यक्ष फल म्हणावयास काय हरकत आहे? बेअब्रूची म्हणून जी वाक्ये पुढे आणली आहेत ती सारख्या वजनाची नाहीत. सर जॉन सायमन यांनी तुम्हाला बजावले आहे, की वादी

तुमच्या देशातील नाही, तरी पण तुम्ही न्याय देण्याचे धैर्य दाखविले पाहिजे; पण मी म्हणतो, इंग्रजाची रीतच अशी की, तो केवळ आपल्या मित्रावरही अन्याय करील; पण परकीयावर कधीही करणार नाही... बेअब्रूचे सहा वेगळे मुद्दे करू म्हटले तरी त्यात अर्थ नाही. बेअब्रू या शब्दाचा अर्थ स्पष्ट करून सांगावयाचे कारणच नाही. आणि खरोखर चिरोल साहेबांच्या लेखांनी टिळकांची बेअब्रू झाली की नाही, हे तुम्हीच ठरवावयाचे आहे.'

नंतर न्यायमूर्तींनी टिळकांच्या स्वदेशीबद्दल ज्यूरींना सांगितले. ते म्हणाले, "या 'स्वदेशी'च्या लोकांनी इंग्लिश मालाची होळी केली. इंग्रजी माल न घेण्याबद्दल ज्या लेखात उपदेश केला आहे तो तुम्हाला आठवत असेलच. त्यात टिळक लिहितात, 'मिळाल्यास स्वदेशी माल वापरा, परकी मालावर, विशेष करून इंग्लिश मालावर बहिष्कार घाला, इंग्लंडचा माल वापरू नका. जर जर्मनीत तो माल मिळण्यासारखा असेल, तर जर्मनीतून आणा...' असे का? त्याच वेळी टिळकांची 'स्वराज्या'ची चळवळ चालू होती. हे त्यांच्याच साक्षीत निष्पन्न झाले आहे. साक्षीदाराच्या पिंजऱ्यात असताना ते म्हणाले, की स्वराज्य म्हणजे साम्राज्यांतर्गत स्वराज्य; पण त्याचा तितकाच अर्थ आहे का? तुमच्यापुढे लेख आहेत. स्वराज्य म्हणजे स्वातंत्र्य. साम्राज्यातील स्वातंत्र्यातून पार्लमेन्टसह प्रजासत्ताक राज्य निर्माण होण्यास किती वेळ लागणार?'

खटल्याचा निकाल देताना न्यायमूर्ती म्हणाले, "टिळकांना व्याख्याने देण्याची बंदी होती याचे कारण काय? तर त्यांना दिलेल्या शिक्षेने किंवा हद्दपारीने त्यांच्यावर कसलाही इष्ट परिणाम झाला नाही. ते खुशाल हिंदुस्थानातील लोकांना त्यांनी ब्रिटिश सैन्यात जाऊ नये म्हणून सांगत असत. आणि १९१४ पासून गेल्या नोव्हेंबरपर्यंत आमचे जीव बचाविण्यासाठी आम्ही बलाढ्य शत्रूशी लढत होतो आणि आम्हाला काडतुसे करण्यासाठी प्रत्येक स्त्रीपुरुषाचे साहाय्य हवे होते. अशा वेळी टिळकांनी आमच्या शत्रूने बनविलेला माल घ्यावा, असा उपदेश करावा! यावरून इंग्रजांच्या राज्यावर त्यांचे किती प्रेम होते हे दिसून येईल. सैन्यात भरती होऊन इंग्रजांच्या बाजूने त्यांच्या शत्रूबरोबर लढू नका, असा ते हिंदुस्थानातील लोकांना उपदेश करीत होते. साहजिकच त्यामुळे आपल्या देशाचे बळ कमी करत होते, म्हणून त्यांच्या भाषणांवर बंदी घातलेली होती. सद्‌गृहस्थहो, असा गृहस्थ तुमच्याकडे नुकसानभरपाई मागण्यासाठी येत आहे."

आपला समारोप संपविण्यापूर्वी न्यायमूर्तींना धास्ती वाटत होती की, ज्यूरीतील सभासद टिळकांच्या बाजूने निकाल देतात की काय? म्हणून ते म्हणाले, "हा दावा गंभीर स्वरूपाचा आहे. अशा स्वरूपाच्या दाव्याचे काय परिणाम होतील इकडे लक्ष देऊन मी एखाद्या दाव्याची चौकशी केली असेल की नाही याची

शंकाच आहे.''

शेवटी सर जॉन सायमन यांनी निरनिराळ्या बाबींवर ज्यूरीने आपला अभिप्राय द्यावा असे सांगितले, तिकडे ज्यूरीने लक्ष देऊ नये असे न्यायमूर्तींनी आवाहन केले. हे भाषण चालले असताना स्पेन्स मधेच म्हणाले, ''माझ्या विद्वान पुढाऱ्याने असे करावे म्हणून आपल्याला सांगितलेले नाही!''

न्यायमूर्तींनी उत्तर दिले, 'ते सांगोत वा न सांगोत, मला जे करावयाचे ते मी करीत आहे.'

यावर स्पेन्स आग्रहपूर्वक म्हणाले, 'तर मग मी अर्ज देतो!' पण न्यायमूर्ती म्हणाले, 'तो मी नामंजूर करतो.'

दावा सुरू झाल्यापासून अकराव्या दिवशी संध्याकाळी साडेपाच वाजता ज्यूरीचे सभासद उठून गेले आणि सहा वाजून सतरा मिनिटांनी ते परत आले. अखेरीस ज्यूरीतील सभासदांनी प्रतिवादीच्या बाजूने निकाल दिला.

अशा रीतीने अब्रूनुकसानीच्या दाव्याचा निकाल टिळकांना प्रतिकूल असा लागला.

ब्रिटिश ज्यूरीने दिलेल्या निकालाने टिळकांच्या मनाला जबरदस्त धक्का बसला. कोर्टातून ते हळूहळू पायऱ्या उतरत खाली आले. त्यांना त्यांच्या बरोबरच्या दोघांनी धरले होते. त्यांनी एकदोनदा मागे वळून पाहिले; पण ते काहीही बोलले नाहीत. ते उद्विग्न झालेले दिसत होते; पण अल्पावधीतच त्यांची मन:स्थिती पूर्वपदावर आली. दिवाण चमनलाल यांच्याकडे वळून ते म्हणाले, 'चमनलाल, या प्रकारचा न्याय मला हिंदुस्थानातही मिळाला असता.' ज्यूरीच्या अभिप्रायाबद्दल हिंदुस्थानातील लोकांनाही तसेच वाटले. अँग्लो-इंडियन वृत्तपत्रांखेरीज हिंदुस्थानातील बहुतेक साऱ्या पत्रांनी ज्यूरीच्या निकालाला 'न्यायदेवतेचा खून', 'भयंकर', आणि 'लज्जास्पद' अशी विशेषणे लावून या निर्णयाचा धिक्कार केला.

ब्रिटनमध्ये 'टाइम्स' या वृत्तपत्राने या दाव्याच्या निकालाबाबत अत्यंत समाधानकारक उद्‌गार काढले. चिरोल यांच्यावर सहानुभूतीचा आणि स्तुतीचा वर्षाव केला. टाइम्स पत्राने लिहिले, 'चिरोल यांनी जर टिळकांचा दावा मान्य केला असता, तर त्यांची कीर्ती अधिक उज्ज्वल होऊन, ज्या कार्यामुळे त्यांना कडक शिक्षा झाली ते कार्य पुढे चालविण्यास त्यांना मोकळीक मिळाली असती; पण लोककल्याणासाठी अलोट मनोधैर्य दाखवून तो दावा चिरोल यांनी कबूल केला नाही हे ठीकच झाले. ब्रिटिश राज्यासाठी त्यांनी खरोखर बहुमोल अशी सेवा केली आहे.'

या पत्राने पुढे लिहिले होते, 'हा दावा फार गंभीर स्वरूपाचा होता; कारण

जर टिळकांना त्यात यश आले असते, तर हिंदुस्थानातील लोकांचा असा चुकीचा समज झाला असता की, टिळकांच्या पूर्वीच्या अपराधांवर आता पडदा पडला आहे. जर सर व्हॅलेन्टाईन चिरोल यांच्याविरुद्ध निकाल झाला असता, तर त्याचा शोचनीय परिणाम झाला असता. आपल्या राज्याविरुद्ध हिंदुस्थानातील अथवा इतर ठिकाणी होत असलेल्या चळवळी मोकळ्या मनाने उघडकीस आणण्यास प्रतिबंध झाला असता, या दृष्टीने तर हा दावा जास्तच गंभीर स्वरूपाचा होता.'

'मॉर्निंग पोस्ट' आदी वृत्तपत्रांनी 'टाइम्स'चीच री ओढली होती. पण 'डेली हेरल्ड' या सोशालिस्ट पत्राने मात्र लिहिले होते, 'न्यायमूर्तींनी व ज्यूरीने जरी टिळकांच्याविरुद्ध निकाल दिला असला, तरी टिळक हे हिंसात्मक कृत्यांच्या धोरणाला अनुकूल होते यावर आम्ही एक क्षणभरही विश्वास ठेवणार नाही. या बाबतीत सर एडवर्ड कार्सन यांच्यापेक्षा टिळकांचा दर्जा वरचा लागेल. आणि हल्लीच्या 'लॉर्ड हाय चॅन्सेलरहून' ते खास कमी राजद्रोही आहेत.'

'टाइम्स'ने आणि इतर कॉंझर्वेटिव्ह पत्रांनी या दाव्याचे जे विवेचन केले होते त्यावरून स्पष्ट दिसते की, न्याय आणि सरळपणा यांच्याकडे धडधडीत दुर्लक्ष करून विचार न करता, त्यांनी केवळ राजकीय उपयुक्तता आणि साम्राज्याचे हित याकडेच अधिक लक्ष दिले; पण यामुळे नेमस्त नेत्यांचाही ब्रिटिश न्यायाच्या नि:पक्षपातीपणावरील विश्वास उडाला.

कलकत्त्याच्या 'मॉडर्न रिव्ह्यू'ने निर्भीडपणे लिहिले होते, 'टिळकांना ब्रिटिशांकडून योग्य न्याय मिळाला नाही. त्यांना दाव्यात जरी अपयश आले, तरी आम्ही त्यांना यत्किंचितही कमी लेखीत नाही.'

सर सी. वाय्. चिंतामणी अलाहाबादच्या आपल्या 'लीडर' पत्रात लिहितात, 'टिळकांना ब्रिटिशांकडून फार योग्य न्याय मिळाला असे सर एडवर्ड कार्सन यांना वाटते; पण टिळकांच्या देशबांधवांना तसे वाटत नाही.' राजकीय बाबतीत जेव्हा जेव्हा ब्रिटिश राज्याशी टिळकांचा विरोध आला त्या त्या वेळी त्यांना दुर्दैवाने खरा न्याय मिळाला नाही, असे सांगून 'लीडर'मध्ये पुढे लिहिले होते, '१८९७ साली आर्थर स्ट्रॅची याने Disaffection या शब्दाचा absence of affection असा उघड उघड भलताच अर्थ करून, टिळकांना अठरा महिन्यांची शिक्षा दिली. नंतर झालेली सहा वर्षांची काळ्या पाण्याची शिक्षा तर भयंकर कडक होती. दोन्ही वेळा ज्यूरीतील हिंदी गृहस्थांनी टिळक निर्दोष असल्याचे मत दिले होते. आणि ज्या भाषेत आक्षेपार्ह लेख लिहिले होते ती भाषा त्यांनाच फक्त अवगत होती. प्रस्तुतच्या दाव्यात प्रतिवादीचा बचाव करण्यासाठी त्याला मुंबई सरकारकडून फार महत्त्वाची मदत मिळाली. सरकारी दप्तरात असलेले

खासगी कागदपत्र पाहण्याची त्याला मुभा होती. सरकारने चिरोलसाठी पुरावा हुडकून काढण्याच्या विशेष कामासाठी आपल्या राज्यातील अधिकाऱ्यांची नेमणूक केलेली होती. या सर्व प्रकाराला 'Profound British Justice', ब्रिटिशांची उच्च न्यायनीती असे जर म्हणायचे असेल तर त्याची किंमत निराळ्या पद्धतीने करावी लागेल... योग्यता, धैर्य, देशभक्ती, दृढ निश्चय इत्यादी टिळकांच्या अंगच्या गुणांबद्दल मान्यता देण्यास त्यांचे देशबांधव कोणत्याही कारणामुळे कचरणार नाहीत.'

अब्रूनुकसानीचा हा दावा दाखल करण्याचे टिळकांनी ज्या दिवशी ठरविले तो खरोखर अशुभ दिवस असला पाहिजे. त्या वेळी आपला प्रतिस्पर्धी कोण आहे याची त्यांना कल्पना आली नव्हती. चिरोल हे इतरांसारखेच असे समजून त्यांनी त्यांच्यावर दावा केला; पण हिंदुस्थान सरकारने जणू काय आपल्यावरच दावा आहे असे समजून पुढाकार घेतला व या दाव्याला तोंड दिले. चापेकरांचे आत्मचरित्र आणि मुंबई सरकारच्या गुप्त पोलीस खात्याने जमवलेली Biographical Sketches of Tilak हा महत्त्वाचा पुरावा सरकारने चिरोल यांच्या हवाली केला; पण वादी टिळक यांना हा पुरावा देण्यास मात्र नकार मिळाला. टिळकांसंबंधी चिरोल यांनी जी हकिगत लिहिली त्या हकिगतीत त्यांनी सरकारी अधिकाऱ्यांनी पुरविलेल्या या व अशाच प्रकारच्या गुप्त दस्तऐवजी माहितीवर विशेष भिस्त ठेवली होती, हे स्वत: चिरोल यांनीही मान्य केले होते.

हिंदुस्थान सरकारने चिरोल यांना केवळ सरकारी दप्तरातील टिळकांसंबंधीची माहितीच पुरविली नाही, तर त्यांना आर्थिक साह्यही केले. दि. १६ जुलै, १९१७ रोजी सर व्हॅलेन्टाइन चिरोल हिंदुस्थान सरकारला पाठवलेल्या पत्रात लिहितात, 'मुंबई सरकारचा कर्टिस मला कळवितो की, या दाव्याच्या खर्चासाठी मला बरीचशी रक्कम देण्यात येईल. तथापि, मि. लाऊंडिस याने माझ्या शेवटच्या सूचनेबद्दल जरी वैयक्तिक सहानुभूती दाखविली तरी दाव्याचा अखेर निकाल होईपर्यंत ही सूचना कायदेशीरपणे सरकारपुढे ठेवता येणार नाही, असे त्यांचे मत आहे. या मुद्द्यावर लाउंडिसप्रमाणेच माझेही मत आहे. या दाव्यात माझे व सरकारचे हितसंबंध एकच आहेत हे ओळखल्यामुळे कर्टिस याने देऊ केलेली रक्कम विसारादाखल समजून मी तिचे स्वागत केले आहे.'

१९१७च्या जानेवारीत लॉर्ड हार्डिंज हे हिंदुस्थानचे व्हाइसरॉय होते. चिरोल एकसारखी सरकारकडे पैशांची मागणी करीत होते आणि वारंवार रकमा उचलीत होते, त्यामुळे लॉर्ड हार्डिंज थोडेफार अस्वस्थ झाले होते. भारतमंत्र्यांकडे याबद्दल त्यांनी विचारणाही केली होती; पण त्यांचे दोन सल्लागार आर. एच्. क्रॅडॉक आणि जी. एच्. लाउंडिस लंडनहून भारतमंत्र्यांचे उत्तर येईपर्यंत थांबले नाहीत.

त्यांनी व्हाइसरॉयला एक जोड-यादी दिली.

या यादीत त्यांनी लिहिले होते, 'अब्रूनुकसानीच्या दाव्यात सर व्हॅलेन्टाईन चिरोल हे प्रतिवादी आहेत. या दाव्यात जर वादीला यश आले, तर सार्वजनिक सेवा केल्याबद्दल चिरोल यांना नुकसानभरपाई द्यावी लागेल आणि टिळकांची राजकारणातील अब्रू साफ झाली म्हणजे ते एक भयंकर राजकीय संकट उत्पन्न होईल. म्हणून आपण चिरोल यांना तोंडघशी पाडता कामा नये. आणि जर टिळकांनी दावा जिंकला तर त्यापासून राज्यकारभारात अडचणी निर्माण होतील. या दोन गोष्टी महत्त्वाच्या असून, त्यांचा आपण विचार केला पाहिजे; पण याहूनही तिसरा मुद्दा जास्त महत्त्वाचा आहे.

'सर व्हॅलेन्टाईन चिरोल यांनी आपले पुस्तक लिहिण्यासाठी सारी माहिती सरकारकडून मिळविली, या गौप्याचा स्फोट झाल्यावाचून राहणार नाही. चिरोलच्या विरुद्ध टिळकांनी दावा जिंकला, तर बदनामी करणारी माहिती चिरोलला पुरवून प्रसिद्ध केल्यामुळे सरकारवरही दावा होणारच. गुप्त पोलिसांनी सरकारला दिलेल्या रिपोर्टांना कायद्याने संरक्षण दिले आहे; पण या रिपोर्टांतील हकिगत दुसऱ्याने प्रसिद्ध करावी यासाठी ती पुरविणे हे त्या संरक्षणाच्या कक्षेत बसत नाही आणि आपण ही माहिती चिरोल यांना दिली नाही, असे आपणास म्हणताही येणार नाही.

'म्हणून पुढे लवकरच आपणावर येणाऱ्या संकटांतून आपला बचाव व्हावा यासाठी दूरदृष्टीने आगाऊ तयारी करणे अगदी यथायोग्य आहे. या विशिष्ट कामासाठी एखादा अधिकारी प्रथम नेमला पाहिजे; कारण आज चिरोलवर झालेला हल्ला उद्या आपणावर होणे शक्य आहे. चिरोलचा बचाव म्हणजे वस्तुतः आपलाच बचाव. त्यांच्यासाठी माहिती गोळा करणे हे वस्तुतः आपलेच काम आहे.'

सरकारने अगदी तंतोतंत वरीलप्रमाणे व्यवस्था केली. असिस्टंट जज्ज ए. मॉन्टगोमेरी (आय.सी.एस्.) यांची खास नेमणूक करण्यात आली होती. दावा समजून घेऊन चिरोल यांना काय मदत करता येईल याविषयी हिंदुस्थान सरकारला सल्ला देणे, चिरोल यांच्या बचावाची तयारी करणे, लंडनला जाऊन त्यांच्या वकिलाला दाव्याची माहिती देणे, ही मॉंटगोमेरी यांची खास कामे होती. त्यांनी आपली कामगिरी उत्कृष्ट प्रकारे पार पाडून सरकारला आपल्या कामाचा अहवाल सादर केला. त्यात बऱ्याच गोष्टी उजेडात आलेल्या आहेत. प्रत्येक मुद्यावर विरुद्ध बाजूचे म्हणणे काय असू शकेल याचा विचार त्यांनी केला आणि चिरोल यांनी लिहिलेल्या आक्षेपार्ह मजकुरासंबंधी योग्य उत्तर देता येणार नाही, असा निष्कर्ष मॉन्टगोमेरी यांनी काढला.

गोरक्षणाच्या प्रश्नावर मॉन्टगोमेरी यांनी लिहिले होते, 'मुंबईतील गोरक्षणाची चळवळ ही हिंदू-मुसलमानात तेढ निर्माण करण्यासाठी नव्हती. टिळक मुसलमानांविरुद्ध होते हे त्यांनी गणपती-उत्सव, शिवाजी-उत्सव आणि वाद्ये वाजविण्याचा प्रश्न यांवर लिहिलेल्या लेखांवरून स्पष्ट होईल; परंतु गोवधाविरुद्ध असलेल्या चळवळीत टिळकांनी प्रत्यक्ष भाग घेतला असल्याने चिरोलने त्या बाबतीत चूक केलेली आहे. आपण त्या बाबतीत योग्य टीका केली, असे चिरोल यांना म्हणता येणार नाही... तसेच चिरोल यांनी स्पष्ट म्हटले आहे, की टिळकांनी चापेकर क्लब स्थापन केला; पण हे विधान निराधार असल्याने चिरोल यांना समर्पक उत्तर देता येणार नाही.'

नाशिकच्या खटल्याच्या संदर्भात तर कसलाही पुरावा पुढे करण्यासारखा नव्हता असे मॉन्टगोमेरी यांचे मत होते. आरोपीच्या घरांच्या झडतीत टिळकांची तसबीर आणि त्यांच्यावरील कवने सापडली! परंतु कट करण्यात त्यांनी प्रत्यक्ष भाग घेतला होता, हे प्रथम शाबीत केल्याशिवाय वरील गोष्टींचा काही उपयोग होणार नव्हता. मॉन्टगोमेरी लिहितात, 'जर आयर्लंडमधील सर्व 'मून लायटर्स'च्या घरी ग्लॅडस्टनच्या तसबिरी आणि त्यांची 'होमरूलवरील भाषणे' सापडली, तर तेवढ्यावरून त्यांनी ती संस्था स्थापन केली, असे म्हणणे न्याय्य होणार नाही.'

'धमकीने पैसे उकळले' या मुद्द्यावर माँटगोमेरी म्हणतात, 'या बाबतीत मला 'केसरी'च्या अगर 'मराठ्या'च्या अंकात काही आढळून आले नाही. प्रसंगविशेषी टिळक सर्वांवर सरसहा कोरडे ओढीत, असे म्हणणे सोपे आहे. पण हे म्हणणे मुद्द्याला धरून नाही. टिळकांनी पैसे काढण्यासाठी दमदाटी किंवा धमकी दिली हे स्पष्टपणे शाबीत केले पाहिजे. चिरोल यांनी हे विधान का व कोणत्या आधारावर केले, हे मला समजत नाही.'

माँटगोमेरी यांनी हिंदुस्थान सरकारच्या बचावासाठी आणि चिरोल यांच्या लंडन येतील वकिलासाठी एक लेख लिहिला. या दहा हजार शब्दांच्या लेखाची छाननी केली असता असे दिसले की, अब्रूनुकसानीच्या दाव्यात प्रतिवादीला यश मिळण्याची शक्यता कमी आहे, असे आपले स्पष्ट मत माँटगोमेरी यांनी व्यक्त केले होते. तरीही त्याच वेळी टिळकांविषयी प्रतिकूल मत निर्माण करण्यास कोणते मार्ग व साधने आहेत याचेही दिग्दर्शन यांनी केले आहे. त्यासाठी त्यांनी 'केसरी' व 'मराठा' यांचे जुने अंक चाळले. टिळकांवरील दोन्ही राजद्रोहाच्या खटल्यांसंबंधी सरकारच्या दप्तरात असलेली माहिती पाहिली आणि बऱ्याच बंडखोरांचा इतिहास चाळला. त्यांनी टिळकांच्या वर्तमानपत्रांतील उताऱ्यांचा काळजीपूर्वक तक्ता केला. त्याचा पुढे सर एडवर्ड कार्सन यांनी उपयोग केला. इतके करूनही दाव्याचे काय होईल याची माँटगोमेरी यांना खात्री नव्हती. त्यांनी

आपल्या लेखाचा समारोप करताना लिहिले होते, 'या दाव्याचे धोरण काय आहे याविषयी सुरुवातीपासून अखेरपर्यंतच्या गोष्टींची मी चर्चा केली आहे. वादी आपली बाजू जितकी जोरदारपणे मांडू शकेल तितकी तो मांडील. पुरावा देण्याच्या कामी कोर्टाने मोकळीक दिल्यास अब्रूनुकसानीच्या मुख्य मुद्यावर वादीला यश येण्याचा बराच संभव आहे.'

दाव्यामागील हा इतिहास पाहिला म्हणजे टिळकांना अपयश का आले याचे खरे कारण समजेल. सरकारच त्यांच्या प्रतिस्पर्ध्याचा पाठपुरावा करीत आहे हे त्यांना अगोदर कळले असते तर टिळक कदाचित अशा तऱ्हेने लढा देण्याच्या भानगडीत पडलेच नसते.

त्या वेळच्या 'डेली हेरल्ड' पत्रात या दाव्याच्या निकालाचा उत्कृष्ट आढावा घेतला आहे. या पत्रातील लेखक जे. बी. लिहितो, 'टिळकांच्या राजकीय चळवळीविरुद्ध कोणी काहीही म्हणो, पण राजकारणातील शत्रूंनाही त्यांचे उज्ज्वल चारित्र्य, सचोटी आणि खरेपणा यांच्याविरुद्ध ब्र काढण्याची छाती झाली नाही. अशा गृहस्थाने ब्रिटिशांच्या न्यायदेवतेकडे धाव घेतली होती; परंतु ज्यूरीने आपला अभिप्राय प्रतिवादीला अनुकूल असा दिला. या निकालाबद्दल सर्व हिंदुस्थानातील लोकांना खेद व आश्चर्य वाटेल; पण ज्या ठिकाणी साध्या कायद्याच्या प्रश्नाने राजकीय स्वरूप धारण केले त्या दाव्याचा असा निकाल होणार हे ठरलेलेच होते. चिरोलवरील दावा म्हणजे हिंदुस्थान सरकारवर दावा केल्यासारखेच झाले होते. प्रतिवादी हा माफी मागून दाव्यातून मोकळा झाला असता; परंतु त्याच्या माफी मागण्याने हिंदुस्थान सरकारवर भयंकर अनर्थ कोसळला असता. अशा तऱ्हेने दाव्यात वकिलाने कोर्टासमोर सांगणे शिष्टाचाराविरुद्ध आणि निंद्य असताना कोर्टाने ते मान्य केले. न्यायमूर्ती म्हणाले, 'सार्वजनिक परिणाम काय होईल इकडे लक्ष देऊन यापूर्वी इतका महत्त्वाचा दावा आपण चालविला नव्हता.'

सर जॉन सायमन यांनी वादीच्या वतीने अशी तक्रार केली, की टिळकांनी धमकी देऊन पैसे उपटल्याबद्दल काहीच पुरावा नाही; परंतु न्यायमूर्तींनी ज्यूरीला असे सांगितले होते की, वादीला दोन वेळा राजद्रोहाबद्दल शिक्षा झाल्याने त्याच्या अब्रूला डाग लागला होता. यामुळे ज्यूरीचे मन टिळकांविरुद्ध कलुषित झाले होते. न्यायमूर्तींनी खासगी चारित्र्य व राजकीय चारित्र्य यात भेद न करता त्यांची सरभेसळ करून गोंधळ निर्माण करून ठेवला होता. टिळकांना राजकीय गुन्ह्याबद्दल शिक्षा झाल्याने त्यांच्या खासगी चारित्र्याला कसलाही धक्का लागू शकत नाही व त्यांच्या प्रामाणिकपणाला बट्टा लागू शकत नाही; परंतु न्यायमूर्तींच्या भाषणाने ज्यूरींची मने अगोदरच कलुषित झालेली होती. ब्रिटिश ज्यूरी, ब्रिटिश

न्यायाधीश किंवा ब्रिटिश वकील यांचा दाव्यातील पक्षकारांच्या राजकीय मतांशी कोणत्याही प्रकारचा संबंध असता कामा नये, असे सायमन यांनी ज्यूरीला बजावले असून, ज्यूरीने प्रतिवादीच्या बाजूने निकाल दिला.

दाव्यामध्ये टिळकांना अपयश आले याचे हिंदुस्थानातील सर्वांना आश्चर्य व दुःख वाटले. 'ब्रिटिश न्यायमूर्तींच्या' पक्षपाती धोरणामुळे टिळकांना हे अपयश पत्करावे लागले, असे मत जो तो व्यक्त करू लागला. टिळकांनी केलेल्या देशकार्याचा गौरव करण्यासाठी आणि चिरोल यांना नुकसानभरपाई देण्यासाठी 'टिळक-निधी' जमविण्याच्या दृष्टीने मुंबईत दि. ३१ मे रोजी एक जाहीर सभा भरविण्यात आली. या सभेत बऱ्याच नेत्यांची भाषणे झाली. त्यात गांधी आणि सरोजिनी नायडू यांचा प्रामुख्याने समावेश होता. हा दावा टिळकांनी व्यक्तिगत कारणांसाठी लढविला नसून, देशाच्या हितासाठी लढविला, असे मत सर्व वक्त्यांनी व्यक्त केले. कोर्टाच्या कोत्या मनोवृत्तीबद्दल सर्वांनी खेद व्यक्त केला आणि या वृत्तीमुळे दाव्याचा निकाल टिळकांना प्रतिकूल लागला, असे मत सर्वांनी मांडले.

या सभेमध्ये गांधींनी पुढील आशयाचा ठराव मांडला, 'लोकमान्य टिळकांनी गेल्या चाळीस वर्षांत मातृभूमीची सेवा करताना जो त्याग केला त्याबद्दल त्यांचा गौरव करण्यात येत आहे. अब्रूनुकसानीचा हा दावा टिळकांनी केवळ जनतेच्या हिताच्या दृष्टीनेच लावला असल्याने या दाव्यात त्यांचे जे आर्थिक नुकसान झाले ते भरून काढण्यासाठी देशबांधवांनी सढळ हाताने टिळक-निधीला मदत करावी.' हा निधी जमविणे हे आपले कर्तव्य आहे असे प्रत्येकाने समजावे, असे आवाहन गांधींनी केले होते.

सामान्य जनतेची अशी समजूत होती की, न्यायाधीशाने आपण दिलेल्या निकालामुळे काय परिणाम होतील इकडे लक्ष न देता आपले कर्तव्य बजावले पाहिजे. न्यायाच्या कोर्टात राजकीय कारणे पुढे करून ज्यूरीची दिशाभूल केल्याने अन्याय झाला आहे की काय, हे पाहणे अपिल-कोर्टाचे काम आहे; पण नियम काहीही असले तरी ते नेहमी पाळले जातातच असे नाही, हे टिळकांच्या दाव्याने जगाला दाखविले.

या ठिकाणी एका गमतीदार घटनेचा उल्लेख करणे आवश्यक आहे. चिरोल खटला चालू असतानाच सर व्हेर्नी लॉव्हेट यांनी आपले 'ए हिस्टरी ऑफ दि इंडियन नॅशनॅलिस्ट मूव्हमेंट' हे पुस्तक लिहिले होते. सर व्हेर्नी हे हिंदुस्थान सरकारच्या नोकरीत होते. आपल्या पुस्तकाचे हस्तलिखित त्यांनी सरकारकडे मान्यतेसाठी पाठविले. त्याबरोबर लिहिलेल्या पत्रात त्यांनी म्हटले होते, 'टिळक आणि ॲनी बेझंट यांच्यासंबंधी मी व्यक्त केलेल्या मतांविरुद्ध

तीव्र प्रतिक्रिया होण्याची शक्यता आहे. कदाचित त्यावर दावा दाखल होईल. यासंबंधी मी योग्य ती काळजी घेईनच; पण या दोघांसंबंधी जे खरे आहे तेच लिहिले पाहिजे, नाही तर या पुस्तकाला काही अर्थ उरणार नाही. मी गरीब मनुष्य आहे. कोर्टात दावा दाखल झाला, तर त्याचा खर्च मला झेपणार नाही. टिळक आणि ॲनी बेझंट यांच्याविषयीचा मजकूर काढून टाकल्यास काहीच धोका उरणार नाही.'

हे पुस्तक व्हाइसरॉयला आवडले आणि त्याच्या एक्झिक्युटिव्ह कौन्सिलमधील सदस्यांनी तर हे पुस्तक सरकारची बाजू मांडण्यास योग्य असल्याचे मत व्यक्त केले. हे पुस्तक आपल्या नावावर प्रसिद्ध व्हावे, पण त्याविरुद्ध दावा दाखल झाल्यास त्याची जबाबदारी सरकारने घ्यावी, असे सर व्हेर्नी यांचे मत होते. पुस्तकाची व्यवस्थित तपासणी झाल्यावर ते इंग्लंडमध्ये प्रसिद्ध झाले. त्याच्या प्रती हिंदुस्थानात सर्व सरकारी अधिकाऱ्यांना वाटण्यात आल्या.

अलौकिक द्रष्टेपण

चिरोल खटल्यात अपयश आल्याने टिळकांची प्रचंड द्रव्यहानी झाली. ते आर्थिक अडचणीत सापडले. खटला सुरू होण्यापूर्वी त्यांनी आपली बहुतेक चीजवस्तू गहाण टाकून ब्रिटिश सॉलिसिटर्सना आणि वकिलांना देण्यासाठी रक्कम उभी केली होती; पण ज्यूरीचे मत त्यांच्या विरुद्ध पडले. त्यामुळे त्यांना आता चिरोलच्या बचावाचाही खर्च भरून द्यावा लागला. बनारसच्या एका वृत्तपत्राने आलंकारिक भाषेत यथार्थ वर्णन केले होते. त्या पत्राने म्हटले होते, 'सर एडवर्ड कार्सन यांनी या दाव्यात मुडदेफरासाचे काम केले आणि त्या कामाचे पैसे त्याला बळी गेलेल्या माणसाकडून म्हणजे टिळकांकडून मिळावयाचे होते.'

टिळकांच्या कुटुंबीयांना आणि त्यांच्या स्नेही मंडळींना त्यांच्या प्रकृतीची काळजी वाटत होती. त्यांच्या विरुद्ध झालेला निकाल आणि पैशांची विवंचना यांनी खचून जाऊन टिळकांच्या प्रकृतीवर अनिष्ट परिणाम घडून येईल, असे सर्वांना वाटत होते; परंतु टिळकांना संकटांची चांगलीच सवय झाली होती. संकटांमध्ये त्यांनी आपले धैर्य आणि शांत वृत्ती सोडली नव्हती. गव्हर्नमेन्ट सिक्युरिटीज आणि इतर मिळकत विकून आवश्यक ती रक्कम उभारावी, असे त्यांनी धोंडोपंतांना लगेच कळविले. ज्यूरीच्या मतासंबंधी दि. ३ व दि. १० एप्रिल, १९१९ रोजी टिळकांनी पुढील आशयाची पत्रे लिहिली, 'माझी काळजी करू नका. विरुद्ध निकालाचा माझ्या प्रकृतीवर यत्किंचितही परिणाम झालेला नाही. याहून अधिक भयंकर संकटातून मी पार पडलो आहे. मी जर त्यामुळे डगमगलो असतो, तर आजपर्यंत मी जगलोच नसतो. पूर्वीच्या संकटातून मी जसा पार पडलो तसाच यातूनही पार पडेन. माझ्या प्रकृतीवर विरुद्ध निकालाचा परिणाम झालेला नाही, असे माझ्या सर्व माणसांना सांगा. त्याचप्रमाणे माझ्या कार्यावरही परिणाम झालेला नाही. खरोखर मी होमरूल लीगच्या हिंदुस्थानातील चळवळीच्या कामासाठी डेप्युटेशनची वाट पाहात आहे. खाल्डियन लोक आणि वेद यावर मी लिहिलेल्या निबंधाच्या बारा प्रती पाठवून द्याव्या. माझ्या अभ्यासाच्या

खोलीत तुम्हाला त्या सापडतील.'

दाव्यातील अपयश टिळकांनी स्थितप्रज्ञ आणि शांत वृत्तीने स्वीकारले हे त्यांनी दादासाहेब खापर्डे यांना लिहिलेल्या एका पत्रावरूनही सिद्ध होते. दि. २७ मार्चला लिहिलेल्या या पत्रात टिळकांनी म्हटले होते, 'तुमचे ता. २४ फेब्रुवारीचे पत्र मिळाले. दाव्याच्या निकालामुळे तुम्ही इतके खिन्न झाल्याचे वाचून आश्चर्य वाटले. अपयशाचा स्वीकार आपण शांतपणे केला पाहिजे. त्याखेरीज दुसरा काही इलाजच नाही. हा एक प्रकारचा जुगारच होता. त्यात आपल्याला यश आले असते, तर वैयक्तिक फायदा फारसा झाला नसता; पण सरकारशी चालू असलेल्या झगड्यात आपल्याला काही फायदा झाला असता. आपल्याला अपयश आले यात आपला काहीच दोष नव्हता. एखाद्याचे खासगी चारित्र्य आणि राजकीय मते यातील भेद ब्रिटिश ज्यूरी आणि न्यायमूर्ती यांना समजू शकला नाही. त्यामुळे आपल्याला यश मिळाले नाही; पण आता आपल्या लोकांचे डोळे उघडतील. तेव्हा आपण निराश झालो नाही म्हणजे या निकालातूनही आपला फायदाच होतो हे तुम्ही लक्षात घ्या.

'अपील करू नये असा आम्हाला सल्ला देण्यात आला आहे. अपील केल्याने आपला काही फायदा होणार नाही. अपील-कोर्टात ज्यूरीने एकमताने दिलेला निर्णय सहसा बदलत नाही. अपिलात आपल्याला यश येण्याची फक्त वीस टक्के शक्यता आहे. शिवाय अपिलात आपल्याला यश मिळाले तरी पुढे काय? मग कदाचित दाव्याची फेरसुनावणी होईल आणि आत्ताच्यापेक्षा अधिक चांगली ज्यूरी मिळेल अशी काही खात्री नाही. तेव्हा आता आणखी पैसे खर्च करण्यात अर्थ नाही. आधीच आपले खूप नुकसान झाले आहे. आता आणखी धोका पत्करण्याची माझी इच्छा नाही.'

दाव्यातील अपयशाचा भयंकर धक्का त्यांनी शांतपणाने पचविला आणि सात आठवड्यांच्या आतच टिळकांनी आपल्या आवडत्या संशोधनाकडे व राजकीय कामांकडे लक्ष वळविले. ही कामे म्हणजे वेदांचे प्राचीनत्व आणि होमरूलची चळवळ! लंडनमध्ये असताना त्यांनी इजिप्त व हिंदुस्थान येथील जुने कागदपत्र पाहण्यासाठी पदार्थ संग्रहालयाला व इंडिया ऑफिस लायब्ररीला भेट दिली. ते रॉयल एशियाटिक सोसायटीच्या सभांना जात असत. तसेच वैदिक संशोधनाची आवड असलेल्या ऑक्सफर्ड व केंब्रिज येथील विद्वान इंग्रजांबरोबर चर्चाही करीत असत. काही लोक त्यांच्या मार्गदर्शनासाठी येत तेव्हा त्यांना ते हिंदू धर्म आणि संस्कृती या विषयावर नियमाने धडेही देत असत.

पहिले जागतिक युद्ध संपले आणि लगेचच टिळक इंग्लंडला गेले. हा काहीसा चमत्कारिक, पण सुदैवाचा योगायोग होता. निरनिराळ्या अर्थांनी तो

एक क्रांतीचा काळ होता. रशियातील राज्यक्रांती ब्रिटनमधील मजूरवर्गाला भयंकर धक्के देत होती. सैन्याला रजा दिल्यामुळे नवीन प्रश्न उपस्थित होत होते. वस्तूंचे भाव भयंकर वाढले होते. आयर्लंडमधील अशांतता कळसाला पोचली होती. मजूरवर्गातील अशांतता वाढत होती. पॅरिसमध्ये तहाच्या वाटाघाटी चालल्या होत्या. युद्धानंतर पार्लमेन्टची निवडणूक झाली, तिचाही टिळकांनी पुरेपूर फायदा घेतला. जिकडे तिकडे नव्या जोमाने आणि नव्या उत्साहाने काम चालले होते. लोकशाही आणि स्वयंनिर्णय या ब्रीदवाक्यांनी आकाश दुमदुमून गेले होते. त्यामुळे जगातील वसाहतीतील सर्व लोकांना एक प्रकारची नवी आशा निर्माण झाली होती. या सभोवतालच्या वातावरणामुळे टिळकांना नवे स्फुरण चढले. कार्य करण्याची त्यांना उत्कट इच्छा होती; परंतु आपल्या मतांच्या प्रचाराचे कार्य सुरू करण्यासाठी सरकारने त्यांच्यावर लादलेली भाषणबंदी उठवून घेणे आवश्यक होते. असाच प्रकार डॉ. नायर यांच्या बाबतीत झाला होता. मद्रास सरकारने डॉ. नायर यांना इंग्लंडमध्ये भाषण करण्यास बंदी घातली होती; पण त्यांनी युद्धमंत्र्यांकडे अर्ज करून ती बंदी रद्द करून घेतली. या आधारावर टिळकांच्या सॉलिसिटर्सनी ब्रिटिश सरकारकडे अर्ज केला आणि सरकारने त्यांच्यावरील भाषणबंदी रद्द केली. यामुळे हिंदुस्थानच्या होमरूलच्या चळवळीत ते मोठ्या उत्साहाने काम करू लागले.

ब्रिटिश मंत्र्यांनी पुरस्कृत केलेल्या माँटफर्ड सुधारणांविषयी हिंदुस्थानचा दृष्टिकोन काय आहे हे तेथील अधिकाऱ्यांना समजावून सांगण्याची एकही संधी त्यांनी दवडली नाही. भारतमंत्री एडवर्ड माँटेग्यू यांनी गव्हर्नमेन्ट ऑफ इंडिया बिल तयार केले होते. त्याचा विचार करण्यासाठी पार्लमेन्टरी जॉइन्ट सिलेक्ट कमिटी नेमण्यात आली होती. टिळक होमरूल लीगचे अध्यक्ष या नात्याने लीगच्या वतीने विचारविनिमय करण्यासाठी त्या कमिटीपुढे हजर झाले होते. त्यांच्याबरोबर दादासाहेब खापर्डे आणि दादासाहेब करंदीकर हेही होते. टिळकांनी आपले लेखी निवेदन कमिटीला आधीच दिले होते. त्याशिवाय आणखी काही सांगावयाचे आहे काय, असे त्यांना विचारल्यावर त्यांनी होमरूल लीगतर्फे स्पष्ट पण हळू आवाजात पुढील विचार कमिटीपुढे मांडले.

'हिंदुस्थानला स्वराज्य किती टप्प्यांनी द्यावे हे हिंदुस्थानात सरकारच्या विचाराने व्हाइट हॉलच्या अधिकाऱ्यांनी ठरवावे, असे २० ऑगस्ट १९१७च्या जाहीरनाम्याच्या उत्तरार्धात सांगितले आहे. तरी पण हिंदुस्थानसंबंधी जे धोरण ब्रिटिश सरकारने त्या जाहीरनाम्यात व्यक्त केले आहे ते होमरूल लीगला मान्य आहे.'

भारतमंत्री व व्हाइसरॉय यांनी केलेल्या सूचना त्या जाहीरनाम्याला अनुलक्षून

असल्याच पाहिजेत असे नाही, असे टिळकांचे मत होते. जाहीरनाम्यातील तत्त्व सांभाळूनही हिंदुस्थानला स्वराज्याचे अधिक अधिकार देता येतील. वास्तविक, काँग्रेस व होमरूल लीग यांनीही प्रगती टप्प्यांनी व्हावी अशी योजना पुढे मांडलीच होती; परंतु मॉंटेग्यू-चेम्सफोर्ड योजनेतील टप्प्यांपेक्षा ते टप्पे कमी असावेत. त्याचप्रमाणे पूर्ण स्वराज्याचे हक्क देण्याची नक्की मुदत कायद्यात नमूद केलेली असावी, हे टिळकांनी आग्रहपूर्वक सांगितले. ठरविलेली पंधरा वर्षांची मुदत टिळकांच्या मताने योग्य होती.

प्रांताचा कारभार चालविण्याची पूर्ण पात्रता हिंदी लोकांत असल्यामुळे त्यांना प्रांतापुरते स्वराज्याचे हक्क देऊन टाकावेत. ज्या बाबी प्रांताकडे सोपविण्यास योग्य ठरल्या आहेत त्यांची जबाबदारी मध्यवर्ती सरकारच्या जबाबदार मंत्रिमंडळाकडे सोपवावी, असेही टिळकांनी स्पष्ट सांगितले. द्विदल पद्धतीचा अवलंब केल्याशिवाय हे करता येईल. काँग्रेस व होमरूल यांनी वरील कारणास्तव ही योजना सुचविली होती. आणि पुरेशा नियंत्रणाची व्यवस्थाही केली होती. वादग्रस्त मुद्दे समजून घेऊन त्यावर मत देण्याची पात्रता हिंदी लोकांजवळ आहे की नाही याबद्दल ब्रिटिश टीकाकारांनी आगाऊ आक्षेप घेतला होता. यासंबंधी टिळकांनी ठासून सांगितले की, योग्य मतदार संघ निर्माण करण्याची साधने अगोदरपासूनच हिंदुस्थानात आहेत. प्रथमत: राज्यकारभाराची सूत्रे अधिकारीवर्गाकडून काढून घेण्याची टिळकांची इच्छा होती. हा कारभार लोकांच्या प्रतिनिधींनी चालवावा असे मत त्यांनी जोरदारपणे मांडले. शेवटी या लोकांच्या हक्कासंबंधीच्या जाहीरनाम्याला कायद्याचे स्वरूप देणे आवश्यक आहे, असेही त्यांनी सांगितले.

टिळक आपले भाषण संपवून खाली बसले. इतर साक्षीदारांना कमिटीच्या सभासदांनी प्रश्न विचारले होते. त्याप्रमाणेच टिळकांना प्रश्न विचारून त्यांच्या लेखी व तोंडी जबाबातील आणि सरकारी बिलातील फरकाचा खुलासा करून घेतला जाईल अशी टिळकांप्रमाणेच त्यांच्या स्नेह्यांची आणि टिळकांविषयी सहानुभूती बाळगणाऱ्या ब्रिटिश लोकांची अपेक्षा होती; परंतु कमिटीचे चेअरमन लॉर्ड सेलबोर्न यांनी सांगितले, की प्रश्न विचारून टिळकांना त्रास न देण्याचे आम्ही ठरविले आहे. यामुळे होमरूल लीगच्या सभासदांना आणि इतर श्रोत्यांना आश्चर्य वाटले. त्यांची निराशाही झाली.

हिंदुस्थानच्या महान नेत्याविषयीची ही खरोखरीच कळकळ होती की, त्यांच्याविषयीच्या पूर्वग्रहदूषित मनाचा हा आविष्कार होता, या प्रश्नाचे उत्तर पार्लमेन्टचे आणि कमिटीचे एक सभासद बेन स्पूर यांनी दिले आहे. त्यांनी न. चिं. केळकर यांना सांगितले, की या बाबतीत पूर्वीच एक कट झाला होता. टिळकांची साक्ष घ्यावी की नाही हा प्रश्न जेव्हा चर्चेला निघाला तेव्हा मुंबईचे

माजी गव्हर्नर लॉर्ड सिडनहॅम यांनी टिळकांच्या साक्षीला विरोध केला. ते टिळकांना ब्रिटिश साम्राज्याचे कट्टे शत्रू समजत असत. ते म्हणाले, की आजपर्यंत ज्यांच्या साक्षी झाल्या व पुढे ज्यांच्या होणार आहेत त्यात टिळकांसारखा ब्रिटिश राज्याचा जबरदस्त शत्रू आणि राजद्रोही असा दुसरा कोणीही सापडणार नाही. यासाठी टिळकांची साक्ष घेऊ नये. नुकत्याच झालेल्या चिरोल खटल्याच्या निकालामुळे बरेच सभासद सिडनहॅमशी सहमत झाले; पण बिल मांडणारे माँटेग्यू आणि मजूर पक्षाचे बेन स्पूर यांनी सांगितले की, काही असेल तरी टिळक हिंदुस्थानचे थोर पुढारी आहेत. ते आपल्याला आवडोत वा न आवडोत, त्यांना साक्षीला न बोलावणे हे शिष्टाचाराच्या विरुद्ध होईल. त्यावर लॉर्ड सेलबोर्न यांनी सूचना केली की, टिळकांना काय बोलायचे ते बोलू द्यावे; पण कमिटीने त्यांची उलटतपासणी करू नये. आणि अशा रीतीने त्यांच्याविषयी आपली नापसंती व्यक्त करावी. मग ही गोष्ट सर्वानुमते निश्चित ठरली. टिळकांना प्रश्न विचारण्यात आले नाहीत.

'ब्रिटिश आणि इंडिया' सोसायटीने टिळकांच्या आणि त्यांच्या सहकाऱ्यांच्या सन्मानार्थ एक खास मेजवानी दिली. या मेजवानीला ख्यातनाम असे बरेच स्त्री-पुरुष आले होते. त्यात पार्लमेन्टचे सभासद, मुख्य प्रधान मंडळ आणि इतर मंडळीही होती. ताई महाराजांच्या दाव्याच्या प्रिव्ही कौन्सिलातील अपिलात ज्या न्यायमूर्तींनी टिळकांच्या वतीने निकाल दिला होता ते लॉर्ड शॉ हेही या मेजवानीला आले होते. त्यांची आणि सन्मान्य पाहुण्यांची ओळख करून देण्यात आली त्या वेळी त्यांनी टिळकांचे दोन्ही हात आपल्या हातात घेऊन प्रेमाने हस्तांदोलन केले व ते खऱ्याखुऱ्या भावनेने म्हणाले, "ओ हो! हिंदुस्थानातील महान योग्यतेचे गृहस्थ तेच हे टिळक का?"

परंतु या समाधानाच्या प्रदर्शनाचा सिडनहॅम बाईवर विलक्षण परिणाम झाला. ज्या स्त्रियांनी या मेजवानीची व्यवस्था केली होती त्यापैकी एकीकडे वळून ती ओरडून म्हणाली, "या माणसाचा तुम्ही काय म्हणून सत्कार करता? किती वेडेपणा हा? टिळक राजद्रोही मनुष्य आहे हे तुम्हाला माहीत नाही? माझ्या नवऱ्याने त्याच्यावर खटला करून त्याला सहा वर्षे काळ्या पाण्याच्या शिक्षेवर पाठविले. अशा स्थितीत तुम्ही निर्लज्जपणे त्याला आणि आम्हाला या मेजवानीला बोलावता? तुम्ही हा मुद्दाम जाणूनबुजून आमचा अपमान का केलात?"

तिच्या मोठेपणाला इतका जबरदस्त धक्का बसला की, ती नवऱ्याची वाट न पाहता तडकाफडकी तेथून चालती झाली.

इंग्लंडमधील वास्तव्यात टिळकांनी आणखी एका प्रश्नाला तोंड द्यायचे होते. हा प्रश्न म्हणजे ब्रिटिश इंडिया कंपनीची पुनर्रचना करणे आणि इंडियन

नॅशनल कॉँग्रेसचे 'इंडिया' नावाचे जे नामधारी वर्तमानपत्र होते त्याची पुन्हा जुळवाजुळव करणे हे होय. नामधारी म्हणण्याचे कारण म्हणजे त्या पत्राचे संपादक हेन्री पोलॉक यांनी बरेच दिवस कॉँग्रेसचे धोरण सोडून दिले होते. १८९३पासून हिंदुस्थानातील कॉँग्रेसकडून ब्रिटिश कमिटीला दरसाल साठ हजार रुपयांची मदत मिळत होती. अडचणीच्या काळात या रकमेत तीस हजार रुपयांची कपात करावी लागली; पण काही झाले तरी कॉँग्रेसला परवडेल त्याप्रमाणे तिच्याकडून या ब्रिटिश कमिटीला दरवर्षी दोन हजार ते तीन हजार पौंड मिळत असत. या पत्राचे एक संपादक एक पगारी अधिकारी होते व त्यांनी त्या वर्तमानपत्राच्या डायरेक्टरांच्या मार्गदर्शनाखाली आणि देखरेखीखाली काम करायचे होते. ब्रिटिश कमिटीच्या कार्यकारी मंडळाकडे डायरेक्टरांचे अधिकार असत. जोपर्यंत कॉँग्रेसची सूत्रे नेमस्तांच्या हातात होती तोपर्यंत कमिटीच्या कार्य करण्याच्या पद्धतीविषयी आणि वर्तमानपत्राच्या धोरणाबाबत मतभेद होण्याचे कारणच नव्हते. इंग्लंडमध्ये जाणारे नेमस्त पुढारी बहुधा लवचिक स्वभावाचे असून, ते आपण होऊन ब्रिटिश कमिटीच्या कह्यात गेले होते. पोलॉकच्या वर्चस्वामुळे ही कमिटी दिमाखखोर आणि अहंमन्य बनली होती. त्यांचे असे म्हणणे होते की, टिळकांना व डेप्युटेशनच्या सभासदांना स्थानिक परिस्थितीची जाणीव नसल्याने त्यांनी कमिटीच्या अनुभवी सभासदांच्या सल्ल्याप्रमाणे सुधारणांसंबंधीचे आपले धोरण आखले पाहिजे. बिलाचे स्वरूप कसेही असले तरी, कमिटीने त्याचा उदो उदो केला होता. पोलॉक यांनी मॉँटेग्यू यांना व त्यांच्या बिलाला 'इंडिया' वर्तमानपत्रात मान्यता दिली होती व असमाधानकारक आहे असे म्हटल्याबद्दल पोलॉकने कॉँग्रेसवर टीका केली होती. 'इंडिया' पत्राचे संपादक, सर सुरेन्द्रनाथ बॅनर्जी आणि सर दिनशा वाच्छा यांची भूमिका एकच होती. सरकारने आपला हृदयपालट करून व धोरण बदलून कळकळीने जो बदल केला होता तो बदल कॉँग्रेस टिळकांच्या वजनामुळे मान्य करीत नव्हती, हे पाहून त्यांना खेद झाला व ते धास्तावून गेले. पोलॉक आणि नेमस्त पुढारी यांना अशी भीती वाटली की, आपण जर मॉँटेग्यूचे हात बळकट केले नाहीत, तर कदाचित सिडनहॅम गटाच्या प्रतिक्रियात्मक विरोधाला जोर चढेल आणि आलेली संधी पुन्हा पुष्कळ काळपर्यंत येणार नाही.

कमिटीचे काय म्हणणे असेल ते ऐकून त्याला योग्य ते महत्त्व देण्याची टिळकांची इच्छा होती; परंतु त्यांनी व कॉँग्रेस डेप्युटेशनच्या सभासदांनी ब्रिटिश इंडियन कमिटीच्या सल्ल्याप्रमाणे बिनतक्रार वागले पाहिजे, हे मात्र टिळकांना मान्य नव्हते. मॉँटेग्यू यांनी आपल्या बिलाद्वारे हिंदुस्थानला जे देऊ केले आहे त्यापेक्षा डेप्युटेशनने अधिक काही मागू नये, याला टिळकांची संमती नव्हती.

सरकार देत आहे त्याच्यापेक्षा अधिक मागितले, तर जे मिळत आहे तेही कदाचित मिळणार नाही, अशी भीती टिळकांच्यासमोर ठेवण्यात येत होती. कमिटीचे व्यवस्थापक क्लार्क आणि रुदरफोर्ड यांनी टिळकांना दाखवून दिले की, दिल्लीत काँग्रेसने जे ठराव संमत केले त्यांच्याविरुद्ध पोलॉक यांनी डोळे मिटून माँटेग्यू यांना व त्यांच्या बिलाला संमती दिली आहे. १९१८च्या खास काँग्रेसने मुंबईत संमत केलेल्या ठरावांवर 'इंडिया' वर्तमानपत्राने अगदी गचाळ टीका केली होती, याचे टिळकांना आश्चर्य तर वाटलेच; पण त्याबद्दल त्यांनी तीव्र निराशाही व्यक्त केली. माँटेग्यू सुधारणांबद्दल काँग्रेसने केलेले ठराव अत्यंत महत्त्वाचे होते.

हिंदुस्थानातील लोकांचे विचारपूर्वक बनविलेले मत त्या ठरावात प्रतिबिंबित झाले होते. तरीही पोलॉक यांनी ते ठराव 'इंडिया' पत्रात प्रसिद्ध केले नाहीत. या बाबतीत सहा आठवडे चर्चा चालली होती. अखेरीस 'इंडिया' हे हिंदुस्थानातील काँग्रेसचे मुखपत्र असावे आणि कमिटीच्या रचनेत बदल करावा, ही टिळकांची सूचना योग्य होती, हे क्लार्क, रुदरफोर्ड व पारीख यांना पटले. ते तिघेही कमिटीचे आधारस्तंभ होते.

परंतु असा बदल करण्यास पोलॉक यांनी स्पष्ट नकार दिला. १९१८ साली दिल्ली येथील काँग्रेस अधिवेशनाच्या वेळी नेमस्तांनी बहुतांशी काँग्रेस सोडलीच होती. तरीही त्यांना 'इंडिया' पत्रात उचलून धरण्याचे धाडस पोलॉक यांनी केले आणि काँग्रेसच्या धोरणाला विरोध दर्शविला. ज्या चर्चेमुळे कमिटीची आणि 'इंडिया' पत्राची पुनर्रचना झाली त्या चर्चेत न. चिं. केळकर यांनी पुष्कळ भाग घेतला होता. त्या चर्चेबाबत त्यांनी लिहिले होते, की काँग्रेसच्या शिष्टमंडळाची आणि दिल्ली काँग्रेससाठी अध्यक्ष म्हणून निवड झालेल्या टिळकांची योग्यता क्लार्क यांनी ओळखली होती. काँग्रेसने या शिष्टमंडळाला आणि टिळकांना केलेल्या विशिष्ट आदेशानुसार ते इंग्लंडमध्ये चळवळ करण्याला बांधले गेले होते. क्लार्क यांनी या कारणासाठी त्यांना पूर्ण सहकार्य देण्याचे कबूल केले. तसेच आपली कचेरी आणि ब्रिटिश कमिटीचे ग्रंथालय त्यांनी पूर्णपणे शिष्टमंडळाच्या दमतीला ठेवले. प्रसिद्ध स्त्री बॅरिस्टर हेलेना नॉर्मंटन ही 'इंडिया'ची उपसंपादिका होती. तिलाही मंडळाचे जे काय काम असेल ते करण्यास सांगितले; पण पोलॉक यांनी अहंमन्यतेचा आणि सर्वज्ञपणाचा आव आणला. त्यात त्यांची उद्धटपणाची आणि मगरूरपणाची वृत्ती दिसून आली. त्यांच्या ताठरपणामुळे त्यांचे मन वळविणे अशक्य होते. ते काँग्रेसचे पगारी नोकर होते. हा अहंमन्य व बुद्धिमान माणूस काँग्रेसचा पगार खाऊन आपण काँग्रेसविरुद्ध लिहायला मोकळे आहो असे म्हणतो. तेव्हा या म्हणण्याचे समर्थन तो कसे करू शकतो

याचे आश्चर्य वाटते.

त्याचा हा विरोध गैरवाजवी असल्यामुळे त्याला काढून टाकून त्याच्या जागी दुसऱ्या संपादकाची नेमणूक करण्याचे ठरले. अखेरीस परिस्थिती ओळखून पोलॉकने राजीनामा दिला. हेलेना नॉर्मंटन ही 'इंडिया' पत्राची संपादक बनली. केळकर हे तिचे सहकारी झाले. याप्रमाणे वर्तमानपत्राची आणि कमिटीची व्यवस्था लावून हिंदी चळवळ मोठ्या प्रमाणावर करण्याच्या तजविजीकडे टिळकांनी आपले लक्ष पुरविले. या कामी त्यांना जॉर्ज लॅन्सबरी आणि त्यांचा पार्लमेन्टमधील मजूर पक्ष यांचे बहुमोल साहाय्य लाभले.

ब्रिटिशांच्या नावाने हिंदुस्थानात चाललेल्या राज्यकारभारामुळे हिंदुस्थानातील दारिद्र्य, रोगराई व निरक्षरता यांची जबाबदारी ब्रिटिशांवर कशी येते याची जाणीव ब्रिटिश लोकांना करून देण्यासाठी टिळकांनी इंग्लंडमध्ये प्रचाराचे कार्य केले. अशा प्रकारचा हा पहिलाच प्रयत्न होता. पार्लमेन्टमध्ये निवडून आलेले पहिले हिंदी गृहस्थ दादाभाई नौरोजी यांच्यासारख्यांनी यापूर्वी आकडेशास्त्राच्या साह्याने हिंदुस्थानचे दारिद्र्य सिद्ध केले होते. गोपाळ कृष्ण गोखले व सुरेन्द्रनाथ बॅनर्जी यांनीही विलायतेला जाऊन काही सभांतून व्याख्याने दिली होती; पण या सभा म्हणजे केवळ दिवाणखान्यातील गप्पागोष्टी होत्या; कारण या मंडळींचा बड्या बड्या लोकांवर व अधिकारी वर्गावर विश्वास होता; पण हे बडे लोक हिंदुस्थानातील लोकांच्या मागण्यांचा किंवा अर्जविनंत्यांचा विचार करण्यासाठी कसलीही हालचाल करणार नाहीत याची कल्पना किंवा दूरदृष्टी मंडळींजवळ नव्हती. ब्रिटनमधील मतदार वर्गाच्या हाती सत्ता असल्याने कार्य करण्यासाठी त्यांना जर जागे केले तरच बड्या लोकांत काही तरी हालचाल होण्याचा संभव होता. गोखले, वाच्छा, बॅनर्जी, मुधोळकर यांच्यासारखे नेमस्तांचे पुढारी इंग्लंडला राजकारणासाठी गेले; पण त्यांनी आपली चळवळ उदारमतवाद्यांपुरती मर्यादित ठेवली. मजूर पक्षाच्या पुढाऱ्यांच्या त्यांनी गाठीभेटीही घेतल्या नाहीत. इतकेच नव्हे, तर त्यांनी हाइंडमन, केरहार्डी यांच्यासारख्यांच्या भेटी घेण्याचे बुद्धिपुरस्सर टाळले; कारण त्यांना 'जंगली माणसे' किंवा 'बोल्शेव्हिक्स' अशी संज्ञा प्राप्त झाली होती.

या परिस्थितीचा योग्य तो अंदाज बांधण्यात बहुधा टिळक हे अग्रेसर होते. ब्रिटिश लोकांच्या या संस्थांशी आणि वर्तमानपत्रांशी टिळकांनी आपले संबंध चांगलेच प्रस्थापित केले होते. समाजात मजूरवर्ग बहुसंख्य होता म्हणून टिळकांनी मजूरवर्गाच्या पुढाऱ्यांशी व त्यांच्या संस्थांशी संबंध जोडला. टिळक आणि इंग्लंडला आलेली दुसरी शिष्टमंडळे यांच्या डावपेचातील फरक लंडन येथील मजूर पक्षाची प्रमुख बॅटीहॉल हिने १९१९ सालीच दाखवून दिला होता. ती

म्हणते, "टिळकांचे इंग्लंडमधील कार्य सोपे नव्हते. निरनिराळ्या मतांची शिष्टमंडळे इंग्लंडात गेली ती मोठमोठ्या ब्रिटिश अधिकाऱ्यांबरोबर आणि इंडिया ऑफिसमध्ये काम करण्यात गुंग असत; परंतु टिळकांचे तसे नव्हते. त्यांनी आपला बहुतेक वेळ आपल्या मागण्यांचा ब्रिटिश जनतेत प्रसार करण्यात खर्च केला."

ब्रिटिश मजूर वर्गाच्या सभांना, ट्रेड युनियन काँग्रेसला आणि ज्या सभांना मजूर लोक बहुसंख्येने हजर असत त्या सभांना टिळक उपस्थित असत. लंडनला जाण्यापूर्वीपासून त्यांची अशी खात्री होत चालली होती की, उदारमतवादी पक्ष आणि हुजूर पक्ष यात राजकीय अराजक माजत चालले आहे. आणि यापुढे इंग्लंडमध्ये राजकारणात मजूर पक्षच उदयाला येणार आहे. त्याचप्रमाणे ते हेही जाणून होते की, जॉर्ज लॅन्सबरी, आर्थर हेंडरसन, कर्नल जोसिआ, वेजवूड, रॅम्से मॅक्डोनल्ड यांच्यासारखी माणसे विश्वास ठेवण्यालायक आहेत. समाजसत्तावाद आणि शांतता यासाठी त्यांनी स्वत: हालअपेष्टा भोगल्या होत्या आणि स्वार्थत्यागही केला होता. त्या मंडळींनी टिळकांच्या बुद्धिमत्तेची आणि सहृदयतेची प्रशंसा केली. विशेषत: हिंदुस्थानला स्वातंत्र्य मिळवून देण्यासाठी टिळकांनी केवळ स्वमतावर श्रद्धा ठेवून कार्य चालविले होते याचे त्यांना फारच कौतुक वाटले.

ग्लासगो येथील मजुरांच्या सभेत टिळकांचे भाषण होणार होते. रॅम्से मॅकडोनल्ड हे या सभेचे अध्यक्ष होते. अध्यक्षीय भाषणात मॅकडोनल्ड म्हणाले, "आज रात्री सुदैवाने टिळक आपल्याबरोबर येथे हजर आहेत. मी खात्रीने सांगतो, की हिंदुस्थानच्या लोकांच्या तक्रारी आणि ते भोगत असलेले हाल यांचे टिळक हे मूर्तिमंत प्रतीक आहे. त्याचप्रमाणे हिंदुस्थानात आजकाल जो प्रतिकार दृष्टोत्पत्तीस येत आहे त्याची प्रत्यक्ष मूर्ती म्हणजे टिळक हेच होत. हिंदी लोकांनी स्वराज्य मिळविण्यासाठी जो झगडा चालविला आहे त्याला तुमचे पाठबळ असावे व मदत व्हावी अशी तुम्हाला विनंती करण्यासाठी ते स्वत: येथे आलेले आहेत. मी तुमच्या वतीने त्यांना आश्वासन देतो की, स्वतंत्र मजूर पक्ष हा त्यांना व हिंदी लोकांना हवा असलेला पाठिंबा व मदत अवश्य देईल. संकुचित राष्ट्रीयत्वाच्या भावनेवर आपणा समाजसत्तावादी मंडळींचा विश्वास नाही. विश्वबंधुत्व हे आपले ध्येय आहे. सर्व जगभर न्याय व लोकमत यांवर आधारलेल्या लोकशाही संस्था स्थापन करण्यासाठी आपण सदोदित कार्य करीत राहू.'

जॉर्ज लॅन्सबरी यांच्या मनावर टिळकांच्या कळकळीचा अत्यंत परिणाम झाला. लॅन्सबरी हे स्पष्ट विचाराचे व सरळ गृहस्थ होते. हिंदुस्थानची परिस्थिती इंग्लंडला कळण्यासाठी लॅन्सबरींना वश करून घेतल्याने एक पाऊल खास पुढे पडले. या गोष्टीचे प्रत्यंतर इंग्लंड व जर्मनी यांच्यात युद्धतहकुबी झाल्यानंतर

लगेचच जेव्हा पार्लमेन्टची निवडणूक झाली तेव्हा आले. मजूर पक्षाच्या फंडाला टिळकांनी मदत केली आणि दोन हजार पौंडांचा चेक देऊन साप्ताहिक 'हेरल्ड' या वर्तमानपत्राचे दैनिकात रूपांतर केले. मजूर पक्षाच्या त्या वेळच्या खजिनदाराने दि. ६ डिसेंबर १९१८ रोजी टिळकांना पत्र पाठवून कळविले, 'मागे तुम्ही दोन हजार पौंड पाठविले त्याची पावती यासोबत धाडली आहे. खरोखरच ही उदार देणगी आहे आणि तिच्याबद्दल मजूर पक्ष तुमचा अत्यंत ऋणी आहे. स्वराज्य मिळविण्याच्या हिंदुस्थानच्या आकांक्षेबद्दल आमची पूर्ण सहानुभूती आहे हे सांगणे नकोच. मी तुम्हाला खात्रीने सांगतो, की आमचा पक्ष तुम्हाला आणि हिंदुस्थानात लोकशाहीची स्थापना करण्याला सर्वतोपरी साहाय्य करील.'

'हेरल्ड' वर्तमानपत्राने हिंदुस्थानच्या स्वराज्याच्या मागणीला जोराचा पाठिंबा दिला. टिळकांचे लेख छापले. इतकेच नाही, तर मजूर पक्षाच्या देशभर झालेल्या सभांमधून भाषणे करण्यासाठी टिळकांना आणि त्यांच्या सहकाऱ्यांना निमंत्रणे दिली. केळकर, जोसेफ बाप्टिस्टा, खापर्डे, पटेल, दादासाहेब करंदीकर, बिपिनचंद्र पाल आणि सत्यमूर्ती या होमरूल लीगच्या आणि काँग्रेसच्या शिष्टमंडळातील प्रमुख सभासदांनी उत्तरेकडील ग्लासगो व एडिंबरोपासून दक्षिणेकडील प्लायमाऊथ व साऊथहॅम्पटनपर्यंत कामगारांच्या सभांतून व्याख्याने दिली.

अब्रूनुकसानीच्या दाव्याची व्यवस्था करण्यासाठी जरी टिळक इंग्लंडला गेले असले, तरी हिंदुस्थानविषयीच्या महत्त्वाच्या कामाकडेही त्यांचे पुरेपूर लक्ष होते. ॲडेल्फी येथील एका इमारतीत त्यांनी होमरूल लीगचे मुख्य केंद्र स्थापन केले. इंडिया बिल आणि होमरूलची मागणी यासंबंधीची पुस्तके आणि प्रसिद्धिपत्रके या केंद्रातून प्रसिद्ध करण्याचा त्यांनी सपाटा सुरू केला. पहिले महायुद्ध संपल्यानंतर झालेल्या निवडणुकीच्या वेळी हिंदुस्थानचे म्हणणे काय आहे हे सांगण्यासाठी त्यांनी सोप्या भाषेत एक पत्रक प्रसिद्ध केले. त्याच्या लाखो प्रती इंग्लंडमध्ये व आयर्लंडमध्ये वाटल्या. तसेच स्वयंनिर्णयाचे तत्त्व हिंदुस्थानला लागू करावे म्हणून फेब्रुवारीच्या प्रारंभी त्यांनी एक चोपडे प्रसिद्ध केले. त्याचाही प्रसार सर्व इंग्लंडभर आणि युरोपमधील इतर देशांत करण्यात आला. यात टिळकांचा हेतू असा होता, की मंत्री, मुत्सद्दी, वृत्तपत्रकार, प्रकाशक अशा मोठ्या व वजनदार लोकांना आपले म्हणणे नेमके काय आहे ते कळावे. हिंदुस्थानला ताबडतोब स्वराज्य मिळविण्याचा हक्क आहे असे त्यांनी आग्रहपूर्वक या चोपड्यात मांडले होते. यासंबंधी हिंदुस्थान सरकारने आपल्या रिपोर्टात म्हटले आहे, 'होमरूल लीगच्या लंडन शाखेने प्रसिद्ध केलेले हे चोपडे अत्यंत महत्त्वाकांक्षांनी भरलेले आहे.'

'सेल्फ डिटर्मिनेशन फॉर इंडिया' हे चोपडे बारा पानांचे आहे. त्यापैकी दोन

पानांवर व्यंगचित्रे असून, राहिलेल्या दहा पानांवर मजकूर आहे. हिंदुस्थान सरकारच्या निरीक्षकांना टिळकांच्या या चोपड्यात तरी काही आक्षेपार्ह सापडले नाही. ते म्हणतात, 'या चोपड्यात हिंदुस्थानच्या बाबतीत लागू असलेल्या सनदशीर तत्त्वांची चर्चा केलेली आहे. त्यातील निर्णायक विधाने जरी एकांगी असली तरी त्यांची भाषा सौम्य वापरली आहे. हिंदुस्थानातील राजकीय चळवळीत जसा गालिप्रदानाचा प्रकार सरसहा आढळून येतो तसा प्रकार ब्रिटिशांच्या राज्यकारभारासंबंधी या चोपड्यात दृष्टोत्पत्तीस येत नाही. हिंदुस्थानात संयुक्त संस्थाने बनविण्यासाठी राष्ट्रीय संस्थानांचा एक संघ निर्माण करावा, असे या चोपड्यात म्हटले होते. प्रांतिक व मध्यवर्ती सरकारांवर जबाबदारी सोपवावी, तेथे लोकशाही स्थापन करावी व सर्वांनी आपापला राज्यकारभार चालवावा आणि त्यांना ब्रिटिश कॉमनवेल्थमध्ये इतरांबरोबर समान दर्जा मिळावा. टप्प्याटप्प्यांनी ही राज्यपद्धती अमलात आणण्यासाठी पंधरा वर्षांची मुदत निश्चित करण्यात यावी, असे विचारही चोपड्यात मांडले होते.'

हे चोपडे प्रसिद्ध झाल्यानंतर टिळकांना गौरवपर अशी पुष्कळ पत्रे आली. 'जस्टिस' वर्तमानपत्राचे संपादक हाइंडमन यांनी लिहिले, 'आपले राजकीय भवितव्य ठरविण्याचा हिंदुस्थानला हक्क असला पाहिजे हे तुमचे मत मला मान्य आहे. जर दुसऱ्या राष्ट्रांना तो हक्क आहे, तर हिंदुस्थानला का नसावा? मी तुमचे चोपडे काळजीपूर्वक वाचले आणि मला वाटते की, त्यात हिंदुस्थानची बाजू उत्तम रीतीने मांडलेली आहे.'

'ब्रिटन अ‍ॅन्ड इंडिया' सोसायटीची जोसेफाईन रॅनसम हिने म्हटले होते, 'तुम्ही प्रसिद्ध केलेले 'Self-determination for India' हे पत्रकवजा चोपडे उत्कृष्ट प्रसिद्धिपत्रकाचा एक नमुना आहे. त्यातील प्रतिपादन आणि मांडणी मला फार आवडली. खरोखर तो एक परिणामकारक असा लेख आहे. त्या चोपड्याच्या दोनशे प्रती वाटण्याचा आमचा इरादा आहे.'

चिरोलविरुद्ध टिळकांनी केलेल्या अब्रूनुकसानीच्या दाव्यात अपयश आल्यानंतर चार दिवसांनी दि. २५ फेब्रुवारी रोजी टिळकांनी कॅक्स्टन हॉलमध्ये सार्वजनिक सभेत भाषण केले. या भाषणात त्यांचा दांडगा आत्मसंयम दिसून आला. त्यांना नुकताच भयंकर धक्का बसला आहे यावर कोणाचा विश्वासही बसला नसता. सभेच्या अध्यक्षांनी मात्र त्याबाबत उल्लेख केला होता. त्या सभेत बोलताना टिळक म्हणाले, 'हिंदुस्थानला स्वातंत्र्याचा उपभोग घेण्याची वेळ आता आलेली आहे. स्वयंनिर्णय व लोकशाही या तत्त्वांचा मित्र राष्ट्रे उभ्या जगभर प्रचार करीत आहेत. तेव्हा ब्रिटनने आपल्या साम्राज्यातच प्रथम त्या तत्त्वांचा उपयोग करावा. ब्रिटन अगर ब्रिटिश लोक यांच्याशी माझे शत्रुत्व नाही. मी एक पाऊल पुढे

जाऊन सांगतो, की मी येथे असलेल्या इतर अन्य कोणत्याही माणसाइतकाच कट्टा ब्रिटिशनिष्ठ आहे. काही बाबतीत तर माझी ब्रिटिशनिष्ठा त्यांच्याहून अधिक प्रखर आहे; कारण लोकशाही आणि स्वातंत्र्य यासंबंधीची ब्रिटिशांची शिकवण मी प्रत्यक्ष आपल्या आचरणात आणीत असतो. ज्या ध्येयांचा ब्रिटिश सरकार पुरस्कार करीत आहे त्या ध्येयांच्या बाजूचा मी आहे. जगात कोणत्याही स्वरूपात चालत आलेल्या जुलमाच्या मी विरुद्ध आहे, हे मी मान्य करतो. मला अशी आशा आहे की, सुविचारी ब्रिटिश जनता आणि ब्रिटिश लोकशाही माझ्या विनंतीला मान देऊन माझा देश स्वतंत्र करण्याच्या कामी मला साहाय्य करील.'

आपल्या लंडन येथील वास्तव्यात बर्नार्ड शॉ आणि सिडने वेब यांनाही टिळक भेटले. त्यांच्या फेबियन सोसायटीच्या कित्येक सभांपुढे टिळकांनी भाषणे केली. टिळकांनी वेदांच्या प्राचीनत्वाबद्दल लावलेल्या शोधामुळे सुप्रसिद्ध लेखक व वृत्तपत्रकार एडगर वॉलेस यांना टिळकांविषयी आकर्षण वाटत होते. ब्रिटिश लोकांना टिळकांचे खरे स्वरूप कळावे आणि त्यांच्या शत्रूंनी वर्णन केल्याप्रमाणे हिंदुस्थानच्या राजकारणातील ते आपले भयंकर शत्रू आहेत, असे ब्रिटिश जनतेला वाटू नये, एवढीच वॉलेस यांची इच्छा होती.

चिरोलचा दावा संपतो न संपतो तोच 'मॉर्निंग पोस्ट' या वर्तमानपत्राने आणि सिडनहॅम यांनी टिळकांची बदनामी करण्याची मोहीम उघडली. या मोहिमेला तोंड देण्यासाठी वॉलेस यांनी अनेक संपादकांची समक्ष भेट घेतली आणि त्यांना आपली मते सांगून, टिळकांविषयीचा त्यांचा गैरसमज दूर करण्याचा प्रयत्न केला. यासाठी त्यांनी सुमारे दीड महिना खर्च केला; पण त्यात त्यांना यश आले नाही, असे त्यांनी स्वच्छ मान्य केले.

दि. २ एप्रिल १९१९ रोजी टिळकांनी पाठविलेल्या पत्रात वॉलेस लिहितात, 'तुमच्यासंबंधी एकही पत्रकार खरी हकिगत लिहीत नाही म्हणून मला लाज वाटते व खेदही वाटतो. जे काही तुमच्याविषयी लिहिले आहे ते एकतर्फी व वाचकांची मने कलुषित करण्यासाठी लिहिले आहे. काही लेख तुमच्या ठराविक शत्रूंनी लिहिले आहेत. ते तुमचा व तुमच्या पक्षाचा द्वेष करणारे आहेत; पण त्यांनीसुद्धा आपल्या गाढ अज्ञानाचे प्रदर्शन केलेले आहे. जर एखाद्या लेखकाला तुमचे खरे चित्र लोकांसमोर उभे करावयाचे असेल, तर त्याला म्हणावे लागेल, 'टिळक हे उच्च प्रतीच्या संस्कृतीचे सभ्य गृहस्थ आहेत. ज्या वेळी जगात गोंधळ माजला आहे त्या वेळी त्यांनी आपले डोके शांत ठेवले असून, आपल्या देशासाठी सनदशीर मार्गांनी त्यांनी झगडा चालू ठेवला आहे. एखाद्या सेवानिवृत्त अँग्लो-इंडियन गृहस्थाबरोबर साधे बोलणेही कठीण झाले आहे. मी जर म्हणू लागलो, की टिळकांची स्वराज्याची कल्पना ही वसाहतींना दिलेल्या स्वराज्यासारखी

असून, संरक्षण व इतर राजकारण या बाबी साम्राज्य, सरकारने आपणाकडे ठेवाव्या असे त्यांचे मत आहे, तर यावर कोणाचा विश्वास बसत नाही व विश्वास बसला तरी, त्याचा क्रोध पराकोटीला जातो. अशा माणसाबरोबर मग मी जास्त वादविवाद घालीत बसत नाही; कारण न जाणो, कदाचित त्याला अपस्माराचा झटका यावयाचा!'

टिळक इंग्लंडमध्ये असताना १९१८च्या दिल्ली-काँग्रेसने टिळक, गांधी आणि हसन इमाम यांना 'पीस कॉन्फरन्स'समोर हिंदुस्थानची बाजू मांडण्यासाठी प्रतिनिधी म्हणून निवडले होते. यामुळे एक नवीन मार्ग उपलब्ध होऊन त्यांना पॅरिस कॉन्फरन्सच्या इंटरनॅशनल फोरमपुढे व लीग ऑफ नेशन्सपुढे हिंदुस्थानची बाजू मांडता आली असती. पॅरिसला जाण्यासाठी पासपोर्ट मिळावा म्हणून टिळकांनी लगेच अर्ज केला; परंतु काँग्रेसच्या शिष्टमंडळाला इंडिया ऑफिसने मान्यता दिली नाही. वर्तमानपत्रकार या नात्याने कॉन्फरन्सला हजर राहून बातमी देण्यासाठी आपणास पासपोर्टच्या सवलती मिळाव्या म्हणून टिळकांनी पुन्हा अर्ज केला. त्यांची ही विनंतीसुद्धा नाकारण्यात आली; पण विनंती नाकारण्याचे कारण मात्र दिले नव्हते.

हिंदुस्थानची ओरड 'पीस कॉन्फरन्स'च्या (तह-परिषदेच्या) कानावर घालण्याचा मात्र टिळकांचा निश्चय होता. म्हणून त्यांनी एडगर वॉलेस यांना पॅरिसला पाठविले. आणि क्लेमेंको व प्रेसिडेन्ट विल्सन यांची भेट घेण्यास सांगितले. पीस कॉन्फरन्सच्या अध्यक्षाकडे टिळकांनी हिंदुस्थानच्या काँग्रेसतर्फे एक खलिता स्वत: लिहून धाडला. त्यात त्यांनी मॉंटेग्यू-चेम्सफोर्ड यांच्या योजनेतील बंधने व उणिवा यांचे स्पष्ट शब्दांत विवेचन केले होते आणि आपले म्हणणे जोरदार शब्दांत कॉन्फरन्ससमोर मांडले होते.

या पत्रात त्यांनी लिहिले होते, 'मी आपल्यापुढे सरकारी योजना व प्रजेच्या योजना मांडल्या आहेत. त्यातील गुण-दोष केवळ ताडून पाहण्यासाठी त्या पाठविलेल्या नाहीत. त्यात मला आपल्या निदर्शनाला असे आणावयाचे आहे की, ज्या स्वातंत्र्यामुळे लोकांना आपले कल्याण करून घेता येईल आणि लोकशाहीच्या तत्त्वानुसार आपली राज्यपद्धती ठरविता येईल, अशा आवश्यक असलेल्या स्वातंत्र्याची किंमत सरकारला अद्याप कळलेली नाही. आधुनिक सुधारणेच्या काळात, वर्षानुवर्षे उमेदवारी करीत राहणे आणि दर दहा वर्षांनी चाचणी घेणे या गोष्टी आता सहनशीलतेच्या मर्यादेच्या बाहेर जात चालल्या आहेत. लोकांना मध्यवर्ती सरकारात अधिकार पाहिजेत. हे अधिकार मिळाले म्हणजे स्वयंनिर्णयाच्या तत्त्वानुसार देशात किती प्रांत असावेत, त्यांच्या सीमा कशा असाव्यात, सकृद्दर्शनी कोणत्या योजना परिणामकारक व पुरेशा वाटतील

आणि वेळोवेळी चाचणी घेतल्यावाचून व अंतर्गत कारभारात परकी नियंत्रण न ठेवता पूर्ण राजकीय सत्ता व जबाबदारीचे स्वराज्य मिळविण्यासाठी काळाची मर्यादा किती ठरवावी या गोष्टी मग लोकच ठरवू शकतील.'

या खलित्यात आणखी असेही कळविले होते की, वरील गोष्टींवर जर थोड्या काळापुरते निर्बंध घालण्यात आले, तरी हिंदी लोक सरकारला आपला सद्‌हेतू व्यक्त करण्यासाठी म्हणून ते कबूल करतील; परंतु पंधरा वर्षांत वसाहतीतील लोकांच्या बरोबरीने सर्व प्रकारचे राजकीय हक्क मिळाले पाहिजेत.

टिळकांनी पुढे म्हटले होते, 'अशा स्थितीत, वर नमूद केलेल्या काँग्रेसच्या ठरावाने सर्व हिंदुस्थानचा प्रतिनिधी म्हणून माझी नेमणूक झाली आहे. म्हणून माझे कर्तव्य बजावण्यासाठी मी पीस कॉन्फरन्सला अशी कळकळीची विनंती करतो की, (१) ब्रिटिश वसाहतींप्रमाणे हिंदुस्थानला लीग ऑफ नेशन्सपुढे आपली बाजू मांडण्याचा हक्क असावा आणि (२) हिंदी लोक स्वत:चे राज्य चालविण्यास पूर्णपणे पात्र आहेत, हिंदुस्थान हे प्रगतिपथावरील राष्ट्र असल्याने त्याला स्वयंनिर्णयाचा हक्क आहे आणि त्या तत्त्वान्वये लोकशाहीच्या वळणावर त्यांना आपल्या राज्याचे स्वरूप ठरविण्याचा हक्क आहे असे ठरवावे; कारण लोकांच्या बुद्धिमत्तेप्रमाणे आपला विकास करण्याला वरील गोष्टी आवश्यक आहेत. न्यायाची अमर तत्त्वे विचारात घेतली, तर हा ठराव करणे हे केव्हाही न्याय्यच ठरेल. मी तुमच्यातर्फे कॉन्फरन्सला असे आश्वासन देतो की, अशा ठरावाने हिंदुस्थानातील तीस कोटी पंधरा लाख लोकांत अपार उत्साह व कृतज्ञता निर्माण होईल. इतकेच नाही, तर वरील गोष्टींची अंमलबजावणी केल्यास जगात शांतता नांदून हिंदुस्थानचे कल्याण होईल.'

लंडनला असताना टिळक मैदाव्हेल या भागात १० हौले प्लेस येथे राहत होते. हे घर त्यांच्यासाठी जोसेफ बाप्टिस्टा व मँचेस्टरचे सीतारामशेठ यांनी भाड्याने घेऊन ठेवले होते. लंडनमधील हिंदी लोकांना १० हौले प्लेस हे घर 'नंबर १० इंडियन डाऊनिंग स्ट्रीट' म्हणून माहीत झाले होते. या ठिकाणी, मॅक्नल्टी, त्यांची पत्नी आणि त्यांची मुलगी शीला या टिळकांची काळजी घेत असत. हे कुटुंब आयर्लंडमधून तेथे आले होते. राजकारणात या कुटुंबाला विशेष गोडी वाटत होती. त्यांच्या मायदेशाचा ब्रिटिश सरकारबरोबर निकराचा झगडा चालू होता. टिळक आणि त्यांचे स्नेही यांची कळकळीने सेवा करण्याचे ते एक कारण असले पाहिजे. टिळकांचा हिंदुस्थान आणि या मंडळींचा आयर्लंड हे देश पारतंत्र्याच्या समान दु:खाच्या छायेतून वावरत होते.

मिसेस मॅक्नल्टी मँचेस्टर येथे कढी आणि भात करण्यास शिकल्या होत्या. म्हणून टिळक व त्यांच्या बरोबरची मंडळी लंडनमध्ये आल्या दिवसापासूनच

त्यांना त्यांचे नेहमीचे जेवण मिळू लागले. टिळकांना मधुमेहाचा विकार असल्याने लोण्यात परतलेली बार्लीची भाकरी आणि पालेभाजी करावी लागे. ही मंडळी त्या जागेत सुमारे दहा महिने राहिली. त्यानंतर सुरतचे श्रीमंत व्यापारी दीपचंद जव्हेरी यांनी ६० टॉलबॉट रोडवरील आपल्या मालकीचे मोठे घर टिळकांना राहण्यासाठी दिले आणि टिळक व त्यांच्या बरोबरची मंडळी त्या घरात राहायला गेली. दीपचंद जव्हेरी हे लंडन व पॅरिस येथे हिऱ्यांचा मोठा व्यापार करीत असत.

नोव्हेंबरमध्ये टिळक हिंदुस्थानात परत आले. त्या वेळेपर्यंत मॅक्नल्टी कुटुंबाला हिंदी अन्नपदार्थांची आणि स्वयंपाकाची चांगली माहिती झाली होती. त्यामुळे त्यांनी एक हिंदी हॉटेल सुरू केले. त्या हॉटेलवर जी पाटी लावली होती तिच्यावर 'Under the blessings of Lokmanya Tilak - Father of Indian Unrest.' (हिंदी असंतोषाचे जनक लोकमान्य टिळक यांच्या आशीर्वादाने) हे शब्द होते. काही वर्षांपूर्वी (आता बऱ्याच वर्षांपूर्वी) दिवंगत झालेले पारीख नावाचे वृद्ध गृहस्थ या हॉटेलसंबंधीची एक आठवण सांगत. सर व्हॅलेन्टाईन चिरोल यांना हिंदुस्थानी झणझणीत अन्न आवडत असे. म्हणून ते एकदा या हॉटेलात गेले आणि तेथे इतक्या ठळक जागी लावलेली ती पाटी पाहून आश्चर्यचकित झाले. हॉटेलचा मालक कोठे आहे असे त्यांनी विचारले. मालक बाहेर गेला होता. तेव्हा त्यांनी मुख्य वाढप्याला ती पाटी काढून टाकण्यास सांगितले; पण तो म्हणाला, 'मी काढणार नाही.' याच चिरोल साहेबांनी आपल्या पुस्तकात टिळकांना 'हिंदी असंतोषाचे जनक' असे म्हटले होते; परंतु त्यांनी हे शब्द टिळकांची किंमत कमी करण्याच्या हेतूने लिहिले होते; आणि या ठिकाणी तर ते शब्द टिळकांची उघड प्रशंसा करण्यासाठी लिहिले गेले होते. ते पाहून चिरोल साहेब खट्टू झाले असल्यास नवल नाही.

टिळकांची आणि त्यांच्या स्नेही मंडळींची राहणी अगदी साधी व काटकसरीची असे. टिळक मिताहारी व शाकाहारी होते. त्यामुळे हिंदुस्थानातील राहणीच्या पद्धतीपेक्षा विलायतेतील पद्धत त्यांना फारशी त्रासदायक वाटली नाही. त्यांनी आपल्या नित्यक्रमात आणि सवयीत फारसा फरक केला नाही. फरक केला तो फक्त पोषाखाच्या बाबतीत! पुण्यात ते नेहमी धोतर व अंगरखा वापरीत; परंतु लंडन येथील थंड हवेत त्या पोषाखाचा उपयोग नव्हता म्हणून ते जाड पायमोजे, विजार, बूट आणि लांब कोट वापरू लागले. त्यांना नेकटाय आवडत नसे म्हणून ते तो वापरीत नसत. गळ्यापर्यंत बंद कोट ते वापरीत असल्याने त्यांनी नेकटायला रजा दिली होती; पण नेकटाय वापरीत नसल्याने ते धर्मोपदेशक अगर त्यांच्याच वर्गाचे आहेत, असा पुष्कळांचा गैरसमज झाला होता.

टिळक शक्यतो संध्याकाळी अगर रात्री कामे ठेवीत नसत. बहुतेक दुपारी फराळ करून ते बाहेर पडत आणि संध्याकाळी पाच वाजता घरी परत येत. त्यानंतर त्यांना भेटायला येणारे लोक व स्नेही यांच्याबरोबर राजकीय, सामाजिक व धार्मिक विषयांवर ते चर्चा करीत. रात्री ते नेहमी लवकर निजत. तात्यासाहेब केळकर त्यांच्या सहवासात सतत सहा महिने राहिले होते. ते लिहितात, 'टिळकांचे लंडनमधील वास्तव्य अनेक प्रकारांनी अपूर्व होते. ते जवळजवळ तेरा महिने तिथे होते; परंतु कलावस्तू प्रदर्शनालय, प्राणिसंग्रहालय किंवा लंडनला ज्यांचा अभिमान वाटेल अशा प्रख्यात इमारती व स्मारके पाहण्यासाठी ते क्वचितच बाहेर जात. याला काही अपवाद होते. ते म्हणजे ब्रिटिश वस्तुसंग्रहालय, इंडिया ऑफिस लायब्ररी आणि हाऊस ऑफ कॉमन्सची इमारत. टिळक हे निराळ्याच प्रकृतीचे प्रवासी होते. प्रवाशाच्या दृष्टीने त्यांनी लंडन मुळीच पाहिले नाही.'

अपेक्षेप्रमाणे टिळकांवर व त्यांच्या परिवारावर स्कॉटलंड यार्डची सक्त नजर होती; पण आपली नजर त्यांच्यावर आहे हे गुप्त पोलीस अधिकाऱ्यांनी टिळकांना इंग्लंडात असताना कधी भासू दिले नाही. हिंदुस्थान सरकारकडे गुप्त पोलीस खात्याने जी माहिती धाडली होती ती आता उपलब्ध झाली आहे. या माहितीवरून असे दिसते की, टिळकांच्या मागे राहून त्यांच्या दैनंदिन चळवळीसंबंधीची माहिती गुप्तपणे लिहून ठेवण्यासाठी हिंदुस्थानातून लंडनला दोन-तीन वरिष्ठ अधिकारी पाठविण्यात आले होते.

टिळकांच्या राजकीय चळवळींविषयी गुप्त पोलीस खात्याच्या नमूद केलेल्या बातम्या बहुधा वस्तुस्थितीला सोडून असत. टिळक जे काही बोलत असत किंवा जे काही करीत त्यात गुप्त पोलीस खात्याच्या अधिकाऱ्यांना त्यांचा ब्रिटिशांविषयीचा विरोध व दुष्ट हेतू दिसत असे. उदाहरणार्थ, लंडन येथे अडेल्फी टेरेसमध्ये होमरूल लीगची शाखा सुरू केली तेव्हा गुप्त पोलीस खात्याने दिलेल्या बातमीत सुचविले आहे, 'या ठिकाणी विद्यार्थ्यांसाठी मध्यवर्ती संस्था स्थापून त्यांना तेथे राजकारणाचे धडे देऊन, जहालमतवादी बनविण्याचा अंतस्थ हेतू आहे. ब्रिटिश अमलाला झुगारून देऊन हिंदुस्थानला स्वतंत्र करण्याच्या कामी विद्यार्थ्यांचा फार उपयोग होणार असल्याने त्यांना त्यासाठी योग्य मार्गदर्शन केले असले पाहिजे.

'आतापर्यंत आम्हाला समजले आहे ते असे - वरील योजनेची सामान्य कल्पना अशी आहे की, आणखी दहा वर्षे वाट पाहून नंतर ब्रिटिश सत्ता उलथून पाडण्याचा शेवटचा प्रयत्न करावयाचा; आणि दरम्यानच्या काळात आपले बेत यशस्वी व्हावेत म्हणून पूर्ण विचारपूर्वक आणि काळजीपूर्वक कार्य करीत राहावयाचे.

'टिळकांच्या मते आजपर्यंत हिंदुस्थानला बाहेरची सहानुभूती फारशी नव्हती. युद्धाने ही स्थिति पालटली आहे. त्यांना असे वाटते की, या उत्पन्न झालेल्या भावनेचा शहाणपणाने उपयोग करून घेतला, तर तिचा हिंदुस्थानच्या कार्याला जोरकस उपयोग होईल. प्रथम जर्मनी व जर्मनीची मित्र राष्ट्रे यांची तर ब्रिटिशांविरुद्ध हिंदुस्थानला खात्रीने सहानुभूती मिळेल. चीन व जपान यांची सहानुभूती मिळण्यास फारशी अडचण पडणार नाही. तुर्कस्तान आणि त्याचे अंकित देश, इजिप्त आणि इराण या मुसलमानी राष्ट्रांच्या भावनाही विचारात घेतल्या पाहिजेत; आणि त्यांच्या पुष्टीकरणार्थ हिंदुस्थानातील मुसलमानांनाही अनुकूल करून घेतले पाहिजे. तसेच सर रवींद्रनाथ टागोर आणि त्यांचे अनुयायी यांच्या विचाराच्या प्रभावामुळे बंगाली पंथाची स्थापना झाली. त्या पंथाने सुरू केलेल्या हिंदू-बौद्ध चळवळीपासूनही आशेला वाव आहे. सिलोनमधील राष्ट्रीय विचारांच्या मंडळींनाही याच अनुरोधाने आपलेसे करता येईल.

'हिंदुस्थानात चळवळ करण्याची पूर्वी जितकी गरज टिळकांना वाटत होती तितकी ती करण्याची आवश्यकता आता राहिली नाही, असे टिळकांचे मत आहे. युद्धावरून परत येणाऱ्या मजूर वर्गाच्या सर्व पलटणी, शिपाई, इंग्लंडच्या नोकरीत असलेले व इंग्लंडच्या वतीने लढणारे सरहद्दीवरील टोळीवाले लोक, साम्राज्याच्या नोकरीत असलेली सैन्ये, जर्मन कैदी वगैरे कोणत्याही आघाडीवरून आले असले, तरी ते चळवळीत आपल्या मतांचा प्रसार करतील. त्यांच्या स्वत:च्या प्रांतात, जिल्ह्यात, शहरात आणि खेडेगावात त्यांच्या वजनाचा उपयोग होऊन आपले काम आपोआप होईल असे टिळकांचे मत आहे.

'इंग्लंडची आर्थिक परिस्थिती खालावलेली आहे या गोष्टीवरही टिळकांचा भर आहे आणि दुसऱ्या राष्ट्रांचा नाश झाला असल्यामुळे त्यांच्यापैकी कोणीही पुढे इंग्लंडच्या मदतीला येऊ शकणार नाही. कुशल अशा मजुरांची प्राणहानी झाल्यामुळे झालेले नुकसान, त्यांच्या जहाजांचा झालेला नाश, जपान व अमेरिका यांच्याशी असलेली चढाओढ आणि पुढे फार काळ टिकणाऱ्या परराष्ट्र राजकारणातील भानगडी या सर्वांमुळे इंग्लंडचे सामर्थ्य आणि इभ्रत खलास होईल. या सर्व संधीचा नीट रीतीने उपयोग करून घेतला पाहिजे.'

या रिपोर्टात शेवटी लिहिले आहे, 'टिळकांचे जरी वय झाले आहे आणि प्रकृती खालावलेली आहे, तरी ते मनाने खंबीर व दक्ष आहेत.'

अशा प्रकारच्या बऱ्याच हकिगती लिहून त्या हिंदुस्थानकडे रवाना केल्या आहेत. अर्थात् त्यापैकी बहुतेक हकीगती निराधार आहेत. ही माहिती केवळ वरिष्ठ अधिकाऱ्यांना खूष करण्यासाठीच धाडली आहे. इंग्लंडमध्ये टिळकांचे सारे व्यवहार अगदी उघड रीतीने चालत. त्यांच्या घरी दिवसा कोणालाही

मज्जाव नसे. पूर्वसूचना दिल्याशिवाय त्यांच्या इंग्रज व हिंदी स्नेह्यांना त्यांच्या घरी जाता येत असे. त्यांनी आपली मते छपून ठेवलेली नव्हती. त्यांच्याकडे जे जात त्यांच्याबरोबर ते आपल्या मताविषयी मोकळ्या मनाने चर्चा करीत असत. टिळकांनी मोकळ्या मनाने व उघड रीतीने अशी चर्चा करू नये, असे केळकर व नामजोशी यांनी त्यांना सुचवून पाहिले; पण यावर टिळक म्हणत, 'चर्चा म्हणजे कर्म नव्हे हे विसरून चालणार नाही. तात्त्विक वादविवादासाठी एखादा विषय निघाला, तर मला जे योग्य वाटते ते मी सांगितलेच पाहिजे. शिवाय कोणतीही गोष्ट गुप्त ठेवावी असे मला वाटत नाही. माझ्या मनात काय आहे हे इंग्रजांना कळले पाहिजे. स्कॉटलंड यार्डने खुशाल या हकिगतीची माहिती त्यांच्या वरिष्ठांकडे कळवावी. माझे विचार काय आहेत त्याबद्दल खरी हकिगत जोपर्यंत ते कळवीत आहेत आणि माझ्या मतांचा जोपर्यंत विपर्यास केला जात नाही तोपर्यंत मला तिकडे लक्ष देण्याचे कारण नाही.'

जोसेफ बाप्टिस्टा यांनी टिळकांच्या इंग्लंडमधील वास्तव्याचे वर्णन केले आहे. त्यात 'टिळकांकडे माणसांची रीघ लागलेली असे' असे म्हटले आहे. टिळकांचा वेळ सभांतून भाषणे करण्यासाठी आलेल्या निमंत्रणांचा समाचार, सामाजिक समारंभ आणि हिंदी व इंग्रज स्नेह्यांबरोबर राजकीय विषयांवरील चर्चा यात जात असे.

१९१९च्या मे महिन्यात टिळक पाय घसरून दरवाज्यात पडले आणि त्यांचा पाय मुरगळला. त्यामुळे तीन-चार आठवड्यांपर्यंत त्यांना उठून उभे राहणेसुद्धा कठीण जात असे. मग चालणे तर बाजूलाच राहिले. या अपघातामुळे त्यांच्या इंग्लंडातील सार्वजनिक कामात काही काळ खंड पडला; परंतु ज्या संस्थांत व्याख्याने देण्याचे दिवस निश्चित केले होते त्या संस्थांना टिळकांनी सुचविले, 'मी आपली व्याख्याने लिहून काढतो. तुम्ही ती तुमच्या संस्थांपुढे वाचून दाखवा.' या सूचनेला उत्तर म्हणून एका संस्थेच्या चिटणीसाने लिहिले, 'तुम्हाला अपघात घडला याबद्दल मला अत्यंत दुःख होत आहे. तुम्हाला लवकर आराम पडावा अशी मी इच्छा करतो; पण तुम्ही व्यासपीठावर येऊन बोलणे व तुमचे भाषण वाचून दाखविणे यात फरक आहे. तुम्ही न आल्याने आमच्या सभासदांची फार निराशा होणार आहे. आम्ही तुम्हाला गाडीत घालून सभेपर्यंत नेऊन पोचवू. तेथे तुम्हाला बसून व्याख्यान देता येईल.' त्या वेळेपासून टिळक बसूनच व्याख्याने देऊ लागले.

टिळकांचा पाय मुरगळला या साध्या गोष्टीचा हिंदुस्थानातील एका वृत्तपत्राने स्वार्थी दृष्टीने चांगलाच उपयोग करून घेतला. कलकत्त्याच्या 'इंग्लिशमन' पत्राने खोडसाळपणाने बातमी प्रसिद्ध केली की, ब्रॉडस्टेअसे येथे मेंदूत रक्तस्राव

होऊन टिळक भयंकर आजारी आहेत. ही बातमी प्रसिद्ध होताच हिंदुस्थानच्या सर्व भागातून त्यांच्या प्रकृतीची चौकशी करण्याकरिता तारा व पत्रे येऊन धडकली. या दुष्ट बातमीचे टिळकांना आश्चर्य वाटले; आणि त्यांनी पुण्याला आपल्या भाच्याला पत्र लिहिले, 'माझा दुखावलेला गुडघा सुधारत आहे. अगदी चांगले नाही तरी थोडे चालता येते; पण त्यामुळे माझे काम अडले नाही हे तुम्ही पाहताच. बाहेर जावयाचे असले, तर घरातून नामजोशी यांच्या खांद्यावर हात टेकून टॅक्सीत जाऊन बसतो आणि व्याख्यानाला जातो व एकदा खुर्चीवर बसलो की, माझे काम सुरू होते. कारण माझ्या पायाला इजा असली तरी माझी जीभ शाबूतच आहे. प्रकृतीची कसलीही काळजी करू नका.'

एकदा टिळक जॉर्ज लॅन्सबरीला म्हणाले, 'कोणतेही सार्वजनिक कार्यक्रम रद्द करणे मला आवडत नाही. त्यामुळे एखाददुसऱ्या माणसाची निराशा होत नसून असंख्य स्त्री-पुरुषांची निराशा होते. स्वत:च्या वैयक्तिक अडचणी कितीही असोत, सार्वजनिक कामाला वाहून घेतलेल्या माणसाने इतक्या लोकांचा वेळ व सोयी यांना क्षुल्लक लेखता कामा नये.'

टिळकांनी आपल्या मोहिमेला इतके मन:पूर्वक वाहून घेतले होते की, इंग्लंडमधील तेरा महिन्यांच्या वास्तव्यात त्यांना एकही दिवस मोकळा मिळाला नाही. १९१९च्या ऑगस्टअखेर ते परत घरी येण्याच्या तयारीला लागले. त्या वेळेपर्यंत त्यांनी ब्रिटिश इंडिया कंपनीची पुनर्रचना केली. आणि योग्य अशा सनदशीर पायावर तिची स्थापना केली. अमेरिकेत जाऊन लाला लजपतराय यांना भेटण्याचाही टिळकांचा मानस होता. डॉ. हर्डीकर यांच्या मदतीने लजपतराय तेथे 'यंग इंडिया' हे साप्ताहिक चालवीत होते; परंतु अमेरिकेचा प्रवास टिळकांच्या विचाराबाहेरचा होता; कारण ज्या सरकारने त्यांना पॅरिसला जाण्याची परवानगी दिली नाही ते सरकार त्यांना अमेरिकेला जाण्याची परवानगी देईल ही गोष्ट अशक्यप्राय होती.

शिवाय जॉइन्ट पालमेन्टरी कमिटीचे काम संपल्याचे त्यांना दिसत होते. याचा अर्थ असा की, 'गव्हर्नमेंट ऑफ इंडिया बिला'चे लवकरच कायद्यात रूपांतर होणार होते. या कारणाने यापुढे होणाऱ्या निवडणुकीच्या तयारीसाठी हिंदुस्थानात असणे त्यांना जरूर होते. तसेच पंजाबमधील जालियनवाला बाग येथे नुकत्याच झालेल्या घातपाती अनर्थामुळे त्यांना पंजाबातील लोकांना भेटण्याची उत्सुकता होती. लंडन येथील अनेक सभांतून भाग घेऊन जनरल डायर आणि सर मायकेल ओडवायर यांच्या राजकीय दंडेलीचा त्यांनी निषेध केला होता.

परंतु मायदेशी परतण्याला एवढीच कारणे होती असे नाही. अमृतसर येथे हा अनर्थ घडला होता आणि त्याच ठिकाणी त्या वर्षाची राष्ट्रीय सभा भरणार

होती. अमृतसरला आपण उपस्थित असावे असे टिळकांना वाटत होते. म्हणून 'इजिप्त' बोटीने स्वदेशी परतण्याचे त्यांनी ठरविले. दि. ३० ऑक्टोबरला त्यांनी इंग्लंड सोडले आणि दि. २७ नोव्हेंबर १९१९ रोजी ते मुंबईस येऊन पोचले.

तेरा महिन्यांत टिळकांनी मोठी कामगिरी केली. त्यांनी मजूर पक्षाशी चांगलेच सूत जमविले होते. तेव्हापासून पुढे त्या पक्षाच्या कार्यक्रमात हिंदुस्थानची एक मुख्य फळी निर्माण झाली होती. १९१८-१९मध्ये मजूर पक्षाशी टिळकांनी हे मित्रत्वाचे नाते प्रस्थापित केल्यामुळेच ॲटलींच्या आधिपत्याखाली अधिकारारूढ झालेल्या मजूर पक्षाच्या सरकारने १९४७ साली हिंदुस्थानला पूर्ण स्वातंत्र्य बहाल केले.

टिळकांना राजकीय बाबतीत कुशाग्र बुद्धी होती. यामुळे सत्ता कोठे आहे हे त्यांना समजत असे. नेमस्त आणि इतर मंडळी त्यांच्या अगोदर इंग्लंडला गेली होती. ती मंडळी अधिकारीवर्गावर आपले वजन पाडीत आणि समाधान मानीत; परंतु त्यापासून काहीही निष्पन्न झाले नाही. आपणाला मजूर पक्षाकडूनच राज्यसत्ता मिळेल हे फक्त टिळकांनीच आपल्या सूक्ष्म बुद्धीने ओळखले होते. त्यांचे खरे द्रष्टेपण तर तेथेच होते.

प्रतियोगी सहकाराचे सुदर्शन

अब्रूनुकसानीच्या दाव्यात ब्रिटिश ज्यूरीने टिळकांच्या विरुद्ध निकाल दिला ही बातमी हिंदुस्थानात समजल्याबरोबर निधी जमविण्याचे ठरले. दाव्याला लागलेल्या अवाढव्य खर्चाची व्यवस्था लावण्यासाठी या निधीचा विनियोग व्हायचा होता. या निश्चयामुळे जनतेचा टिळकांवरील विश्वास आणि श्रद्धा यांचे स्पष्ट दर्शन झाले. इंग्लंडमधील कोर्टाने टिळकांच्या चारित्र्याला उजाळा द्यायची आवश्यकता नव्हती. कवी रवीन्द्रनाथ टागोर यांनी चिरोलच्या दाव्याचा निकाल ऐकला तेव्हा ते म्हणाले, 'यज्ञाकरीता सिद्ध केलेला अग्नी किंवा गंगेचे पवित्र जल शुद्ध करून घेण्याची जरुरी नसते!'

टिळक आणि त्यांच्या बरोबरची मंडळी सुमारे तेरा महिने इंग्लंडमध्ये होती. या काळात टिळकांनी इंग्लंडमध्ये केलेल्या राजकीय कामाचे मूल्यमापन लगेच करता येण्यासारखे नव्हते. ब्रिटनमधील राजकारणी स्त्री-पुरुष टिळकांना एक 'चळवळे' म्हणून ओळखत होते; पण त्यांना प्रत्यक्ष पाहिल्यावर आणि त्यांची भाषणे ऐकल्यावर मात्र ब्रिटिश लोकांना टिळकांमधील मुत्सद्दी राजकारणी पुरुषाची ओळख पटली. धैर्य, दक्षता, कल्पकता, ऋजुता आणि शुद्ध चारित्र्य हे सारे गुण टिळकांच्या अंगी एकवटले असल्याचा साक्षात्कार ब्रिटिश लोकांना झाला.

माँटेग्यू यांच्यावर तर टिळकांचा इतका प्रभाव पडला होता की, टिळकांबद्दल पुढील मत त्यांनी व्यक्त केले होते, 'इतर भारतीयांना आपण दडपणाने किंवा कोणतीही लालूच दाखवून वश करून घेऊ शकू; पण टिळकांवर मात्र कोणतीही मात्रा चालणार नाही.'

मार्च महिन्याच्या प्रारंभी 'केसरी'ने एक जाहीर विनंती केली होती. या विनंतीपत्रात म्हटले होते, 'खटला बुडाल्याने सांपत्तिकदृष्ट्या टिळकांचा सर्वनाश होणार आहे. आजवर या खटल्याच्यापायी टिळकांना दोन-सव्वादोन लक्ष रुपये खर्च आला असावा, असा आमचा अंदाज आहे. शिवाय चिरोल यांना देण्याचा

खर्च किती बसेल या गोष्टी अद्यापि नक्की कळत नाहीत. तथापि, टिळकांवर ऐन बोजा तीन लक्षांचा असावा असा अंदाज आहे. टिळकांनी हा दावा सकृतद्दर्शनी व्यक्तीचा म्हणून मांडला असला, तरी त्याला सर्वस्वी राष्ट्रीय पक्षापुरते तरी सार्वजनिक स्वरूप आहे. आणि या खटल्याचा निकाल अनुकूल झाला असता, तर ज्याप्रमाणे त्याचे भूषण या पक्षाने पर्यायाने आपल्याकडे घेतले असते त्याप्रमाणे प्रतिकूल निकाल झाल्याची जबाबदारी त्याने आपणावर घेतली पाहिजे आणि टिळकांना कर्जमुक्त केले पाहिजे.'

दि.३० मे रोजी मुंबईला शांतारामाच्या चाळीत मोठी सभा भरून टिळकांच्या एकंदर सेवेबद्दल कृतज्ञता व्यक्त करण्यात आली. या सभेत अध्यक्षस्थानावरून बोलताना गांधी म्हणाले, 'टिळकांचे व माझे मार्ग वेगळे आहेत; पण त्यांच्या स्वार्थत्यागाचे व विद्वत्तेचे गुण घेण्याचा जो जो प्रसंग असेल त्यात मी सामील होणारच. विलायतेतील खटला त्यांच्याविरुद्ध गेला म्हणून त्यांच्याविषयीची लोकांची आदरबुद्धी कमी झाली नसून, उलट ती वाढलीच आहे. ज्याच्या पिशवीचे तोंड मोठे त्याची फत्ते हा न्यायच आहे; पण न्यायकोर्टांना मी कंटाळून गेल्यामुळे मला असे वाटते की, टिळक हे केवळ सत्याग्रही असते, तर काय बहार झाली असती! तथापि, या अपयशाने निराश न होता टिळकांनी विलायतेतील आपली कामगिरी खंबीरपणाने चालविली आहे हे पाहून कौतुक वाटते. तरी इकडे आपण प्रयत्न करून त्यांच्यावरील खर्चाचा बोजा उठविला पाहिजे.'

इंग्लंड सोडून टिळक मायदेशी परत जाण्यास निघाले तेव्हा त्यांना निरोप देण्यासाठी इंग्लंडमधील बहुतेक सर्व हिंदी लोक उपस्थित होते. त्याचप्रमाणे काही ब्रिटिश लोकही उपस्थित होते. बऱ्याचजणांनी टिळकांना फुले, हार, फळे आणि मिठाई दिली. लिव्हरपूल स्ट्रीट स्टेशनवरून टिळकांना घेऊन टिलबरी बंदराकडे जाणारी गाडी सुटताच टिळकांचा प्रचंड जयजयकार करण्यात आला.

टिळक ज्या बोटीतून प्रवास करीत होते त्याच बोटीत सत्यमूर्ती नावाचे एक प्रवासी होते. त्यांनी टिळकांना विचारले की, परदेशप्रवास करून आल्यानंतर प्रायश्चित्त घेण्याची आवश्यकता आहे का? यावर टिळकांनी सांगितले की, प्रवासाचा हेतू जर जनतेचे कल्याण, जनसेवा हा असेल, तर प्रायश्चित्त घेण्याची आवश्यकता आहे असे आपल्याला वाटत नाही.

बोटीतील काही सहप्रवाशांनी टिळकांना विनंती केली की, 'दि आर्क्टिक होम इन दि वेदाज' या विषयाचे विवरण करावे. टिळकांची ही बोटीतील भाषणे ऐकणाऱ्या प्रवाश्यांमध्ये मुंबईच्या विल्सन कॉलेजचे प्राचार्य मॅकेंझी हेही होते. टिळकांच्या विद्वत्तेमुळे आणि बुद्धिमत्तेमुळे आपण चकित झालो असे त्यांनी कबूल केले.

दि. २७ नोव्हेंबर रोजी टिळक हिंदुस्थानात परत आले त्या वेळी टिळकांना थैली अर्पण करण्यासाठी तीन लक्ष रुपये जमले होते. दावा चालू असताना सर एडवर्ड कार्सन याने अपमानास्पद उद्गार काढले होते की, टिळकांची नुकसानभरपाई योग्य रीतीने ज्याने होईल इतके हलके नाणे जगात आहे असे वाटत नाही. या उद्गारांना आणि ज्यूरीच्या मताला वरील तीन लक्ष रुपयांच्या रकमेने चोख उत्तर दिले होते.

'इजिप्त' बोटीतून टिळक मुंबईला येऊन दाखल झाले. बोट धक्क्याला लागली तेव्हा टिळकांच्या स्वागतासाठी हजारो लोक जमले होते. या महान नेत्याचे स्वागत करण्यात त्या वेळी मुसलमान व ख्रिस्ती लोकांची चढाओढ लागली होती. शहरातील कापडाची दुकाने आणि शेअरबाजार बंद ठेवण्यात आला होता. 'बॉम्बे क्रॉनिकल' ने लिहिले होते, 'आमच्या प्रिय असलेल्या लोकमान्यांविषयी ज्यूरी किंवा जज्ज काही जरी म्हटले, तरी त्याची पर्वा करतो कोण? बोटीतून उतरल्याबरोबर जनतेने सानंद आणि स्वयंस्फूर्त असे टिळकांचे स्वागत केले. त्यावरून नोकरशाहीतील अगदी हलक्या मनाच्या माणसाचीही खात्री होईल की, न्यायालयांनी कोणताही निर्णय दिला तरी टिळकांची मूर्ती लोकांच्या प्रेमळ हृदयातून काढून टाकणे केवळ अशक्य आहे.'

त्याच दिवशी संध्याकाळी टिळकांना मानपत्र देऊन थैली अर्पण करण्यात आली. मुंबई प्रांतिक काँग्रेस कमिटी, होमरूल लीग, बॉम्बे नॅशनल युनियन यांनी संयुक्तरीत्या टिळकांच्या स्वागताची तयारी आधीच केली होती. त्याच दिवशी संध्याकाळी शांतारामाच्या चाळीत झालेल्या स्वागत समारंभात टिळकांनी इंग्लंडमध्ये केलेल्या कार्याबद्दल प्रशंसोद्गार काढण्यात आले. उत्तरादाखल केलेल्या भाषणात टिळकांनी लोकांना आश्वासन दिले की, आपण आपले कार्य आणि आपला आशावाद कधीच सोडून देणार नाही. दि. २९ रोजी एल्फिन्स्टन मिल्समध्ये गिरणी कामगारांच्या वतीने टिळकांचा सत्कार करण्यात आला. त्याचप्रमाणे सरदारगृहात आणि मुंबई पैसा फंड, ब्राह्मण सभा आणि इतर काही संस्था यांच्या वतीनेही सत्कार करण्यात आला. दि. ३० रोजी गांधर्व महाविद्यालयात टिळकांना पानसुपारी होती.

दि. १ डिसेंबर रोजी टिळक पुण्याला आले. त्यांना घेऊन येणारी गाडी तीन तास उशिरा आली. स्टेशनवर प्रचंड गर्दी जमली होती. पुण्याच्या जनतेच्या आनंदाला आणि उत्साहाला उधाण आले होते. स्टेशनपासून गायकवाडवाड्यापर्यंत ठिकठिकाणी फुलांच्या कमानी उभारण्यात आल्या होत्या. टिळकांना घरी पोचण्यास चार तास लागले. तेथेही त्यांच्या दर्शनाला प्रचंड गर्दी लोटली होती. शेवटी सर्वांचे आभार मानून त्यांना घरोघरी परत जाण्याची विनंती केली तेव्हा गर्दी

पांगली. त्याच दिवशी संध्याकाळी रे मार्केटमध्ये पुण्याच्या म्युनिसिपालिटीतर्फे टिळक व केळकर यांचा सत्कार झाला. म्युनिसिपालिटीतर्फे त्यापूर्वी फक्त सरकारी अधिकाऱ्यांचेच सत्कार झाले होते. सरकारी अधिकारी नसलेल्या व्यक्तीला पुण्याच्या म्युनिसिपालिटीतर्फे मानपत्र देण्याचा हा पहिलाच प्रसंग होता!

टिळक सुखरूप स्वदेशी परत आले याचे सर्वांनाच विशेष समाधान वाटले. टिळक इंग्लंडला गेले तेव्हा युद्ध चालू होते. अटलांटिक महासागरात त्या वेळी प्रवास करणाऱ्यांना जर्मन पाणबुड्यांपासून धोका होता. शिवाय टिळकांची प्रकृती बेताचीच असल्याने त्यांना इंग्लंडची थंड हवा मानवेल की नाही याची लोकांना काळजी वाटत होती; परंतु प्रवास आणि इंग्लंडची हवा या संकटातून ते सुखरूप परत आले. त्यामुळे लोकांना आनंदोत्सव साजरा करायला संधी मिळाली.

विलायतेहून परत आल्यावर, अमृतसर काँग्रेसला जाण्यापूर्वी टिळकांना मद्रासला जावे लागले. तेथे त्यांना ब्राह्मणेतर पक्षाने मानपत्र दिले. यामुळे मद्रासला दिलेली ही भेट महत्त्वाची होती. हा ब्राह्मणेतर पक्ष सरकारी अधिकाऱ्यांच्या प्रोत्साहनाने व साहाय्याने १९१७ साली टिळकांच्या होमरूल लीगच्या विरुद्ध स्थापन झाला होता. म्हणून त्या पक्षाने दिलेल्या मानपत्राला विशेष महत्त्व होते. या ब्राह्मणेतर पक्षाचे डावपेच भेदनीतीला पोषक असे होते. त्या पक्षाचे नावही अगदी अन्वर्थक असे होते. त्या वेळच्या ब्रिटिश अधिकाऱ्यांना वाटत होते की, ब्राह्मण हे ब्रिटिश राज्याचे मुख्य शत्रू आहेत. या ब्राह्मणांना विरोध करणे एवढाच या पक्षाचा प्रमुख उद्देश होता; पण आपण ज्या पक्षाला निर्माण केले तो पक्षही राष्ट्रीय ऐक्याच्या लाटेबरोबर वाहून गेल्याचे पाहून सरकारी अधिकाऱ्यांना आश्चर्य वाटले. टिळकांनी सर्व देश भारून टाकला होता.

मद्रासमधील या ब्राह्मणेतर पक्षाने दिलेल्या मानपत्रात, टिळकांनी चाळीस वर्षांत हिंदुस्थानात एकराष्ट्रीयत्वाची भावना निर्माण करण्यासाठी केलेली चळवळ किती प्रमाणात सफल झाली यासंबंधीचा उल्लेख होता. या चळवळीत त्यांना प्रथम मवाळांचा, नंतर मुसलमानांचा आणि अखेरीस ब्राह्मणेतरांचा विरोध झाला होता. विशेषतः मुंबई व मद्रास इलाख्यात या विरोधाने अत्यंत उग्र स्वरूप धारण केले होते. या अराष्ट्रीय पक्षाला मुंबई इलाख्यात कोल्हापूरच्या महाराजांचा आणि मद्रास इलाख्यात जस्टिस पार्टीचा जोरदार पाठिंबा होता. यामुळे १९१६ साली लखनौ काँग्रेसमध्ये टिळकांनी व इतर नेत्यांनी सर्व पक्षांत जे राष्ट्रीय ऐक्य निर्माण केले होते त्याला धक्का बसतो की काय अशी शंका निर्माण झाली होती. ब्राह्मणेतरांनी मद्रास येथे टिळकांना मानपत्र दिले तेव्हा त्यांनी सरकारचा आश्रय सोडून दिला व राष्ट्रीय ऐक्यावर आपला विश्वास असल्याची घोषणा केली.

मानपत्रात पुढील मजकूर होता, 'मातृभूमीला गुलामगिरीतून मुक्त करण्याकरीता ज्या देशभक्तांनी श्रम केले व कष्ट सोसले त्या सर्वांत कोणासही आपल्यावरचा नंबर देता येत नाही, हेच आमचे मत पुढील पिढ्यांसही मान्य होईल. या भूमीच्या उद्धारार्थ अद्यापिही पुष्कळ पवित्र कर्तव्ये करावयाची जरुरी आहे. अशा वेळी येथे जातीजातींत मत्सर वाढावा आणि पक्षभेद प्रबळ होऊन ते राजकीय मोक्षाच्या मार्गात आडवे यावे हे अत्यंत शोचनीय आहे; पण आपण आपल्या नैसर्गिक उदारशीलतेने व समंजसपणाने हे सर्व भेदभाव मोडून टाकून सर्वांची एकवाक्यता करण्याची मुत्सद्देगिरी दर्शवाल अशी आमची खात्री आहे.'

मद्रासहून टिळक पुण्याला आले आणि लगेचच अमृतसरकडे जाण्यासाठी मुंबईला गेले. मुंबई सरकारनेही टिळकांवर जाहीर भाषण देण्याबाबत जी बंदी घातली होती ती ऑक्टोबरमध्ये उठविण्यात आली होती. तसेच पंजाबमध्ये जाण्याला त्यांना घातलेली बंदीही त्या प्रांताच्या सरकारने दि. ५ डिसेंबर १९१९ रोजी उठविली. याच सुमाराला दिल्लीच्या कमिशनरनेही त्यांच्यावरील बंदी उठविली. पंजाबमधील प्रवेशबंदी रद्द झाल्याने होमरूलर्सनी टिळकांसाठी खास अमृतसर गाडीची व्यवस्था केली होती. गाडी मुंबईहून निघाली तेव्हा टिळकांना भव्य निरोप देण्यात आला. पालघर, डहाणू, बलसाड, नवसारी इत्यादी स्टेशनावरही लोकांनी अत्यंत उत्साहाने टिळकांचे स्वागत केले. बडोद्याच्या स्टेशनवर तर स्वागताची जंगी तयारी केली होती. गोध्रा, दाहोद, रतलाम इत्यादी स्टेशनांवरही प्रचंड स्वागत झाले.

टिळक अमृतसरला गेले त्याच सुमारास पार्लमेन्टमध्ये 'इंडियन रिफॉर्म बिल' संमत झाले. अमृतसरच्या वाटेवर असलेल्या गंगापूर स्टेशनवर टिळकांना लंडनहून आलेली राजाच्या जाहीरनाम्याची नक्कल दाखविण्यात आली. पंजाबमध्ये लष्करी कायद्यानुसार शिक्षा भोगत असलेल्या हजारो कैद्यांना सरसहा माफी देण्यात आल्याचे जाहीरनाम्यात म्हटले होते. तसेच नवीन सुधारणा राबविण्याच्या कामी लोकांनी सहकार्य करावे, अशी विनंती केलेली होती. माँटेग्यू आणि व्हाइसरॉय यांच्याद्वारे मथुरेहून लगेच बादशहाला तार धाडण्यात आली. या तारेत लिहिले होते, 'बादशहास मेहेरबानीने कळवा की जाहीरनामा आणि माफी याबद्दल इंडियन होमरूल लीग आणि हिंदुस्थानचे लोक त्यांचे कृतज्ञपणे आणि राजनिष्ठपणे आभारी आहेत. आणि (या बाबतीत) प्रतियोगी सहकारिता (लोकांकडून) मिळेल असेही बादशहास आश्वासन द्या.'

या आपल्या तारेमुळे देशात आणि काँग्रेसमध्ये वादविवादाचे वादळ माजेल याची टिळकांना कल्पनाही नव्हती. अँग्लो-इंडियन वर्तमानपत्रे टिळकांविरुद्ध काही तरी खोडसाळ प्रचार करण्यास नेहमी टपलेली असत. टिळक अमृतसरला

जाऊन पोचण्याच्या आधीपासूनच त्यांनी या तारेवर टीका करण्यास सुरुवात केली. 'लष्करी कायद्याप्रमाणे शिक्षा भोगत असलेल्या कैद्यांना राजाने उदारमनाने जाहीरनामा काढून माफी दिली आणि पार्लमेन्टने औदार्याने ज्या सुधारणा हिंदुस्थानला दिल्या आहेत त्या टाकाऊ आहेत म्हणून त्या राबविण्याचा टिळकांचा इरादा नाही,' असा अपप्रचार अँग्लो-इंडियन पत्रे करू लागली. तारेतील 'रिस्पॉन्सिव्ह' (प्रतियोगी सहकारिता) हा शब्द त्यांना झोंबला होता. या शब्दात काही तरी दुष्टपणाचे व विध्वंसक असे तत्त्व आहे, अशी त्या पत्रांची समजूत होती.

टिळकांची मुक्तता झाल्यापासून काँग्रेस आपल्या हातची जाणार या विचाराने मवाळ घाबरलेले होते. त्यांनीही अँग्लो-इंडियन पत्रांच्या ओरडण्याला साथ देऊन विचारले, 'बादशहाला अशी तार धाडण्याचे औचित्य काय?'

टिळकांनी शेकडो व्याख्यानांतून लोकांना सांगितले होते की, बाबांनो, सरकार देईल ते पदरात टाका आणि अधिक मिळविण्यासाठी चळवळ चालू ठेवा; पण आश्चर्याची गोष्ट अशी की, टिळकांनी वारंवार केलेली ही घोषणा मवाळांना ठाऊक असूनसुद्धा त्यांनी तिच्याकडे दुर्लक्ष केले. मिळालेल्या लहानसहान हक्कांमुळे संतुष्ट होऊन पूर्ण स्वातंत्र्य मिळविण्यासाठी चळवळ करण्याचे सोडून देणे म्हणजे लोकांच्या उसळणाऱ्या महत्त्वाकांक्षेला धक्का देण्यासारखे आहे, हे मत टिळकांनी उघड उघड बोलून दाखविले होते. त्यात गुप्त असे काही नव्हते; पण त्याकडेही टीकाकारांनी डोळेझाक केलेली होती.

दुर्दैवाने गांधींचे मत या टीकाकारांप्रमाणेच होते. सुधारणा जशा आहेत तशाच पत्कराव्या असा त्यांनी काँग्रेसला सल्ला दिला. गांधींच्या आयुष्यात अनेक स्थित्यंतरे झाली, त्यापैकी हे एक आहे. या वेळी त्यांनी भावनावश होऊन सरकारबरोबर बिनशर्त सहकार्य करण्याला कबुली दिली. त्यांना वाटले की, बादशहाने योग्य वेळी जाहीरनामा काढला आहे. आता हिंदुस्थानच्या इतिहासात एक नवीन पर्व सुरू होऊन, जिकडे-तिकडे प्रत्येक बाबतीत सुधारणा होईल आणि आबादीआबाद नांदेल. शिवाय गांधी व बेझंट या दोघांनाही असे वाटत होते की, या सुधारणा म्हणजे भारतमंत्री माँटेग्यू यांच्या अविश्रांत प्रयत्नांचे फळ आहे. माँटेग्यूंविषयी टिळकांचेही मत असेच होते; पण त्यांच्या मते पंचम जॉर्जने काढलेला हा जाहीरनामा पूर्वीच्या जाहीरनाम्याहून अधिक महत्त्वाचा नव्हता. टिळक म्हणाले की, विशिष्ट प्रसंगी मुत्सद्दी जसे भाषण करतो त्याप्रमाणेच राजाने प्रसिद्ध केलेल्या या जाहीरनाम्याची किंमत असते; मात्र हा जाहीरनामा अगदीच टीकेच्या कक्षेबाहेर आहे असे म्हणायला टिळक तयार नव्हते. पार्लमेन्टच्या बैठकीचे उद्‌घाटन करताना ज्याप्रमाणे राजा आपले औपचारिक भाषण करतो त्याच मासल्याचे हे जाहीरनामे असतात, असे मत टिळकांनी व्यक्त केले. अशा

भाषणावर पार्लमेन्टच्या दोन्ही सभागृहांत टीका होत असते; कारण राजाच्या भाषणात अधिकारारूढ पक्षाच्या मतांचा आविष्कार असतो; म्हणून त्या जाहीरनाम्यावर टीका करण्याचा हिंदुस्थानला पूर्ण अधिकार आहे. इतकेच नव्हे, तर त्यात नमूद केलेल्या बाबी दोषयुक्त आहेत, असे म्हणण्याचाही हक्क आहे.'

'प्रतियोगी सहकारिता' याचा अर्थ टिळकांनी पुढीलप्रमाणे विशद करून सांगितला, 'सहकारिता नेहमीच दोहो बाजूंकडे सापेक्ष असते. त्यातून जी गोष्ट प्रजेच्या कल्याणाची तीत सहकारिता करा, हे प्रजेस सांगावयास नको. स्वत:च्या कल्याणास आडकाठी आणणारा मनुष्य पशू समजला पाहिजे. म्हणून सहकारित्वाचा उपदेश प्रजेस करणे योग्य नव्हते. या कामात आजपर्यंत जर कोणी आडकाठी घातलेली असेल, तर ती नोकरशाहीने. यासाठी बादशहाच्या आज्ञेबरहुकूम सहकारिता करण्यास नोकरशाहीची तयारी असल्यास, लोकही आपल्या बाजूने सहकारिता करण्यास तयार आहेतच, नसल्यास मात्र विरोध करावा लागेल, असा टिळकांच्या तारेचा खरा मथितार्थ आहे; आणि याच अर्थाचे शब्द जर काँग्रेसच्या ठरावात पहिल्यापासूनच योजण्यात आले असते, तर मग त्यास कोणी विरोध केला नसता.'

हा मुद्दा जोरदारपणे मांडताना त्यांनी आणखी असेही सांगितले की, मुत्सद्देगिरीला मुत्सद्देगिरीनेच तोंड दिले पाहिजे. आम्ही सरकारशी बिनशर्त सहकार करू असे सांगून, लोकांनी उतावळेपणाने वचनबद्ध होऊ नये. आपल्या राष्ट्राची इभ्रत सांभाळून काँग्रेसने माँटेग्यूविषयी आपली कृतज्ञता व्यक्त करण्यास हरकत नाही. वास्तववादी राजकारणी पुरुष या नात्याने टिळक आपल्या बरोबरीच्या देशभक्तांना सांगत होते की, राजेलोक ज्या सवलती देतात त्या केवळ मोठ्या औदार्याने देतात असे नाही, तर लोक स्वार्थत्याग करून व हालअपेष्टा सोसून सतत चळवळ सुरू ठेवतात त्याचा हा परिणाम आहे.

अमृतसर येथे अगदी प्रथमच हिंदुस्थानच्या स्वातंत्र्याचे प्रणेते लोकमान्य टिळक आणि महात्मा गांधी हे उभयता राजकारणाच्या पार्श्वभूमीवर एकमेकांच्या समोरासमोर आले आणि त्यांनी राजकारणातील आपले मतभेद व्यक्त केले. गांधींच्या मते जाहीरनाम्यातील बोल केवळ मुत्सद्दीपणाचे नसून, त्यात हिंदी लोकांविषयीची ब्रिटिश लोकांची कळकळ आणि जबाबदारी व्यक्त झालेली आहे. गांधींच्या स्वभावाला नैतिक बैठक असल्याने त्यांचा माँटेग्यूच्या वरकरणी कळकळीवर विश्वास बसला; कारण माँटेग्यू यांनी तीन वर्षे फार परिश्रम करून हिंदुस्थानला स्वराज्याचा पहिला हप्ता दिला होता. म्हणून हिंदी राष्ट्रीय सभेने त्या सुधारणा मान्य कराव्या आणि त्या राबविण्याच्या कामी सरकारला साहाय्य करावे, असे गांधींचे मत होते. निराळ्या शब्दांत असे सांगता येईल की,

राजकीय घडामोडी आणि प्रश्न यांच्याकडे पाहण्याचा गांधींचा दृष्टिकोन व्यवहार्य नसून, केवळ नैतिक आणि भावनाप्रधान होता.

परंतु गांधींना यत्किंचितही कल्पना नव्हती अशा गोष्टी अमृतसरमध्ये १९१९च्या डिसेंबरमध्ये घडून आल्या. त्या म्हणजे, तुर्कस्तानचा तह व पंजाबमधील अनर्थासंबंधी प्रसिद्ध झालेला हंटर कमिटीचा रिपोट, या दोन्हीमुळे गांधींच्या नैतिक कल्पनांना धक्का बसला आणि ब्रिटिश सरकारने कळकळीने दिलेल्या वचनांवरील व आश्वासनांवरील त्यांचा विश्वास पार उडाला. ज्या महात्म्याने सहा महिन्यांपूर्वी 'सुधारणा असमाधानकारक व अपुऱ्या आहेत' असे म्हणण्याच्या बाबतीत टिळकांना विरोध केला, त्यानेच १९२०च्या जून महिन्यात सुधारणांवर पूर्णपणे बहिष्कार घालण्याचे समर्थन केले. स्वतः निर्माण केलेल्या तर्कशास्त्राच्या बळावर त्यांनी ही गोष्ट केली. त्या त्यांच्या तर्कशास्त्राला त्यांच्या नैतिक तत्त्वांचे आणि धार्मिक मतांचे पुरेपूर अधिष्ठान होते.

राजकारणात नैतिक तत्त्वांवर टिळकांची दृष्टी गांधींपेक्षा कमी होती असे नाही. एका बाजूने सुधारणा या असमाधानकारक आणि निराशाजनक आहेत असे मानायचे व दुसऱ्या बाजूने त्या राबविण्यासाठी साहाय्य करायचे या गोष्टी गांधींच्या मते परस्परविरोधी होत्या. त्यांच्या मते ते एक ढोंग होते! गांधींचा दावा असा होता की, ज्यांना सुधारणा निराशाजनक वाटत असतील त्यांना प्रामाणिकपणाने सरकारशी सहकार्य करताच येणार नाही. तेव्हा टिळकांनी ब्रिटिश राज्यकर्त्यांबद्दल मनात कोणताही किंतू न बाळगता आपल्या अनुभवसिद्ध भगवद्गीतेच्या ज्ञानाच्या बळावर हा पेचप्रसंग सोडवावा अशी गांधींनी त्यांना विनंती केली.

या प्रश्नाचा उलगडा करणे टिळकांना मुळीच अवघड नव्हते. गांधींना गीतेतील आधार दाखवूनच टिळकांनी त्यांचे समाधान केले. गीतेचा सर्व मानवजातीला असा उपदेश आहे की, जे काही अटळ आहे त्यापुढे मानवाने आपली मान तुकविली पाहिजे. आणि परिस्थिती कितीही प्रतिकूल अगर निराशाजनक असली, तरी त्यांनी आपले कर्तव्यकर्म बजावले पाहिजे.

विषयनियामक समितीच्या बैठकीत माँटेग्यू सुधारणांच्या प्रश्नावर जोरदार चर्चा चालू असतानाच, टिळकांना मधूनच आपल्या जागेवरून उठून तंबूच्या बाहेर जावे लागत होते. बाहेर त्यांच्या दर्शनासाठी लोकांनी प्रचंड गर्दी केली होती. एकदा काही महिला टिळकांना भेटायला आल्या हे कळताच, टिळक उठून बाहेर जाऊ लागले. तेव्हा गांधीही त्यांच्या मागून गेले. टिळक आपल्या लोकप्रियतेचा फायदा घेतात, असा आरोप गांधींनी केला. टिळकांनी यावर उत्तर दिले की, आपण खूप कष्ट केले तेव्हा इतकी लोकप्रियता मिळाली. गांधींनी कष्ट केले, तर त्यांनाही लोकप्रियता मिळेल अशी खात्रीही त्यांनी त्या वेळी

व्यक्त केल्याचे सांगतात.

टिळकांनी गांधींचे समाधान करण्यात दोन दिवस घालविले आणि अखेरीस त्यांना त्यात यश आले. गांधींना वश करून घेतल्यावर बेझंटबाईसुद्धा टिळकांच्या बाजूला आल्या. आधी सरकारला बिनशर्त सहकार्य करावे असे त्या म्हणत होत्या. राहता राहिला बंगालच्या समर्थ पुढाऱ्यांचा म्हणजे चित्तरंजनदास आणि बिपिनचंद्र पाल यांचा तिसरा गट. त्यांच्या ब्रीदवाक्याचा आशय असा, 'आम्ही आपले आभारी आहोत. माफ करा, तुमच्या सुधारणा आम्हाला नकोत.' कारण हे नेते पंजाबमध्ये घडलेल्या गोष्टींवरून चिडले होते. हिंदुस्थानने सुधारणांचा त्याग करून आपला संताप व्यक्त करावा असे त्यांचे मत होते.

तेव्हा सर्वांना पसंत पडेल असा मार्ग टिळकांनी शोधून काढला. हे काम अवघड होते हे खरे; परंतु सुधारणांविषयी त्यांनी मांडलेला ठराव काँग्रेसने संमत केला. या ठरावातील मुद्दे असे :- हिंदुस्थान संपूर्ण स्वराज्याला पात्र आहे; सुधारणांचा कायदा अपुरा, असमाधानकारक आणि निराशाजनक आहे; स्वयंनिर्णयाच्या तत्त्वानुसार स्वराज्यस्थापनेसाठी लवकर प्रारंभ करावा; आणि पूर्ण स्वराज्याचे अधिकार लवकर मिळण्यासाठी सुधारणांची योग्य अंमलबजावणी करावी. शेवटी ठरावात राईट ऑनरेबल ई. एस. माँटेग्यू यांनी सुधारणांच्या कामी परिश्रम केल्याबद्दल त्यांचे आभार मानण्यात आले होते.

ठरावाला पाठिंबा देताना वैशिष्ट्यपूर्ण भाषण करून पुन्हा एकदा टिळकांनी हिंदुस्थानची बाजू स्पष्ट करून दाखविली. ते म्हणाले, 'आता आपणाला येथेच नव्हे, तर सर्व जगाला असे विदित केले पाहिजे की, सुधारणांच्या कायद्याने आमचे समाधान झालेले नसून, आम्ही आपली चळवळ पुढे चालू ठेवणार आहोत. या कायद्याचा आम्हाला जितका फायदा करून घेता येईल तितका घेऊ आणि आम्ही जास्त मागण्या करीत राहू. नेमकी परिस्थिती जगाला कळली पाहिजे.'

काँग्रेसमध्ये टिळकांची मते सर्वांनी मान्य केल्याने पुढील निवडणुकीचा मार्ग खुला झाला. मिळालेल्या हक्कांची अंमलबजावणी करण्याच्या दृष्टीने पुण्याला आल्यावर टिळक जुळवाजुळव करू लागले. कौन्सिल प्रवेशाला काँग्रेसची संमती होती; पण निवडणूक लढविण्याच्या दृष्टीने मात्र काँग्रेसने कोणतेच उपाय योजले नव्हते. तेव्हा टिळकांनी आणि त्यांच्या स्नेह्यांनी 'काँग्रेस लोकशाही पक्ष' स्थापन केला. १९२०च्या एप्रिलच्या प्रारंभी या पक्षाचा जाहीरनामा प्रसिद्ध करण्यात आला. 'काँग्रेसच्या लोकांनी प्रांतिक कौन्सिलात प्रवेश करून नोकरशाहीबरोबर शक्य तितके सहकार्य करावे व जरूर तर लोकांच्या मागण्यांसाठी नोकरशाहीला सनदशीर विरोध करण्यासही मागे-पुढे पाहू नये' अशी टिळकांची

इच्छा होती.

'काँग्रेस लोकशाही पक्षा'च्या जाहीरनाम्यात म्हटले होते, 'काँग्रेस लोकशाही पक्ष हा त्याच्या नावाप्रमाणे काँग्रेसशी एकनिष्ठा बाळगणारा पक्ष असून, त्या पक्षाचा लोकशाहीवर संपूर्ण विश्वास आहे. हिंदुस्थानविषयक प्रश्न सोडविण्याच्या कामी लोकशाहीची तत्त्वे प्रभावी असल्याबद्दल त्यांची खात्री आहे. शिक्षणाचा प्रसार व मतदानाचा हक्क ही त्याची उत्कृष्ट साधने आहेत. जाती व रूढी यांवर आधारलेली विषमता नाहीशी करणे व धर्माविषयी सहिष्णुता बाळगणे या गोष्टींविषयी तो पक्ष प्रसार करीत राहील.'

'ब्रिटिश कॉमनवेल्थमध्ये हिंदुस्थानातील संस्थानांचे संघराज्य निर्माण करून मानवजातीचे कल्याण करणे, अशी या पक्षाची कल्पना असून, ग्रेट ब्रिटन आणि कॉमनवेल्थमधील इतर वसाहती व हिंदुस्थान या सर्वांचा दर्जा समान असावा अशी त्या पक्षाची मागणी आहे. ब्रिटिश कॉमनवेल्थमध्ये हिंदुस्थानला नागरिकत्वाचे समान हक्क असले पाहिजेत आणि जे देणार नाहीत त्यांचा प्रतिकार करण्यास त्याला मोकळीक असली पाहिजे,' असेही जाहीरनाम्यात म्हटले होते.

जगात शांतता नांदण्यासाठी लीग ऑफ नेशन्सची स्थापना झाली होती. तिचे या जाहीरनाम्यात स्वागत केले होते. शांतता सुरक्षित ठेवणे आणि एका देशाने दुसऱ्या देशाची पिळवणूक न करणे या गोष्टी लीगमुळे साधणार होत्या.

सुधारणांच्या बाबतीत जाहीरनाम्यात म्हटले होते, 'सुधारणा कायदा त्याच्या योग्यतेप्रमाणे राबविण्यास हा पक्ष तयार आहे. हेतू हा की, स्वराज्याचे हक्क लवकर मिळावेत; परंतु लोकमताला मान देण्यासाठी प्रसंग पडेल त्याप्रमाणे हा पक्ष सरकारशी सहकार किंवा सनदशीर असहकार करील.'

पुढे लवकरच कलकत्त्याला काँग्रेसचे खास अधिवेशन भरणार होते. त्या वेळी हिंदुस्थानातील प्रतिनिधींसमोर टिळक हा जाहीरनामा ठेवणार होते.

इतर पक्षांनी कार्याला जोरात सुरुवात केली होती. आपली लोकप्रियता वाढविण्यासाठी शक्य ते सर्व प्रयत्न हे पक्ष करीत होते. आता तथाकथित 'अस्पृश्यांना' देखील मतदानाचा हक्क मिळाला असल्याने त्यांना वश करून घेणे आवश्यक होते. टिळकांचे या दिशेने प्रयत्न चालू होते.

१९२० साली लिबरल कॉन्फरन्समध्ये अस्पृश्यता नष्ट करण्यासंबंधीचा ठराव संमत करण्यात आला होता. कॉन्फरन्सने स्वत:ला 'शेतकऱ्यांची हितेच्छु' संस्था म्हणवून घेतले होते. आणि वंशपरंपरेने चालत आलेली कुलकर्ण्यांची वतने रद्द करावी असे म्हटले होते. थोड्याच दिवसांत पुणे जिल्ह्यात मवाळांची एक सभा झाली. या सभेबद्दल दि. ९ मार्च १९२०च्या 'केसरी'त म्हटले होते

की, मवाळांनी काँग्रेस फोडण्याचा प्रयत्न केला, पण तो साधला नाही म्हणून कॉन्फरन्सच्या जागेजवळ त्यांनी निदर्शन करण्यात समाधान मानले. मवाळांनी टिळकांवर आणि त्यांच्या पक्षावर शिव्यांचा वर्षाव केला. त्यांनी जी पत्रके वाटली होती ती सरकारी छापखान्यात छापली होती

जिल्ह्याच्या सभेत बोलताना टिळक म्हणाले की, सर्व सत्ता ब्राह्मणेतरांच्या हाती गेली, तरी आपल्याला आनंद होईल; पण वेगवेगळ्या विभागांचे नेते आपल्या मागण्या उच्च स्वरात मांडत होते आणि यत्किंचितही माघार घेण्यास तयार नव्हते. लेजिस्लेटिव्ह कौन्सिलमध्ये प्रत्येक जाती-जमातीला किती जागा मिळाव्या या प्रश्नावर चर्चा करण्यात कित्येक आठवडे गेले. परस्परांत मतैक्य झाले नाही. या राखीव जागांचे वाटप कसे करायचे हे ठरविण्यासाठी सरकारने पुरस्कारिलेल्या बैठकीतही मराठा आणि इतर जाती यांना कसे प्रतिनिधित्व द्यावे, यावर एकमत होऊ शकले नाही. अखेरीस कोणताच निर्णय न घेता सभा बरखास्त करण्यात आली आणि राखीव जागांसंबंधीची जबाबदारी सरकारने स्वत:कडे घेतली.

जातीय प्रतिनिधित्वाच्या तत्त्वाबद्दल 'केसरी'त व 'मराठ्या'त टीका करताना म्हटले होते की, कौन्सिलमध्ये जास्तीत जास्त फूट पाडण्याच्या दुष्ट हेतूचे हे फळ होते. या पत्रांनी पुढे म्हटले होते, 'मागासलेल्या दलितवर्गांच्या हितसंरक्षणाच्या प्रश्नावर सरकारने आपल्या 'फोडा आणि झोडा' या नीतीचा वापर केला. त्यातून जे साध्य झाले ते होणे साहजिकच होते. खानदानी मराठ्यांच्या पूर्वजांनी स्वराज्य स्थापनेत जे कार्य केले त्यामुळे त्यांना प्राप्त झालेले महत्त्व सर्वमान्य आहे आणि त्यांच्या वंशजांपैकी काही जणांना कौन्सिलमध्ये जागा मिळाव्या हेही योग्यच आहे; पण राखीव जागांपेक्षा अधिक जागा आपल्या संख्येच्या बळावर पाहिजेत अशी मागणी मराठ्यांनी आणि इतर जातींनी केली, तर त्या मागणीला सर्वांचा पाठिंबा मिळणे अशक्य होईल. मराठ्यांना जर त्यांच्या संख्येनुसार राखीव जागा हव्यात, तर मग इतर मागासलेल्या जातींनाही अशा जागा का देऊ नये?

'केसरी' आणि 'मराठा' या पत्रांतून केलेल्या या सूचनांवर मवाळांच्या वृत्तपत्रांनी टीकेची झोड उठविली. टिळकांनी कॉन्फरन्समध्ये व्यक्त केलेली मते आणि वृत्तपत्रांतून व्यक्त केलेली मते यात फारच फरक आहे, असा आरोप मवाळांनी केला. निवडणूक प्रचाराला जसजसा जोर चढत होता तसतसा टिळक आणि मवाळ नेते यांच्यात शाब्दिक चकमकीही वाढत्या प्रमाणावर होत होत्या. जाहीरनाम्याद्वारे दिलेल्या सुधारणांचा निषेध करणे हे जहालांचे उद्दिष्ट होते आणि त्याच तत्त्वावर ते निवडणूक लढवीत होते. तर सुधारणा ही ब्रिटिशांनी

हिंदी लोकांना दिलेली देणगी आहे, असे मवाळांचे म्हणणे होते. या तत्त्वावर ते निवडणूक लढवीत होते.

टिळकांनी आपल्या भाषणांमधून पुढील मुद्द्यावर विशेष भर दिला - 'देशाच्या दृष्टीने काय चांगले आणि काय वाईट आहे हे ठरविण्यास एकटी काँग्रेस समर्थ आहे. राष्ट्राच्या हिताचा मार्ग अमृतसर-काँग्रेसने ठरविला आहे आणि मतदारांनी काँग्रेसचे मार्गदर्शन स्वीकारले पाहिजे. मवाळ काँग्रेसला मानत नसल्याने व ते काँग्रेसमधून फुटून बाहेर पडले असल्याने काँग्रेसच्या नावाने जनतेची निवडणुकीच्या बाबतीत दिशाभूल करण्याचा त्यांना काहीच अधिकार नाही.'

प्रकृती फारशी ठीक नसतानाही टिळकांनी ठिकठिकाणी सभा घेऊन आपल्या नव्या पक्षाचा संदेश घरोघरी पोचविला.

याच वेळी हिंदुस्थानातील राजकारण गंभीर स्वरूप धारण करू लागले. गांधींनी सरकारबरोबर बिनशर्त सहकार्य करण्याची भाषा सोडून दिली. त्यांनी अशी घोषणा केली, की सैतानी सरकारबरोबर कोणत्याही प्रकारचे सहकार्य करणे पाप आहे. काही गोष्टी एकामागून एक अशा इतक्या द्रुतगतीने घडून आल्या की, गांधींना वरील निर्णय घेणे भाग पडले.

तुर्कस्तान युद्धात जर्मनीला जाऊन मिळाले. त्या दिवसापासून हिंदुस्थानातील मुसलमान अस्वस्थ झाले होते. ब्रिटिश मुत्सद्द्यांनी त्यांना आश्वासन दिले होते की, युद्धसमाप्तीनंतर राष्ट्रियत्वाची आणि स्वयंनिर्णयाची तत्त्वे तुर्कस्तानच्या प्रदेशांना लागू करण्यात येतील. तसेच युरोपातील राष्ट्रे खिलाफतीच्या संस्थेत काहीही हस्तक्षेप करणार नाहीत; पण युद्ध संपल्यानंतर मात्र 'तुर्कस्तानला शिक्षा दिली पाहिजे आणि त्याचा मुलूख या नाही त्या राष्ट्राला देऊन टाकला पाहिजे,' ही भाषा मित्रराष्ट्रे बोलू लागली. ज्यू लोकांना त्यांचा मायदेश पॅलेस्टाईन देण्याचे आश्वासन कर्झन याने एका घोषणेद्वारे दिले. अरबस्तानात हुसेन हा हेड्जझाचा शरीफ म्हणून मान्य करण्यात आला होता. सीरिया आणि इराक हे देश अनुक्रमे फ्रान्स व इंग्लंड यांच्या मांडलिकत्वाखाली राहायचे होते.

हिंदुस्थानातील मुसलमानांच्या मते तुर्कस्तान हे स्वतंत्र मुस्लिम राष्ट्र असून, तेथील सुलतान इस्लामची क्षेत्रे सुरक्षित राखण्यास एकमेव राज्याधिकारी असून, तोच खिलाफतीसंबंधीची सर्व कर्तव्ये बजावू शकेल. यामुळे देशांच्या वाटणीसंबंधीच्या चर्चेमुळे हिंदुस्थानातील मुसलमान अस्वस्थ झाले होते. मुस्लिम लीगचे नेते हकीम अजमलखान यांच्या म्हणण्याप्रमाणे, 'ऐहिक बाबतीत सत्ता असणे हे तर खिलाफतीचे मुख्य अंग आहे; आणि जर उस्मानी साम्राज्याचे तुकडे केले, तर रामेमध्ये पोपची जी अवस्था झाली त्याप्रमाणे खिलाफतीची सत्ता फक्त धर्मापुरती

मर्यादित राहील.' या गोष्टीमुळे मुसलमानांना दहशत बसली होती; पण हिंदुस्थानातील मुसलमानांच्या भावनांकडे कोणी लक्ष दिले नाही. तुर्कस्तानला अपमानास्पद तह करणे भाग पडले आणि त्यांच्या साम्राज्यातील प्रदेश निरनिराळ्या देशांनी वाटून घेतले.

हकीम अजमलखान म्हणाले, "अमृतसरच्या खटल्यात प्रिव्ही कौन्सिलने जो निकाल दिला त्यामुळे आमच्या सनदशीर हक्कांची पायमल्ली झाली आहे आणि व्हाइसरॉयला अनियंत्रित राज्यसत्ता देण्यात आली आहे."त्यांनी असेही दाखवून दिले की, ब्रिटिश कोर्टांच्या निकालावरसुद्धा राजकारणाचा परिणाम झाल्यावाचून राहत नाही. हंटर कमिटीचा रिपोर्ट प्रसिद्ध झाल्यावर तर परिस्थिती अधिकच चिघळली; कारण त्या कमिटीतील बहुमताने असे ठरविले होते की, जनरल डायर यांनी व इतर लष्करी अधिकाऱ्यांनी जो अमानुष मानवी संहार केला तो केवळ 'भयंकर चुका' आणि 'दुर्दैवी' किंवा 'अन्याय्य घटना' अशा सदरात येत होता. गांधींच्या मनावर याचा फार परिणाम झाला आणि पाश्चिमात्य राष्ट्रांच्या विशेषत: हिंदुस्थानातील ब्रिटिश राज्याच्या कारस्थानाबद्दल गांधींच्या सात्त्विक अंत:करणात खळबळ माजली. असे उघड उघड अन्याय त्यांना सहन करवेनात, म्हणून त्यांनी अन्यायांच्या परिमार्जनार्थ सरकारशी सर्व ठिकाणी व सर्व बाबतीत असहकार पुकारला.

तुर्कस्तानवर लादलेल्या तहाच्या अटींची प्रसिद्धी हे हिंदुस्थानातील १९२० सालच्या चळवळीचे तात्कालिक कारण होते. या तहामुळे हिंदुस्थानातील मुसलमान समाजापैकी बहुतेक लोक संतापले व त्यांना कडक उपाययोजना करणे आवश्यक वाटले. तुर्कस्तानच्या तहाला विरोध करण्यासाठी मध्यवर्ती खिलाफत कमिटी स्थापन करण्यात आली. सरकारने दिलेल्या पदव्यांचा त्याग करणे, शाळा, न्यायालये आणि कायदेमंडळे यांवर बहिष्कार घालणे व अखेरीस करसुद्धा देण्याचे नाकारणे, असा त्या कमिटीच्या असहकाराचा कार्यक्रम होता. याला गांधींची संमती मिळाली. आणि या चळवळीत त्यांनी मुसलमानांना पाठिंबा देण्यासाठी पुढाकार घेतला. या असहकाराच्या चळवळीबाबत टिळकांची काय भूमिका आहे असा प्रश्न वारंवार विचारला जाऊ लागला तेव्हा टिळकांनी सांगितले, 'या प्रश्नात मुसलमानांनीच पुढाकार घेतला पाहिजे असे मला वाटते. याबाबत सांगोपांग चर्चा करून त्यांनी निश्चित निर्णय घ्यावा आणि त्यांनी कोणताही निर्णय घेतला, तरी त्याला पाठिंबा देण्याचे काम हिंदूंचे! मुसलमानांनी असहकाराची चळवळ सुरू केली, तर आपण त्यांना पाठिंबा देऊ.'

पंजाबात ज्या गोष्टी घडून आल्या त्यांची जबाबदारी सरकारवरच होती. सरकारने खिलाफतीसंबंधी कळकळीने दिलेली वचने झुगारून दिली होती. अशा

गोष्टी यापुढे सहन करता कामा नयेत, असे गांधींचे निर्णायक मत झाले होते. सर्व लोकांनी मुसलमानांची बाजू घ्यावी व पंजाबची इभ्रत सांभाळावी असा आदेश त्यांनी सर्व हिंदुस्थानभर दौरे काढून दिला. देशातील सर्व लोकांनी त्यांना प्रतिसाद दिला. टिळकांनीही चळवळीला आशीर्वाद दिला होताच. फक्त कायदेमंडळावर बहिष्कार घालू नये असे त्यांचे मत होते.

या कार्यक्रमात टिळकांना वस्तुत: नवीन असे काहीच नव्हते. ते जन्मभर असहकारितेच्या तत्त्वाचे अध्वर्यू होते. या राष्ट्रीय धोरणाचे त्यांनीच प्रथम उघडपणे समर्थन केले होते. देशातील चाळीस वर्षांच्या चळवळीत त्यांनी वरील कार्यक्रमांपैकी बहुतेकांचा उपयोग करून पाहिला होता. डेक्कन एज्युकेशन सोसायटी, स्वदेशी आणि बहिष्काराच्या चळवळी आणि प्रत्येक बाबतीत ब्रिटिश अधिकाऱ्यांना आव्हान देणे ही असहकारितेची पूर्वचिन्हेच नव्हती का?*

तुर्कस्तानच्या बाबतीतही मुसलमानांच्या मागण्यांना टिळकांनी मन:पूर्वक पाठिंबा दिला. मुसलमानांच्या मागण्या अशा होत्या की, उस्मानी साम्राज्याला धक्का लावू नये व पवित्र खिलाफतीची संस्था जशीच्या तशी ठेवावी. या बाबतीत ब्रिटिश व फ्रेंच यांनी मुसलमानांची मने दुखवू नयेत, असे टिळकांचे मत होते. इतकेच नव्हे, तर मध्यपूर्वेत सत्तेचा समतोल राखण्यासाठी तुर्कस्तान बलाढ्य आणि स्वतंत्र राष्ट्र असणे आवश्यक होते, असेही टिळकांचे मत होते. टिळकांचा तुर्कस्तानविषयीचा दृष्टिकोन मुत्सद्दीपणाचा होता. स्पष्टपणे असे म्हणता येईल की, फ्रान्स आणि बेल्जियम यांच्या स्वातंत्र्याला ब्रिटनच्या दृष्टीने जितके महत्त्व होते तितकेच महत्त्व हिंदुस्थानच्या दृष्टीने तुर्कस्तानच्या स्वातंत्र्याला होते. खिलाफतीच्या चळवळीला गांधींचा पाठिंबा केवळ नैतिक आणि भावनाप्रधान असा होता; पण टिळकांचा या चळवळीला पाठिंबा होता तो मध्यपूर्वेतील देशांचा हिंदुस्थानशी असलेला संबंध आणि हिंदुस्थानचे संरक्षण या दृष्टिकोनातून होता.

तुर्कस्तानच्या स्वातंत्र्याविषयी टिळक आपले स्नेही गंगाधरपंत देशपांडे यांना म्हणाले होते, 'ब्रिटिशांनी आता युद्ध जिंकले आहे. हिंदुस्थानातील मुसलमान त्यांच्याविरुद्ध बंड करतील अशी भीती आता त्यांना उरली नाही. मध्यपूर्वेत अधिकात अधिक लाभ पदरी पाडून घेण्यासाठी आता ब्रिटिश मुत्सद्दी हा डाव खेळत आहेत. तुर्की साम्राज्य खिळखिळे करून किंवा त्याचा नाश करून हिंदुस्थानच्या नजीक असलेल्या मुसलमानांच्या प्रदेशावर अधिसत्ता चालविण्याचा ब्रिटनचा स्पष्ट इरादा आहे. खिलाफतीच्या चळवळीत मुसलमानांना साहाय्य करण्याची कल्पना योग्य असून, गांधींनी तिचा पुढाकार घेतलेला आहे. त्यांना सर्वांनी मदत केली पाहिजे, असे माझे मत आहे. गांधी मोठ्या उत्साहाने व

कळकळीने पुढे येत आहेत. मीही त्यांच्याबरोबर काम करण्यास मागे-पुढे पाहणार नाही. याचबरोबर माझे हे शब्द लक्षात ठेवा की, गांधींनी व मी बरोबर काम केले, तरी पुन्हा तुरुंगात जाण्याची पहिली पाळी माझ्यावरच येईल.'

यावरून एक गोष्ट स्पष्ट होते की, टिळकांची दृष्टी नुसती हिंदुस्थानपुरतीच मर्यादित नव्हती. तुर्कस्तानच्या प्रश्नाकडे बघण्याची त्यांची दृष्टी केवळ भावनाप्रधानही नव्हती. आंतरराष्ट्रीय घटनांच्या पार्श्वभूमीवर त्यांनी हिंदुस्थानचे हित जोखून पाहिले आणि हिंदुस्थानच्या राजकारणावर भावी कालात होणाऱ्या परिणामांकडे दृष्टिक्षेप टाकून आपला विचार ठरविला.

या कार्यक्रमापैकी कायदेमंडळावर बहिष्कार घालण्याच्या प्रश्नावर टिळक आणि गांधी यांच्यात मतभेद होते. माँटेग्यूच्या सुधारणांनी लोकांचे समाधान होणार नाही, हे टिळक जाणून होते; कारण खरी सत्ता अजून सरकारी अधिकाऱ्यांच्या हातातच होती. कायदेमंडळे म्हणजे अगदी अपूर्व देणगी असल्यामुळे त्यांच्यावर कोणी टीका करू नये हे मवाळांचे मत टिळकांना मान्य नव्हते. त्यांचे असे ठाम मत होते की, हिंदी लोकांनी कायदेमंडळात प्रवेश केला पाहिजे. म्हणजे त्यांना प्रतियोगी सहकारितेची तत्त्वे तेथे व्यवहारात आणता येतील. लोकनियुक्त प्रतिनिधींच्या मागण्या मान्य केल्या, तर सहकार्य करण्यास हरकत नाही, असे त्यांचे मत होते. लोकांच्या मागण्या जर नोकरशाहीने मान्य केल्या नाहीत तर सहकार मागे घेऊन उलट सनदशीर पद्धतीने नोकरशाहीची अडवणूक केली पाहिजे. अधिकारीवर्ग व जनता यांचे खटके नेहमीच उडत राहणार अशी त्यांची समजूत होती; आणि कायदे मंडळाच्याद्वारेच मोठी चळवळ चालू ठेवून झगडा करण्याचा त्यांचा हेतू होता. राष्ट्रीय पक्षाच्या लोकांनी जर कायदेमंडळावर बहिष्कार घातला, तर ती त्यांची राजकारणातील आत्महत्याच घडून येईल आणि सरकारला अनुकूल असलेले पक्ष कायदेमंडळात शिरतील व अविरोध राज्यकारभार करण्याला सरकारला साहाय्य होईल. राष्ट्रीय पक्ष कायदेमंडळावर बहिष्कार घालील तर ते सरकारी अधिकाऱ्यांच्या पथ्यावरच पडेल आणि त्यांच्या कामात त्यांना कमी त्रास पडेल.

ऑगस्ट महिन्यात नागपूर येथे भरणाऱ्या काँग्रेसच्या खास अधिवेशनात बहिष्काराच्या प्रश्नावर विशेष जोर देण्याचे टिळकांनी ठरविले. तुर्कस्तानचा प्रश्न व हंटर कमिटीचा अहवाल यांचा विचार करून, असहकाराच्या कार्यक्रमावर त्या ठिकाणी विचारविनिमय होणार होता. या अधिवेशनाच्या अध्यक्षपदाच्या बहुमानाचीही टिळकांनी पर्वा केली नाही. उलट अध्यक्षपदापासून दूर राहूनच आपल्याला कायदे मंडळातील प्रवेशाबद्दल अधिक प्रचार करता येईल, असे त्यांना वाटत होते. गांधींना आपल्या मताकडे आपण वळवून घेऊ शकू अशी

खात्री त्यांना वाटत होती.

कायदे मंडळांवरील बहिष्काराला टिळकांनी व त्यांच्या राष्ट्रीय पक्षाने जो विरोध केला त्यामुळे गांधींच्या अनेक अनुयायांच्या मनात गैरसमज निर्माण झाला होता; परंतु पुढे घडत गेलेल्या घटनांमुळे टिळकांच्या धोरणाचा अचूकपणा प्रत्ययाला आला. कायदे मंडळांवरील बहिष्काराला लाभावे तसे यश लाभले नाही. जेव्हा प्रत्यक्ष निवडणुका झाल्या तेव्हा हिंदू अगर मुस्लिम उमेदवारांचा मुळीच तोटा पडला नाही. कायदेमंडळावर बहिष्कार घालण्याच्या गांधींच्या धोरणामुळे देशातील अपात्र लोकांना कायदेमंडळात जागा मिळाल्या; कारण सत्पात्र लोक बहिष्कार टाकून दूर राहिले होते. टिळकांनी जे भविष्य आधीच वर्तविले होते ते अगदी तंतोतंत खरे ठरले. निवडणुकीत घडलेल्या या प्रकारामुळे गांधींच्या अनेक अनुयायांचा भ्रमनिरास झाला आणि १९२२ साली गयेला भरलेल्या काँग्रेसच्या अधिवेशनात त्यांनी गांधींना विरोध करून 'स्वराज्य पक्षाची' स्थापना केली. पं. मोतिलाल नेहरू हे या नव्या पक्षाचे नेते होते. १९२५ साली झालेल्या निवडणुकीत या नव्या पक्षाने चांगलाच विजय मिळविला.

टिळक आणि गांधी यांच्या धोरणात बराच मूलगामी भेद होता; पण त्यांच्यात साम्यही काही कमी नव्हते. राजकारणाकडे बघण्याचा एक बलिष्ठ असा दृष्टिकोन त्या उभयतांमध्ये समान होता. त्यामुळे विरोधाचे धुके केव्हाच नष्ट होऊन गेले. हिंसा (Violence) आणि अहिंसा (Non-Violence) या बाबतीत त्यांच्या मतांमध्ये मूलभूत असा भेद होता; परंतु परस्परांच्या मतांचा आदर करण्यास ते कधीच चुकले नाहीत. समक्ष वादविवाद करताना हेटाळणीचा अगर कुत्सितपणाचा एकही शब्द कोणी कधी उच्चारला नाही. देशकल्याणासाठी आवश्यक अशी प्रचंड शक्ती गांधींच्या अंगी वसत आहे, हे टिळकांनी बरोबर ओळखले होते. आणि टिळकांना जर आणखी काही वर्षांचे आयुष्य लाभले असते, तर त्यांनी गांधींना आपल्या प्रतियोगी सहकारितेच्या तत्त्वाकडे खास वळविले असते, असे म्हणण्यास खात्रीने जागा आहे. टिळकांचा प्रगाढ अनुभव, त्यांचा धकाधकीचा जीवनक्रम आणि ब्रिटिश राज्याला त्यांनी सातत्याने केलेला विरोध, या गोष्टींमुळे सहकाराच्या तत्त्वाविरुद्ध जाणे त्यांना अर्थात् कधीही शक्य झाले नसते; पण त्याचबरोबर त्यांनी त्या असहकाराच्या चळवळीला केवळ तात्त्विक व भावनात्मक स्वरूप कधीच दिले नसते आणि टिळकांच्या पश्चात नेमकी हीच गोष्ट घडली. टिळक असते तर त्या चळवळीला व्यक्तिनिष्ठेचे व धर्माचे अवडंबर कदापि प्राप्त झाले नसते; पण दुर्दैवाने हा प्रसंग आला नाही; कारण त्यापूर्वीच टिळकांनी आपले महायात्रेचे प्रस्थान ठेवले.

युगंधर पुरुषाचे महाप्रयाण

अमृतसरचे अधिवेशन संपले. त्या अधिवेशनात टिळकांनी दिलेले भाषण हे राष्ट्रीय व्यासपीठावरून त्यांनी दिलेले अखेरचेच भाषण ठरले. अधिवेशन संपवून टिळक परत आले ते थकूनभागूनच. काळाच्या चोरट्या पावलांची चाहूल लागली होती. पंचमहाभूतांपासून उसना मागून आणलेला देह परत करायचा समय प्राप्त झाला होता. अवतारकार्य संपत आले होते. आयुष्यातील कर्तबगारीची मध्यान्ह उलटली होती. जीविताची संध्याकाळ झाली होती.

अमृतसरहून परत आल्यानंतर टिळकांना डॉक्टरांनी विश्रांतीचा सल्ला दिला होता. दोन तासांपेक्षा जास्त वेळ काम करायचे नाही आणि किमान एक तास तरी चालण्याचा व्यायाम घ्यायचा असे नियमही डॉक्टरांनी घालून दिले होते. हे नियम पाळता यावेत म्हणून टिळकांनी पुणे स्टेशनजवळ एक बंगला भाड्याने घेऊन तेथे आपले निवासस्थान हलविले होते; पण लोकांनी त्याही ठिकाणी जाऊन त्यांना त्रास द्यायला सुरुवात केली. टिळकांच्या काही स्नेही मंडळींनी त्यांना विश्रांतीचा सल्ला दिला होता. एका स्नेह्याने तर त्यांना विश्रांतीसाठी काश्मीरलाही पाचारण केले होते; पण आजन्म कष्ट भोगून टिळकांचा देह आता मनस्वी थकला होता. त्यांच्या श्रान्त देहाला अल्पकालीन विश्रांतीऐवजी आता चिरकालीन विश्रांती हवी होती, याची कोणाला कल्पना असणार? माणसाचा अंतकाळ समीप आला म्हणजे त्याला आपल्या चिरपरिचित जागी विश्रांतीसाठी जाण्याची आस असते की काय कोणास ठाऊक? टिळकांनी विश्रांतीसाठी सिंहगडावर जायचे ठरविले. तिकडे जाण्याची सिद्धताही केली; पण देशातील परिस्थिती दिवसेंदिवस अधिकच बिकट होत चालली होती. त्यामुळे सिंहगडावर विश्रांतीसाठी जाण्याचा बेत टिळकांना रहित करावा लागला.

तुर्कस्तानच्या तहामुळे मुस्लिम जनतेची अंत:करणे पेटून उठली होती. त्यात हंटर कमिटीच्या अहवालाचे इंधन पडले. मुस्लिम समाजातील काही तापट मंडळी सशस्त्र उठावाची भाषा बोलू लागली होती. काही लोक अफगणिस्तानची

सरहद्द ओलांडून तेथे 'जिहाद' करण्याची भाषा बोलू लागले होते. ब्रिटिश सरकारबद्दलचा तीव्र संताप व्यक्त करण्याचा तोच एकमेव मार्ग आहे, असे या लोकांचे मत होते. देशातील बहुजन समाजाने गांधींच्या निष्फळ कार्यक्रमाकडे पाठ फिरविली. व्यवहारी राजकारणी पुरुष या परिस्थितीमुळे अधिकच धास्तावून गेले. या बिकट परिस्थितीत टिळकांनी सुयोग्य सल्ला देऊन नेमके मार्गदर्शन करावे, अशी विनंती करणारे असंख्य निरोप रोज टिळकांकडे येऊ लागले.

फेब्रुवारी आणि मार्च महिन्यांमध्ये टिळकांनी बऱ्याच जवळच्या आणि लांबच्या गावांचा दौरा केला. दि. १४ फेब्रुवारीला टिळक सांगली येथे भरणाऱ्या ज्योतिष संमेलनासाठी पुण्याहून निघाले. वाटेत मिरजेला त्यांना उतरवून घेऊन लोकांनी त्यांचे प्रचंड स्वागत केले. ज्योतिष परिषदेचे अध्यक्ष प्रख्यात विनोदी साहित्यिक व नाटककार श्रीपाद कृष्ण कोल्हटकर हे होते. टिळकांनी सर्व ठिकाणी लोकांना स्पष्टपणे बजावले, की कोल्हटकर हे परिषदेचे अध्यक्ष असल्याने त्यांचा मान प्रथम राखला गेला पाहिजे. या परिषदेला श्री शंकराचार्य डॉ. कुर्तकोटी हे उपस्थित असावेत, अशी टिळकांची तीव्र इच्छा होती. म्हणून त्यांनी कोल्हापूरला आपला खास माणूस पाठवून शंकराचार्यांना बोलावून घेतले. दि. १५ फेब्रुवारीला त्यांच्या अध्यक्षतेखाली टिळकांचे भाषण झाले. सांगलीच्या संमेलनात त्यांनी दिलेले भाषण हे सार्वजनिक कार्यासाठी दिलेले त्यांचे शेवटचे भाषण होते. शुद्ध पंचांग सुरू करावे, असा आदेश त्यांनी इंग्लंडला जाण्यापूर्वीच दिला होता. सांगलीच्या संमेलनात नवीन करणग्रंथ करण्याला मान्यता देण्यात आली.

या संमेलनात केलेल्या भाषणात टिळकांनी अखेरीस सांगितले, "शुद्ध गणिताचा स्वीकार केल्यास धर्मशास्त्रांशी विरोध येईल असे कित्येकांना वाटते; परंतु तसे होण्याचे बिलकूल कारण नाही. धर्मशास्त्री लोकांनी सर्वानुमते निर्णय करून दिल्यास व त्या गोष्टीस श्री जगद्गुरूंची संमती मिळविल्यास हा प्रश्न सुटणे अशक्य नाही. आणि अशाच प्रकारे तो सोडविला पाहिजे. वेदामध्ये ही तडजोड आहे. आपण तडजोड करण्यास नाकबूल होणे म्हणजे वेदांचा उपमर्द करण्यासारखे आहे."

सांगलीच्या ज्योतिष परिषदेला मार्गदर्शन करण्याखेरीज तेथील तीन दिवसांच्या मुक्कामात टिळकांना इतरही अनेक कार्यक्रमांना उपस्थित राहावे लागले. सांगली आणि मिरज येथे त्यांच्या प्रचंड मिरवणुका काढण्यात आल्या. दोन्ही शहरांतून ठिकठिकाणी जाहीर सभाही घेण्यात आल्या.

सांगलीहून निघण्यापूर्वी दि.१७ला रात्री एका जाहीर सभेत 'कर्मयोगावर' टिळकांचे भाषण चालू असताना कोणी तरी साप सोडल्याची अफवा उठल्याने

सभेत घबराट उडाली. सभेला दहा हजारांहून अधिक लोक उपस्थित असल्याने या प्रकाराने सर्वत्र गोंधळ माजला. व्यासपीठावर डॉ. कुर्तकोटी, कोल्हटकर, टिळक आणि इतर पाहुणे मंडळी बसली होती. लोक व्यासपीठावर चढून गडबड करतात की काय, अशी धास्ती संमेलनाच्या संयोजकांना वाटत होती; पण टिळकांनी शांतपणे परिस्थिती हाताळली. शांतता प्रस्थापित झाल्यानंतर टिळक लोकांना म्हणाले, की वेदान्ताबद्दल थोड्याच वेळापूर्वी ऐकलेल्या भाषणाचा तुमच्या मनावर काहीच परिणाम झालेला दिसत नाही. केवळ अफवेने इतकी घबराट उठण्याचे काहीच कारण नव्हते, असे सांगून टिळक पुढे म्हणाले, "घबराट उडण्याजोगी खरोखरी परिस्थिती असती तरी घबराटीचे मूळ नष्ट करता आले असते." पुण्यामध्ये गोखले यांच्या अंत्यविधीच्या वेळी झालेल्या भाषणात लोकांनी टाळ्या वाजविल्या होत्या, तेव्हा टिळकांनी त्यांना त्याही वेळी प्रसंगाच्या गांभीर्याची जाणीव करून दिली होती. त्याचप्रमाणे सांगली येथील या भाषणाच्या वेळी घडलेल्या प्रकारानंतर त्यांनी लोकांना बजावले, की स्वराज्याच्या दिशेने मार्गक्रमण करणाऱ्या लोकांनी ब्रिटिशांची शिस्त प्रथम अंगी बाणवली पाहिजे.

सांगलीहून परत आल्यानंतर त्यांना लगेच मुंबईला जावे लागले. दीर्घकाळ अमेरिकेत राहून लाला लजपतराय दि. २० फेब्रुवारीला परत येणार होते. एका जाहीर सभेत त्यांना दिलेल्या मानपत्रावर टिळकांची स्वाक्षरी होती.

टिळक इंग्लंडहून परत आल्यापासून नेमस्त व ब्राह्मणेतर यांच्या युतीने टिळकांना त्रास द्यायला सुरुवात केली होती. सांगलीला जाण्यापूर्वी पुण्याच्या किर्लोस्कर थिएटरमध्ये नेमस्त व ब्राह्मणेतर यांनी काही पोरांना हाताशी धरून टिळकांवर अंडी फेकली होती. त्यानंतर दि. ३ आणि ४ मार्च रोजी जुन्नर येथे जिल्हा काँग्रेसच्या अधिवेशनातही हाच प्रकार घडला. पुण्याचे नेमस्त जुन्नरच्या शेतकऱ्यांचे पाठीराखे म्हणून या अधिवेशनाला उपस्थित होते. शेतकऱ्यांना परिषदेत मुक्त प्रवेश मिळवून देण्याच्या निमित्ताने त्यांनी गोंधळ माजविण्याचा प्रयत्न केला; पण ते न जमल्याने त्यांनी अर्वाच्य शिवीगाळ करण्यास सुरुवात केली. त्यानंतर झालेल्या एका जाहीर सभेत टिळकांनी मतदार देशाचे भवितव्य कसे घडवू शकतात हे विशद करून सांगितले. जुन्नर येथे टिळकांना मुसलमानांतर्फे आणि ब्राह्मणेतरांतर्फे पानसुपारी देण्यात आली.

दि. ६ आणि ७ मार्च रोजी संकेश्वर येथे बेळगाव जिल्हा काँग्रेसचे अधिवेशन अणे यांच्या अध्यक्षतेखाली झाले. या अधिवेशनाला टिळक उपस्थित होते. संकेश्वर आणि हुक्केरी येथे त्यांची जाहीर सभांतून भाषणे झाली. संकेश्वर येथे जैन आणि ब्राह्मणेतर यांच्यातर्फे सभा झाली. आपण ब्राह्मण आणि ब्राह्मणेतर

असा पक्षपात करतो, हा आरोप निराधार आहे, असे टिळकांनी या वेळी सांगितले. केवळ ब्राह्मणांसाठी आपण काही तरी केले असल्याचे एखादे तरी उदाहरण दाखवून द्यावे, असे आव्हानही त्यांनी दिले.

पुण्याला ब्राह्मणेतरांनी स्थापन केलेल्या गोपाळ क्लबमध्ये टिळकांचे दि. १६ मार्चला भाषण झाले. त्याच दिवशीच्या 'केसरी'त आणि नंतरच्या रविवारच्या 'मराठ्या'त टिळकांनी ब्राह्मण-ब्राह्मणेतर भेदाबद्दलची आपली मते स्पष्ट करणारे लेख प्रसिद्ध केले. त्यात त्यांनी लिहिले होते, 'ब्राह्मण आणि ब्राह्मणेतर ही विभागणी अनैसर्गिक आणि कृत्रिम आहे. खालच्या दर्जाचे समजले गेलेले व्यवसाय इतर जातींप्रमाणे ब्राह्मणांपैकीही काहीजण करतात. इतर जातींप्रमाणे ब्राह्मणातही चांगले आणि वाईट लोक आहेत. जातिव्यवस्था ही कामाची विभागणी करण्याच्या हेतूने करण्यात आली होती. त्यातील हेतू संघटन करण्याचा होता. सध्याप्रमाणे विघटनाचा नव्हता.'

मार्चच्या तिसऱ्या आठवड्यात दिल्ली येथे होणाऱ्या ऑल इंडिया काँग्रेस कमिटीच्या बैठकीस उपस्थित राहावे लागेल अशी टिळकांची अपेक्षा होती. म्हणून मार्चच्या शेवटच्या आठवड्यात सिंध प्रांताच्या दौऱ्यावर आपण येऊ, असे आश्वासन त्यांनी त्या प्रांताच्या नेत्यांना दिले होते. काँग्रेसची बैठक रद्द झाली तरीही त्यांनी सिंधचा आपला नियोजित दौरा रद्द केला नव्हता.

सिंधमध्ये दि. २ एप्रिल रोजी प्रांतिक परिषद भरणार होती. दि. २४ मार्च रोजी टिळक, खापर्डे आणि पटेल अजमेरला पोचले. त्या दिवशी तेथील दुकानांमध्ये नयनमनोहर रोषणाई केली होती. व्यापाऱ्यांनी टिळकांवर सोन्याचांदीची फुले उधळली. जाहीर सभेत टिळकांचा सत्कार करण्यात आला, तेव्हा तीस हजार लोक उपस्थित होते.

सिंधच्या दौऱ्यात सततचा प्रवास आणि कडक उन्हाळा यामुळे टिळकांची प्रकृती खालावली. नेहमी टिळकांचा आवाज चांगला चढा असे. ते भाषण करायला लागले म्हणजे दहा हजार श्रोत्यांना सहज ऐकू जाईल इतक्या लांबच्या टप्प्यापर्यंत त्यांचा आवाज पोचत असे; परंतु सिंधच्या दौऱ्यात एक गोष्ट लक्षात आली की, त्यांच्या आवाजाचा पल्ला बराच कमी झाला आहे. त्यांच्या ऐकण्याचे मानही बरेच कमी झाले होते आणि दृष्टीला थोडी थोडी अंधुकता येऊ लागली होती. एरवी एखाद्या सिंहाप्रमाणे झेपा टाकीत ते जलद जलद चालत असत; पण ती चालही आता थोडी मंदावली होती. चालीत ऐटही कमी झाली होती. सिंधच्या या दौऱ्यात त्यांच्या घशाला मनस्वी कोरड पडे आणि त्यांना एकसारखी तहान लागे. अशा वेळी सोडा-लेमन पिण्याचा त्यांचा सपाटा असे. तोंडाला कोरड पडो वा पोटाला भूक लागो, त्यांचा तो दौरा धुमधडाक्याने सुरू होता.

शरीर त्यांना मागे मागे खेचीत होते; पण मन:सामर्थ्यावर ते पुढे पुढे चालले होते.

या दौऱ्यात टिळकांनी कराची, हैदराबाद, सक्कर इत्यादी ठिकाणी असंख्य सभांतून भाषणे केली. ज्या भागात ते जात तो भाग एक प्रकारच्या नवचैतन्याने स्फुरण पावून उठत असे. दीनदुबळे मुसलमान शेतकरी टिळकांना पाहताच नव्या उत्साहाने न्हाऊन निघत असत. या दौऱ्याची सारी व्यवस्था सिंधी पुढारी चोइतराम गिडवानी यांच्याकडे होती. टिळकांच्या या दौऱ्याबद्दल त्यांनी पुढे पुढील उद्‌गार काढले, 'राजकीयदृष्ट्या मागासलेल्या अशा आमच्या लोकांत टिळकांनी एक प्रकारचे नवचैतन्य ओतले. आता इथून पुढे सिंधची जनता आपल्या अन्य बांधवांच्या खांद्याला खांदा लावून आणि आपली मान ताठ ठेवून मार्ग आक्रमण करील.' सिंध प्रांतात टिळकांच्या या दौऱ्यामुळे नवचैतन्य निर्माण झाले खरे; पण टिळकांच्या स्वत:च्या देहातील चैतन्य मात्र हळूहळू क्षीण होऊ लागले.

हा दौरा आटोपून टिळक तडक सोलापूरला मुंबई प्रांतिक अधिवेशनाला उपस्थित राहण्यासाठी गेले. मॉंटेग्यू-चेम्सफोर्ड सुधारणांन्वये होणाऱ्या निवडणुका लढविण्यासाठी कॉंग्रेस लोकशाही पक्षाचा कार्यक्रम त्यांनी तेथे विशद करून सांगितला.

प्रचंड श्रोतृसमुदायाला मंत्रमुग्ध करण्याच्या टिळकांच्या सामर्थ्याचे शल्य नेमस्त व ब्राह्मणेतर युतीला खुपत होते. म्हणून सोलापूर येथील परिषद आपल्या स्वत:च्या सामर्थ्यावर जिंकायची तरी किंवा उधळून तरी लावायची, असा निश्चय त्यांनी केला होता. त्यांना पुण्याहून कुमक मिळाली होती आणि या सर्वांनी मिळून स्थानिक गुंडांच्या साहाय्याने परिषदेत हस्तक्षेप करायचे ठरविले होते; पण या परिषदेत खरी चकमक उडाली ती शाब्दिकच होती आणि तीही टिळक व त्यांचे अनुयायी आणि ॲनी बेझंट, रँग्लर र. पु. परांजपे आणि त्यांचे अनुयायी यांच्यात.

सोलापूरहून पुण्याला आल्यानंतर राजकारणाशी संबंधित नसलेल्या दोन महत्त्वाच्या गोष्टींचा विचार टिळकांच्या मनात होता. त्यांचे दोन्ही चिरंजीव लग्नाचे होते. त्यापैकी थोरले रामभाऊ त्या वेळी सव्वीस वर्षांचे होते; पण ते स्वतंत्र विचाराचे असल्याने टिळकांनी दुसरे चिरंजीव श्रीधर ऊर्फ बापू यांचे लग्न करायचे ठरविले. लग्नाच्या बोलण्यांमध्ये देण्याघेण्याच्या प्रश्नावर चर्चा झाली नसली, तरी इतर कामांमध्ये टिळक गुंतून पडले. एप्रिलच्या अखेरीला टिळक विश्रांतीसाठी सिंहगडावर गेले; पण तेथेही लग्नपत्रिका पाठविण्याच्या कामात त्यांचा बराच वेळ गेला. लग्न मे महिन्यात झाले.

टिळकांचा मुक्काम सिंहगडावर असताना गांधींचा मुक्कामही तेथे होता. त्यांच्या परिवारात काही डॉक्टरही होते; कारण त्या वेळी गांधींची प्रकृती ठीक नव्हती. या मुक्कामात उभय नेत्यांनी बऱ्याच वेळा चर्चा केली.

याच सुमाराला बाळा महाराज पंडित, कोल्हापूरचे छत्रपती आणि मुंबई सरकार यांनी संयुक्तरीत्या जगन्नाथ महाराजांवर पुन्हा एकदा दावा लावला. टिळकांनी कोल्हापूर दरबार आणि पंडित महाराज घराणे यांच्यातील करारमदारांचा आणि सनदांचा तसेच पंडित महाराज आणि मुंबई सरकार यांच्यातील कागदपत्रांचा पुन्हा एकदा अभ्यास केला. त्यांनी तयार करून दिलेला जबाब इतका योग्य होता की, त्यामुळे जगन्नाथ महाराज जुलैमध्ये हायकोर्टात हा दावा जिंकू शकले.

मे महिन्यात टिळकांना तीन लाख रुपयांची थैली अर्पण करण्याचा समारंभ डॉ. नानासाहेब देशमुख यांच्या अध्यक्षतेखाली झाला. चिरोल खटल्यात टिळकांना जो खर्च आला त्याची भरपाई व्हावी यासाठी राष्ट्रीय पक्षाने हा निधी जमविला होता. राजकीय पुढाऱ्याला अर्पण करण्यासाठी एवढा प्रचंड निधी हिंदुस्थानच्या इतिहासात तोपर्यंत तरी कधी जमा झाला नव्हता. जनतेने या लोकमान्य नेत्यावर किती अपार प्रेम केलेले होते याचे हे निदर्शक होते. एवढा प्रचंड निधी जमवल्याबद्दल टिळकांनी लोकांचे मन:पूर्वक आभार मानले. आभार मानताना ते गहिवरून गेले. ते म्हणाले, "मी फिर्याद केली ती व्यक्तिश: चिरोल साहेबावर असली तरी खरे युद्ध सरकारशीच होते. याचे प्रत्यंतर खटल्यात सर एडवर्ड कार्सन यांनी, 'हा खटला टिळकांनी जिंकला, तर इंग्रज सरकारवर अनर्थ गुदरेल व त्यांना हिंदुस्थानात राज्य करणे कठीण जाईल,' असे उद्‌गार काढले, यावरूनच मिळणारे आहे आणि या खटल्याचे सार्वजनिक स्वरूप लक्षात घेऊनच लोकांनीही एवढा प्रचंड फंड जमविला. हा फंड मजकरीता उभारून खरोखर लोकांनी आज मला विकत घेतले आहे."

दि. २७ मे रोजी टिळक ऑल इंडिया काँग्रेस कमिटीच्या सभेसाठी बनारसला गेले. टिळक मुंबईहून ज्या गाडीने बनारसला गेले त्याच गाडीत गांधीही होते. जून महिन्यात ते पुण्याला परत आले.

यानंतरचे दोन महिने काँग्रेस लोकशाही पक्षाची नीट जुळवाजुळव करण्यात टिळकांनी खर्च केले. गांधींचे असहकाराचे धोरण आणि त्यांचे स्वत:चे प्रतियोगी सहकारितेचे धोरण यांचा सांधा जुळविण्यासाठी टिळकांनी बरेच प्रयत्न केले. कौन्सिल प्रवेशासंबंधी त्यांची मते ठाशीव स्वरूपाची होती. सरकारशी समर्थ असा लढा द्यायचा असेल, तर कौन्सिलच्या साऱ्या जागा काँग्रेसच्या उमेदवारांनीच हस्तगत करणे आवश्यक आहे, असे त्यांचे स्पष्ट मत होते. काँग्रेसचे प्रतिनिधी एकदा का कौन्सिलात शिरले म्हणजे अधिकारी वर्गाच्या कावेबाजपणामुळे

आणि अधिकारामुळे पदरात पडणाऱ्या लाभाने सुधारणा राबविण्याकडे त्यांच्या मनाचा कल झुकेल अशी भीती गांधींना वाटत होती. उलट टिळकांना ही भीती मुळीच वाटत नव्हती. त्यांचा आशावाद दांडगा होता आणि आपल्या अनुयायी वर्गावर त्यांचा पराकाष्ठेचा विश्वास होता. त्यामुळे त्यांची खात्री होती की, अधिकारी वर्गाची या प्रतिनिधींसमोर कसलीही मात्रा चालणार नाही. अशा तऱ्हेने कौन्सिलात राहून आणि बाहेरून एकदमच आपल्याला असहकाराचे तत्त्व अमलात आणता येईल. 'दूर फटकून राहण्याचे' तत्त्वज्ञान टिळकांच्या राजकारणात बसत नव्हते.

जुलै महिन्याच्या प्रारंभी टिळकांना हिवताप येऊ लागला. त्यांच्या निकटवर्तीयांना त्यांच्या प्रकृतीची काळजी वाटू लागली. टिळकांना संपूर्ण विश्रांती मिळावी म्हणून एखाद्या कोरड्या हवेच्या ठिकाणी नेण्याचे बेतही चालले होते; पण जगन्नाथ महाराजांच्या इस्टेटीसंबंधी हायकोर्टात अर्ज दाखल करून बाळा महाराज, कोल्हापूरचे छत्रपती आणि मुंबई सरकार या त्रिवर्गाने एक नवी भानगड उपस्थित करून ठेवली होती. इनामी उत्पन्न आपल्या देणगीचे आहे, असा दावा त्यांनी त्या अर्जात मांडला होता. जगन्नाथ महाराजांची कैफियत तयार करण्याचे काम टिळकांनी आपल्याकडे घेतल्याने त्यासाठी त्यांना मुंबईला जाणे भाग पडले. दि. १२ जुलैला रात्रीच्या गाडीने त्यांनी पुणे सोडले. त्या वेळी त्यांच्या अंगातला ताप पुरता निघाला नव्हता; पण टिळकांनी आपल्या उभ्या आयुष्यात कधी कष्टांची पर्वा केली नव्हती. शरीर थकले होते; पण त्याच्याकडून कष्टाचे काम रेटण्याचे कार्य मात्र थांबले नव्हते.

दि. २१ जुलै रोजी हायकोर्टाने प्रतिपक्षाचा अर्ज नामंजूर करून काढून टाकला आणि टिळकांच्या आयुष्याच्या अगदी अखेरीला त्यांच्या पदरात अखेरचे यश टाकले. टिळकांनी कज्जा जिंकला आणि त्या नाटकाचे आनंदपर्यवसायी भरतवाक्य उच्चारले गेले; पण त्याच वेळी टिळकांच्या आयुष्याच्या अखेरीची नांदी सुरू झाली. कामाचा ताण व प्रवासाचा त्रास त्यांच्या आधीच क्षीण झालेल्या प्रकृतीला झेपला नाही.

बुधवार दि. २१ जुलै हा दिवस उदासवाणा उगवला. सकाळपासून आकाशात ढग जमा होऊन वातावरण कुंद होऊन गेले होते. अधूनमधून झिमझिम पाऊस पडतच होता. संध्याकाळी पावसाने थोडी उघडीप दिली. टिळकांच्या अंगात थोडा ताप होता, तरी ते दिवाण चमनलाल यांच्याबरोबर मोटारीतून बाहेर हिंडायला गेले. गाडीत सुमारे दोन तास गांधींच्या असहकारितेवर आणि भारतीय मजूर परिषदेच्या चळवळीवर त्यांचे बोलणे चालले होते. मजूर परिषदेचे अध्यक्षस्थान टिळकांनी स्वीकारावे अशी विनंती दिवाण चमनलाल यांनी त्यांना केली. ती विनंती मान्य करताना टिळक म्हणाले, 'मजूर वर्गाकडे माझे लक्ष आहे. १९०८

साली मला शिक्षा झाली तेव्हा गिरणी मजुरांनी माझ्याबद्दल केवढे प्रेम व्यक्त केले!'

मुंबईतील या मुक्कामात गांधी, मौलाना शौकतअली आणि इतर काही नेते टिळकांना भेटून गेले. त्यामध्ये तरुण जवाहरलाल नेहरूंचाही समावेश होता.

मजूर परिषदेच्या अधिवेशनाला जाण्याचे त्यांनी आनंदाने मान्य केले; पण तो योग येणार नव्हता. दिवाण चमनलाल यांच्याबरोबर टिळक हिंडले तेच त्यांचे अखेरचे हिंडणे ठरले. सरदारगृहात ते परतले त्याच रात्री त्यांचा ताप वाढला आणि त्या तापातून ते बरे झाले नाहीत. पहिले काही दिवस हिवताप आहे अशा समजुतीने त्या दिशेने उपाययोजना चालली होती.

शुक्रवार दि. २३ जुलै, १९२० हा टिळकांचा चौसष्टावा वाढदिवस. त्या दिवशी त्यांच्या प्रकृतीला थोडा आराम वाटला. ते थोडा वेळ आपल्या बिछान्यावर उठून बसले. आणि वाढदिवसानिमित्त देशातून आलेल्या असंख्य संदेशांचा त्यांनी स्वीकार केला. भोवतालच्या मंडळींशी बोलताना त्यांनी थोडा थट्टाविनोदही केला. आपण आणखी पाच वर्षे जगणार, असे ते गमतीने म्हणाले. त्या दिवशी ते कमालीचे आनंदी दिसत होते. संकट टळले असे वाटून सर्व लोक निर्धास्त झाले.

सोमवारपासून त्यांचे दुखणे उलटले. फुफ्फुसाच्या भागावर सूज आली आणि न्युमोनियाची चिन्हे स्पष्ट दिसू लागली; पण टिळकांची शुद्ध मात्र पुरती हरपली नव्हती. इतक्या मोठ्या आजारातही ते अधूनमधून विनोद करीत. विशेषत: औषध व इंजेक्शन घ्यायला लावणाऱ्या डॉक्टरांशी बोलताना ते थट्टामस्करी करीत. त्यांच्या आजाराचे गांभीर्य ओळखून त्यांचे चिरंजीव, कन्या, इतर नातेवाईक आणि काही मित्र त्यांच्याजवळ राहायला आले होते.

टिळकांच्या आजाराची बातमी सर्वत्र पसरताच सरदारगृहाला लोकांचा वेढा पडला. जो तो चिंताग्रस्त होऊन टिळकांच्या प्रकृतीबद्दल चौकशी करू लागला. गांधी आणि महमदअली जिना यांच्याकडूनही वारंवार विचारणा होऊ लागली. रस्त्यावरचा जमाव काही केल्या हटेना. टिळकांच्या प्रकृतीबद्दलची पत्रके वारंवार प्रसिद्ध होऊ लागली.

बुधवार दि. २८ रोजी मात्र टिळकांच्या दुखण्याला उतार पडेल की नाही, अशी शंका वाटू लागली. गुरुवारी त्यांना हृदयविकाराचा झटका आला. त्याच दिवशी वास्तविक सारे संपायचे! पण डॉक्टरांच्या उपाययोजनेमुळे तो दिवस निभावला. शुक्रवार व शनिवार बेशुद्धावस्थेतच गेले. हृदय क्षीण होत चालले. नाडीचा पत्ता नव्हता. ते आजाराशी झगडत होते आणि ख्यातनाम डॉक्टर त्यांना वाचविण्यासाठी झगडत होते. डॉ. देशमुख, डॉ. भडकमकर, डॉ. वेलकर, डॉ. साठे इत्यादी मुंबईतील पहिल्या प्रतीची डॉक्टर मंडळी टिळकांच्या रुग्णशय्येजवळ बसून होती. नातेवाईक आणि स्नेही मंडळीही सतत आसपास होती. गरीब-

श्रीमंत, लहान-थोर, स्त्री-पुरुष सारेजण टिळकांना आराम पडावा म्हणून प्रार्थना करीत होते; परंतु टिळकांची जीवनज्योत मालवायच्या बेताला आली होती. तेव्हा डॉक्टरी उपचार आणि प्रार्थना कुठवर उपयोगी पडणार?

शनिवारी रात्री नऊ वाजण्याच्या सुमारास डॉक्टरांनी एक इंजेक्शन देऊन बघितले; पण काहीही उपयोग होईना. सारे मानवी प्रयत्न थकले. श्वास हळूहळू जड होऊ लागला. टिळकांचे परमप्रिय स्नेही दादासाहेब खापर्डे यांनी डॉ. भडकमकरांना विचारले, "काहीही करून लोकमान्यांचे प्राण वाचविता येणे शक्य नाही का?" यावर डॉक्टरांनी उत्तर दिले, "टिळक आता मनुष्याधीन स्थितीत राहिलेले नसून, ईश्वराधीन झालेले आहेत." दि. ३० रोजी सरदारगृहाकडे रीघ लागली होती. गांधी, जिना, सर नारायण चंदावरकर हे त्या दिवशी येऊन गेले.

दि. ३१ला टिळकांच्या प्रकृतीत किंचित सुधारणा झाल्यासारखे वाटले; पण ती सुधारणा फसवी होती. त्या रात्रीच्या हृदयद्रावक प्रसंगाचे वर्णन दादासाहेब खापर्डे यांनी केले आहे. ते म्हणतात, "डॉ. नानासाहेब देशमुख यांनी सांगितले की, लोकमान्यांचा आजार जास्तच बळावला असून, कोणत्याही क्षणी काहीही घडण्याची शक्यता आहे. डॉ. जी. व्ही. देशमुख आणि डॉ. साठे यांनीही तेच सांगितले आणि डॉ. भडकमकर यांनीही दुजोरा दिला. लोकमान्यांना श्वासोच्छ्वास करणे जड होऊ लागले आणि त्यांच्या घशातून विचित्र आवाज येऊ लागला. शेवटचा क्षण जवळ आला होता. मी आल्याच्या रसातून हेमगर्भाची मात्रा त्यांना चाटविली. डॉक्टरांनी अखेरचा उपाय म्हणून लोकमान्यांच्या मज्जारज्जूत इंजेक्शन दिले. पुन्हा हेमगर्भाची मात्र द्यायची माझी इच्छा होती; पण मी काही करण्याच्या पूर्वीच सारे संपले! खोलीतील सारेजण दुःखाने आक्रोश करू लागले."

दि. ३१ जुलै, १९२० रोजी रात्री बारा वाजून चाळीस मिनिटांनी या अलौकिक लोकमान्य युगंधर पुरुषाची प्राणज्योत मालवली आणि तेजात तेज निमाले.

टिळकांचा पार्थिव देह पलंगावरून उचलून खाली ठेवला. बाहेर जाऊन डॉक्टरांनी 'टिळक गेले' एवढे दोनच शब्द उच्चारले. एका क्षणात सारा देश शोकसागरात बुडून गेला.

टिळकांच्या मृत्यूची बातमी कळताच नाटके, सिनेमा इत्यादी करमणुकीचे कार्यक्रम एकदम स्थगित झाले. पहाटेपासून टिळकांच्या पार्थिव देहाचे दर्शन घेण्यासाठी गर्दी लोटली. सरदारगृहाकडे जाणाऱ्या साऱ्या मार्गांवर माणसांची नुसती रीघ लागली. सर्वांना दर्शन सुलभ व्हावे म्हणून त्यांचे शव चौरंगावर बसते करून, सरदारगृहाच्या गॅलरीत ठेवले होते. त्यांच्या कपाळावर भस्म व चंदन चर्चिले होते आणि फुलांनी त्यांचा देह आच्छादिला होता. लक्षावधी लोक भक्तिभावाने येऊन टिळकांचे अखेरचे दर्शन घेत होते.

मिळेल त्या गाडीने हजारो लोक पुण्याहून अंत्यदर्शनासाठी मुंबईला येऊन दाखल झाले. पुण्याहून खास गाडी सुटली; पण प्रवाशांचा ओघ काही केल्या संपेना. सकाळचा पहिला प्रहर संपला आणि क्रॉफर्ड मार्केटपासून धोबी तलावापर्यंत माणसांचा हा विराट सागर पसरला. त्या सागराला प्रतिक्षणी भरतीच येत होती. टिळकांच्या पार्थिव देहाचे अंत्यदर्शन घेतले नाही असा मनुष्य त्या दिवशी मुंबईत सापडणे कठीण होते.

मुंबई सरकारच्या खास परवानगीने अंत्यविधी चौपाटीवर होण्याचे ठरले. दुपारी दोन वाजता टिळकांचा पार्थिव देह सरदारगृहातून हलविण्यात आला. टिळक आता पुन्हा या सरदारगृहात येणार नव्हते. महायात्रेला प्रारंभ झाला तेव्हा जनतेच्या दु:खाला पारावार उरला नाही. लोकांच्या डोळ्यांत अश्रू उभे राहिले आणि त्यांना दिसेनासे झाले. त्यांच्या डोळ्यांसमोरचा तो अफाट जनसागर लुप्त झाला. ज्या महापुरुषाने त्यांच्यावर अलोट प्रेम केले होते त्याचाच देह त्यांना फक्त दिसत होता. अंत्ययात्रा मुंगीच्या पावलाने पुढे सरकत होती. घराघरांच्या छपरांवरून टिळकांच्या पार्थिव देहावर सतत पुष्पवष्टी होत होती. अंत्ययात्रेत समयोचित शांतता असल्याने वाजणारे टाळ आणि म्हटली जाणारी भजने दूर अंतरावरून ऐकू आल्याचा भास होत होता. हिंदू, पारशी, ख्रिश्चन, मुसलमान इत्यादी सर्व पंथोपपंथांच्या लोकांनी टिळकांच्या प्रेतासनाला खांदा दिला. गांधी, डॉ. किचलू, मौलाना शौकतअली, जवाहरलाल नेहरू, लाला लजपतराय इत्यादी नेते आळीपाळीने खांदा देत होते.

सरदारगृहापासून दुपारी दोन वाजता निघालेली अंत्ययात्रा संध्याकाळी सहाच्या सुमारास चौपाटीवर जाऊन पोचली. त्या ठिकाणी चंदनाची चिता सिद्ध झाली. टिळकांचा पार्थिव देह त्या चंदनासनावर विसावला. सारे धार्मिक संस्कार संपले. प्रमुख पुढाऱ्यांची भाषणे झाली. काहींच्या तोंडून दु:खावेगामुळे शब्द फुटेना. काही क्षणात टिळकांचा पार्थिव देह अग्निनारायणाच्या स्वाधीन झाला आणि सारे शांत अगदी शांत होऊन गेले.

लोकमान्य टिळकांच्या निधनानंतर त्यांच्याबद्दल गांधींनी लिहिले होते, 'बहुजन समाजावर एवढे वजन असणारा दुसरा पुढारी आधुनिक काळात झालेला नाही. जनतेची त्यांच्याविषयीची पूज्यबुद्धी कौतुकास्पद होती. जनता त्यांना परमेश्वराचा अवतारच मानीत होती यात काही शंका नाही.'

टिळक गेले. काही काळ देशाचा आवाज शांत झाला. हिंदुस्थानाच्या इतिहासात त्यांनी निर्माण केलेले स्वातंत्र्याचे एक महापर्व जणू समाप्त झाले; मात्र त्यांनी उच्चारलेला स्वातंत्र्याचा महामंत्र अवकाशात दुमदुमू लागला आणि त्या मंत्रातच टिळकांच्या दर्शनाचा साक्षात्कार पुढील पिढीला घडू लागला.

परिशिष्टे
क्रांतिकारकांचा पाठीराखा

लोकमान्य टिळकांचा आणि क्रांतिकारकांचा संबंध होता किंवा नाही, हा प्रश्न आता वादाचा राहिलेला नाही. टिळक हे क्रांतिकारकांच्या मागे नेहमीच उभे असत ही गोष्ट स्पष्ट आहे; परंतु त्या बाबतीतील त्यांची भूमिकाही स्पष्ट होती. सनदशीर मार्गाने जाणारे लोक काय किंवा क्रांतिकारक मार्गाने जाणारे लोक काय, या दोघांचे मार्ग विभिन्न असले, तरी त्यांचा मार्ग अखेरीस त्या एका स्वातंत्र्य मंदिराकडेच जाणारा असतो, ही गोष्ट त्यांनी अनेकवार सांगितलेली होती.

मंडालेच्या कारागृहातून ते परत आले आणि त्यांच्या आगमनाने राजकीय रिंगण पुन्हा रंगू लागले. त्या वेळी पुन्हा एकदा राजकारणाची चर्चा सुरू झाली. तेव्हा 'केसरी'तील एका लेखात त्यांनी लिहिले आहे, *'सनदशीर चळवळीचा हक्क सरकारचे मर्जीवर अवलंबून असत नाही, तो ज्याचा त्याचा जन्मसिद्धच असतो. जोपर्यंत सनदशीर चळवळीचा मार्ग सर्वांसच पसंत आहे तोपर्यंत एखादा मनुष्य शीघ्रगामी किंवा तापट आणि एखादा जरा मंदगामी किंवा मवाळ असल्यास दोघांचे समीकरण होण्यास त्यामुळे कोणताही प्रत्यवाय येऊ नये, आणि खासगी मनोवृत्तीस किंवा मानापमानास भुलून जो हे तत्त्व सोडून देतो तो राष्ट्राचा हितकर्ता मानता येत नाही.'*

स्वराज्यप्राप्ती करून घेण्यासाठी कोणत्या एकमेव साधनाची गरज आहे, हा प्रश्नच लो. टिळकांनी कधी उपस्थित केला नाही. आपली त्याबाबतची भूमिका १९०३ सालीच त्यांनी 'केसरी'च्या एका लेखात विशद करून सांगितलेली आहे. *'देशकार्यसिद्धीस साधनांची अनेकता युक्त असून, देशभक्ताच्या पिंडरचनेप्रमाणे ज्याने त्याने आपापले मार्ग पसंत करणे बरोबर आहे. देशास स्वराज्य मिळविण्याकरीता शत्रूस वेळप्रसंगी नमस्कार घालण्यापासून तो राज्यक्रांतिकारक कोणताही शेवटचा*

बंडखोरीचा अति जालीम उपाय ज्यास सुचेल तो अवलंबण्यास मी तयार आहे.'

टिळकांची ही भूमिका ध्यानात घेतल्यानंतर चापेकर प्रकरणाशी त्यांचा संबंध होता किंवा नाही, असल्यास कितपत होता, हे प्रश्नच उद्‌भवत नाहीत. त्या प्रकरणाशी त्यांचा संबंध होता, तो अन्य क्रांतिकारकांशी त्यांचा जेवढा संबंध होता तितकाच होता. सरकारने जंग जंग पछाडूनही टिळकांचा त्या प्रकरणाशी संबंध जोडून त्यांच्या पदरात शिक्षा टाकण्यात सरकारला अपयश आले, ही गोष्ट जगजाहीर आहे. यात दोन गोष्टी अनुस्यूत असू शकतील. एक तर टिळकांचा त्या प्रकरणाशी संबंध तरी नसला पाहिजे आणि असला तरी नैर्बंधिकदृष्ट्या त्या प्रकरणापासून स्वत:ला अलिप्त राखण्याची चतुराई त्यांच्या ठायी असली पाहिजे. एरवी अशा प्रकरणाशी बादरायण संबंध जोडण्यास उत्सुक असलेले सरकार टिळकांचा त्या प्रकरणाशी संबंध जोडू शकले नाही यावरून टिळकांची पराकाष्ठेची चतुराईच ध्यानात येते.

चापेकर प्रकरणाशी प्रथम संबंध नसताना त्यांच्या कृत्याबद्दल टिळकांच्या मनात नंतर सहानुभूती निर्माण होण्याची शक्यता आहे; कारण कोणत्याही देशभक्ताची पाठ थोपटण्याची तत्परता त्यांच्या ठायी होतीच होती; परंतु आता स्वातंत्र्योत्तर काळात हाती गवसलेल्या गोष्टींवरून असे दृष्टोत्पत्तीस येते की, टिळकांना चापेकरांच्या हालचालींची बहुतांशी कल्पना होती.

पुण्याच्या परिसरातील टेकड्याटेकड्यांतून दामोदरपंत चापेकरांनी संचार केला. लुटपुटीच्या लढाईचे शिक्षण स्वत: घेतले आणि देशभक्तीच्या अग्निपुष्पांनी पेटलेल्या आपल्या अनेक सवंगड्यांना ते शिक्षण दिले, या गोष्टीत टिळकांचा आशीर्वाद होता, असे मानण्यास पुष्कळच जागा आहे. अशा उपक्रमांना टिळकांचा पाठिंबा असायचाच, ही गोष्ट त्या काळात ठरलेली असे. तरुण मंडळी टिळकांच्या आशीर्वादाशिवाय कधी पाऊलही उचलीत नसत.

स्वत:हून हे सैनिकी शिक्षण घेतल्यानंतर दामोदरपंतांनी सैन्यात प्रवेश करून घेण्याची जारीने खटपट केली. दक्षिणी ब्राह्मणांची पथके त्या वेळी ब्रिटिश सैन्यात नसल्याचे निमित्त करून, त्यांना सैन्यात प्रवेश नाकारण्यात आला. 'मी ब्राह्मणांचे पथक उभारून देतो,' असे सरकारला आव्हान देऊनही त्याचा काही उपयोग झाला नाही. दामोदरपंतांचे मन दुखावले.

परंतु त्यांच्या मनी सैन्यात जाण्याची दुर्दम्य आकांक्षा होती. त्यांचे मन गप्प बसणे शक्य नव्हते. काहीही करून त्यांना सैन्यात प्रवेश करून घ्यायचाच होता. ते टिळकांकडे गेले. टिळक हे तरुणांचे सर्वश्रेष्ठ न्यायालय होते.

आपल्याला सैन्यात प्रवेश करून घेण्याची उत्कट इच्छा आहे, ही गोष्ट त्यांनी टिळकांच्या कानी घातली. श्यामजी कृष्णवर्मा हे त्या वेळी उदेपूरचे

दिवाण होते. टिळकांचा लोकसंग्रह दांडगा होता. श्यामजींसारख्या क्रांतिकारी व्यक्तीशी देखील त्यांनी आपले घनिष्ट संबंध प्रस्थापित करून ठेवलेले होते.

दामोदरपंत जेव्हा टिळकांकडे आले तेव्हा त्यांना श्यामजींचे स्मरण झाले. लगेच त्यांनी पं. श्यामजी कृष्णवर्मा यांना दामोदरपंतांच्या संदर्भात पुढील पत्र दिले. त्या पत्रात टिळकांनी लिहिले होते, *'येथील एका ब्राह्मण सद्‌गृहस्थाला कारकुनी करण्यापेक्षा सैनिक होण्याची इच्छा आहे. एखाद्या संस्थानिकाचा व्यक्तिगत सेवक किंवा आरक्षक व्हावे असे त्याला वाटते, किंवा हे न जमल्यास सैन्यात जाण्याची त्याची तयारी आहे. उदेपूर संस्थानात त्याला अशी एखादी संधी मिळण्याची शक्यता आहे काय? तुम्ही येथे आलात तर या तरुणाबद्दल मी प्रत्यक्ष भेटीतच तुमच्याशी बोलेन.'*

परंतु श्यामजींची आणि टिळकांची पुढे प्रत्यक्ष भेट काही झाली नाही. 'समक्ष भेटीत दामोदराविषयी मी बोलेन,' हे टिळकांच्या पत्रातील वाक्य अधिक काहीतरी सांगून जाते. 'दामोदराविषयी बोलेन' याचा अर्थ दामोदराविषयी बोलण्याजोगे टिळकांच्याजवळ काही तरी होते हे खास! याचाच अर्थ दामोदर चापेकर यांच्या हालचालींकडे टिळकांचे लक्ष होते. त्यांच्या मनाचे चलनवलन त्यांना ज्ञात होते.

सैन्यात शिरण्यासाठी सरकारदरबारी केलेला प्रयत्न तशा तऱ्हेने फसला आणि उदेपूर संस्थानच्या पदरी सैनिकी नोकरी धरण्याचा प्रयत्न हा अशा तऱ्हेने फसला. त्यामुळे दामोदरपंतांचे मन उदास बनले.

अंगी असलेले क्षात्रतेज कधी गप्प बसत नाही. या ना त्या मार्गाने ते आपला प्रभाव दर्शविते. दरम्यानच्या काळात दामोदरपंतांचे क्षात्रतेज अन्यत्र काम करू लागले. वासुदेवराव पटवर्धन प्रभृती सुधारकांना व वेलिणकर प्रभृती धर्मांतर केलेल्या हिंदूंना त्यांनीच ठोक दिला. मुंबईच्या राणीच्या पुतळ्यावर त्यांनीच डांबर ओतले व पुतळ्याच्या गळ्यात जोड्यांची माळ घातली. पुण्यातही त्यांनी असल्या तऱ्हेचे बरेच प्रकार केले. या गोष्टी त्यांनीच आपल्या जबाबात मान्य केलेल्या आहेत.

अंगात असलेल्या क्षात्रतेजाला मिळणारी ही केवळ वाट होती. खरा मार्ग वेगळाच होता. या मार्गाने जाण्याची सधी त्यांना लगोलग मिळालीही.

प्लेगच्या दिवसातील अत्याचारांनी पुण्यातील जनता हैराण झालेली होती. रँडचा अपराध एवढा मोठा होता की, वधावाचून अन्य कोणत्याही प्रायश्चित्तात त्याची परिणती व्हायला नको होती. लोकनेत्यांच्या मनाचा कलही त्याच बाजूने होता. त्या क्रूरकर्म्याने पुण्यनगरीला नरकपुरीचे रूप आणले होते.

१२ जून १८९७ रोजी लकडी पुलाजवळील विठ्ठल मंदिरात टिळकांचे शिवछत्रपतींवर व्याख्यान झाले. त्या वेळी 'शिवाजीचे उद्‌गार' म्हणून जी

कविता म्हटली गेली व पुढे ती 'केसरी'त प्रसिद्धीला गेली ती कविता दामोदरपंतांचीच होती असे म्हणतात. त्या कवितेतील या ओळी पाहा-

गोरा लोक सुटे निरर्थ सबबी सांगोनिया या कसा?॥
न्यायाच्या अजि मंदिरी दिसतसे अन्याय हा फारसा ॥
होती काय बिशाद वक्र नयने पाही परस्त्री कुणी।
म्यानातून सहस्त्र तीक्ष्ण असिका बाहेर ये त्या क्षणी।
आता अग्निरथात संधि बघुनि हस्ते स्त्रिया ओढती।
षंढांनो, करिता कसे सहन हे? लावूनी घ्या दाद ती॥

टिळकांचे भाषण संपले. समारंभ संपल्यानंतर टिळक चापेकरांना एका बाजूला घेऊन म्हणाले, 'आज ज्यांनी भाषणे केली, त्यांना तुम्ही षंढ म्हणालात! पण श्लोक म्हणणाऱ्यात जर काही पौरुष असते, तर रँड एव्हाना जिता राहिला नसता.'

टिळकांच्या या उद्‌गारांनी दामोदरपंतांची रँडवधाची इच्छा प्रबळ बनली, असे श्री. वि. श्री. जोशी यांनी 'मृत्युंजयाचा आत्मयज्ञ' या आपल्या मान्यवर ग्रंथात चापेकर प्रकरणावर लिहिताना नमूद केले आहे.

दिवसेंदिवस वातावरण तापत चालले होते. रँडचे अत्याचार शिगेला पोचले होते. शिशुपालाचे शंभर अपराध भरले होते. सुदर्शनचक्र फिरण्याचीच काय ती बाकी होती.

२२ जून १८९७ रोजी राणीच्या हीरक महोत्सवाचा मुहूर्त साधून रँडचा वध करण्यात आला. जगात प्रत्येक प्रपीडकाला ज्याचा त्याचा म्हणून नेमून दिलेला हननकर्ता असतो, ही गोष्ट सिद्ध झाली.

गोळी उडाली पुण्यात, पण तिचे पडसाद उमटले ते त्या शत्रूच्या शिबिरात! लंडन शहरात! लंडनमधील वृत्तपत्रांनी तर टिळकांविरुद्ध टीकेचे रान उठविले.

खून झाल्यानंतर बरोबर पाचव्या दिवशी पुण्याचे जिल्हाधिकारी मि. लॅम्ब यांनी पुण्यातील प्रमुख लोकांची एक सभा बोलावली आणि त्या सभेत त्यांनी टिळकांवर संशयाचे गरळ ओकले.

लॅम्ब याने टिळकांविषयी पुढील गोष्टी ध्वनित केल्या -

'तुमच्यापैकी काही लोक बेबंदशाहीचे बी चहूकडे पसरविण्यात आपले आयुष्य खर्च करीत आहेत.'

'ज्यांचे लेख राजद्रोहाने ओथंबलेले असतात व ज्यांच्या कृतीत खुनाशिवाय दुसरे काही मिळावयाचे नाही अशा राजकीय चळवळ करणाऱ्या रखरखलेल्या निखाऱ्यांना कायमचे विझविण्याची तुमच्या अंगात शक्ती आहे.'

हे दोन उल्लेख अर्थात् लो. टिळकांना उद्देशून होते, यात शंका नाही.

'रखरखलेल्या निखाऱ्यांना कायमचे विझविण्याची तुमच्या अंगात शक्ती आहे' या म्हणण्याचा पर्याय-अर्थ 'हे निखारे प्रज्ज्वलित करण्यासाठीही तुमचीच शक्ती खर्ची पडलेली होती.'

रँडच्या खुनाचे लोण टिळकांच्या दारात येऊन पोचणार अशी शक्यता निर्माण झाली. या प्रकरणाचा काही तरी छडा लावण्यासाठी कावेबाज पोलीस अधिकारी ब्रुइन हा टिळकांच्या दाराशी पुन:पुन्हा येत होता आणि म्हणत होता, 'आपण जर मनावर घेतलं, तर खुनाच्या शोधाच्या कामी आपण आम्हाला मदत करू शकाल. आपण तसं साहाय्य आम्हाला कृपा करून द्या.' आणि टिळक त्याला निर्विकार मुद्रेनं सांगत होते, 'तुम्हाला मदत करता येईल असं मला मुळीच वाटत नाही; कारण एक तर मला माहिती कोण देणार? आणि मला चुकून माहिती मिळालीच, तरी मी तुम्हाला ती माहिती सांगू शकणार नाही; कारण गुन्हेगारास शिक्षा होणं न्याय्य असलं, तरी गुप्तहेराचं काम करून मी कोणाचा विश्वासघात करणार नाही. तुमच्या तपासाच्या आडही मी येणार नाही. लॅम्ब साहेब म्हणतात त्याप्रमाणे या खुनानं पुण्यास लांच्छन लागलं आहे, असं मात्र मला मुळीच वाटत नाही.'

टिळकांची निर्भय आणि नेकीची वृत्ती यापेक्षा अन्य कोणत्या कृतीत व्यक्त होणार?

श्री. अ. ज. करंदीकर यांनी 'क्रांतिकारक टिळक नि त्यांचा काल' या आपल्या विवेचक ग्रंथात सातारच्या भिडे गुरुजींच्या आत्मवृत्ताचा उल्लेख केला आहे. त्यांच्या आत्मवृत्तांत या प्रकरणाची पुढील हकिगत आलेली आहे ती अशी -

भिडे गुरुजी लिहितात, 'रँडसाहेबास कोणी उडविणारा वीर आहे काय, म्हणून जिकडे-तिकडे पुण्यात हालचाली चालू झाल्या. साहेबाने सातारकरांची वाई प्रांती रग जिरवून पुणे येथे मिशीस ताव दिलेला. सर्व पुणेकरांचा धर्म पायाखाली तुडविला. कितीएक स्त्रियांची विटंबना केली. देशभक्ती रसातळास मिळविली. लोकमान्यांनी आणि गुरुजींनी (आण्णासाहेब पटवर्धनांनी) प्रश्न टाकला होता. दामूचा (चापेकरांचा) विचार पक्का होता. ज्युबिली गाजत होती. तोच मुहूर्त ठरून जुळवाजुळव चालू होती. मी दोघांना सांगितले (चापेकर बंधूंना) बक्षिसाची रक्कम तयार ठेवा पाहू. त्याप्रमाणे आधी दोन दिवस प्रचलीबाबा आणि गुरू या दोघांना सांगितले होते. दामूने लोकमान्यांची आज्ञा घेतली. दोघांनी काम यशस्वी केले आणि मुंबई सुधारली. मी आणि गणपत साक्षी लांब राखणीवर होतो. ते गावातच राहिले.'

रँडवधाच्या कारस्थानातील सहभागी अशी ही व्यक्ती होती. त्या दृष्टीने हा

समकालीन पुरावा म्हणून या निवेदनाला महत्त्व आहे. राजकारणातील एकमेव अग्रगण्य व्यक्ती म्हणून लो. टिळकांच्या कानावर घातल्याशिवाय आणि त्यांचा सल्ला घेतल्याशिवाय क्रांतिकारकांचे पानही हलत नव्हते, ही गोष्ट यावरून सिद्ध होते.

चापेकर बंधूंनी रँडवधाचे कारस्थान पद्धतशीर रीतीने शिजविले होते यात काहीच शंका नाही. 'स्वातंत्र्यरूपी अमोलिक दक्षिणा मिळविण्यास नरमेध यज्ञावाचून इतर लौकिक साधने व्यर्थ होत' या ऐतिहासिक सिद्धान्तावर लो. टिळकांचा विश्वास असल्यामुळे रँडवधाच्या आड त्यांना येण्याचे काहीच कारण नव्हते; पण प्रत्यक्ष त्या कटातच ते सहभागी होते, असे मानण्याचे कारण नाही. अशा तऱ्हेच्या सशस्त्र क्रांतिकृत्याला अनुमति दर्शविणे निराळे, त्या कृत्याचे पूर्वज्ञान असणे निराळे आणि तसा कट स्वतःहून उभारणे निराळे! त्या वध-कृत्याचे ज्ञान असणे व त्या कृत्याला संमती दर्शविणे इतकाच टिळकांचा त्याच्याशी संबंध होता. स्वातंत्र्यप्राप्तीसाठी अनेक साधने असू शकतात, स्वातंत्र्य-मंदिराच्या स्थळाला नेऊन पोचविणारे अनेक मार्ग असतात, या गोष्टीवर टिळकांचा परम विश्वास होता. त्यामुळे चापेकरांच्या कृत्यास टिळकांचा आशीर्वाद खचित लाभला असेल, असे मानण्यास भरपूर जागा आहे.

टिळकांप्रमाणेच अरविंदबाबू आणि चापेकर यांचे संबंध आलेले होते, अशी माहिती शिशिरकुमार मित्रांनी लिहिलेल्या अरविंदांच्या इंग्रजी चरित्राचा उल्लेख करून, श्री. अनंतराव करंदीकर यांनी आपल्या उपरिनिर्दिष्ट ग्रंथात ग्रथित केलेली आहे. त्या माहितीवरून 'टिळकांनी शिवाजी-उत्सवाचा उपक्रम सुरू करण्यापूर्वीच टिळक आणि अरविंद हे ज्या क्रांतिकारक समितीचे पुढे प्रमुख बनले, ती समिति स्थापली गेली होती. याच वेळी पुण्यातही गुप्त समिती स्थापिली होती. आणि १८९६मध्ये अरविंदच तिचे अध्यक्ष होते. पुण्यात चापेकरांची हिंदू धर्म संघ ही संस्था होतीच. (बंगाल्यातील परंपरेप्रमाणे स्वतः अरविंदांनीच चापेकरांकडून क्रांतीची शपथ घेतली होती आणि त्यांच्याविषयी वाटणाऱ्या निरतिशय आदरामुळे भगिनी निवेदिता यांनी चापेकरांच्या मृत्यूनंतर त्यांच्या कुटुंबाला भेट दिली होती.) चापेकरांच्या निधनानंतर चापेकरांची संस्था, ठाकूर साहेबांची संस्था आणि अरविंदांनी गुजरातेत स्थापिलेला तरुण संघ यांचे मीलन होऊनच त्या संस्थेचे प्रमुखत्व अरविंदांच्याकडे आले.'

यावरून एक गोष्ट समजण्यासारखी आहे. ती ही की, टिळक किंवा अरविंद यांच्यासारख्या श्रेष्ठ राजकारणी महापुरुषांशी चापेकरांचा घनिष्ट संबंध आलेला होता. असे असूनही, प्रत्यक्ष रँड वधाच्या कटात या दोन महापुरुषांचा साक्षात संबंध जोडण्याचे काही कारण नाही. चापेकरांना टिळक किंवा अरविंद

यांच्यासारख्यांचा आशीर्वादाचा हात होता, एवढा म्हटले तरी चापेकरांच्या महनीय कृत्याची महती पटण्यासारखी आहे.

तरी देखील त्या वेळी काही नतद्रष्ट मंडळींनी रँडवधाचा टिळकांशी संबंध जोडण्यासाठी आटोकाट प्रयत्न केला. यांचेही समग्र दिग्दर्शन अनंतराव करंदीकरांच्या ग्रंथात येऊन गेलेले आहे. टिळक व नातू यांना अटक केली म्हणजे रँडच्या वधाला वाचा फुटेल असे सांगितले जात होते.

याच वेळी रक्षक विभागाच्या एका अधिकाऱ्याने पुण्यातील निवडक व्यक्तींच्या भेटी घेऊन त्यांच्याशी झालेल्या भाषणांची टिपणे सरकारला सादर केली. त्यात लिहिले होते, 'या संभाषणावरून असे सूचित झाले की, टिळक आणि त्यांचे अनुयायी कोणत्या ना कोणत्या मार्गाने या खुनांना जबाबदार होते.

ही प्रतिवृत्ते पाहून गृहविभागाचे प्रमुख मि. न्यूजंट यांनी आपले मत दिले ते असे, 'ज्या परिस्थितीत खून झाला त्या परिस्थितीवरून असे दिसते की, या खुनाची योजना काळजीपूर्वक तयार केली होती. शिवाय या उठावात अनेक लोकांचा संबंध असला पाहिजे असेही दिसते. अशा प्रकारच्या चळवळींबाबत ज्या अफवा उठतात त्यातूनही त्यांचे सूत्रधार कोण आहेत ते कळू शकते. असाच प्रकार पुण्यात घडल्याचे कळते. या प्रकरणाच्या मुळाशी नक्कीच टिळक, नातू आणि त्यांचे अनुयायी आहेत अशा अर्थाची कुजबूज एका स्थानिक नागरिकाने केली होती.'

हा सारा भाग करंदीकरांच्या ग्रंथात येऊन गेलेला आहे.

परंतु या चहाडखोर मंडळींनी स्वत: अंधारात राहून टिळकांविरुद्ध कितीही चहाड्या केल्या किंवा खुद्द ब्रुइन याने टिळकांच्या दारी येऊन कितीही गोडीगुलाबी केली, तरी रँडवधाशी टिळकांचा बादरायण संबंध जोडण्यातही सरकारला यश येऊ शकले नाही, ही गोष्ट ध्यानात ठेवण्यासारखी आहे.

रँडवधाचे प्रकरण गाजत असताना आणि त्या प्रकरणाचा धागा टिळकांच्या घरापर्यंत ताणला गेला असतानाही, टिळकांनी कोठेही आपल्या मनाचा तोल सोडला नाही किंवा आपले धैर्य किमपि ढळू दिले नाही. वस्तुत: टिळकांच्या राजकीय जीवनाचा तो प्रारंभकाल होता. काही तरी इकडे-तिकडे झाले असते, तर राजकारणाच्या प्रांगणातून कायमचे उठण्याचा तो प्रसंग होता. त्या वेळी महान धैर्याचे मेरुमणी म्हणून टिळक ठामपणाने उभे राहिले. त्या वेळच्या इंग्रज सरकारसमोर अशा तऱ्हेने उभे राहणे ही गोष्ट सोपी खचित नव्हती.

वधक गवसत नव्हता. वातावरण तापत चालले होते. सरकारचे वेडेचार सुरू झाले होते. दडपशाहीचा वरवंटा फिरू लागला होता. परदेशातील वृत्तपत्रे आणि हिंदुस्थानातील अँग्लो-इंडियन पत्रे या आगीत भर घालीत होती. लिहीत

होती की, पुण्यातील लोकांना खुनाची कल्पना होती. त्यामुळे खून होताच सर्वांच्या मुखावर आनंदाची झिलई चढली होती. हिंदुस्थानातील बेजबाबदार वृत्तपत्रांनी चिथावणीचे कार्य केलेले आहे. हिंदुस्थानातील धर्म-समजुतींशी खेळल्यामुळेच असे घडले आहे.

एवढे सारे लिहून १८५७ची पुनरावृत्ती होण्याचा काळ नजीक आलेला आहे, त्याचीच ही पूर्वचिन्हे होत, असा निर्वाळाही या साहेबी वृत्तपत्रांनी देऊन टाकलेला होता.

या वृत्तपत्रांनी आणखी एक जावईशोध लावलेला होता. पुण्यातील ब्राह्मणांना पेशवाईची स्वप्ने पडत आहेत, ती ब्राह्मण मंडळीच या अशा कृत्यांना जबाबदार आहेत, अशी बेजबाबदार विधाने करण्यासही या विलायती पत्रांनी कमी केले नाही. रँडचा वध २२ जूनला झाला. तेव्हापासून सरकार तोल सोडल्याप्रमाणे वागत होते. डोके फिरल्याप्रमाणे बोलत होते. आतापर्यंत टिळक गप्प होते; परंतु जेव्हा ही उडालेली राळ विझण्याचे चिन्ह दिसेना तेव्हा दि. ६ जुलैच्या 'केसरी'च्या अंकात व्हिक्टोरिया राणीच्या अभिनंदनार्थ, पण नोकरशाहीच्या निषेधार्थ एक कविता प्रसिद्ध झाली. त्या कवितेच्या ओळी होत्या:-

आबादानी अमुची कथिली तूजला सेवकांनी ।
मत्स्यालागी कुशल कथिले वृत्त जैसे बकांनी ।।
नाही द्रव्य न वस्त्र नाही नशिबी आरोग्य ते आमुच्या ।
बाकी सर्व सुखे प्रजेस अमुच्या माआझमा राणिच्या ।।

'केसरी'च्या याच अंकात टिळकांनी त्यांचा विख्यात अग्रलेख लिहिला, 'सरकारचे डोके ठिकाणावर आहे काय?' या लेखात टिळकांनी लिहिले होते, 'एखादा मोठा हत्ती पिसाळला असता ज्याप्रमाणे तो वाटेल तशी धुळधाण करीत सुटतो तद्वत् आमच्या सरकारची स्थिती झालेली आहे. खुन्यास जो खून चढावयाचा तो आमच्या सरकारास चढून सरकारची नजर अगदी फिरून गेली आहे. खुनी मनुष्य कोणीही असला तरी तो हुडकून काढावयास वीस हजार रुपयांच्या बक्षिसाची लालूच पुढे आहे. सगळ्या शहरावर जादा पोलिसांचा जुलूम करण्याचे कारण नाही व जादा पोलिस ठेवल्याने गुन्हा सापडेल असेही नाही.'

या लेखाचे माप टिळकांच्या पदरात जुलै महिन्याच्या २७ दिनांकाला पडले. मुंबईला दाजी आबाजी खरे वकील यांच्या घरी त्यांना अटक करण्यात आली. टिळकांपुरता चापेकर प्रकरणावर तात्पुरता पडदा पडला. राजद्रोहाचा पहिला खटला त्यांच्यावर सुरू होता.

दामोदरपंत चापेकर यांचे बंधू बाळकृष्णपंत हे अज्ञातवासात निघून गेले. अज्ञातवासात असताना त्यांचे भयंकर हाल होऊ लागले. ही गोष्ट टिळकांनी

समजली. बाळकृष्णपंत चापेकर हे त्या वेळी हैदराबादेच्या भागात अज्ञातवासात हालअपेष्टात जीवन कंठीत होते. त्या वेळी हैदराबादेला केशवराव कोरटकर या नावाचे चीफ जस्टिस होते. केशवराव हे मवाळ पक्षवादी, तर टिळक जहाल मताचे! टिळकांचे अतिजहाल राजकारण केशवरावांना संमत नसे. अशाही स्थितीत टिळकांनी केशवरावांना त्याही वातावरणात पत्र लिहून कळविले, 'बाळकृष्ण चापेकर हा हल्ली फरारी आहे व तो मोंगलाईतील जंगलात अमुक एका विशिष्ट स्थळी गुप्तपणे वास करीत आहे. त्याचे खाण्यापिण्याचे फार हाल होत असल्यामुळे तो आजारी झाला आहे. तो जगला पाहिजे व त्याचे हाल होता कामा नयेत. करीता गुप्तपणे शोध करून त्यास अन्नवस्त्र व औषध पुरविण्याची व्यवस्था करा.'

या प्रकरणाबाबत न्या. केशवराव कोरटकर यांनी पुढे असे लिहिले होते, 'आमच्यासारख्यांकडे अशा कामात टिळकांसारख्याने कामगिरी सोपविणे किती भयंकर व धाडसाचे होते याची कल्पना इतरास येणार नाही; पण टिळकांचे मन, तळमळ व कार्य ओळखून आम्हीही साहस केले व या बाबतीत जे कार्य करता आले ते बिनबोभाट सर्व काही केले. पुढे टिळकांस आम्ही ते समक्ष भेटीत सांगितले, तेव्हा त्यांस समाधान होऊन त्यांचे डोळे पाण्याने भरून आले.'

ही सारी हकिगत केसरीचे सहसंपादक व विश्वस्त श्री. हरिभाऊ कुलकर्णी यांनी 'केसरी'च्या १ ऑगस्ट १९५०च्या अंकात लो. टिळकांवरील लेखात प्रसिद्ध केलेली आहे.

या गोष्टीवरून एक गोष्ट सिद्ध होते, ती ही की, रँडवध प्रकरण झाल्यानंतरही लो. टिळकांचे चापेकरांकडे बारकाईने लक्ष होते. चापेकरांच्याविषयी त्यांना त्या प्रकरणानंतरही अपार आपुलकी वाटत होती.

कोणत्याही कृत्याला पूर्वसंमती असली काय किंवा उत्तरमान्यता असली काय, त्या कृत्यात माणूस नैर्बंधिकरीत्या सहभागी ठरत नाही ही गोष्ट खरी; पण त्या योगाने माणसाच्या मनाचा कल कळतो. पर्यायाने माणूस त्या कृत्यावर पसंतीचा शिक्का उमटवितो. या दृष्टिकोनातून बघितल्यास, टिळकांना चापेकरांचे कृत्य संमत होते, असे मानावयास हरकत नाही. त्या कृत्यात त्यांची कायदेशीर भागीदारी नसेलही; परंतु चापेकरांचे ते कृत्य देशभक्तीने प्रेरित होऊन त्यांनी केलेले होते, याविषयी टिळकांना तिळमात्र संशय नव्हता. टिळकांचे मोठेपण याच ठिकाणी दृष्टोत्पत्तीस येते.

चापेकरांच्या सत्कृत्याशी टिळकांचा संबंध असेल, तर तो एवढाच होता, असे म्हणावे लागेल. आणखी एका गोष्टीत टिळकांची चापेकरांविषयीची आपुलकी दृष्टोत्पत्तीस येते.

मुंबईच्या हायकोर्टात चापेकरांनी आपल्याला न्याय मिळावा यासाठी अर्ज केला. त्या वेळी टिळक येरवड्यातच पहिल्या राजद्रोहाची शिक्षा भोगत होते. काराधिपतीच्या अनुज्ञेने टिळकांनी त्या वेळी चापेकरांचा अर्ज नैर्बंधिक दृष्टिकोनातून लिहून दिलेला होता. याचा अर्थ अखेरच्या क्षणापर्यंत चापेकरांकडे त्यांचे बारकाईने लक्ष होते. टिळकांविषयी चापेकरांना जसा पराकाष्ठेचा आदर होता, त्याचप्रमाणे टिळकांनाही चापेकरांविषयी परमावधीचे प्रेम होते.

या आपल्या गाजलेल्या खटल्यात दामोदरपंत चापेकरांनी आपल्या कृत्याचा प्रथम कबुलीजबाब दिला होता. ज्या दामोदरपंत चापेकरांनी खुनासारखे कृत्य निधड्या छातीने पार पाडले त्याच चापेकरांनी सहजासहजी कबुलीजबाब दिला असेल, ही गोष्ट मुळीच शक्य वाटत नाही. किंबहुना ज्या परिस्थितीत त्यांनी हा कबुलीजबाब दिला त्या दारुण परिस्थितीचे सुस्पष्ट दिग्दर्शन चापेकरांनी येरवड्याच्या कारागृहातून मुंबई हायकोर्टाला केलेल्या दीर्घ आवेदनात केलेले आहे. यावरून हा कबुलीजबाब त्यांच्याकडून वदवून घेण्यात पोलिसांनी काय काय दुष्ट करामती केल्या त्याचे स्पष्ट चित्र डोळ्यांपुढे उभे राहते. ही भलीबुरी कृत्ये करण्यात पोलीस अधिकारी ब्रुइन हा अग्रगण्य होता.

अर्थात अशा प्रकारच्या राजकीय खटल्यांचे निर्णय, ते खटले चालण्याच्या आधीच बहुधा ठरलेले असतात. या न्यायाला अनुसरून या खटल्याचा अपेक्षित असा निर्णय लागून दामोदरपंत चापेकरांना फाशीची शिक्षा ठोठावण्यात आली.

केवळ नैर्बंधिक तंत्र म्हणून दामोदरपंतांनी हे सारे अर्ज केले व अधिकार श्रेष्ठांनी या ना त्या कारणाने ते अर्ज फेटाळून लावले. दामोदरपंतांची फाशीची शिक्षा कायम झाली.

चित्तथरारक अशा या राजकीय नाटकाचा अखेरचा प्रवेश सुरू झाला.

दि. १८ एप्रिल १८९८ रोजी सकाळी दामोदरपंत चापेकरांना फाशी देण्यात आले. त्या दिवशी सकाळी येरवडा तुरुंगातील नित्याचे व्यवहार सुरू झाले. दामोदरपंतांनीही आपले प्रातर्विधी आटोपले. स्नानसंध्या केली. आता कसलेही ऐहिक कर्तव्य उरले नव्हते किंवा कसले ऐहिक पाशही राहिले नव्हते. जे करायचे ते सारे करून झाले होते. आता दामोदरपंत ऐहिक कृतकर्माची शिदोरी घेऊन अज्ञाताच्या प्रवासाला जाणार होते. एकटे, अगदी एकटे! ऐहिक आयुष्यातील विहित कर्मे करीत असताना एका पवित्र गोष्टीने त्यांना सतत साथ दिली होती. ती गोष्ट म्हणजे हरिनामाचा गजर! पूर्व दिशा तांबूस झाली तेव्हापासूनच हरिनामाचा गजर सुरू झाला होता आणि हरिनामाचा गजर करीतच ते फाशीचे तख्त चढून जाणार होते. हरिनामाने पंढरी गर्जावी त्याप्रमाणे त्या दिवशी हरिनामाने अवघे कारागृह दुमदुमून गेले.

तेथील पद्धतीप्रमाणे दामोदरपंतांना विचारण्यात आले, 'तुला काही सांगायचं आहे काय?'

या प्रश्नालाही दामोदरपंतांनी हरिनामानेच उत्तर दिले. सारे ऐहिक संबंध संपल्यावर त्यांना काय उत्तर द्यायचे?

मुखातून हरिनामाचा गजर सुरूच होता. अधिकारीवर्गाच्या वेढ्यातून दामोदरपंत चालले होते. हातात टिळकांनी दिलेली गीतेची प्रत होती.

हरिनामाचा गजर करीतच त्यांनी आपली मान कःपदार्थासमान फासाला दिली. क्षणात ठोकळा उडाला. तेजात तेज निमाले.

दामोदरपंतांच्या फाशीच्या रूपाने या शोकांत नाटकाचा पडदा कायमचा मिटल्यानंतर सकृद्दर्शनी एक प्रश्न मनात उभा राहतो तो हा की, एका विशिष्ट भावनेने प्रेरित होऊन, जर दामोदरपंतांनी रँडचा वध केला होता, तर तो गुन्हा अमान्य का केला?

कोणताही राजकीय खुनासारखा गुन्हा करून तो भर न्यायालयात छातीठोकपणाने मान्य करणे या गोष्टीला असामान्य धैर्य लागते ही गोष्ट खरी! परंतु उलटपक्षी अशा तऱ्हेचा गुन्हा करून, प्रतिपक्षीयांनी दंडविधानात मूलतःच ठेवलेल्या सर्व सवलतींचा पुरेपूर फायदा घेऊन, तो गुन्हा अमान्य करणे, यातही काही भीरुता नव्हे! कारण प्रतिपक्षाशी चाललेल्या कोणत्याही प्रकारच्या न्याय्य युद्धात सर्व काही क्षम्य असते. या न्यायाने तशा प्रकारचा गुन्हा करूनही तो अमान्य करणे यात वावगे काहीच नसते.

काही असले तरी चापेकर बंधूंनी जगाला एक महान चमत्कार करून दाखविला यात काहीच शंका नाही. चापेकरांसारख्या हुतात्म्यांचे हे असले मार्ग आपल्या सर्वसामान्य टीका-कक्षेच्या बाहेरचे असतात. अशा ऐतिहासिक घटनांवर टीकाटिप्पणी करण्याचा एकमेव अधिकार त्या कालपुरुषाने स्वतःकडे राखून ठेवलेला आहे. त्यांच्या या कृत्याला लोकमान्य टिळकांचा पाठिंबा लाभलेला होता यावरूनच त्या कृत्याची थोरवी ध्यानात येते.

दामोदरपंतांच्या पार्थिव देहाचीही लो. टिळकांनी काळजी वाहिली. फाशीला जाण्यापूर्वी दामोदरपंतांची व टिळकांची गाठ पडली. 'माझ्या मृतदेहाला भलत्या लोकांनी शिवून विटाळ करू नये याची आपण काळजी घ्या,' अशी विनंती दामोदरपंतांनी टिळकांना अखेरची म्हणून केलेली होती. दामोदरपंतांची तीही इच्छा टिळकांनी पुरी केली. आपले भाचे धोंडोपंत विद्वांस यांच्या वतीने दामोदरपंतांचा पार्थिव देह मिळविला व त्यावर वैदिक धर्मानुसार सारे संस्कार करून, दामोदरपंतांची अखेरची इच्छा लो. टिळकांनी पुरी केली.

नराधम रँड याला कंठस्नान घालण्यात ज्याप्रमाणे दामोदरपंतांनी व त्यांच्या

बंधूंनी कसलीही कुचराई केली नाही त्याप्रमाणे चापेकर प्रकरणी असामान्य धैर्य दर्शविण्याच्या बाबतीत टिळक कोठेही उणे पडले नाहीत. वधस्तंभावरील भूमीत जी चापेकरबंधूंची फुले उगवली ती चाफ्याची आणि मागे जी अग्निफुले उरली ती टिळकांची!

चापेकरांप्रमाणेच अनेक क्रांतिकारकांशी टिळकांचा या ना त्या प्रकारे संबंध आला. हिंदुस्थानच्या स्वातंत्र्यप्राप्तीसाठी सशस्त्र किंवा नि:शस्त्र यांपैकी कोणत्याही मार्गाचा प्रसंगोचित वापर करावा लागणार होता आणि याला टिळकांचा कधीच विरोध नव्हता. टिळक क्रांतीचे उद्‌गाते नसले तरी विरोधक खासच नव्हते. एखादा सशस्त्र क्रांतीच्या मार्गाने जात असल्यास टिळकांनी त्याचा कधी 'केसरी'तून किंवा जाहीर सभांतून निषेध केला नव्हता. उलट अगदी सुरुवातीला ते स्वत:च वासुदेव बळवंत फडके यांच्या शस्त्रशिक्षणाच्या व्यायामशाळेत शिक्षण घेत होते. वासुदेव बळवंतांच्या कार्याची पार्श्वभूमी व महत्त्व ते जाणून होते.

श्यामजी कृष्णवर्मा, लाला हरदयाळ, मोतिलाल वर्मा, बारिंद्रबाबू, विष्णुपंत पिंगळे, स्वातंत्र्यवीर सावरकर हे क्रांतिकारक टिळकांना भेटून गेले होते. स्वातंत्र्यवीर सावरकरांची मते आणि मार्ग माहीत असूनही टिळकांचा त्यांना आशीर्वाद होता. सावरकरांच्या कार्यात प्रगती व्हावी आणि त्यांना सुरक्षितता लाभावी म्हणून टिळकांनी शिवाजी शिष्यवृत्तीसाठी सावरकरांच्या नावाचा पुरस्कार केला. ही शिष्यवृत्ती श्यामजी कृष्णवर्मांनी सुरू केली होती. या वेळी त्यांनी श्यामजी कृष्णवर्मांना दिलेल्या एका पत्रावरून असे ध्वनित होते की, स्वातंत्र्यप्राप्तीसाठी, सशस्त्र क्रांतीच्या प्रयोगांचा प्रारंभ करण्यासाठी, हिंदुस्थानातील कोणत्याही ठिकाणापेक्षा इंग्लंड हेच सुयोग्य आणि सुरक्षित ठिकाण आहे.

१९०८च्या फेब्रुवारीमध्ये महाराष्ट्रातील राष्ट्रीय वृत्तीच्या बहुतेक सर्व वृत्तपत्रांनी पोर्तुगालमध्ये घडलेल्या एका दु:खकारक बातमीचा सविस्तर वृत्तान्त छापला होता. त्या वेळी युरोपमधील पोर्तुगालसारख्या देशांचा वृत्तपत्रांतून उल्लेख क्वचितच केला जात असे; पण या दुर्लक्षित देशाला एकदम महत्त्व आणणारी घटना पोर्तुगालची राजधानी लिस्बन येथे घडली.

पोर्तुगालच्या राजाने आपल्या जनतेला राजकीय हक्कांपासून वंचित ठेवले होते. शिवाय त्याने आपल्या खास मर्जीतल्या एका मंत्र्याला सर्वाधिकार देऊन त्याला जवळजवळ हुकूमशहाच केले होते. यामुळे प्रजा खवळली होती. याचा व्हायचा तोच परिणाम झाला. लिस्बन शहरातील एका राजमार्गावरून राजा जात असता त्याच्यावर बॉम्बहल्ला करण्यात आला आणि बॉम्बने जुलमी राजाचा बळी घेतला. या वेळी राजाच्या बरोबर असलेल्या राजपुत्राला आपल्या पित्याच्या चुकांची जबरदस्त भरपाई मोजावी लागली.

इतके दिवस बॉम्बचा वापर झारच्या रशियातले क्रांतिकारक करीत होते; पण त्यांची बॉम्बची मक्तेदारी आता संपली होती. इतर देशांतही त्याचे लोण पोचले होते. पोर्तुगालमधील बातमीचा सविस्तर वृत्तान्त वृत्तपत्रांनी छापला होता. मद्रासमध्ये तर चिदंबरम् पिल्ले यांनी आणि त्यांच्या स्नेह्यांनी या घटनेवर ज्वलंत भाषणे दिली होती. तेव्हा देशात या प्रकारचे पडसाद कसे उमटतील, तरुण मंडळींची या बाबतची प्रतिक्रिया काय असेल असा प्रश्न टिळकांच्या मनात आला असल्यास नवल नव्हते.

या घटनेसंबंधीचे विचार टिळकांच्या मनात घोळत असतानाच तरुण क्रांतिकारक लाला हरदयाळ हिंदुस्थानात परत आले. लाला हरदयाळ १९०५पासून इंग्लंडमध्ये शिक्षणासाठी राहत होते; पण विद्यार्थी असतानाच ते राजकारणाकडे वळले होते. स्वातंत्र्यवीर सावरकर यांच्या 'अभिनव भारता'च्या सभासदांपैकी ते एक असल्याने सावरकरांशी त्यांचा संबंध होता.

आपल्या पत्नीच्या आजाराचे निमित्त करून लाला हरदयाळ हिंदुस्थानात आले होते; पण पंजाबमध्ये क्रांतिकारकांचा पक्ष उभारणे हा त्यांच्या या दौऱ्याचा खरा उद्देश होता. हेमचंद्र दास, मोतिलाल वर्मा, सेनापती बापट यांच्याप्रमाणेच हरदयाळ यांनाही स्फोटक शस्त्रात्रे तयार करण्याचे ज्ञान होते. टिळकांनी या युवकाची भेट घेतली आणि दोघांनी बराच वेळ खलबत केले. इंग्लंडमध्ये आणि इतर देशांमध्ये घडत असलेल्या घडामोडींची बरीच माहिती या वेळी हरदयाळ यांनी टिळकांना दिली असणार. हरदयाळ यांनाही टिळकांकडून बरेच काही शिकायला मिळाले असेल.

या भेटीत काय बोलणी झाली याचा तपशील गुप्त राहिला; पण लाला हरदयाळ यांनी टिळकांच्या मनावर जी स्वत:च्या व्यक्तिमत्त्वाची छाप बसविली, तिचा उल्लेख टिळकांनी श्यामजी कृष्णवर्मा यांना लिहिलेल्या पत्रात केला होता. दि. १४ फेब्रुवारी, १९०८ रोजी लिहिलेल्या या पत्रात टिळकांनी म्हटले होते, 'मी हरदयाळ यांची भेट घेतली आणि पंजाबमध्ये करावयाच्या कार्याबद्दलची माझी मते त्यांना सांगितली. माझी ही बहुतेक सर्व मते त्यांना पटली असून, शक्य तितक्या लवकर ते पंजाबात कार्यास प्रारंभ करतील. हे तरुण गृहस्थ पंजाबचे राष्ट्रीय नेते म्हणून लवकरच पुढे येतील आणि राष्ट्रीय पक्षाचे एक मोठे आधारस्तंभ बनतील असे मला वाटते.'

सुरत येथील अधिवेशनाच्या वेळी अरविंद घोष यांना टिळकांचे काही महाराष्ट्रीय अनुयायी भेटले होते. बंगालमध्ये परत जाण्यापूर्वी महाराष्ट्रातील काही शहरांना भेट द्यायची असा निश्चय त्याच वेळी अरविंद घोष यांनी केला होता. त्याप्रमाणे ते प्रथम मुंबईला गेले. तेथे काही दिवस राहिल्यानंतर पुण्याला आले.

पुण्यात त्यांचा दोन-तीन दिवसच मुक्काम होता; पण या दोन-तीन दिवसांत त्यांच्या सर्व जाहीर सभांना टिळक उपस्थित राहिले होते. तसेच त्यांच्याबरोबर त्यांच्या स्नेह्यांना भेटण्यासही गेले होते. काही संस्थांना अरविंदबाबूंनी भेट दिली त्या वेळीही टिळक त्यांच्याबरोबर होतेच.

पुण्यामध्ये अरविंदबाबूंचा मुक्काम असताना घडलेल्या एक घटनेवरून टिळकांच्या विचारसरणीवर प्रकाश पडतो. शिवरामपंत परांजपे यांनी अरविंदबाबूंना आपल्या घरी बोलावले होते. ही भेट रात्री बऱ्याच उशिरा होणार होती. काही उत्साही तरुणांनी अत्यंत गुप्तपणे बॉम्ब तयार केला होता. आणि या प्रयोगाचे प्रात्यक्षिक अरविंदबाबूंच्या उपस्थितीत करायचा या मंडळींचा विचार होता. त्या दिवशी रात्री शिवरामपंत परांजपे यांच्या घरी जे काही घडले त्याचे प्रत्यक्ष अवलोकन करणाऱ्यांत टिळकही होते.

या प्रसंगी न. चिं केळकर उपस्थित नव्हते, पण परंजपे यांच्या घरात त्या रात्री जे घडले त्याची इत्थंभूत माहिती त्यांना नंतर कळली होती. त्या वेळी टिळक तेथे उपस्थित होते याचा अर्थ त्यांचा बॉम्ब बनवणाऱ्यांना पाठिंबा होता, अशी गैरसमजूत केळकरांनी करून घेतली आणि थोड्याच दिवसांनी त्यांनी आपला राजीनामा टिळकांना सादर केला. टिळकांच्या संस्थेत या परिस्थितीत आपण राहिल्याने त्यांच्या कार्याला आपले साहाय्य होण्याऐवजी आपल्यामुळे अडथळाच निर्माण होईल, असे केळकरांना वाटले. म्हणून राजीनामा देण्याचा निर्णय त्यांनी घेतला. टिळकांनी त्यांचे पत्र वाचले, त्यावर विचार केला आणि ते केळकरांना परत दिले. बॉम्ब तयार करणे योग्य आहे की अयोग्य आहे याबाबत त्यांना स्वत:ला जोपर्यंत विचारण्यात येत नाही तोपर्यंत केळकरांनी चिंता करण्याचे काही कारण नाही, असे तोंडी आश्वासन टिळकांनी दिले. विविध लोकांना आकृष्ट करणाऱ्या विविध मार्गांचे संपूर्ण ज्ञान आपल्याला नेता या नात्याने असणे आवश्यक आहे, असे मात्र त्यांनी केळकरांना सांगितले. या ज्ञानामुळेच बदलत्या राजकारणाची अचूक माहिती आपल्याला मिळेल असेही त्यांनी सांगितले.

सेनापती बापट पॅरिसमध्ये असताना मोतिलाल वर्मा यांनी त्यांची भेट घेतली. बॉम्ब करण्याच्या कृतीची माहिती टिळकांनी मागितली आहे, असे त्यांनी सेनापती बापट यांना सांगितले, तेव्हा सेनापतींनी रशियन भाषेत उपलब्ध असलेली माहिती इंग्रजीत भाषांतरित करून घेतली आणि त्याची एक प्रत टिळकांना देण्यासाठी मोतिलाल वर्मा यांच्याकडे दिली. यानंतर १९०८ साली सेनापती बापट हिंदुस्थानात परत आले तेव्हा त्यांना टिळकांनी गायकवाडवाड्यात भेटीसाठी बोलावले. ही भेट रात्री बारा वाजता झाली. इतर बोलणी झाल्यावर

सेनापतींनी विचारले की, पॅरिसहून पाठविलेले पत्रक मिळाले का? तेव्हा टिळकांनी 'मिळाले' असे एकाच शब्दात उत्तर दिले.

टिळकांची लोकजागृती आणि क्रांती एकाच वेळी चालू होती. सामाजिक क्रांती उत्सवांच्या मार्गाने चालू होती. राजकीय क्रांतीचे स्वरूप मात्र बरेचसे गुप्त होते. १९०६मध्ये त्यांनी खाडिलकरांमार्फत नेपाळच्या नरेशाचे साह्य मिळवून उठाव करण्याची योजना आखली होती; पण ती फसली. दामोदरपंत चापेकरांनी बाळकृष्णपंतांना नेपाळमध्ये पाठविले होते. त्यानंतर सातारच्या छत्रपतींचा आणि नेपाळच्या नरेशांचा विवाहसंबंध जुळावा या हेतूने खटपट करण्यासाठी टिळकांनी खाडिलकरांना पाठविले होते. नेपाळमधील विद्यार्थ्यांना युद्धशास्त्राचे शिक्षण घेण्यासाठी जपानला पाठविण्याची आणि नेपाळमध्ये शस्त्रास्त्रांचा आधुनिक कारखाना उभारण्याची टिळकांची योजना होती. हे कामही ते खाडिलकरांमार्फत करून घेणार होते.

अष्टपैलूंचे दर्शन

टिळकांचा वर्ण सावळा होता; पण त्यांची लाल पगडी त्यांना खुलून दिसे. त्यांचे डोळे विलक्षण तेजस्वी होते. मँचेस्टरचे प्रतिनिधी म्हणून भारताच्या दौऱ्यावर आलेले हेन्री नेव्हिसन यांनी टिळकांचे वर्णन करताना लिहिले होते, 'त्यांचे गडद तपकिरी रंगाचे डोळे अतिशय तेजस्वी आहेत. एखाद्यावर त्यांनी नजर रोखली की भीती वाटावी, असे तेज त्यांच्या नजरेत आहे.'

टिळक उत्कृष्ट वक्ते होते असे म्हणता येणार नाही; पण तरीही त्यांची भाषणे ओजस्वी, साध्या आणि सोप्या भाषेत असत. श्रोत्यांच्या मनावर जे विचार बिंबविण्याचा त्यांचा उद्देश असे त्यापासून एक क्षणभरही ते आपल्या भाषणात विचलित होत नसत. टिळकांच्या भाषणांचे वर्णन श्री अरविंद यांनी पुढील शब्दांत केले आहे, 'व्याख्यानांमधून टिळकांच्या मनाची ठेवण आणि राजकीय धोरण यांचे स्पष्ट दर्शन होते. टिळकांच्यापेक्षा खालच्या दर्जाच्या काही कार्यकर्त्यांच्या भाषणात जी वक्तृत्वशैली दिसते तीही त्यांच्या भाषणात दिसणार नाही; परंतु त्यांचे स्वतःचे व्यक्तिमत्त्व आणि त्यांच्या विचारांचे सामर्थ्यच असे आहे की, त्यामुळे त्यांची ही भाषणे एका दृष्टीने ओजस्वी झालेली आहेत. इंग्लिशपेक्षा मराठीतून भाषण करताना मात्र त्यांची भाषणे सर्वोत्कृष्ट होतात; कारण समर्पक व परिणामकारक शब्दयोजना, वाक्यरचना, मार्मिक दृष्टान्त, ठसठशीत अलंकार मराठी व्याख्यानात त्यांना सहजगत्या सुचतात. अर्थात् इंग्लिश भाषणेही काही कमी प्रभावी नसतात. खिळ्याच्या नेमक्या टोकावर हातोडीचे जोरदार, पण नेमकेच तडाखे एकामागून एक देऊन तो आत घुसवावा त्याप्रमाणे त्यांच्या भाषणातून ते सरळ, सोपे, तळमळीचे पण मोजके शब्द असतात.'

नेव्हिनसन यांनी म्हटले आहे की, टिळक खासगी संभाषणात किंवा जाहीर भाषणात बोलताना छोटी, पण ठाशीव वाक्ये वापरीत. त्यांचे बोलणे बाह्यतः भावनारहित वाटे; पण भाषणात टिळक कधीही मुद्द्याला सोडून बोलत नसत.

कै. न. चिं. केळकर यांनी टिळकांच्या वक्तृत्वाचे वर्णन पुढीलप्रमाणे केले आहे, 'ते (वक्तृत्व) अनलंकृतसौंदर्यमंडित, पण हृदयाचा वेध घेणारे होते. त्यात विशेष गुण म्हणजे विचारांचा ओघ, शुद्ध व कुशल अशी अनुमानपद्धती, ठसकेदार शब्द, समर्पक दृष्टान्त, स्फूर्तिदायक प्रश्न, नित्य व्यवहारातले दाखले असत. आणि सर्वांत श्रेष्ठ म्हणजे निर्भयता व सावधगिरी यांचा सुंदर मेळ घालणारी स्पष्टोक्ती हे त्यांच्या वक्तृत्वातील विशेष होते.'

आचार्य कालेलकर म्हणतात, 'टिळकांच्या वक्तृत्वाला गोळीबाराची उपमा देता येईल. शिपाई ज्याप्रमाणे छाती व डोके यावर नेम धरून गोळी सोडतो त्याप्रमाणे लोकमान्य साधासुध्या भाषेत लहानसहान वाक्यांचे आपले वाग्बाण सोडून श्रोत्यांचे हृदय व बुद्धी विंधून टाकीत.'

टिळकांनी एकदा वऱ्हाडच्या दौऱ्यावर असताना बोलता बोलता 'नोकरशाही' हा शब्द कसा सुचला त्याचे वर्णन केले आहे. त्यात त्यांच्या वक्तृत्वाचे सार आहे. ते म्हणाले, 'सध्याच्या देशस्थितीचा विचार करून मी माझी मते ठरविली आहेत. किती व कोणते मुद्दे सांगावयाचे हे मी ठरवितो. माझी भाषणे 'सेट स्पीचिस' म्हणजे आगाऊ ठरविलेली एकाच साच्याची नसतात. कल्पना सांगावयाची असते. ही कल्पना समजावून सांगताना एक प्रकारची समाधी लागावी लागते. लागतेच ती! या समाधीत एकदम 'नोकरशाही' हा शब्द आला. शब्द वापरल्यावर मलाच नवल वाटले. 'ब्यूराक्रसी'ला तोडीचा शब्द पूर्वी शोधीत होतो. अनायसे तोंडी आला. वक्त्याला ही समाधी लागली तरच तो वक्ता!'

राजकारणाच्या प्रांतात अविरत कार्यमग्न असतानादेखील टिळकांचे सामाजिक चळवळींकडे आवर्जून लक्ष असे. १८९०च्या ऑगस्ट-सप्टेंबरमध्ये टिळकांनी 'केसरी'तून शारदा विवाहासंबंधीचे विधेयक मांडण्यास सरकारला भाग पाडणाऱ्या मलबारी यांच्यावर प्रखर हल्ले चढविले. सामाजिक सुधारणेच्या कार्यक्रमाबद्दलची स्वत:ची मते मांडताना त्यांनी लिहिले होते की, सुधारलेल्या हिंदू समाजातील समाजसुधारकांनी स्वत: सुधारणा घडवून आणल्या पाहिजेत आणि नंतर विधेयकासाठी प्रयत्न केले पाहिजेत.

प्रा. धोंडो केशव कर्वे यांच्या पुनर्विवाहामुळे या विषयावरील आपली मते स्पष्ट मांडण्यास टिळकांना संधी मिळाली. कर्वे यांच्या पुनर्विवाहाला टिळक उपस्थित होते. पुनर्विवाहाच्या पंक्तीला बसून जेवण्यासही काही हरकत नाही, असे मत त्यांनी व्यक्त केले होते.

पंचहौद मिशनमध्ये टिळक एक कप चहा प्यायल्याने निर्माण झालेले वादळ मात्र टिळकांना बरेच त्रासदायक ठरले. गोपाळराव जोशी नावाच्या एका विक्षिप्त माणसाने हा गोंधळ माजवून दिला होता. १८९१च्या जूनमध्ये एका

सकाळी ते पंचहौद मिशनमध्ये गेले आणि पुण्यातील काही नेत्यांना मिशनमध्ये चहाला बोलवावे असे त्यांनी मिशनच्या व्यवस्थापकांना सुचविले. त्याप्रमाणे सुमारे चाळीस-पन्नास हिंदू पुढाऱ्यांना चहाला आमंत्रण धाडण्यात आले. अनेकांनी आमंत्रणाचा स्वीकार केला; त्यात टिळक आणि रानडे यांचा समावेश होता. या सर्व हिंदू नेत्यांची नावे 'पुणे वैभव'मध्ये छापण्याची व्यवस्था गोपाळराव जोशी यांनी केली. चहाच्या पेल्यातील वादळाने उग्र स्वरूप धारण करण्यास सुरुवात केली. शहरात या प्रकरणावर जोरदार चर्चा होऊ लागली. या साऱ्या पुढाऱ्यांना वाळीत टाकायचा निर्णय सनातनी ब्राह्मणांनी घेतला. अखेरीस टिळक आणि रानडे या दोघांनीही प्रायश्चित्त घेण्याची तयारी दर्शविली. या 'बाटलेल्या' मंडळींना पुन्हा हिंदू धर्मात घेण्यासाठी निमन्यायालयीन स्वरूपाची चौकशी करण्याचे ठरले. त्यानंतर होणाऱ्या शद्धीकरणाच्या समारंभासाठी शंकराचार्य उपस्थित राहणार होते.

ऑक्टोबरमध्ये सुरू झालेली चौकशी कित्येक दिवस चालू होती. दरम्यानच्या काळात सनातन्यांचे नेते सरदार बाळासाहेब नातू यांनी या प्रकरणी टीकेची झोड उठविली होती; पण टिळकांनीही 'जशास तसे' वागायचे ठरवून, त्यांना चोख उत्तर दिले; पण त्यानंतर त्यांनी बनारसला जाऊन प्रायश्चित्त घेतले आणि त्यासंबंधीचे प्रशस्तिपत्रही बरोबर आणले.

पण या सामाजिक बहिष्काराच्या काळात टिळकांना बराच त्रास आणि अडचणी सहन कराव्या लागल्या. भिक्षुकांनी त्यांच्यावर बहिष्कार घातला होता. याच काळात त्यांच्या थोरल्या कन्येचे लग्न आणि चिरंजीवाची मुंज झाली. या कार्यांसाठी आचारी मिळेना, तेव्हा एका संस्थानिकाने आपले आचारी पाठविले. कार्यामध्ये टिळकांचे एक अनुयायी भिकाजीपंत हर्डीकर सकाळपासून संध्याकाळपर्यंत राबले; पण टिळकांच्या पंक्तीला जेवायला मात्र ते तयार होईनात. या साऱ्या संकटात टिळकांनी आपली धीरगंभीर वृत्ती सोडली नाही.

टिळकांचा चातुर्वर्ण्यावर विश्वास नव्हता. दि. २३-२४ मार्च, १९१८ रोजी मुंबईमध्ये अखिल भारतीय दलित परिषद झाली. या परिषदेत दि. २४ला टिळकांचे भाषण झाले. टिळक मंडपात शिरताच लोकांनी प्रचंड जयजयकार केला. परिषदेचे संयोजक विठ्ठल रामजी शिंदे यांनी पुढील शब्दांत या परिषदेतील टिळकांच्या भाषणाचे वर्णन केले आहे, 'मंडपात सात हजार श्रोते होते आणि बाहेरही खूप गर्दी होती; पण टिळक इतक्या मोठ्याने बोलत होते की, मंडपातील आणि बाहेरच्याही लोकांना त्यांचा आवाज स्पष्ट ऐकू जात होता. इतकेच नव्हे, तर आसपासच्या चाळीतील लोकांनाही त्यांचे भाषण स्पष्ट ऐकू जात होते. या वेळी बोलताना टिळक म्हणाले की, अस्पृश्यता जर देवाला सहन होत असेल

तर देव आहे, असे मी मानणारच नाही.'

या प्रसंगी टिळकांनी केलेल्या भाषणाचे 'मराठा'मध्ये प्रसिद्ध झालेले वृत्त पुढीलप्रमाणे होते, 'मानवांपैकी कोणतीही जात अस्पृश्य आहे या कल्पनेला हिंदू धर्मशास्त्रात आधार नाही. हिंदुस्थानात आल्यानंतर आर्यांनी येथील मूळच्या अनार्य लोकांचा पराभव केला आणि त्यानंतर त्यांना हलक्या दर्जाचे मानून ते त्यांच्यापासून दूर राहू लागले; पण हेही फार काळ टिकले नाही. आर्यांनी अनार्यांना आपल्यात सामावून घ्यावयास सुरुवात केली आणि त्यांना वैदिक संस्कारांचा हक्क दिला. कालांतराने हे एकत्रीकरण थांबले. आणि अनार्यांचे काही गट आर्यांपासून अलग राहिले. अस्पृश्यतेची काहीही कारणे असोत; पण या कल्पनेतच पाप आहे हे वादातीत आहे. अस्पृश्यता नष्ट झाली पाहिजे. देशाची प्रगती, सामाजिक सुधारणा या सर्वांसाठी अस्पृश्यतेची कल्पना नाहीशी झाली पाहिजे. जुन्या काळातील ब्राह्मणांनी केलेल्या चुका दुरुस्त झाल्याच पाहिजेत.'

यानंतर इंग्लंडच्या मुक्कामात एकदा भाषण करतानाही त्यांनी या प्रश्नावर आपली मते व्यक्त केली होती. ते म्हणाले होते, 'हिंदुस्थानात जातिव्यवस्था आहे. आणि सध्या ज्या स्वरूपात जातिव्यवस्था आहे ती मला मान्य नाही. अमेरिकेत निग्रोंच्या किंवा रेड इंडियनांच्या प्रश्नांचे स्वरूप जसे आहे तसेच स्वरूप हिंदुस्थानात सुरुवातीला अस्पृश्यांच्या प्रश्नाचे होते.'

टिळकांच्या प्रागतिक विचारसरणीबाबत योगी अरविंद यांनी लिहिले आहे की, टिळक दृढनिश्चयी आणि स्वभावत: लढाऊ वृत्तीचे असले, तरी स्वत:चे मन प्रागतिक कल्पनांच्या स्वीकारास तत्पर ठेवून, विशाल करून त्यांच्याशी भारतीयांच्या सनातनी प्रवृत्तीचा संबंध जोडण्याचे कार्य ते प्रभावी रीतीने करू शकतात. भारत स्वतंत्र असता तर ते एक फार पुढारलेले, उदारमतवादी, राष्ट्राच्या प्रगतीसाठी व थोरवीसाठी उत्सुक, परंतु त्याचबरोबर प्रत्येक पाऊल अति सावधगिरीने, निश्चयपूर्वक पक्के रोवून राष्ट्राच्या सनातन वृत्तीस मान देणारे, अशी त्यांची प्रसिद्धी झाली असती.

माणसा-माणसांतील ज्येष्ठता आणि कनिष्ठता टिळक मानीत नसत हे त्यांच्या मंडाले येथील स्वयंपाक्याच्या आठवणीवरून स्पष्ट होते. तुरुंगवासात टिळकांना शिधा मिळे तो चांगल्या दर्जाचा असे आणि त्यांचा स्वयंपाकी कुलकर्णी याचा शिधा तितका चांगला नसे; पण टिळक त्याला स्वत:च्याच शिध्यापैकी अन्न खावयास लावीत.

यामुळे कुलकर्णी टिळकांना देव मानू लागला असल्यास नवल नव्हते. टिळकांवर त्याची किती श्रद्धा होती हे त्याच्या पुढील अनुभवावरून लक्षात

येईल. शिक्षा भोगून तो आपल्या कालढोण या गावी गेला. तेथे गेल्यावर आपल्या घराजवळ त्याने एक विहीर खोदली. फारसे खोल खणायला न लागता या विहिरीला चांगले झरे लागले. कलढोण गावात असे पाणी विहिरींना यापूर्वी कधीच लागले नव्हते. त्यामुळे आपल्या विहिरीला पाणी लागले ते टिळकांच्या आशीर्वादानेच लागले, अशी कुलकर्णी याची समजूत झाली.

टिळकांच्या स्वयंपाक्याप्रमाणे मंडाले येथील रखवालदाराची टिळकांमधील दैवी गुणांवर श्रद्धा बसली. टिळक मंडालेला जाण्यापूर्वी तुरुंगाच्या आवारात टिळकांच्या कोठडीजवळ या रखवालदाराने बरीच झाडे लावली होती; पण ती फारशी वाढलीच नाहीत; पण टिळक त्या कोठडीत गेल्यावर मात्र तेथील झाडे जगल्याचे आणि वाढीस लागल्याचे रखवालदारास आढळले. या चमत्काराने त्याला प्रोत्साहन मिळाले आणि दुप्पट जोमाने त्याने झाडे लावली. ही सर्व झाडे चांगली वाढली आणि फळाफुलांनी बहरून आली. टिळक मंडालेहून सुटून आल्यानंतर काही दिवसांतच सारी झाडे सुकून गेली. साहजिकच हा सारा चमत्कार टिळकांमुळेच घडला अशी रखवालदाराची खात्री पटली. या चमत्कारांवर टिळकांचा विश्वास नसला, तरी त्या रखवालदाराला प्रोत्साहन देण्यासाठी त्यांनी पुण्याहून मागविलेल्या सामानाच्या यादीत दोडका, कार्ले, भोपळा आणि पडवळ या भाज्यांच्या बिया मागवल्या होत्या. पुण्यातील मंडळींना याचे नवल वाटले असेल. अशा साऱ्या प्रसंगी त्यांच्या अंत:करणात माणुसकीचा गहिवर दाटलेला असे.

टिळकांच्या सौजन्यशील स्वभावाचे वर्णन करताना योगी अरविंद यांनी म्हटले आहे की, मनाचा मोकळेपणा, वागण्यातील साधेपणा आणि सहृदयता हे त्यांच्या स्वभावाचे वैशिष्ट्य होते. त्यांच्या मनाच्या मोकळेपणाचे आणि सहृदयतेचे प्रत्यंतर अमृतसर येथे भरलेल्या काँग्रेसच्या अधिवेशनात १९१९ साली इतरांना आले. विषयनियामक समितीच्या बैठकीची गडबड चालू असतानाच टिळकांना आणखी एका गोष्टीकडे लक्ष द्यावे लागले. करमरकर नावाचा एक तरुण पदवीधर आजारी असतानाही आपल्या होमरूलवादी भावाबरोबर अमृतसरला गेला होता. तेथे त्याला न्युमोनिया झाला. पहिले एक-दोन दिवस त्याच्या बरोबरच्या मंडळींनी त्याची शुश्रूषा केली; पण टिळकांना जेव्हा त्याच्या आजाराचे वृत्त समजले तेव्हा त्यांनी त्याला आपल्या निवासस्थानी आणले. त्याला उत्तम औषधोपचार मिळण्याची व्यवस्था त्यांनी केली. त्याच्या शुश्रूषेची सोयही केली; पण एवढ्यावर टिळकांचे समाधान झाले नाही. टिळक मधून मधून आपल्या कामातून सवड काढून त्याच्याकडे येत. नुसती विचारपूस करूनही ते थांबत नसत तर स्वत: त्याची शुश्रूषा करू लागत. दोन दिवस तो टिळकांच्या बंगल्यात

होता आणि नंतर डॉक्टरांच्या सांगण्यावरून त्याला सिव्हिल हॉस्पिटलमध्ये हलविले. तेथे स्वत: टिळक त्याच्याबरोबर गेले आणि त्याची विशेष काळजी घेण्याची विनंती त्यांनी मुख्य डॉक्टरला भेटून केली. त्याच्या औषधांचा काही जादा खर्च आल्यास तो आपण देऊ, असे त्यांनी डॉक्टरला आश्वासन दिले. अधिवेशन संपल्यावर पुण्यास जाण्यापूर्वी दवाखान्यात जाऊन करमरकरची विचारपूस करण्यास टिळक विसरले नाहीत. करमरकर जेव्हा मरण पावला तेव्हा *हा टिळकांचा माणूस आहे* अशा समजुतीने अमृतसरमधले सारे नेते आणि हॉस्पिटलचे अधिकारी त्याच्या अंत्ययात्रेस उपस्थित होते.

टिळकांच्या ध्येयवादीपणाचे वर्णन श्री अरविंद यांनी केले आहे. ते म्हणतात की, एकदा ध्येय निश्चित झाले की, कठीण परिस्थितीस तोंड देऊन ध्येयप्राप्तीच्या मार्गात येणारे अडथळे दूर करून ते ध्येय गाठायचे अशी टिळकांची वृत्ती असे. एखादे कार्य विशिष्ट प्रकारे करण्याची आवश्यकता आहे किंवा एखादे तत्त्व मान्य करणे अगत्याचे आहे अशी त्यांची खात्री पटली म्हणजे प्रसंगी ते आग्रही होत. त्या वेळी त्यांची इच्छाशक्ती पोलादासारखी असे; पण तरीही तडजोड करून काम सुलभ होत असेल, तर त्यालाही त्यांची तयारी असे. सबंध भाकरी मिळत नसेल, तर वेळेला चतकोर भाकरीवरही ते राजी असले, तरी अनुकूल संधी मिळताच सबंध भाकरी मिळवावयाचीच ही खूणगाठ मात्र त्यांनी आपल्या मनाशी बांधलेली असे; परंतु चांगल्या भाकरीऐवजी नुसता कोंडा मात्र ते कधीही मान्य करावयाचे नाहीत.

श्री अरविंद पुढे म्हणतात, 'सामान्य जनतेच्या भावभावनांशी ते जणू एकरूप झाले आहेत. त्यांच्याशी संवाद करताना ते अगदी अकृत्रिम मोकळेपणाने वागतील. अगदी साध्या, सोप्या रीतीने त्यांच्या भावना अधिक सरसपणे ते बोलत आहेत असेच कोणाला वाटेल... याच त्यांच्या गुणामुळे समाजातील सर्व वर्ग त्यांच्यामागे सतत उभे असतात. केवळ सुशिक्षितांचेच नव्हेत, तर सामान्य जनता, व्यापारीवर्ग, दुकानदार, खेडुत लोक, शेतकरी या सर्वांचेच ते नेते झाले आहेत.'

येरवड्याच्या तुरुंगात असताना तेथील सरकारी नोकरीतील शिपाईसुद्धा टिळकांबद्दल मनात आदर बाळगीत असत. टिळकांना मदत केल्यास स्वत:च्या नोकरीवर पाणी सोडावे लागेल याची कल्पना असतानाही ते टिळकांसाठी शक्य ते करीत असत. येरवड्याच्या तुरुंगात एक मुसलमान पहारेकरी होता. टिळकांचे खाण्यापिण्याचे हाल होतात हे त्याच्या लक्षात आल्याबरोबर त्याने गूळ व खोबऱ्याचे तुकडे कागदाच्या पुडीत बांधून शिताफीने टिळकांना देण्यास सुरुवात केली. असे करू नको म्हणून टिळकांनी त्याला परोपरीने सांगून पाहिले; पण तो

ऐकेना. तेव्हा गूळ-खोबरे खाऊन तोंड आले आहे, असे टिळकांनी त्याला सांगितले. तेव्हा त्याने गूळ-खोबरे देण्याचे बंद करून त्याऐवजी बदाम व खडीसाखर टिळकांकडे पोचती करण्यास सुरुवात केली.

टिळकांनी मुक्ततेनंतर त्याला वीस रुपये व रेशीमकाठी धोतर दिले. आपण नोकरी सोडणार असे तो टिळकांना सांगू लागताच, टिळकांनी त्याला त्या विचारांपासून परावृत्त केले आणि आमच्यासारख्यांना उपयोगी पडणारा तुझ्यावाचून कोणी असणार नाही असे सांगितले; मात्र सर्वांना नेहमी साहाय्य कर असेही त्याला सांगण्यास ते विसरले नाहीत.

टिळकांच्या प्रबळ इच्छाशक्तीचा प्रत्यय त्यांच्या जीवनात आणि कार्यात येतो. कधीही न वाकणारी आणि न नमणारी ही प्रबळ इच्छाशक्ती त्यांच्या दुर्दम्य उत्साहाचे आणि महान आकांक्षांचे कारण होती. तुरुंगवासात, विशेषत: मंडालेच्या तुरुंगवासात असताना अतोनात हालअपेष्टा सोशीत असतानाही त्यांचे मन एक क्षणभरही विचलित झाले नाही त्याचे कारणही हेच होते. चित्तवृत्ती केंद्रित करण्याची सवय टिळकांनी स्वत:ला लावून घेतली होती. त्यामुळेच एकाच गोष्टीकडे मन केंद्रित करून बाकीच्या गोष्टींचे विचारही ते मनात येऊ देत नसत. मंडालेच्या तुरुंगवासात असताना 'गीतारहस्या'सारखा महान ग्रंथ ते लिहू शकले. जर्मन, फ्रेंच, पाली या भाषांचा अभ्यास केला आणि गणितातील प्रमेये, ज्योतिषशास्त्र व तत्त्वज्ञान या विषयांच्या अभ्यासातही त्यांनी काही दिवस घालविले. तुरुंगाबाहेर घडत असलेल्या घटनांच्या विचारांना या वेळी त्यांनी आपल्या मनाची झडप बंद केली होती; मात्र घरी महिन्यातून एकदा पत्र पाठविताना किंवा तीन महिन्यांतून एकदा भेटीसाठी येणाऱ्या नातेवाइकांना किंवा स्नेह्यांना भेटताना त्यांच्या मनाची झडप पूर्णपणे उघडत असे आणि जास्तीत जास्त माहिती ते ग्रहण करीत असत.

१९१२ सालच्या पूर्वार्धात टिळकांनी मंडालेच्या तुरुंगातून पाठविलेल्या पत्रांमध्ये त्यांनी बऱ्याच पुस्तकांची मागणी केलेली दिसते. या वेळी ते 'ओरायन' या त्यांच्या पुस्तकामध्ये काही अधिक माहिती घालण्यासाठी पुस्तके वाचीत होते. 'सिद्धान्तकौमुदी' या पुस्तकाची जी प्रत त्यांना पाहिजे होती ती त्यांच्या हाती न पडल्याने त्यांची निराशा झाली. पुस्तक कोठे ठेवले आहे हे त्यांच्या स्मरणात पक्के होते, हे त्यांच्या पुढील पत्रावरून स्पष्ट होते - *'मी नेहमी वाचीत असलेल्या पुस्तकांमध्येच हे पुस्तक आहे. ही सारी पुस्तके माझ्या बसण्याच्या खोलीत ठेवली आहेत. क्राऊन आकाराचे हे पुस्तक पाचशे पानांचे आहे. मराठीमध्ये पायका टाइपात ते छापलेले आहे.'*

या पत्रांमधून मुलांच्या अभ्यासासंबंधी सूचना असत आणि अभ्यासात मुले

मागे पडल्याबद्दल चिंताही व्यक्त केलेली असे. दि. ४ जून १९१२ रोजी पाठविलेल्या पत्रावरून टिळकांचे मंडालेतही आपल्या मुलांच्या अभ्यासाकडे कसे लक्ष होते ते दिसते. ते म्हणतात, 'नापास होण्याबद्दलची तुमची कारणे मला पत्रातून समजली; पण त्यामुळे माझे समाधान झालेले नाही. मला उत्तम निकालाची अपेक्षा आहे, सबबी नकोत. 'नाचता येईना अंगण वाकडे' असे होऊ नये. कोणत्याही परिस्थितीत अभ्यासाची तयारी उत्तम झाली पाहिजे. या किंवा त्या सबबीमुळे अपयश मिळाले असे सांगण्याची सवय लागू नये. तू स्वतःची परीक्षा योग्य प्रकारे करीत नाहीस असे दिसते... आणि तसे केल्याशिवाय यशाची आशा करू नकोस. हे परीक्षेबद्दलच मी बोलत नाही. इतर बाबतीतही हेच लागू पडते. इतक्या साध्या परीक्षेत जर तुला यश मिळेल इतकी तयारी करता येत नाही, तर आयुष्यात ज्या इतर मोठ्या गोष्टींची अपेक्षा तुझ्याकडून आम्ही करतो त्या पूर्ण कशा होणार?'

मुलांच्या शिक्षणाकडे न. चिं. केळकर यांनीही लक्ष ठेवावे असे त्यांनी सुचविले होते. पत्नीच्या निधनाचा धक्का त्यांना जबरदस्त बसला होता; पण या संकटात आपण जवळ नसलो, तरी मुलांनी डगमगून जाऊ नये आणि विशेष म्हणजे अभ्यासाकडे दुर्लक्ष करू नये, असे त्यांनी पत्रातून कळविले होते. एका पत्रात त्यांनी चिरंजीवाने केलेल्या व्याकरणाच्या चुका दुरुस्त केल्या होत्या. आणखी एका पत्रातून धाकट्या चिरंजीवांनी पाली भाषेचा अभ्यास करण्याची इच्छा व्यक्त केली याबद्दल असंतोष दर्शविला होता. त्यांनी लिहिले होते की, दुसरी भाषा म्हणून त्याने पाली भाषेची निवड करावी हे मला मुळीच पसंत नाही. पाली म्हणजे संस्कृतचा अपभ्रंश असून, ज्याला संस्कृत येते त्याला शिक्षकाच्या मदतीवाचूनही थोड्याच दिवसांत पाली भाषा शिकता येईल. शिवाय हिंदुस्थानात व्यावहारिक जीवनात पालीचा काहीच उपयोग नाही.

पत्नीच्या मृत्यूपूर्वी प्रत्येक पत्रात तिच्या प्रकृतीबद्दल चिंता व्यक्त केलेली असे. औषधेही सुचवलेली असत; पण पत्नीच्या मृत्यूनंतर मात्र काही पत्रे थोडी त्रोटक वाटत. मुलांच्या अभ्यासाबरोबरच जामातांची चौकशीही त्यात असे, आणि स्वतःच्या प्रकृतीचा त्रोटक वृत्तान्त असे.

मंडालेहून सुटून आल्यानंतर टिळकांना आलेल्या पत्रांमध्ये श्रीमती सारा ब्रॅन्सन यांचे पत्र विशेष उल्लेखनीय आहे. या बाईंचे दिवंगत पती मुंबई हायकोर्टात बॅरिस्टर होते. हे गृहस्थ टिळकांचे स्नेही होते, असा उल्लेख बाईंनी पत्रातून केला होता. पतीच्या निधनानंतर बाई आणि त्यांची मुलगी उघड्यावर पडल्या. टिळकांच्या खटल्याच्या वेळी ब्रॅन्सन यांनी ॲडव्होकेट जनरल म्हणून काम पाहिले होते; पण त्यामुळे हिंदी वकिलांनी त्यांच्यावर बहिष्कार घातला होता.

बाईंनी आपल्या पत्रातून टिळकांना विनंती केली होती की, आपल्यासाठी पाचशे पौंड निधी जमविण्याचे आवाहन टिळकांनी करावे. बाईंनी पत्रात असेही म्हटले होते की, आपल्या दिवंगत पतीला टिळकांनी धाडलेल्या पत्रांवरून आणि तारांवरून त्यांना आपल्याबद्दल सहानुभूती वाटते हे स्पष्ट दिसत होते.

श्रीमती ब्रॅन्सन यांच्या या पत्राला टिळकांनी काय उत्तर दिले ते उघड झाले नाही. त्यांनी बाईंना मदत पाठविली की नाही तेही समजले नाही; पण या पत्राने सरकारवर मात्र बॉम्बगोळाच टाकला. टिळकांना शिक्षा होऊन ते विजनवासात गेल्यानंतर त्यांचे फोटो, चित्रे, लिखाण किंवा त्यांच्यासंबंधीचे लिखाण जवळ बाळगण्यास सरकारने बंदी घातली होती; पण टिळकांची पत्रे या बाईंजवळ असतील याची कल्पना मात्र सरकारला नव्हती.

या बाईंना टिळकांनी मदत केली की नाही ते समजले नसले, तरी इतरांना मात्र टिळकांनी मदत केली. इंग्लंडला जाण्यापूर्वी रवीन्द्रनाथ टागोर यांना पन्नास हजार रुपये पाठविण्याची विनंती त्यांनी बोमनजी यांना केली होती. यासंबंधी स्वत: रवीन्द्रनाथांनीच लिहून ठेवले आहे की, टिळकांच्या या देणगीचे आपल्याला आश्चर्य वाटले. टिळकांनी त्यांना युरोपला जाण्यासाठी निरोप पाठविला होता; पण युरोपमध्ये टिळकांना आपल्याकडून काही साहाय्याची अपेक्षा नाही हे कळल्यावर रवीन्द्रनाथांचे आश्चर्य दुणावले. टिळकांच्या मोठेपणाचा हा एक भाग होता.

टिळक इंग्लंडला जाण्यास निघाले त्याच्या आधी त्यांचे जगन्नाथ महाराजांबरोबर जे बोलणे झाले तेही याच संदर्भात उल्लेखनीय आहे. जगन्नाथ महाराजांच्या दत्तकाच्या प्रकरणात कोर्टाच्या कामासाठी टिळकांचे जवळजवळ साठ हजार रुपये खर्च झाले होते. हे पैसे टिळकांनी घ्यावे असा आग्रह जगन्नाथ महाराजांनी धरला. त्यावर टिळक त्यांना म्हणाले, 'तुमची मालमत्ता आणि माझी मालमत्ता यात तुम्ही भेद करता याचेच मला आश्चर्य वाटते. माझी मालमत्ता तुमचीच आहे असे मी समजतो. बाबा महाराज मृत्यूशय्येवर असताना मी त्यांना वचन दिले होते तेव्हापासून माझे जे काही आहे ते तुमचेही आहे, असे मी मानतो. माझी भावना अशी असल्याने तुमच्यासाठी खर्च झालेली रक्कम विशेष होती असे मला वाटत नाही. रामभाऊ आणि बापू यांच्याप्रमाणेच मी तुम्हाला माझा तिसरा मुलगा मानतो.'

टिळकांनी इतके सांगितले तरी, आपल्या पित्याचे ऋण फेडण्याच्या उद्देशाने टिळकांना पैसे देण्याची आपली इच्छा आहे, असे जगन्नाथ महाराजांनी सांगितले. तेव्हा जगन्नाथ महाराजांनी आपल्याला त्यांची बंगला-बागेची जमीन द्यावी असे टिळकांनी सुचविले. त्या वेळी या जागेची किंमत अंदाजे तीस हजार रुपये झाली

असती. ती जागा न्यू पूना कॉलेजसाठी देण्याची आपली इच्छा असल्याचेही त्यांनी त्याच वेळी बोलून दाखविले. हे कॉलेज राष्ट्रीय विचारसरणीच्या काही तरुण मंडळींनी त्या वेळी नुकतेच काढले होते. उरलेले तीस हजार रुपये आपण आपल्या मानलेल्या मुलाला म्हणजे जगन्नाथ महाराजांना दिले आहेत, असे टिळकांनी सांगितले.

मंडालेहून सुटून आल्यानंतरही टिळकांची काम करण्याची चिकाटी दांडगी होती. चिरोल प्रकरणासाठी काही टिपणे काढण्याचे काम टिळकांनी विष्णुपंत भट यांच्यावर सोपविले होते. भट त्या वेळी 'मराठा' पत्राचे काम पाहत असत. 'मराठा'चे काम करून टिपणे काढण्याचे काम करताना त्यांना फार त्रास होत असे; पण त्या वेळी साठी उलटलेले टिळक स्वत: दहा-बारा तास बैठक मारून कामाचा पिच्छा सोडीत नसत.

एक दिवस भट यांना बरोबर घेऊन त्यांनी सकाळी ११ वाजता कामाला सुरुवात केली. त्यांना रात्री ११-४५च्या गाडीने मुंबईला जायचे होते; पण रात्री ११ वाजेपर्यंत त्यांचे काम सतत चालू होते.

'मराठा'चे काम सांभाळून चिरोल प्रकरणाचे काम करणे त्रासदायक होते असे टिळकांना सांगावे, अशी इच्छा भट यांच्या मनात डोकावून जाई; पण स्वत: टिळक चिकाटीने काम करीत बसलेले पाहून त्यांच्या तोंडून शब्द बाहेर पडत नसत. वयस्कपणात टिळक इतक्या चिकाटीने काम करतात, तर तरुणपणी त्यांची चिकाटी किती दांडगी असेल, असे भट यांना वाटे. त्याबद्दल त्यांनी एकदा टिळकांना प्रश्न विचारला तेव्हा टिळक म्हणाले, "मुंबईच्या एका राष्ट्रीय सभेच्या वेळी मी एकसारखा एका खुर्चीवर छत्तीस तास बसून काम करीत होतो. माझ्या मांडीला मांडी लावून काम करणारा कोणी भेटतो का म्हणून पाहत होतो; पण हे माझे सततोद्योगाचे व्रत घेणारा एकही माणूस मला सापडला नाही."

टिळकांची सततोद्योगाची आणखीही एक आठवण सांगितली जाते. १९०८ सालच्या राजद्रोहाच्या खटल्यात बचाव सुरू होण्याच्या आदल्या रात्रीची ही गोष्ट आहे. डोंगरीच्या तुरुंगातून त्यांना हायकोर्टाच्या इमारतीत हालविण्यात आले होते. या ठिकाणी हायकोर्टाच्या ग्रंथालयातील पुस्तके आपल्याला वापरता येतील अशी टिळकांची कल्पना होती. यासाठी त्यांनी न्यायमूर्ती दावर यांच्यामार्फत प्रयत्न केले होते. ग्रंथालयातील पुस्तके टिळकांना देण्याचे सौजन्य न्यायमूर्तींनी दाखविले होते. याच पुस्तकांच्या साह्याने टिळकांनी आपले बचावाचे भाषण तयार केले होते. हे भाषण तयार करण्यासाठी ते रात्रभर जागले होते. खटल्याच्या दुसऱ्या दिवशी रात्री पहाऱ्यावर असलेला इंग्रज सार्जंट टिळकांबरोबर मध्यरात्रीपर्यंत जागा होता; पण नंतर मात्र त्याला झोप आवरेना. तो टिळकांना म्हणाला,

"आता रात्र बरीच झाली. तुम्ही विश्रांती घेणार नाही का?"

यावर टिळक म्हणाले, "का? तुम्हाला झोप आली वाटतं? हवं तर तुम्ही झोपा. मी पळून जाणार नाही."

पहाटेचे पाच वाजायला आले तेव्हा टिळकांचे वाचन पूर्ण झाले आणि त्यांनी झोपलेल्या सार्जंटला उठविले. ते म्हणाले, "माझे वाचण्याचे काम संपले. आता मी थोडी विश्रांती घेतो."

पहारेकरी उठून पहारा करू लागला आणि टिळक झोपी गेले.

टिळकांचे व्यक्तिमत्त्व अष्टपैलू होते; पण त्यातही 'पत्रकार टिळक' हा पैलू सर्वांत महत्त्वाचा होता. लोकजागृतीचे साधन म्हणून त्यांनी 'केसरी' आणि 'मराठा' ही पत्रे सुरू केली. ही पत्रे सुरू करण्यापूर्वी काही पत्रके प्रसिद्ध करण्यात आली होती. त्यापैकी एक टिळकांनी मुंबई येथील मुक्कामात 'शाकुंतल' नाटकाच्या वेळी थिएटरजवळ वाटण्याची व्यवस्था केली होती असे कळते. 'केसरी'ची किंमत अगदी कमीत कमी ठेवण्याचे ठरले. त्यानुसार सुरुवातीच्या काळात 'केसरी'ची वार्षिक वर्गणी फक्त एक रुपया होती.

त्या काळात वृत्तपत्र व्यवसाय हा पैसे मिळविण्याचा धंदा म्हणून केला जात नसे. लोकजागृतीचे, अन्यायाविरुद्ध झगडण्याचे आणि लोकशिक्षणाचे साधन अशा दृष्टीने वृत्तपत्र व्यवसाय त्या काळात केला जात असे. वृत्तपत्रांची मुस्कटदाबी करणारे कायदे असताना हा व्यवसाय करावा लागे. संपादकाला न्यायबुद्धी असावी लागे, तशीच लढाऊ वृत्ती असणेही आवश्यक होते.

वृत्तपत्राचा संपादक निर्भीड, बहुश्रुत, सत्यनिष्ठ, व्यासंगी, प्रतिभावान असावा लागतो. या सर्व गुणांच्या बाबतीत टिळकांच्या तोडीचा संपादक नव्हता अशी कबुली विरोधी समजल्या जाणाऱ्या वृत्तपत्रांनीही त्या काळात दिली होती. टिळकांची भाषा साधी, अनलंकृत असे; पण देशहिताच्या तळमळीतून लिहिलेला प्रत्येक शब्द वाचकाच्या अंत:करणाचा ठाव घेत असे. गतिहीन, दुर्बल समाजाला उद्देशून त्यांनी 'केसरी'तून लिहिले होते, 'सरकार बलिष्ठ असेल तर ते तुमच्याच मदतीने बलिष्ठ झाले आहे. तुमच्यातील भेद हेच सरकारचे कवच आहे, तुमची दुर्बलता हेच त्याचे बल आहे, तुमचे अज्ञान हे त्याचे सामर्थ्य आहे.'

एखादा कायदा अन्यायाचा असेल, तर तो खुशाल मोडा, असे जनतेला सांगताना ते लिहितात की, कायदा कितीही कडक असला, तरी तो अन्यायाचा असेल, तर त्याचा प्रतिकार केलाच पाहिजे. कायदा मोडाल तर शिक्षा होणारच; पण ती सोसूनही जुलमाला प्रतिकार केला पाहिजे.

सरकारला उद्देशून त्यांनी लिहिले होते की, सरकारच्या आवडीकरीता आम्ही वृत्तपत्र काढलेले नाही. सरकारवर कडक टीका केल्याने त्याचा आमच्यावर

रोष झाला, तरी आम्हास त्याची पर्वा नाही.

कोठेही अन्याय घडलेला आढळला की, 'केसरी' त्या अन्यायाचा प्रतिकार करण्यासाठी खवळून उठत असे. कोल्हापूरच्या राजपुत्रावर होणाऱ्या अन्यायाविरुद्ध 'केसरी'ने आपले अस्त्र उचलले आणि त्याचा परिणाम म्हणून टिळकांना चार महिन्यांची शिक्षा झाली. या वेळी, 'केसरी'ची स्थापना होऊन जेमतेम वर्ष-दीड वर्ष झाले होते आणि 'केसरी'च्या संपादकाचे वय फक्त पंचवीस वर्षांचे होते.

स्वकीयांच्या अन्यायाविरुद्ध जसे टिळकांनी टीकास्त्र सोडले तसेच परकीयांच्या अन्यायाविरुद्धही! क्रॉफर्ड नावाचा गोरा साहेब अफरातफरीच्या आणि बदफैलीपणाच्या प्रकरणात अडकला. न्यायी ब्रिटिश सरकारने त्याला कोणतेच शासन केले नाही; पण टिळकांची लेखणी मात्र स्वस्थ बसू शकली नाही. क्रॉफर्डची सारी बिंगे त्यांनी बाहेर काढली. हा साहेब दाढी लावून का पळून गेला आणि एका युरोपीय अधिकाऱ्याच्या पत्नीबद्दल त्याच्यावर कोणता आक्षेप होता ही सारी हकिगत त्यांनी 'केसरी'तून प्रसिद्ध केली.

१८९६-९७च्या प्लेगच्या संकटाच्या वेळी रँडने जनतेवर जे अनन्वित जुलूम केले त्यांच्याविरुद्धही टिळकांनी आपले लेखणीचे अस्त्र असेच निर्भीडपणे चालविले. दुष्काळाच्या काळातही लोकांना धीर देणारी त्यांची लेखणी सरकारच्या अन्यायी धोरणाविरुद्ध आग ओकीत असे. सरकारी धोरणावर इतकी कडक टीका करणारा निस्पृह टीकाकार त्या काळात विरळाच! पण याचा परिणाम टिळकांना भोगावा लागलाच. रँडचा खून झाला आणि टिळकांना तुरुंगात डांबून ठेवण्यास सरकारला चांगलेच निमित्त मिळाले. या प्रसंगाचे स्वरूपच इतके भीषण होते की, टिळक गप्प बसले असते, तरी त्यांच्याकडे सरकारची वक्रदृष्टी वळली असतीच; पण त्या परिस्थितीत सरकारच्या धोरणावर टीका करणाऱ्या टिळकांच्या लेखणीला धार चढली. 'सरकारचे डोके ठिकाणावर आहे काय?' आणि 'राज्य करणे म्हणजे सूड उगविणे नव्हे' हे दोन जहाल लेख लिहून टिळकांनी आपल्या निर्भीड वृत्तीचा प्रत्यय आणून दिला आणि तुरुंगवासाचे निमंत्रणही घेतले.

१९०८ साली 'देशाचे दुर्दैव' व 'हे उपाय टिकाऊ नाहीत' हे लेख त्यांनी केसरीत प्रसिद्ध केले आणि त्यांच्यावर सरकारने राजद्रोहाचा खटला चालवून मंडालेकडे त्यांची रवानगी केली. कारावासामुळे बोथट होण्याइतकी टिळकांची लेखणी सामान्य नव्हती. उलट त्या लेखणीचे तेज कारावासामुळे अधिक वाढले.

जनजागृती करून लोकशिक्षण देणे आणि अन्यायावर कोरडे ओढणे या बरोबरच तत्त्वज्ञान, धर्मशास्त्र, अर्थशास्त्र, कायदा इत्यादी विषयांवरही टिळकांनी

'केसरी'तून लेख लिहिले. लेखांची भाषा सोपी आणि वाक्ये सुटसुटीत असत. मथळे आकर्षक, मार्मिक आणि नावीन्यपूर्ण असत. त्यात खोचकपणा आणि उपरोधही असे. त्यामुळे 'केसरी' हातात केव्हा पडतो याकडे लोकांचे उत्कंठेने लक्ष लागलेले असे. स्वदेशातील विविध विषयांबरोबर परकीय देशांतील विविध घडामोडींची माहितीही टिळक आपल्या लेखांमधून जनतेला देत. 'क्यूबा बेटातील स्वातंत्र्य', 'बल्गेरिया गळून पडला', 'डेन्मार्कचे नि:शस्त्रीकरण' वगैरे लेखांतून टिळकांनी त्या त्या देशातील परिस्थितीचे वर्णन केले होते. त्या देशांनी योजलेले उपाय आणि त्यांना मिळालेले यशापयश यांची मीमांसा टिळकांनी केली होती. टिळकांची ही वृत्ती कोणत्याही काळातील पत्रकाराला मार्गदर्शक ठरावी अशीच होती.

मंडाले येथूनही ते कधी कधी आपल्या सहकाऱ्यांना सूचना करीत. एकदा त्यांनी केळकर आणि खाडिलकर यांच्यासाठी निरोप दिला होता. त्यात त्यांनी लिहिले होते की, केळकर आणि खाडिलकर यांच्या एकजुटीवर व काळजीपूर्वक कामावर सर्व काही अवलंबून आहे.

लेखनाच्या बाबतीत टिळकांचे सहकाऱ्यांना पूर्ण स्वातंत्र्य असे. यासंबंधी सेनापती बापट यांनी एक आठवण सागितली होती. सेनापती 'मराठा'चे सहसंपादक असताना हा प्रसंग घडला. तो सांगताना ते म्हणतात, 'टिळकांचे त्यांच्या सहकाऱ्यांना स्वातंत्र्य होते. एकदा मात्र थोडा कठीण प्रसंग आला. नागपूरला विद्यार्थ्यांचा संप झाला. मी तो मराठ्यात उचलून धरला; पण दुसऱ्या दिवशी केळकरांनी केसरीत त्याला विरोधी स्फुट लिहिले. टिळकांनी आम्हा दोघांना बोलाविले. टिळकांच्या दोन्ही पत्रांची धोरणे सारखी असावी, असे सांगून मला पाठिंबा दिला व असा 'विनोद' करू नका अशी केळकरांना सूचना दिली.'

टिळक मंडाले येथे असतानाच नाशिकमध्ये जॅक्सन खून प्रकरण घडले. या प्रकरणाची महाराष्ट्राला बरीच किंमत मोजावी लागली. नाशिक येथील तरुण क्रांतिकारकांच्या गटाने बंगाली क्रांतिकारकांच्या पावलावर पाऊल ठेवून वागायचा निर्धार केला होता. लंडन येथील त्यांच्या प्रमुख केंद्राकडून त्यांना नुकतीच पिस्तुले मिळाली होती. त्यांचा वापर करून नाशिकचे कलेक्टर जॅक्सन यांचा खून करायचा असे या क्रांतिकारकांनी ठरविले. त्याप्रमाणे कट करून दि. २१ डिसेंबर १९०९च्या रात्री तो पारही पाडला. कान्हेरे याला अटक झाली आणि महाराष्ट्रात सर्वत्र सरकारची दडपशाही आणि दहशतवाद यांचे राज्य सुरू झाले.

त्यानंतर लगेच सरकारने वृत्तपत्रांना धारेवर धरले. वृत्तपत्रविषयक नवे कायदे लादण्यात आले. या नव्या टांगत्या तलवारीखाली राहून 'केसरी' आणि 'मराठा' कसा चालवायचा असा पेच धोंडोपंत विद्वांस यांना पडला आणि त्यांनी

दि. १६ फेब्रुवारी, १९१० रोजी टिळकांना पत्र पाठवून सर्व हकिगत कळविली. पत्राबरोबर त्यांनी प्रेस ॲक्ट असलेली इंडियन गॅझेटची एक प्रतही टिळकांना पाठविली. हे पत्र टिळकांना फेब्रुवारीच्या शेवटच्या आठवड्यात मिळाले. त्यात विशेष काही नसेल अशा समजुतीने तुरुंगाधिकारी कॅप्टन ग्रेग याने ते पत्र न वाचताच टिळकांना दिले.

मात्र या पत्राचे टिळकांनी लिहिलेले उत्तर वाचताना ते राजकीय स्वरूपाचे आहे, असे वाटल्यावरून ग्रेगने ते ब्रह्मदेश सरकारकडे पठिविले. या सरकारने ते मुंबई सरकारकडे पाठविले. मुंबईतील सचिवालयात अद्यापही ते पत्र व्यवस्थित ठेवलेले आहे. टिळकांचे हे पत्र वाचून मुंबई सरकारला आनंद झाला; कारण नव्या प्रेस ॲक्टमुळे वृत्तपत्रांची गळचेपी होणार होती, हे या पत्रावरून स्पष्ट होत होते. पत्रकार टिळकांचे दर्शन या पत्रात होते, टिळकांनी पत्रात लिहिले होते, 'तुम्हाला वाटते तितकी निराशाजनक परिस्थिती नाही. कायदा सगळ्यांनाच लागू आहे. इतर वृत्तपत्रे आपले धोरण काय ठेवतात ते पाहून तुम्ही तुमचे धोरण निश्चित करा. अर्थात् तुमच्या पत्राकडे अधिक काळजीपूर्वक रीतीने पाहिले जाणार हे विसरू नका.

'कायदा कितीही कडक असला, तरी तुम्हाला त्याच्या कक्षेतच काम करावे लागेल. जे स्वातंत्र्य मिळाले असेल त्याचा जास्तीत जास्त उपयोग करून घेता येईल... गैरसमज टाळण्यासाठी फक्त घडलेल्या घटनांचाच वृत्तान्त द्या...'

वृत्तपत्रांच्या लिखाणाकडे किंवा धोरण ठरविण्याकडेच फक्त टिळक लक्ष देत असत असे नाही. वृत्तपत्रांच्या इतर बाबींमध्येही त्यांना कुतूहल होते. केसरी-मराठा संस्थेत आधुनिक यंत्रसामग्री पाहिजे असे टिळकांचे मत होते. यंत्रांची पाहणी ते करीत असत. 'केसरी'च्या छपाईसाठी नवे रोटरी मशीन घेतले पाहिजे असे त्यांनी इंग्लंडमधील मुक्कामात ठरविले असे दिसते. तसेच मोनोटाईपमध्ये मराठी टाईप बसविला, तर मराठी वृत्तपत्रांचे काम सुलभ होईल, असेही त्यांचे मत झाले होते.

लोकमान्य लोकनेता म्हणून, एका महान राष्ट्राचा मुत्सद्दी म्हणून, क्रांतिकारकांचा खंबीर पाठीराखा म्हणून, जनतेप्रमाणेच कुटुंबीयांवर मायाममतेने प्रेम करणारा कुटुंबवत्सल म्हणून, प्रतिपक्षावर घणाघाती प्रहार करणारा पत्रकार म्हणून, स्थितप्रज्ञ तत्त्वज्ञ म्हणून, अशी लो. टिळकांची किती रूपे वर्णावीत?

टिळक आणि वेदोक्त प्रकरण

कोल्हापूरचे छत्रपती शाहू महाराज यांच्या कारकिर्दीत वेदोक्ताचे प्रकरण निर्माण झाले होते. या प्रकरणी टिळकांनी व्यक्त केलेल्या मतांवरून बराच वाद माजला होता. पूर्वीच्या एका छत्रपतींच्या आज्ञेवरून बंद झालेले वेदोक्त विधी पुन्हा सुरू करताना काय करावयाचे, जुन्या काळी कोणते विधी होते, याचा पुरावा मिळत नसल्याने, कोणते वेदोक्त विधी करावयाचे याबद्दलचा हा वाद होता. या प्रकरणात टिळकांना अकारणच दोष देण्यात आला आणि अजूनही कित्येकजण टिळकांना दोष देतात.

शाहू महाराज आणि टिळक यांचे संबंध प्रेमाचे आणि आदराचे होते. त्यामुळे वेदोक्त प्रकरणात टिळक शाहू महाराजांच्या विरुद्ध जाणे शक्य नव्हते, हे कोणाही विचारी माणसास पटण्यास हरकत नाही.

या प्रकरणामुळे ब्राह्मण-ब्राह्मणेतर वाद सुरू झाला, असा आरोप टिळकांवर केला जातो; पण 'मराठे आणि वेदोक्त कर्म' या विषयावर १९०१ साली टिळकांनी 'केसरी'त दोन लेख लिहिले होते. त्यापैकी २९ ऑक्टोबरच्या लेखात टिळकांनी जे लिहिले होते, त्यावरून त्यांची मते स्पष्ट होतात. टिळक लिहितात, 'जातिभेद हा हिंदू लोकांच्या अगदी हाडी खिळलेला आहे. जिवास परमेश्वराची प्राप्ती कशाने होईल एवढाच धर्म या शब्दाचा अर्थ धरला, तर हिंदू धर्मांत जातीचा अगर खाणे-पिणे अथवा इतर आचार यांचा बिलकूल संबंध येत नाही, हे उघड आहे; कारण आमच्या धर्मात परमेश्वर वसिष्ठास जितका साध्य होता तितकाच विश्वामित्रासही होता, याज्ञवल्क्यास जितका होता तितका जनकासही होता, आणि ज्ञानेश्वर-एकनाथांप्रमाणेच तुकाराम, गोरा कुंभार आणि चोखामेळा यांसही गती प्राप्त झालेली आहे. अशा प्रकारच्या धर्मात खाणे-पिणे आणि जाती यांचा समावेश होत नाही. हे स्वतंत्र आचार आहेत. तथापि, हिंदू लोकांची ज्ञातिधर्मावरील आसक्ती इतकी दृढ आहे की, हिंदूंचे ख्रिस्त झाले, तरी त्यांच्या मनावर परंपरागत आलेले ज्ञातिभेदाचे संस्कार, जळलेल्या दोरीत तिचा पीळ

जसा कायम राहतो तद्वत् कायम राहतात. हे परंपरागत किंवा रक्तमांसगत भेदाभेद अजिबात मोडून टाकून सर्व हिंदुस्थानातील जातींचा सबगोलंकार करणे इष्ट असले, तरी शेकडो वर्षांपर्यंत ते शक्य नाही हे कोणासही कबूल केले पाहिजे.'

समाजाच्या स्थितीत जो बदल करायचा तो बेताबेताने केला पाहिजे. त्या बदलाची उपयुक्तता लोकांना पटली पाहिजे, असे सांगून टिळकांनी लेखात म्हटले आहे, 'हल्ली वेदोक्तकर्माबद्दल जी चळवळ चालू आहे ती तशा प्रकारची नाही, हे पूर्वेतिहासावरून कोणाच्याही सहज लक्षात येईल.'

या चळवळीचा पूर्वेतिहास देऊन त्यांनी लिहिले आहे, 'हल्ली ज्या काही मराठे लोकांनी वेदोक्ताचे खूळ माजविले आहे ते आपल्यास शिवाजी महाराजांपेक्षा ज्ञातीने अधिक श्रेष्ठ समजत असतील, असे आम्हास वाटत नाही... भोसल्यांच्या कुळापेक्षा ज्यांचे कूळ कर्तबगारीने आणि मानाने कमी आहे अशा मराठे लोकांनी आता तक्रार करावी अथवा उचल खावी हे व्यवहारास, शिष्टपरंपरेस अथवा ज्ञातिसंप्रदाय पद्धतीस अनुसरून आहे असे आम्हास वाटत नाही... श्री समर्थ रामदास, गागाभट्ट, चिंचवडचे देव या सर्वांच्या सल्ल्याने क्षत्रियास उचित अशा शास्त्रोक्त रीतीने राज्याभिषेक व तदंगभूत व्रतबंध करून भोसले घराण्यात गृह्यकर्माबद्दल जी परंपरा तेव्हा लावून दिली गेली व जी सातारचे महाराज व कोल्हापूरचे महाराज यांच्या घराण्यात अद्याप चालत आहे ती निर्मूल आणि अप्रमाण असे म्हणण्याचे साहस करून वेदोक्ताचे बंड माजविणारांनी काय पुरुषार्थ योजिला असेल कोण जाणे?'

वेदोक्ताच्या चळवळीबद्दल लिहिलेल्या लेखात टिळकांनी पुढे म्हटले होते की, वेदोक्ताचे खूळ माजवून लोकांच्या शांततेचा भंग करावा व सुशिक्षित संस्थानिकांनी आपल्या संस्थानात हे प्रकार घडू द्यावे हे गैरशिस्त आहे.

टिळकांनी पुढे लिहिले होते, 'वेदोक्त मंत्र संस्काराचे वेळी म्हटल्याने कोणत्याही जातीस अधिक श्रेष्ठपणा येतो किंवा संस्कार अधिक शास्त्रोक्त होतो अशी जर कोणाची समजूत असेल, तर ती चुकीची आहे; कारण ब्राह्मण जातीतदेखील स्त्रियांचे संस्कार, व्रते, पूजा वगैरे पुराणोक्तच आहेत; पण तेवढ्याकरिता ब्राह्मणांच्या सर्व स्त्रिया शूद्र जातीच्या आहेत असे कोणी समजत नाही... दुसरी लक्षात ठेवण्यासारखी गोष्ट अशी की, मराठे लोकांस आपण खरे क्षत्रिय असे जर वाटत असेल, तर आपले क्षात्रतेज व्यक्त करण्यास वेदोक्त मंत्राने श्रावणी करणे हा काही खरा मार्ग नव्हे. ज्यांच्या पूर्वजांनी गेल्या शतकात मुसलमानी राज्याची लाट मागे हटवून हिंदू धर्माचे पुनरुज्जीवन केले, ते जातीने अस्सल क्षत्रिय असोत वा नसोत, त्यांची योग्यता स्नानसंध्या करून धर्म

राखणाऱ्या ब्राह्मणांपेक्षा कोणत्याही रीतीने कमी आहे असे आम्ही मानीत नाही.'

या लेखाच्या शेवटी टिळकांनी पुन्हा म्हटले आहे की, निरनिराळ्या ज्ञातींतील सलोखा कसा व्हावा हे आम्हास पाहणे व तशा दृष्टीनेच या विषयावरील लेख आम्ही लिहिले आहेत. यावरून त्यांना जातीय द्वेष माजवायचा नव्हता, हे पुन्हा एकदा स्पष्ट होते.

◆